독자의 **1초**를 아껴주는 정성!

—

세상이 아무리 바쁘게 돌아가더라도

책까지 아무렇게나 빨리 만들 수는 없습니다.

인스턴트 식품 같은 책보다는

오래 익힌 술이나 장맛이 밴 책을 만들고 싶습니다.

길벗이지톡은 독자여러분이 우리를 믿는다고 할 때 가장 행복합니다.

나를 아껴주는 어학도서, 길벗이지톡의 책을 만나보십시오.

독자의 1초를 아껴주는 정성을 만나보십시오.

미리 책을 읽고 따라해본 2만 베타테스터 여러분과 무따기 체험단, 길벗스쿨 엄마 2% 기획단,

시나공 평가단, 토익 배틀, 대학생 기자단까지!

믿을 수 있는 책을 함께 만들어주신 독자 여러분께 감사드립니다.

(주)도서출판 길벗 www.gilbut.co.kr

길벗 이지톡 www.gilbut.co.kr

길벗 스쿨 www.gilbutschool.co.kr

비즈니스
베트남어회화
& 이메일
표현사전

비즈니스 베트남어회화 & 이메일 표현사전
Business Vietnamese Expression Dictionary

초판 발행 · 2019년 10월 15일

지은이 · 윤선애
발행인 · 이종원
발행처 · (주)도서출판 길벗
브랜드 · 길벗이지톡
출판사 등록일 · 1990년 12월 24일
주소 · 서울시 마포구 월드컵로 10길 56(서교동)
대표 전화 · 02)332-0931 | 팩스 · 02)323-0586
홈페이지 · www.gilbut.co.kr | 이메일 · eztok@gilbut.co.kr

기획 및 책임편집 · 오윤희(tahiti01@gilbut.co.kr), 김대훈 | 표지 디자인 · 최주연
제작 · 이준호, 손일순, 이진혁 | 영업마케팅 · 김학흥, 장봉석
웹마케팅 · 이수미, 최소영 | 영업관리 · 김명자, 심선숙 | 독자지원 · 송혜란, 홍혜진

편집진행 및 교정교열 · 정선영 | 원어민 감수 · Phạm Tiến Long
본문 디자인 및 전산편집 · 이도경 | 오디오녹음 · 와이알미디어
CTP 출력 · 예림인쇄 | 인쇄 · 예림인쇄 | 제본 · 예림바인딩

ISBN 979-11-6050-863-5 03730
(길벗 도서번호 300997)

이 도서의 국립중앙도서관 출판사도서목록(CIP)은 서지정보유통지원시스템 홈페이지(http://seoji.nl.go.kr)와 국가자료공동목록시스템(http://www.nl.go.kr/kolisnet)에서 이용하실 수 있습니다. (CIP 제어번호: CIP2019028382)

정가 22,000원

독자의 1초를 아껴주는 정성 **길벗출판사**

길벗 | IT 실용서, IT/일반 수험서, IT 전문서, 경제경영서, 취미실용서, 건강실용서, 자녀교육서 www.gilbut.co.kr
더퀘스트 | 인문교양서, 비즈니스서 www.gilbut.co.kr
길벗이지톡 | 어학단행본, 어학수험서 www.gilbut.co.kr
길벗스쿨 | 국어학습서, 수학학습서, 유아학습서, 어학학습서, 어린이교양서, 교과서 www.gilbutschool.co.kr

페이스북 · www.facebook.com/gilbuteztok
네이버 포스트 · http://post.naver.com/gilbuteztok
유튜브 · https://www.youtube.com/gilbuteztok

비즈니스
베트남어회화
& 이메일
표현사전

윤선애 지음

회화는 물론 이메일 표현까지 한 권에!
국내 유일의 비즈니스 표현사전!

비즈니스 베트남어회화와 이메일 작성에 필요한 모든 표현을 담았다!

지금은 비즈니스 베트남어가 필요할 때!

베트남! 언젠가부터 우리와 참 가깝게 느껴지는 친숙한 나라가 되었습니다. 예전에는 단순히 동남아 여행지 정도였다면, 요즘은 그 어느 때보다 우리나라와 관련된 경제적·관계적 이슈로 뉴스를 장식할 때가 많은 듯합니다. 현재 베트남은 우리나라와 경제 교류가 가장 활발한 나라 중 하나로서 한국 주요 기업의 생산 거점이자 3대 수출국입니다. 우리나라의 많은 기업이 베트남에 진출하고 있죠. 이에 따라 비즈니스 현장에서도 베트남어의 필요성이 높아지고 있습니다.

하지만 베트남에 오래 거주하신 분들이나 일상 베트남어를 어느 정도 구사할 수 있다고 하시는 분들도 막상 비즈니스 현장에서는 영어나 한국어를 사용하는 경우가 많습니다. 베트남어 구사력이 중요하다는 것을 알면서도 비즈니스 베트남어를 어렵게 생각하기 때문입니다. 실제 조사해 봤더니, 베트남에 진출한 기업들에게 가장 큰 애로사항 중 하나가 의사소통이라고 합니다. 베트남과의 비즈니스 성사에서 '통역이 결정적'이라는 우스갯소리도 있죠.

실무를 잘 아는 본인이 자유자재로 베트남어를 구사할 수 있다면 어떨까요? 회사의 운명이 달린 중요한 협의를 할 때, 파트너와 협력 관계를 더욱 돈독히 하고자 할 때, 베트남 직원들의 마음을 얻고 그들을 더욱 효과적으로 관리하고자 할 때 등 크고 작은 상황에서 비즈니스 베트남어 구사는 여러분의 강력한 무기가 되어 줄 것입니다!

비즈니스에 필요한 실무 표현 총망라!

막상 비즈니스 베트남어를 공부하려고 하면 어디서부터 어떻게 시작해야 할지 막막해하시는 분들이 많습니다. 베트남어를 배우셨던 분들도 실제 현장에서 적용해 말하는 게 쉽지 않다고 합니다. 수많은 비즈니스 상황이 존재하는데 우리가 배운 베트남어는 비즈니스라는 큰 산의 아주 작은 일부에 불과하기 때문이죠. 이러한 고민에 대한 답으로써 이 책을 추천해 드립니다.

《비즈니스 베트남어회화 & 이메일 표현사전》에는 비즈니스 현장에서 겪게 되는 다양한 상황에서 쓸 수 있는 표현이 총망라되어 있습니다. 회사에서의 일상 표현, 전화 업무, 이메일, 회의, 프레젠테이션, 협상 등 비즈니스 실무 관련 표현은 물론, 관계를 중시하는 베트남에서 꼭 필요한 사교적 대화 기술 및 표현까지 모두 담겨 있습니다.

혼자서도 문제없이 활용할 수 있다!

이 책을 집필하면서 가장 주안점으로 둔 것은, 어떻게 하면 여러분이 알고 있는 기본 베트남어를 비즈니스 베트남어로 쉽게 바꿀 수 있을까 하는 점이었습니다. 아무리 멋진 문장과 표현이라도 본인의 입에서 나오지 않으면 무용지물이겠죠. 우리가 쉽게 접할 수 있는 구문 안에서 다양한 비즈니스 표현과 어휘를 결합하는 방식으로 접근하여 되도록 쉬운 문장, 입에 달라붙는 문장을 만들어 내려고 노력했습니다. 또한 우리말에 대응하는 한 가지 표현에 그치는 것이 아니라, 베트남의 남·북부 언어 차이, 언어적 습관에 따른 표현까지 담아 현장 상황에 따라 좀 더 유연하게 사용할 수 있도록 했습니다.

비즈니스 상황에 따라 한 문장씩 개별적으로 찾아 활용하는 경우가 많겠지만, 주요 문장과 함께 구성된 상황별 대화와 Biz tip에 소개된 핵심 문법 및 패턴을 학습하듯 접하면 베트남어 실력 향상에도 많은 도움이 될 것입니다.

베트남 관련 비즈니스 업무를 하면서 이 책이 답답한 순간에 오아시스 같은 역할을, 결정적인 순간에 든든한 병기 역할을 해 줄 수 있길 바랍니다. 그리고 무엇보다 베트남이라는 무대에서 여러분이 보다 빛날 수 있게 되길 기원합니다.

윤선애

이 책은 바쁜 직장인들이 필요한 표현을 최대한 빨리 찾을 수 있게 구성했습니다. 인터넷 검색보다 빠른 《비즈니스 베트남어회화 & 이메일 표현사전》의 구성을 살펴보세요.

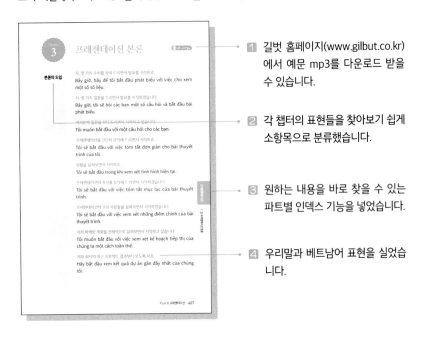

1 길벗 홈페이지(www.gilbut.co.kr)에서 예문 mp3를 다운로드 받을 수 있습니다.

2 각 챕터의 표현들을 찾아보기 쉽게 소항목으로 분류했습니다.

3 원하는 내용을 바로 찾을 수 있는 파트별 인덱스 기능을 넣었습니다.

4 우리말과 베트남어 표현을 실었습니다.

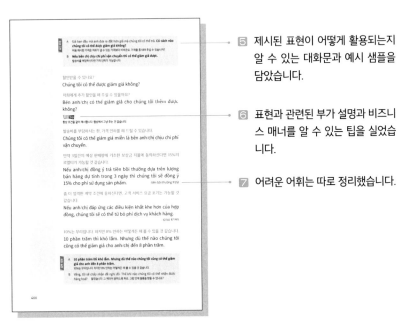

5 제시된 표현이 어떻게 활용되는지 알 수 있는 대화문과 예시 샘플을 담았습니다.

6 표현과 관련된 부가 설명과 비즈니스 매너를 알 수 있는 팁을 실었습니다.

7 어려운 어휘는 따로 정리했습니다.

PART 2 사무 업무

PART 3 전화

PART 5 소셜 네트워킹 서비스(SNS)

PART 6 인맥 만들기

PART 7 회의

PART 8 프레젠테이션

PART 9 계약 및 협상

PART 10 출장

PART **11** **사교 활동**

베트남의 비즈니스 문화와 매너

본격적인 비즈니스 베트남어 학습에 앞서 꼭 알아야 할 비즈
니스 기본 지식을 살펴보겠습니다. 원활하고 성공적인 비즈니
스를 하기 위해서는 베트남 문화를 이해하고 베트남 사람들의
의식과 성향을 파악하는 것이 우선입니다. 표현 하나하나를
공부하는 것보다 더 중요한 공부라고 할 수 있죠. 베트남 고유
의 비즈니스 문화를 이해하는 데 도움이 될 만한 기본적인 내
용과 비즈니스 매너를 익혀 봅시다.

❶ 기본 비즈니스 문화

1) 명함 주고받기

비즈니스 만남에서 가장 먼저 이루어지는 일은 명함을 교환하는 것입니다. 특히 베트남 사람들은 명함을 교환함으로써 만남이 시작된다고 생각합니다. 구두 소개보다는 명함 교환을 선호하는 경향이 있기 때문에 명함을 충분히 준비해 두는 것이 좋습니다. 상황에 따라 첫 미팅이나 비즈니스 상담을 할 때 여러 부서 담당자가 함께 참석하기도 하고, 사안에 따라 담당자가 달라지는 경우도 많습니다. 이때 참석한 모든 사람에게 명함을 전달하고 인사를 하는 것이 바람직합니다. 베트남에서도 동양식 목례로 인사를 주고받습니다. 명함을 주고받을 땐 두 손으로 받고 가벼운 목례를 하여 상대에 대한 존경을 나타냅니다. 베트남 역시 유교 문화권이어서 윗사람에 대한 공경 문화가 여전히 존재하고 있습니다. 연장자에게 먼저 명함을 건넵니다. 명함을 받은 뒤에는 바로 집어넣지 않습니다. 상대를 만나게 되어 영광이라는 표시로 상대의 명함을 보면서 직책을 확인하고, 이름을 발음하여 확인하는 것을 중요하게 생각하기 때문이죠. 보통 명함은 미팅이 끝날 때까지 테이블 위에 올려놓는 것이 예의입니다.

2) 올바른 호칭 사용법

베트남은 호칭이 굉장히 세분화되어 있습니다. 사회적 지위나 연령에 따라 수십 가지의 존칭이 존재합니다. 상대를 바르게 부르는 것도 비즈니스 첫 만남에서는 중요한 부분이라 할 수 있죠. 베트남어나 베트남 호칭에 아직 익숙지 않다면, 영어 호칭인 **Mr.** 혹은 **Ms.**를 사용할 수 있습니다. 이때 주의할 점은, 보통 호칭과 함께 성을 결합하는 우리와는 달리, 베트남에서는 호칭과 함께 이름을 결합하여 상대를 부릅니다. 예를 들어, '**Nguyễn**(성) **Văn**(중간이름) **Minh**(끝이름)'이라는 이름의 남자를 호칭할 때 '**Mr. Minh**'이라고 부르죠.

베트남 호칭을 제대로 사용할 수 있다면 상대에게 보다 친밀감 있게 다가갈 수 있습니다. 가족 간의 호칭이 사회 생활에서도 확대되어 사용되기 때문에 정서적으로 조금 더 가까운 느낌을 주게 되는 거죠. 다음은 비즈니스상에서 자주 사용할 수 있는 호칭입니다. 이때도 호칭 뒤에 이름을 결합하는 방식으로 상대를 부릅니다.

호칭	대상
chú	사회적 지위나 연령이 높은 남성
cô	사회적 지위나 연령이 높은 여성
anh	사회적 지위나 연령이 상대적으로 높은 남성
chị	사회적 지위나 연령이 상대적으로 높은 여성
em	사회적 지위나 연령이 낮은 남성 또는 여성

이 중 가장 많이 사용하는 호칭은 **anh**과 **chị**입니다. 예를 들어, '**Phạm Thị Hoà**'라는 이름의 여자를 호칭할 때 '**Chị Hoà**'라고 부르면 됩니다. **Em**이라는 호칭은 주로 부하직원에게 사용하며, 일반적인 비즈니스 첫 만남에서는 거의 사용할 일이 없습니다. 상대가 자신보다 연령이 낮다 하더라도 비즈니스상에서는 상대를 높여 칭해 주는 것이 예의이기 때문입니다.

3) 미팅 약속 및 만남

❶ 미팅 시간

베트남 기업의 근무시간은 대부분 오전 7:30~11:30, 오후 1:30~4:30까지입니다. 공식적인 비즈니스 미팅은 일과 중에 갖는 것이 바람직합니다. 남부지역은 기후 특성상 더운 날씨로 인해 오후 업무에 소홀한 경우가 많습니다. 점심 시간과 함께 낮잠 시간을 갖는 경우도 있죠. 업체 방문은 가급적 오전에 하는 것이 좋습니다. 부득이하게 오후에 방문한다면, 오후 2시 이후가 무난합니다.

시간 약속과 관련하여, '**Giờ dây thun**'(고무줄 같은 시간)라는 말이 있을 정도로 베트남 사람들은 20~30분 정도까지 늦을 때가 많지만, 기업인과 정부 고위 공무원의 경우엔 약속을 잘 지키는 편입니다.

❷ 복장

일반적으로 비즈니스상의 복장은 양복이 보편화되어 있지만, 연중 날씨가 더운 남부지역의 경우 일상적인 업무 상황에서는 노타이 차림에 재킷을 입지 않고 있는 경우가 많습니다. 현지에서의 업무 복장은 다소 자유로운 편이지만, 미팅이나 업체 방문 시에는 긴팔 와이셔츠에 넥타이 차림이나 노타이 차림의 세미 정장이 무난합니다. 공식적인 행사에는 되도록 넥타이를 착용하고 재킷을 입는 것이 예의입니다. 일부 남부지역 기업에서는 미팅 시 상대가 사장이라 할지라도 편한 차림으로 나오는 경우가 있습니다. 이는 현지의 통상적인 옷차림이므로 상대를 얕잡아 보거나 실수하지 않도록 주의해야 합니다.

② 식사 매너와 술 문화

1) 식사 매너

베트남에서 파트너와의 식사는 비즈니스의 한 부분입니다. 특히 저녁식사는 상호간의 친밀한 관계를 형성할 수 있는 기회이기도 하죠. 베트남 사람들은 친분을 쌓기 위해 집이나 식당에 사람들을 초대해 식사를 할 만큼 관계 형성에 있어 함께 하는 식사를 중요시합니다. 식당에서 음식을 주문할 땐 여럿이 함께 나눠 먹을 수 있도록 음식을 한번에 주문합니다. 보통 개인마다 음식을 덜어 먹을 수 있는 조그만 접시가 있는데, 이 접시에 연장자나 귀빈 순으로 음식을 떠 주고 권합니다. 공동 집게가 없는 경우엔 자신의 젓가락을 거꾸로 쥐고 음식을 덜어 주거나, 자신의 접시에 음식을 가져다 놓은 후 다시 똑바로 젓가락을 쥐고 음식을 먹는 것이 예의입니다. 자신의 입이 닿는 젓가락으로 다른 사람의 음식물을 집는 일이 없게 하기 위해서죠. 밥을 먹을 땐 대부분 젓가락을 사용하며, 숟가락은 국을 먹을 때만 사용합니다.

베트남을 방문해 현지 파트너를 대접해야 한다면 베트남에 있는 고급 한식당을 이용하는 것도 좋습니다. 한류 덕분에 한국의 음식과 술 문화에 대한 관심과 호감도가 높으며, 한식이 건강에 좋다는 인식이 있어 베트남 파트너를 접대하기에 적절하죠.

과일이나 달콤한 음식이 나오면 식사의 막바지를 의미합니다. 식사가 끝나면 초대해 준 관계자와 악수와 인사로 감사 표시를 하는 게 예의입니다.

2) 술 문화

식사 자리에서 술을 권하는 편입니다. 대부분 저녁 식사 자리에서 이뤄지지만, 대낮부터 음주를 하는 경우도 있어 사전에 대비할 필요가 있습니다. 식사 시 술을 받게 되면 건배 후 마시는 것이 예의입니다. 이때 술잔은 오른손에 쥐고 왼손으로 받쳐 건배를 합니다. 건배를 할 땐 **"Một trăm phần trăm!**(원샷!)", **"Chúc sức khoè!**(건강을 위해!)" 등의 건배사를 외칩니다.

술자리에서 가장 즐겨 마시는 술은 맥주이며, 맥주를 얼음과 함께 먹는 문화가 있습니다. 한 병으로 함께 나눠 먹는 우리와는 달리, 개인 잔 옆에 각자 맥주를 한 병씩 놓고 자신이 직접 맥주를 따라 마십니다. 상대의 잔을 채워 줄 경우에도 자신의 맥주가 아닌 상대의 맥주를 따라 주어야 합니다. 우리나라에서는 상대가 잔을 다 비운 후에 술을 따라 주지만, 베트남에서는 상대가 술을 마실 때마다 따라 줍니다. 항상 잔이 차도록 해 주는 것이 예의죠.

베트남 사람들은 보통 배가 불러도 안주가 없으면 술을 더 이상 마시지 않습니다. 안주가 부족할 경우엔 상대의 의사를 물어보는 것이 좋습니다. 안주를 거절할 땐 더 이상 술을 마시고 싶지 않다는 의미로 받아들여질 수 있기 때문에 주의해야 합니다.

3 효과적인 비즈니스 선물

베트남 사람들은 방문할 때 선물을 주고받는 일이 많습니다. 업체를 방문하거나 바이어와 상담하러 갈 때 작은 기념품을 준비하면 다소 딱딱해질 수 있는 분위기를 부드럽게 만들 수 있습니다. 관계를 중시하는 베트남의 특성상 상황에 따라 고가의 선물이 오가는 경우도 많습니다.

1) 베트남에서 인기 많은 선물

베트남은 남부와 북부에 따라 선호하는 선물에 차이가 있습니다. 기업이 많이 소재한 남부지역 사람들은 전통적으로 문구류 등 실용적인 제품을 선호하는 반면, 정부 부처가 있는 북부지역 사람들은 브랜드를 선호하는 경향이 강합니다. 최근 금융 시스템의 발달로 인해 다양한 품목 및 서비스에 대한 선불카드나 상품권의 사용도 늘어나고 있는 추세입니다.

의사 결정권자에게는 고급스러운 이미지의 만년필, 실무자에게는 주류, 건강 보조제 혹은 공연 초대권 등을 선물할 수 있습니다. 고급 포장 박스에 동봉된 위스키는 접대용 선물로 인기가 많습니다. 한류 영향으로 인해 한국산 인삼, 홍삼, 흑삼 등의 건강제품과 한국 브랜드의 기초 화장품도 인기 많은 선물 중 하나입니다.

2) 선물 전달 시 매너

선물 전달은 식사 자리 등 사적인 장소에서 하는 것이 좋습니다. 베트남의 정부 고위관료나 기업 CEO에게 주는 비즈니스 선물로는 고급 브랜드 제품이 무난합니다. 선물을 전달할 땐 가벼운 인사와 악수를 한 다음, 상대가 쇼핑백 손잡이를 잡을 수 있게 쇼핑백 하단을 들어서 전달하는 것이 예의입니다. 포장지에 큰 제약은 없지만, 흑백 포장지는 지양하는 것이 좋습니다. 베트남 사람들은 원색(빨간색)을 선호하므로 이를 고려한다면 더욱 센스 있는 선물이 될 것입니다. 접대용 선물로 금기시되는 몇 가지가 있는데, 대부분 미신과 연관된 제품입니다. 예를 들어, 베트남에서는 끝이 뾰족한 제품(칼류, 가위류 등)은 악의 기운이 있다고 믿기 때문에 아무리 유명한 제품이라도 선물하지 않습니다. 흑백 이미지 제품이나 4종 선물 세트 역시 죽음을 의미하기 때문에 선물하지 않는 것이 좋습니다. 일부 기업에서는 속박의 의미를 담고 있는 스카프나 넥타이를 선물로 받으면 기업에 불행을 초래한다고 믿기도 합니다.

4 알아 두면 좋은 비즈니스 문화

1) 구두 약속보다는 문서화된 약속을!

베트남에서는 직설적으로 거절을 표하는 것을 예의에 어긋난다고 생각하는 경향이 있습니다. 구두상의 약속을 100% 믿기보다는 중요한 사항에 관해서는 반드시 서명이 담긴 문서로 남기는 것이 바람직합니다. 비즈니스 거래 시 대기업의 경우 일반적으로 매뉴얼이 체계적이어서 문제가 적지만, 중소기업의 경우 간단한 내용이라도 구두 약속인 경우엔 언제든지 달라질 수 있다는 것을 염두에 두어야 합니다. 확실히 해 두어야 할 사항은 꼼꼼히 확인하고 문서로 남겨 놓아야 나중에 문제가 생기는 것을 방지할 수 있습니다.

2) 여성에 대한 예절 지키기!

베트남은 전쟁, 사회주의, 농경 문화의 영향으로 인해 여성의 경제활동 참여율이 전 세계적으로 높은 수준입니다. 아시아에서 여성 임원 비율이 가장 높은 나라이기도 하죠. 여성의 경제활동 참여율이 높은 만큼 성평등 지수도 매우 높은 편인데요. '세계 여성의 날(3월 8일)'과 '베트남 여성의 날(10월 20일)' 이렇게 두 번이나 여성의 날을 챙길 정도입니다. 비즈니스상에서도 여성에 대한 예절과 존중이 매우 중요시되고 있습니다. 비즈니스 파트너가 베트남 여성일 경우 무시해서는 안 될 것입니다.

3) 느긋하게 기다리기!

비즈니스 세계에서 베트남 사람들은 흔히 서구의 합리성과 함께 동양의 사려 깊음, 그리고 베트남 특유의 완고함이 있다고 합니다. 처음 두세 번의 만남은 상대와 인사를 나누고 분위기를 탐색하는 정도로 여기며, 결정에는 신중한 편입니다. 상대에 대한 예의는 깍듯하되, 협상에 임해서는 매우 조심스럽고 잘 양보하지 않는 모습을 보입니다. 단시간 내에 의사 결정을 내리기보다는 시간이 걸리더라도 기록으로 남기는 편입니다. 자료를 요구할 때도 서류상으로 요청하고 회신하는 것을 선호하기 때문에 비즈니스를 진행할 땐 인내심이 필요합니다. 회신을 재촉하거나 신속한 의사 결정을 요구할 경우 오히려 협상에서 주도권을 잃거나 부정적인 결과를 초래할 수 있습니다.

4) 때론 커미션이 필요할 때도!

베트남에서는 "부자(父子)간에도 커미션을 주고받는다."는 말이 있을 정도로 커미션 문화가 많이 발달해 있습니다. 외국 기업의 입장에서는 다소 생소한 부분일 수 있지만, 현지 관습으로 인지해 반드시 고려해야 할 사항 중 하나입니다. 베트남 기업 측은 커미션을 당연히 누려야 하는 권리로 생각하지만, 그들이 낯선 외국업체에게 커미션을 직접적으로 요구하는 경우는 드뭅니다. 친분 있는 기존 거래 업체를 통해 커미션을 요구할 때가 많죠. 커미션은 일반적으로 5~10% 정도이며, 거래 성사를 위해서는 이 부분을 고려해야 합니다.

5 베트남에서 꼭 지켜야 할 매너

1) 베트남 전쟁에 대한 언급과 호치민에 대한 비난은 금물!

베트남은 미국과의 전쟁에서 승리했다는 사실에 대단한 자부심을 가지고 있습니다. 베트남전의 격전지였던 중부지역에는 한국군과 관련한 증오비가 여전히 남아 있으며, 반한 감정을 가지고 있는 사람들도 있습니다. 하지만 베트남은 굉장히 실리적인 민족이며, 최근에는 한국에 대해 좋은 이미지를 갖고 있어 비즈니스상 걸림돌이 되진 않을 것입니다. 단, 베트남 전쟁 및 참전에 대한 직접적인 언급은 절대 하지 않는 것이 좋습니다.

베트남 사람들에게 국부(國父)라고 여겨지는 호치민에 대한 언급을 하거나 그에 대해 무례한 표현도 하지 않는 것이 좋습니다. 베트남 사람들은 호치민에 대해 '아저씨'라는 호칭을 써서 친근감을 표시합니다. 현재까지도 매우 중요시되는 인물이죠. 다만, 역사적 특성상 출신 지역에 따라 호치민에 대해 다른 생각을 갖고 있는 사람도 있고, 어느 나라와 마찬가지로 정부에 불만 있는 사람들도 있기 때문에 과하지 않게 호감을 표시하는 게 바람직합니다.

2) 베트남 사람들의 자존심을 건들지 말자!

베트남 사람들에겐 아시아에서 유일하게 제국주의 세력을 스스로 이겨냈다는 남다른 자긍심이 있습니다. 이 때문에 자존심이 굉장히 강한 민족성을 갖고 있죠. 간혹 베트남에 진출한 기업들이 노사 분쟁을 겪는 경우가 있는데, 이는 베트남 사람들의 자존심에 상처를 준 것이 원인이 될 때가 많습니다. 수입이나 생활비 문제 등 그들의 자존심을 건드릴 수 있는 문제는 언급하지 않는 것이 좋습니다. 아랫사람이라도 공개적인 장소에서 혼을 내거나 망신을 주는 행동도 삼가야 합니다.

면접

취업 준비생이나 이직을 고려하는 경력직 지원자라면 좀 더 글로벌한 직무 경험을 위해 베트남어 면접을 준비해 보세요. 면접 베트남어에서 사용하는 표현들은 비즈니스 상황에서 경력 중심으로 자기소개를 할 때도 유용합니다. 잘 숙지해 뒀다가 면접이나 공식적인 비즈니스 자리에서 활용해 보세요.

Chapter 1

인사 및 자기소개

첫인사

안녕하세요.

Xin chào ạ.
Chào anh/chị ạ.
Chào buổi sáng. <아침 인사>
Chào buổi chiều. <오후 인사>
Chào buổi tối. <저녁 인사>
Chào anh/chị/bạn.
Anh/Chị có khỏe không?

문장 끝에 ạ를 붙여 표현하면 격식을 갖춘 표현이 됩니다.

A Chị là chị Yoon Sun Ae phải không? 윤선애 씨죠?
B Vâng ạ. **Chào anh ạ.** 네, 그렇습니다. 안녕하세요.
A **Xin chào.** Mời chị ngồi. 안녕하세요. 앉으시죠.

만나서 반갑습니다.

Rất vui được gặp anh/chị.
Rất hân hạnh được gặp anh/chị.

이 자리에 함께할 수 있어서 영광입니다.

Tôi rất vui vì có thể ở đây.
Tôi rất vinh dự vì có thể ở đây.

먼저, 이런 기회를 주셔서 감사합니다.

Trước hết, tôi xin cảm ơn về cơ hội này.

면접 기회를 갖게 되어 기쁩니다.

Tôi rất vui được phỏng vấn hôm nay.
Tôi rất vui vì có thể được phỏng vấn ở đây.
Tôi rất vui đã có được cuộc phỏng vấn này.

자기소개

제 이름은 이백조입니다.

Tôi là Lee Baek Jo.
Tôi tên là Lee Baek Jo.
Tên tôi là Lee Baek Jo.

저는 부산 출신입니다.

Tôi đến từ Busan.

제 이름은 윤선미입니다. 부모님이 '선미'라고 이름을 지어 주셨는데, '착하고 아름답다'는 뜻이지요.

Tên tôi là Yoon Sun Mi. Bố mẹ tôi đặt tên cho tôi là 'Sun Mi' có nghĩa là 'hiền và đẹp'.

저는 경력이 있는 인테리어 디자이너입니다.

Tôi là nhà thiết kế nội thất có kinh nghiệm.

저는 신입직에 지원하고자 합니다.

Tôi đang xin việc cho vị trí nhân viên mới.

이 회계 업무의 지원자인 박주호입니다.

Tôi là Bak Ju Ho, ứng tuyển vị trí kế toán này.

저는 마케팅부에 지원하고자 합니다.

Tôi xin việc cho vị trí trong bộ phận tiếp thị.

"노력 없이는 결과도 없다."는 말이 저를 표현한다고 생각합니다.

Tôi nghĩ rằng câu nói "Không có nỗ lực thì không có kết quả." thể hiện về tôi.

진정성이 저를 표현한다고 생각합니다.

Tôi nghĩ rằng tính ngay thật thể hiện về tôi.

A Xin giới thiệu bản thân cho tôi biết. 자기소개를 해 주세요.

B Tôi rất vui được gặp anh ở đây. Như anh thấy trong hồ sơ của tôi, tên tôi là Kim Min Soo, tôi mới tốt nghiệp đại học kinh tế Hàn Quốc. Tôi đến từ một thành phố nhỏ. Có thể nói, tôi đã trở thành một người độc lập và có trách nhiệm trong thời gian sống ở nông thôn. **Tôi nghĩ rằng tính ngay thật thể hiện về tôi.**

만나 봬서 반갑습니다. 이력서에서 보시다시피, 저는 김민수입니다. 최근에 한국 경제 대학교를 졸업했습니다. 저는 작은 마을 출신입니다. 시골에 살면서 독립심과 책임감을 길렀죠. 진정성이 저를 표현한다고 생각합니다.

↳ có trách nhiệm 책임감 있는

성격

저는 매사 신중합니다.

Tôi thận trọng trong mọi việc.　　　* thận trọng 신중한. 분별력 있는

저는 인내심이 있습니다.

Tôi có lòng kiên nhẫn.

저는 도움이 필요한 사람들을 돕는 것을 좋아합니다.

Tôi thích giúp đỡ những người cần giúp đỡ.

저는 현실적인 사람입니다.

Tôi là một người thực tế.　　　* thực tế 현실적인

저는 제가 약간 우유부단하다고 생각합니다.

Theo tôi, tôi là một người thiếu quyết đoán một chút.

* thiếu quyết đoán 우유부단한

사람들은 제가 체계적이라고 합니다.

Người ta nói rằng tôi có tổ chức.
Mọi người nói rằng tôi có tổ chức.

실전 회화	A	Tính cách của chị thế nào?　본인의 성격은 어떻습니까?
	B	**Mọi người nói rằng tôi có tổ chức.** Tôi thích làm theo các quy tắc và sắp xếp mọi thứ.
		사람들은 제가 체계적이라고 합니다. 저는 규칙을 따르고 일을 정리하는 것을 좋아합니다.

저는 유머 감각이 있습니다.

Tôi có khiếu hài hước.

저는 매일 새로운 것을 배우는 것을 좋아합니다.

Tôi thích học hỏi những điều mới mỗi ngày.

저는 자유분방한 사람입니다.

Tôi là một người tự do.　　　* tự do 자유로운

저는 다정하고 사교적인 사람입니다.

Tôi là một người thân thiện và cởi mở.

A Tính cách của chị thế nào?   본인의 성격은 어떻습니까?

B **Tôi là một người thân thiện và cởi mở.** Tôi thích kết bạn và giúp đỡ những người cần giúp đỡ.
저는 다정하고 사교적인 사람입니다. 친구 사귀는 것을 좋아하고 도움이 필요한 사람들을 돕는 것을 좋아합니다.

장점 및 특기

저는 컴퓨터 프로그래밍 부문에 응용 지식을 갖고 있습니다.

Tôi có kiến thức về ứng dụng trong ngành lập trình máy tính.

◦ứng dụng 응용하다

저는 소프트웨어 문제 해결 분야에 폭넓은 지식을 갖고 있습니다.

Tôi có kiến thức rộng rãi trong lĩnh vực giải quyết vấn đề phần mềm.

A Điểm mạnh của chị là gì?   본인의 장점은 뭔가요?

B Tôi có sự tò mò trí tuệ. **Tôi có kiến thức rộng rãi trong lĩnh vực giải quyết vấn đề phần mềm.**
저는 지적 호기심이 있습니다. 저는 소프트웨어 문제 해결 분야에 폭넓은 지식을 갖고 있습니다.

저는 시간 관리를 잘합니다.

Tôi quản lý thời gian rất giỏi.
Tôi quản lý thời gian của mình rất tốt.

제 장점은 문제 해결 능력입니다.

Ưu điểm của tôi là khả năng giải quyết vấn đề.

저의 가장 훌륭한 자산은 솔직함과 진실함입니다.

Tài sản lớn nhất của tôi là tính thẳng thắn và tính trung thực.

친구들은 제가 얘기를 잘 들어 준다고 종종 말합니다.

Các bạn bè của tôi thường nói tôi là một người biết lắng nghe.

저는 해외무역에 관심이 있습니다.

Tôi có quan tâm đến thương mại quốc tế.

저는 특히 섬유업계에 관심이 있습니다.

Tôi quan tâm đặc biệt đến lĩnh vực may mặc.

A Hãy nói cho tôi biết lĩnh vực mà anh quan tâm là gì.
관심 분야가 뭔지 말씀해 주세요.

B Tôi thì thích học concept kinh doanh mới. **Tôi quan tâm đặc biệt đến lĩnh vực may mặc.**
저는 새로운 비즈니스 콘셉트를 배우는 것을 좋아합니다. 특히 섬유업계에 관심이 있습니다.

저는 새로운 마케팅 캠페인을 정말 하고 싶습니다.

Tôi thật sự muốn làm chiến dịch tiếp thị mới.

저는 베트남어가 유창해지도록 하기 위해 최선을 다하고 있습니다.

Tôi đang cố gắng hết sức để tiếng Việt được lưu loát hơn.

직장에서 제 개인적인 성취보다는 공동의 목표를 더 중요시합니다.

Tôi coi mục tiêu chung quan trọng hơn là thành tựu của cá nhân tôi.

저는 여러 업무를 동시에 하는 것을 꺼리지 않습니다.

Tôi không cảm thấy ngại khi làm nhiều việc cùng một lúc.

저는 동료들을 지원하는 것을 그다지 꺼리지 않습니다.

Tôi không cảm thấy ngại khi hỗ trợ cho các đồng nghiệp.

A Anh nghĩ điểm mạnh của anh là gì? 본인의 장점이 뭐라고 생각하세요?

B **Tôi coi mục tiêu chung quan trọng hơn là thành tựu của cá nhân tôi.** Vì thế **tôi không cảm thấy ngại khi hỗ trợ cho các đồng nghiệp.**
직장에서 제 개인적인 성취보다는 공동의 목표를 더 중요시합니다. 그래서 저는 동료들을 지원하는 것을 그다지 꺼리지 않습니다.

저의 국제적 이문화 간의 경험이 바로 저만의 차별점입니다.

Kinh nghiệm văn hóa quốc tế của tôi chính là sự khác biệt của tôi. _{• sự khác biệt 차이, 차별점}

저는 최신 경영정보에 뒤떨어지지 않으려 애쓰고 있습니다.

Tôi đang cố gắng để không bị tụt hậu với thông tin kinh doanh mới nhất.

저는 새로운 비즈니스 이론을 지속적으로 익히고 있습니다.

Tôi đang liên tục học hỏi về lý thuyết kinh doanh mới.

A Anh nghĩ điểm mạnh của anh là gì? 본인의 장점이 뭐라고 생각하세요?

B Tôi nghĩ sự tò mò trí tuệ chính là sức mạnh của tôi. **Tôi đang liên tục học hỏi về lý thuyết kinh doanh mới.**
지적 호기심이 제 장점이라고 생각합니다. 저는 새로운 비즈니스 이론을 지속적으로 익히고 있습니다.

단점

솔직히 말씀드리면, 저는 좀 내성적입니다.

Nói thật ra, tôi là một người hơi nhút nhát.

Thành thật mà nói thì tôi là một người có tính hướng nội một chút.
　tính hướng nội 내성적인

말씀드리기 그렇지만, 저는 혼자 일하는 것을 좋아합니다.

Nói ra thì hơi khó nhưng tôi thích làm việc một mình hơn.

말씀드리기 그렇지만, 상당 기간 동안 그것을 사용하지 않았습니다.

Nói ra thì hơi khó nhưng trong một thời gian khá lâu tôi đã không sử dụng cái đó.

A Bạn có bao nhiêu kinh nghiệm trong việc sử dụng phần mềm Lotus Software?
로터스 소프트웨어 사용에는 어느 정도의 경험이 있으신가요?

B **Nói ra thì hơi khó nhưng trong một thời gian khá lâu tôi đã không sử dụng cái đó.** Nhưng mà tôi nhớ là dùng nó rất đơn giản.
말씀드리기 그렇지만, 상당 기간 동안 그것을 사용하지 않았습니다. 하지만 사용이 굉장히 간편했던 걸로 기억합니다.

제 약점은 제가 약간 과욕을 부린다는 겁니다.

Điểm yếu của tôi là tôi có xu hướng tham lam quá mức cho bản thân.
　quá mức (정도가) 지나치다

제 단점 중 하나는 제 기준이 너무 높다는 겁니다.

Một trong những điểm yếu của tôi là tiêu chuẩn của tôi quá cao.

A Bạn có nghĩ rằng bạn có điểm yếu không? 단점이 있다고 생각하시나요?

B **Một trong những điểm yếu của tôi là tiêu chuẩn của tôi quá cao.**
제 단점 중 하나는 제 기준이 너무 높다는 겁니다.

저는 말하기 전에 들으려고 노력합니다.

Tôi cố gắng để nghe trước khi nói.

저는 마감일 전에 임무를 완성하지 못했습니다.

Tôi đã chưa hoàn thành nhiệm vụ được trước hạn chót.

하지만 저는 이 어려움을 통해 가장 중요한 교훈을 배웠습니다.

Nhưng tôi đã học hỏi được bài học quan trọng nhất qua sự khó khăn này.

하지만 스스로 동기 부여하는 더 나은 방법을 배웠습니다.

Nhưng tôi đã học hỏi được cách tốt hơn để thúc đẩy bản thân mình.

A   Năm nay làm việc trong ngành tiếp thị có vẻ vất vả. Trong tình huống này, anh đã học được những điều gì?
올해는 마케팅 분야에서 일하기 어려워 보였는데, 이런 상황에서 어떤 것들을 배우셨나요?

B   Mặc dù rất khó khăn **nhưng tôi đã học hỏi được cách tốt hơn để thúc đẩy bản thân mình.**   정말 힘들었지만, 스스로 동기 부여하는 더 나은 방법을 배웠습니다.

취미 활동

저는 재미로 친구들과 캠핑이나 하이킹을 하러 갑니다.

Tôi thường đi cắm trại hoặc đi bộ đường dài cùng với bạn bè cho vui.

저는 등산을 하면서 여가 시간을 보냅니다.

Khi có thời gian rảnh rỗi, tôi thường leo núi.

A   Khi rảnh, chị thường làm gì?   여가 시간에 주로 뭘 하시나요?

B   **Khi có thời gian rảnh rỗi, tôi thường leo núi.** Đây là một cách tập thể dục tốt lắm.   저는 등산을 하면서 여가 시간을 보냅니다. 아주 좋은 운동이죠.

저는 여가 시간이 있을 때 가족들과 시간 보내는 것을 좋아합니다.

Tôi tận hưởng thời gian cùng với gia đình khi có thời gian.

저는 주말마다 친구들과 어울려 맥주 몇 잔씩 합니다.

Mỗi cuối tuần tôi thường gặp bạn bè và uống vài ly bia.

조깅을 시작한 이후 5kg을 감량했습니다.

Tôi đã giảm 5 cân sau khi bắt đầu chạy bộ.

마라톤을 시작한 이후, 눈에 띄게 더 건강해졌어요.

Từ khi bắt đầu chạy ma-ra-tông, tôi đã trở nên khỏe mạnh hơn trông thấy.

A Anh đã làm gì để tận hưởng phong cách sống khoẻ hơn?
더 건강한 라이프 스타일을 즐기기 위해 뭘 해 오셨나요?

B Tôi đã chạy ma-ra-tông 3 năm rồi. **Từ khi bắt đầu chạy ma-ra-tông, tôi đã trở nên khỏe mạnh hơn trông thấy.**
3년 전부터 마라톤을 해 왔습니다. 마라톤을 시작한 이후, 눈에 띄게 더 건강해졌어요.

01-2.mp3

Chapter 2

학업 및 경력

**전공 및
학교 소개**

저는 영어교육학을 전공하고 있습니다.

Tôi đang học chuyên ngành giáo dục tiếng Anh.

저는 법학을 전공하고 있는 4학년생입니다.

Tôi là sinh viên năm thứ tư chuyên ngành luật học.

저는 화학공학을 전공하고 있는 4학년생입니다.

Tôi là sinh viên năm thứ tư chuyên ngành hóa học.

저는 기계공학을 전공하고 있는 4학년생입니다.

Tôi là sinh viên năm thứ tư chuyên ngành kỹ thuật cơ khí.

 A Bạn có thể giới thiệu bản thân được không? 자기소개를 해 주시겠습니까?

B Cảm ơn chị vì hôm nay đã cho em cơ hội phỏng vấn. **Em là sinh viên năm thứ tư chuyên ngành kỹ thuật cơ khí.** Hiện tại em đang học năm cuối đại học và tích cực tham gia vào nhiều hoạt động trong trường.

오늘 면접을 받게 해 주셔서 감사합니다. 저는 기계공학을 전공하고 있는 4학년생입니다. 현재 대학 마지막 학년이며, 다양한 학교 활동에 적극 참여하고 있습니다.

저는 신문방송학을 전공하고 있습니다.

Tôi đang học chuyên ngành báo chí truyền thông.

저는 경영학을 부전공했습니다.

Tôi đã học quản trị kinh doanh cho chuyên ngành phụ.

저는 경영학과 베트남어를 복수전공했습니다.

Tôi đã học hai chuyên ngành là quản trị kinh doanh và tiếng Việt.

 A Xin giới thiệu bản thân. 자기소개를 해 주시죠.

B Tôi là Bae Min Hee. Tôi đã tốt nghiệp đại học Kyung Ju. **Tôi đã học hai chuyên ngành là quản trị kinh doanh và tiếng Việt.** Tôi đã học cả 4 năm với học bổng toàn phần.

저는 배민희입니다. 경주 대학교 졸업생이고요. 경영학과 베트남어를 복수전공했습니다. 전액 장학금으로 4년 동안 공부했습니다.

저는 내년 봄 UCLA에서 MBA 학위를 받고 졸업할 예정입니다.

Vào mùa xuân năm sau, tôi sẽ tốt nghiệp với bằng MBA của UCLA.

저는 화학공학 석사로 졸업할 예정입니다.

Tôi sẽ tốt nghiệp với bằng thạc sĩ ngành kỹ thuật hóa học.

저는 국제관계학 학위를 받고 호찌밍 대학교를 졸업했습니다.

Tôi đã tốt nghiệp đại học thành phố Hồ Chí Minh với bằng cử nhân quan hệ quốc tế.

전공 공부를 통해 저는 좀 더 체계적이 되었습니다.

Tôi trở nên có tổ chức hơn thông qua việc nghiên cứu chuyên ngành.

제 대학 교수님은 그의 지식으로 저에게 영감을 주셨습니다.

Giáo sư đại học đã cho tôi linh cảm với kiến thức của ông ấy.

저는 HTML 프로그래밍을 마스터했습니다.

Tôi đã thành thạo lập trình HTML.

A Trong thời gian lấy bằng, bạn nghĩ bạn đã thành thạo được những điều gì?
   학위를 받는 동안 무엇을 마스터했다고 생각하세요?

B **Tôi đã thành thạo lập trình HTML.** Tôi có thể sử dụng kỹ thuật đó để vận hành nhiều trang web khác nhau.
   저는 HTML 프로그래밍을 마스터했습니다. 다양한 웹사이트를 운영하는 데 그 기술을 사용할 수 있죠..

제 대학 시절은 제 인생에서 가장 바쁜 시기였습니다.

Thời đại học của tôi là thời điểm bận rộn nhất trong cuộc đời tôi.

저는 우리 대학교의 교환 프로그램에 참여했습니다.

Tôi đã tham gia vào chương trình trao đổi của đại học.

저는 학생 자치 위원회를 운영하면서 책임감을 배웠습니다.

Tôi đã học được tinh thần trách nhiệm trong khi điều hành hội tự trị của sinh viên.

저는 더 많은 경험을 쌓기 위해 유학을 결심했습니다.

Tôi quyết định du học ở nước ngoài để có thêm nhiều kinh nghiệm hơn.

저는 1년 동안 삼성에서 인턴으로 일했습니다.

Tôi đã từng làm việc tại công ty Samsung như một thực tập sinh trong một năm.

저는 ABC 상사의 인턴이었습니다.

Tôi đã là một thực tập sinh tại công ty thương mại ABC.

A Anh đã thực tập ở đâu? 어디서 인턴십을 하셨죠?

B **Tôi đã là một thực tập sinh tại công ty thương mại ABC.** Tôi đã tích luỹ được kinh nghiệm trong ngành kinh doanh xuất nhập khẩu.
저는 ABC 상사의 인턴이었습니다. 수출입 업무 관련 경험을 쌓을 수 있었죠.

저는 그 회사의 중국 해외 지사에서 근무하도록 발탁되었습니다.

Tôi đã được chọn làm việc cho chi nhánh ở Trung Quốc của công ty đó.

인턴십 경험을 통해 저는 모든 유형의 사람과 일할 준비가 되었습니다.

Thông qua kinh nghiệm thực tập của tôi, tôi đã sẵn sàng để làm việc với tất cả mọi người.

저는 모든 규칙과 규정을 정리했습니다.

Tôi đã biên soạn tất cả các quy tắc và quy định.

*biên soạn 엮다, 편집하다

저는 초기 준비 작업을 도왔습니다.

Tôi đã giúp đỡ cho công việc chuẩn bị ban đầu.

저는 시애틀 커피하우스에서 아르바이트를 했습니다.

Tôi đã làm thêm ở tiệm cà phê Seattle.

저는 판매사원으로 일하면서 좋은 경험을 했습니다.

Tôi đã có một kinh nghiệm tốt trong khi làm nhân viên bán hàng.

제 첫 사회 경험은 KDP코리아에서 일한 것이었습니다.

Kinh nghiệm xã hội đầu tiên của tôi là làm việc tại KDP Hàn Quốc.

저는 시간 관리에 대해 많은 것을 배웠습니다.

Tôi đã học được rất nhiều về quản lý thời gian.

저는 우선순위를 정하는 것에 대해 많은 것을 배웠습니다.

Tôi đã học được rất nhiều về việc sắp xếp thứ tự ưu tiên.

※ thứ tự ưu tiên 우선순위

A Chị đã học được gì thông qua kinh nghiệm xã hội đó?
   그런 사회 경험을 통해 또 뭘 배우셨나요?

B **Tôi đã học được rất nhiều về việc sắp xếp thứ tự ưu tiên.** Tôi không thể làm tất cả mọi thứ cùng một lúc. Vì vậy bây giờ thì tôi biết rằng trước tiên tôi cần phải tập trung vào vấn đề quan trọng.
   저는 우선순위를 정하는 것에 대해 많은 것을 배웠습니다. 모든 것을 동시에 다 할 수는 없으니 우선 중요한 문제에 집중해야 한다는 것을 이제 알고 있습니다.

저는 채용과 해고를 직접 관리해야 했습니다.

Tôi phải quản lý trực tiếp việc tuyển dụng và sa thải.

저는 CJ 주식회사에서 근무한 적이 있습니다.

Tôi đã từng làm việc ở công ty cổ phần CJ.

저는 출판사에서 근무한 적이 있습니다.

Tôi đã từng làm việc tại nhà xuất bản.

A Anh có những kinh nghiệm gì trong công việc?
   어떤 유형의 업무 경력을 갖고 계신가요?

B **Tôi đã từng làm việc tại nhà xuất bản.** Tôi đã đảm nhận việc xuất bản và bản dịch định kỳ.
   저는 출판사에서 근무한 적이 있습니다. 정기 간행물과 번역서 작업을 맡아 했습니다.

※ định kỳ 정기적인

저는 15년간 유통 분야에서 일해 왔습니다.

Tôi đã làm trong lĩnh vực phân phối trong 15 năm.

저는 수년간 금융 분야에서 일해 왔습니다.

Tôi đã làm việc trong lĩnh vực tài chính trong một thời gian dài.

A Chị đã làm việc trong lĩnh vực này mấy năm rồi?
이 분야에서 일한 지 얼마나 되셨나요?

B **Tôi đã làm việc trong lĩnh vực tài chính trong một thời gian dài.** Năm ngoái, tôi đã trở thành một kế toán viên được công nhận.
저는 수년간 금융 분야에서 일해 왔습니다. 작년에는 공인회계사가 되었습니다.

저는 특별 프로젝트 팀을 관리했습니다.

Tôi đã quản lý một nhóm dự án đặc biệt.

저는 2,000명 이상의 직원을 잘 감독했습니다.

Tôi đã giám sát hơn 2.000 nhân viên một cách thành công.

저는 최신 프로그램을 개발하기 위해 IT부와 직접 일했습니다.

Tôi đã làm việc trực tiếp với bộ phận công nghệ thông tin để phát triển chương trình mới nhất.

저는 최근 업무를 정부와 직접 했습니다.

Tôi đã làm trực tiếp với chính phủ cho công việc gần đây.

A Anh có kinh nghiệm làm việc nào đáng nhớ không?
기억에 남는 업무 경험이 있으신가요?

B **Tôi đã làm trực tiếp với chính phủ cho công việc gần đây.** Tôi đã học được về lưu thông hàng hoá trong công việc của chính phủ.
저는 최근 업무를 정부와 직접 했습니다. 정부 업무에서 물류 관리를 배웠어요.

* lưu thông hàng hoá 물류, 병참학

저는 해외에서 일하면서 많은 것을 달성했습니다.

Tôi đã đạt được rất nhiều thứ trong khi làm việc ở nước ngoài.

저는 20명의 팀원을 맡았습니다.

Tôi đã có trách nhiệm cho 20 thành viên trong nhóm.

저는 화합이 잘 되는 팀을 효과적으로 구성하기 위해 제 기술을 십분 발휘하겠습니다.

Tôi sẽ tận dụng các kỹ năng của tôi một cách hiệu quả để tổ chức một đội được hoà hợp tốt.

* tận dụng 십분 발휘하다

저는 직원들에게 파워포인트에 관한 교육을 했습니다.

Tôi đã thực hiện đào tạo Power Point cho các nhân viên.

저는 연매출을 8% 증가시켰습니다.

Tôi đã làm tăng doanh thu hàng năm lên 8%.

저는 뉴욕과 서울 사무실 간의 연락 담당자 역할을 했습니다.

Tôi đã là người chịu trách nhiệm liên lạc giữa văn phòng New York và Seoul.

저는 경영진과 노조 사이에서 교섭자 역할을 했습니다.

Tôi đã là người đàm phán giữa ban giám đốc và công đoàn.

A Anh đã chịu trách nhiệm gì trong công việc trước đây?
   이전 직장에서 맡은 책임은 뭐였나요?

B **Tôi đã là người đàm phán giữa ban giám đốc và công đoàn.** May mắn là không có xung đột nghiêm trọng với công đoàn.
   저는 경영진과 노조 사이에서 교섭자 역할을 했습니다. 운좋게도 노조와 심각한 대립은 없었습니다.

저는 NBN 주식회사를 대표해 국제 컨퍼런스에 참석했습니다.

Tôi đã tham dự hội nghị quốc tế thay mặt cho công ty cổ phần NBN.

7년간 컨설팅 분야에서의 업무 경험은 매우 보람 있었습니다.

Kinh nghiệm làm việc trong lĩnh vực tư vấn trong 7 năm đã rất có ý nghĩa.

A Tại sao chị muốn kiếm một công việc mới?   새 직장을 구하는 이유가 뭔가요?

B **Kinh nghiệm làm việc trong lĩnh vực tư vấn trong 7 năm đã rất có ý nghĩa.** Nhưng tôi nghĩ là đã đến lúc thử thách trong lĩnh vực quảng bá.
   7년간 컨설팅 분야에서의 업무 경험은 매우 보람 있었습니다. 하지만 홍보 분야에 도전해 볼 때가 됐다고 생각했습니다.

제 주요 임무는 해외 무역과 물류 관리였습니다.

Nhiệm vụ chính của tôi là quản lý lưu thông hàng hoá và thương mại nước ngoài.

저는 경영을 공부하고 싶은 강한 욕구가 있었습니다.

Tôi đã có một mong muốn mạnh mẽ mình sẽ học kinh doanh.

새로운 도전이 필요하다고 생각해서 이전 회사를 그만뒀습니다.

Tôi nghĩ là cần một thử thách mới nên tôi đã nghỉ việc ở công ty trước.

A   Tại sao anh lại nghỉ làm ở công ty trước?   왜 이전 회사를 그만두셨나요?

B   **Tôi nghĩ là cần một thử thách mới nên tôi đã nghỉ việc ở công ty trước.** Dù công việc của tôi có đủ ý nghĩa nhưng tôi cảm thấy rằng đã đến lúc tôi phải mở bản thân mình để theo đuổi một cơ hội cho công việc mới.
새로운 도전이 필요하다고 생각해서 이전 회사를 그만뒀습니다. 제 업무는 매우 의미 있는 것이었지만, 새로운 직업 기회를 추구하여 제 자신을 열어 둘 때라고 느꼈습니다.

저는 컨설팅 분야에서 일하기 위해 이직하고자 합니다.

Tôi muốn chuyển việc trong lĩnh vực tư vấn.

저는 마케팅이 고객 관리와 어느 정도 연관이 있다고 생각합니다.

Tôi nghĩ rằng tiếp thị có liên quan đến việc chăm sóc khách hàng phần nào đó.

저는 새로운 직업 기회를 찾고 있습니다.

Tôi đang tìm kiếm một cơ hội nghề nghiệp mới.

저는 새로이 배우는 경험을 하고자 합니다.

Tôi muốn trải nghiệm học hỏi trong công việc mới.

A   Sao chị lại nghỉ việc?   왜 일을 그만두셨나요?

B   Làm việc trong 3 năm tại công ty trước thật sự rất vui. Nhưng mà **tôi muốn trải nghiệm học hỏi trong công việc mới.** Mong là tôi có thể đảm nhận trách nhiệm lớn hơn ở công ty của anh.
이전 직장에서 보낸 3년은 매우 즐거웠습니다. 하지만 저는 새로이 배우는 경험을 하고자 합니다. 귀사에서 좀 더 큰 책임을 맡길 희망합니다.

저는 온라인 마케팅 분야의 전문가가 되고 싶습니다.

Tôi muốn trở thành một chuyên gia trong lĩnh vực tiếp thị trên mạng.

저는 제 강점에 집중하는 것이 얼마나 중요한지 알게 되었습니다.

Tôi nhận ra rằng tập trung vào điểm mạnh của tôi là rất quan trọng.

지금 생각해 보면, 결정을 잘한 것 같습니다.

Nghĩ lại, tôi đã quyết định đúng đắn rồi.

기술 및 특이사항

Chapter **3**

지원 자격

이 직책에는 광범위한 IT 경력이 있는 사람이 필요합니다.

Vị trí này đòi hỏi một người có kinh nghiệm trong công nghệ thông tin rộng rãi.

이 자리에는 IT 분야에 전문지식을 가진 사람이 필요합니다.

Vị trí này đòi hỏi một người có kiến thức trong công nghệ thông tin.

A   Tại sao anh muốn đăng ký vào vị trí này?   왜 이 자리에 지원하기로 하셨나요?
B   **Vị trí này đòi hỏi một người có kiến thức trong công nghệ thông tin.** Tôi chính là một người như thế.
    이 자리에는 IT 분야에 전문지식을 가진 사람이 필요합니다. 제가 바로 그런 사람입니다.

저는 마케팅 분야에서 폭넓은 경력을 갖춘 몇 안 되는 지원자 중 한 명입니다.

Tôi là một trong số ít ứng viên có kinh nghiệm rộng rãi trong lĩnh vực tiếp thị.

제가 하는 모든 일에 큰 자부심을 가지고 있습니다.

Tôi rất tự hào về tất cả mọi thứ mình làm.

저는 귀사가 관리자에게서 찾고 있는 독창성이 있습니다.

Tôi có tính sáng tạo mà quý công ty đang tìm kiếm cho người quản lý.

필요하다면 근무시간 외에도 일을 할 수 있다고 자신합니다.

Tôi tin rằng nếu cần thiết, tôi có thể làm việc ngoài giờ làm việc.

일을 끝내기 위해 필요할 땐 언제든지 시간 외 근무를 할 수 있다고 자신합니다.

Tôi tin rằng nếu cần thiết thì bất cứ khi nào tôi cũng có thể làm thêm giờ để hoàn thành công việc.

실전 회화

A Đây là một vị trí rất bận rộn mà anh có thể cần phải làm thêm giờ. Anh nghĩ thế nào về điều này?
이 자리는 시간 외 근무를 해야 할지도 모르는 매우 바쁜 직책입니다. 이에 대해 어떻게 생각하세요?

B **Tôi tin rằng nếu cần thiết thì bất cứ khi nào tôi cũng có thể làm thêm giờ để hoàn thành công việc.**
일을 끝내기 위해 필요할 땐 언제든지 시간 외 근무를 할 수 있다고 자신합니다.

제 협상 능력이 쓸모 있을 거라고 확신합니다.

Tôi tin rằng khả năng thương lượng của tôi sẽ có ích.

제 어학 능력이 국제적 차원에서 우리에게 이점으로 작용할 거라고 확신합니다.

Tôi tin rằng khả năng ngôn ngữ của tôi sẽ cho chúng ta một lợi thế về mặt quốc tế.

A Chị có lợi gì hơn những ứng viên khác? 어떤 점에서 다른 지원자들보다 유리한가요?

B **Tôi tin rằng khả năng ngôn ngữ của tôi sẽ cho chúng ta một lợi thế về mặt quốc tế.** Tôi nói tiếng Anh, tiếng Việt và tiếng Hàn lưu loát.
제 어학 능력이 국제적 차원에서 우리에게 이점으로 작용할 거라고 확신합니다. 저는 영어, 베트남어, 한국어에 능통합니다.

저는 제 리더십 기술을 보여 줄 이 기회를 얻을 자격이 있다고 생각합니다.

Tôi nghĩ rằng tôi xứng đáng có được cơ hội này để thể hiện khả năng lãnh đạo của mình.

기술 및 능력

연수를 받는 동안 귀중한 기술을 습득할 수 있었습니다.

Tôi đã có thể học hỏi được các kỹ năng có giá trị trong thời gian được đào tạo.

연수 덕분에 스트레스를 받으면서도 업무를 볼 수 있었습니다.

Nhờ buổi đào tạo, dù bị căng thẳng nhưng tôi vẫn có thể làm việc được.

그 어려운 상황으로 인해 저는 더 강해질 수 있었습니다.

Vì đã có tình huống khó khăn đó, tôi có thể trở nên mạnh mẽ hơn nữa.

제 IT 실력을 십분 활용할 수 있을 거라고 확신합니다.

Tôi tin rằng tôi có thể tận dụng các kỹ năng công nghệ thông tin của mình một cách hiểu quả.

저는 제 리더십 스타일을 폭넓다고 표현하겠습니다.

Nếu thể hiện phong cách lãnh đạo của tôi, có thể nói là xuất sắc về nhiều phương diện. 　nhiều phương diện 다방면에 걸친

저는 다른 사람들에게 임무를 분배하면서 리더십을 보여 주었습니다.

Tôi đã thể hiện khả năng lãnh đạo của mình qua việc uỷ quyền nhiệm vụ cho người khác. 　uỷ quyền 위임하다, 맡기다

A Trong quá khứ, anh đã thể hiện tư chất lãnh đạo như thế nào?
　　과거에 어떻게 리더십 자질을 보여 주셨나요?

B **Tôi đã thể hiện khả năng lãnh đạo của mình qua việc uỷ quyền nhiệm vụ cho người khác.** Tôi tin rằng một nhà lãnh đạo chân chính là một người làm uỷ quyền một cách xuất sắc.
　　저는 다른 사람들에게 임무를 분배하면서 리더십을 보여 주었습니다. 진정한 리더는 뛰어난 분배자라고 믿습니다.

저는 연구 개발부 부장이었습니다.

Tôi đã là trưởng phòng nghiên cứu phát triển.

A Chị đã đảm nhận chức vụ gì trước đây?　이전에 어떤 직책을 맡으셨나요?

B **Tôi đã là trưởng phòng nghiên cứu phát triển.** Tôi đã dẫn đầu 25 người nhà nghiên cứu và nhà nghiên cứu trợ lý ở công ty trước.
　　저는 연구 개발부 부장이었습니다. 이전 회사에서 25명의 연구원과 보조 연구원을 통솔했습니다.

저는 리더로서 새로운 사고를 해야 했습니다.

Là một nhà lãnh đạo, tôi đã phải suy nghĩ mới mẻ.

저는 미완인 상태로 남겨지는 게 없도록 확실히 했습니다.

Tôi làm việc một cách chắc chắn rằng không để lại việc gì chưa hoàn thành.

저는 해외 지사들을 설치했습니다.

Tôi đã thành lập các chi nhánh ở nước ngoài.

저는 해외 지사들을 서로 조정했습니다.

Tôi đã điều phối các chi nhánh ở nước ngoài.

저는 해외 지사들을 관리했습니다.

Tôi đã quản lý các chi nhánh ở nước ngoài.

저는 본사 사무실에 있는 해외 부서들을 관리했습니다.

Tôi đã quản lý các bộ phận ở nước ngoài trong trụ sở chính.

저는 임원 회의 동안 주의깊게 듣습니다.

Tôi lắng nghe cẩn thận trong cuộc họp ban lãnh đạo.

저는 팀과 함께 일하면서 결단력을 보여 주었습니다.

Khi mà làm việc với nhóm, tôi đã thể hiện sự quyết đoán của mình.

*quyết đoán 결단력

저는 갈등을 잘 조정할 수 있는 경청자라고 생각합니다.

Tôi nghĩ rằng tôi là một người lắng nghe để có thể giải quyết các mâu thuẫn.

저는 다른 사람이 전달하고자 하는 것을 주의깊게 듣습니다.

Tôi lắng nghe cẩn thận những điều mà người khác muốn truyền đạt.

A Theo anh, tư chất quan trọng mà anh đang có là gì?
   본인이 지니고 있는 중요한 자질이 뭐라고 생각하세요?

B **Tôi lắng nghe cẩn thận những điều mà người khác muốn truyền đạt.**
   저는 다른 사람이 전달하고자 하는 것을 주의깊게 듣습니다.

저는 고객을 설득하는 데 저의 리더십 기술을 사용했습니다.

Tôi đã tận dụng kỹ năng lãnh đạo của mình để thuyết phục khách hàng.

저는 단기 목표에 집중했습니다.

Tôi đã tập trung vào các mục tiêu ngắn hạn.

저는 비용 절감 계획에 집중했습니다.

Tôi tập trung vào các kế hoạch giảm chi phí.

A Chị đã tập trung vào điểm gì trong công ty?   직장에서 집중한 점이 뭐였나요?

B **Tôi tập trung vào các kế hoạch giảm chi phí.** Chúng tôi đã làm cho năng suất tối đa hóa.   저는 비용 절감 계획에 집중했습니다. 저희는 생산성을 극대화했어요.

저희 상품을 시장에 내놓기 위해 저는 홍보 부서와 긴밀하게 일합니다.

Tôi làm việc chặt chẽ với bộ phận quảng bá để cho sản phẩm của chúng tôi ra thị trường.

저는 성공하는 데 팀워크가 필수라고 생각합니다.

Tôi nghĩ rằng tinh thần đồng đội là điều cần thiết để thành công.

저는 좋은 회사를 세우는 데 팀워크가 필수라고 생각합니다.

Theo tôi, tinh thần đồng đội là điều cần thiết trong việc xây dựng một công ty thành công.

A   Theo anh, khi kinh doanh một công ty thành công, điều quan trọng là gì?
사업을 잘 경영하는 데 중요한 점이 뭐라고 생각하세요?

B   **Theo tôi, tinh thần đồng đội là điều cần thiết trong việc xây dựng một công ty thành công.** Về điều đó, tôi nghĩ công ty của anh đang thành công nhờ nguồn nhân lực quý giá.
저는 좋은 회사를 세우는 데 팀워크가 필수라고 생각합니다. 그런 점에서 귀사는 귀중한 인적 자원 덕분에 성공하고 있는 거라고 생각합니다.

저는 다른 사람들의 제안을 귀 기울여 듣는 방법으로 팀워크를 보여 주었습니다.

Với việc lắng nghe ý kiến của người khác, tôi đã thể hiện tinh thần đồng đội.

저는 제 시간을 관리하기 위해 디지털 수첩을 사용합니다.

Tôi sử dụng sổ tay kỹ thuật số để quản lý thời gian của mình.

A   Anh thường sắp xếp như thế nào?   보통 어떻게 정리를 하시나요?

B   **Tôi sử dụng sổ tay kỹ thuật số để quản lý thời gian của mình.** Máy này giúp tôi quản lý thời gian.
저는 제 시간을 관리하기 위해 디지털 수첩을 사용합니다. 이 기기는 제가 시간을 관리하는 데 도움을 줍니다.

저는 마감일에 따라 제 시간의 우선순위를 정합니다.

Tôi quyết định thứ tự ưu tiên về thời gian của mình theo hạn chót.

저는 다른 사람들에 대해 속단하지 않는 것을 원칙으로 하고 있습니다.

Tôi có nguyên tắc không phán đoán một cách vội vã đối với người khác.

저는 혁신의 핵심이라고 생각하는 창의력이 있습니다.

Tôi có tính sáng tạo mà tôi nghĩ là cốt lõi của sự đổi mới.

저는 상품을 홍보하는 방식에 창의적이었습니다.

Tôi đã làm rất độc đáo trong việc quảng bá sản phẩm.

저는 회사 동료들에게 동기 부여를 하는 방식에 창의적이었습니다.

Tôi đã có tính sáng tạo trong việc thúc đẩy cho các đồng nghiệp của mình.

A Chị đã làm thế nào để kết hợp tính sáng tạo trong cuộc sống hàng ngày của mình? 일상생활에서 어떻게 창의력을 결합시키셨나요?

B **Tôi đã có tính sáng tạo trong việc thúc đẩy cho các nghiệp của mình.** Tôi thường để tính sáng tạo của họ chảy một cách tự nhiên.
저는 회사 동료들에게 동기 부여를 하는 방식에 창의적이었습니다. 그들의 창의력이 자연스럽게 흐르도록 하죠.

저는 광고에서 창의력을 중요하게 생각합니다.

Tôi cho rằng sự sáng tạo rất quan trọng trong việc quảng cáo.

고객들을 대할 때 저는 그들을 오랜 친구처럼 대합니다.

Khi giao dịch với khách hàng, tôi đối xử với họ như người bạn thân cũ.

고객 서비스는 소매 판매에 중요합니다.

Dịch vụ khách hàng rất quan trọng đối với doanh số bán lẻ.

목표 및 포부

저는 인사부에서 일하고 싶습니다.

Tôi muốn làm việc trong bộ phận nhân sự.

A Anh muốn làm công việc gì ở đây? 여기서 하고 싶은 업무가 뭔가요?

B **Tôi muốn làm việc trong bộ phận nhân sự.** Tôi rất thích cùng làm việc với nhiều người. 저는 인사부에서 일하고 싶습니다. 사람들과 함께 일하는 것을 정말 즐깁니다.

5年 안에 저는 부서장이 되리라고 생각합니다.

Trong vòng 5 năm, tôi nghĩ rằng tôi có thể trở thành trưởng bộ phận.

단기적으로 저는 경리부 업무를 맡고 싶습니다.

Trong thời gian ngắn tôi muốn phụ trách công việc của bộ phận kế toán.

제 단기 목표는 가능한 한 많은 경험을 쌓는 겁니다.

Mục tiêu ngắn hạn của tôi là tích luỹ nhiều kinh nghiệm trong khả năng của mình.

A Mục tiêu ngắn hạn của anh là gì? 본인의 단기 목표가 뭐라고 하시겠습니까?

B **Mục tiêu ngắn hạn của tôi là tích luỹ nhiều kinh nghiệm trong khả năng của mình.** Sau đó tôi muốn đảm nhận vai trò lãnh đạo nhiều hơn. 제 단기 목표는 가능한 한 많은 경험을 쌓는 겁니다. 그러고 난 후에 리더십 역할을 좀 더 맡고 싶습니다.

제 장기 목표는 중국어에 능통해지는 겁니다.

Mục tiêu lâu dài của tôi là tôi sẽ thông thạo tiếng Trung Quốc.

최고 자리에 오르기 위해 열심히 일해야겠죠.

Tôi phải làm việc chăm chỉ để đi lên đến sự đỉnh cao.

회사를 장차 미래지향적인 회사로 발전시키는 것이 제 꿈입니다.

Ước mơ của tôi là làm cho công ty phát triển thành một công ty có định hướng tương lai.

제 목표를 이루기 위해 저는 매일 아침 운동을 하고 있습니다.

Để đạt được mục tiêu của tôi, tôi đang tập thể dục mỗi buổi sáng.

저는 항상 마케팅에 대해 더 많은 것을 배우고자 했습니다.

Tôi luôn muốn tìm hiểu thêm về tiếp thị.

제 궁극적인 목표는 이 회사의 CEO가 되는 겁니다.

Mục tiêu cuối cùng của tôi là tôi trở thành CEO của công ty này.

저는 제 직업의 새로운 면을 배우는 데 흥미가 있습니다.

Tôi rất hứng thú học những khía cạnh mới trong nghề nghiệp của mình.

A Làm thế nào chị tiếp tục thúc đẩy bản thân mình vào công việc?
일에 대해 어떻게 스스로 동기 부여를 계속하시나요?

B Vì **tôi rất hứng thú học những khía cạnh mới trong nghề nghiệp của mình** nên đối với tôi thúc đẩy bản thân mình là việc không khó.
저는 제 직업의 새로운 면을 배우는 데 흥미가 있어서 스스로 동기 부여를 계속하는 건 어렵지 않습니다.

제가 꿈꾸는 직업은 보수를 받고 제가 좋아하는 일을 하는 겁니다.

Nghề nghiệp mơ ước của tôi là được nhận lương với công việc mà tôi yêu thích.

제가 꿈꾸는 직업은 언젠가 제 회사를 세우는 겁니다.

Nghề nghiệp mơ ước của tôi là thành lập một công ty của mình vào một ngày nào đó trong tương lai.

A Xin hãy giải thích cho tôi về nghề nghiệp mơ ước của anh.
본인이 꿈꾸는 직업이 어떤 것인지 설명해 주세요.

B **Nghề nghiệp mơ ước của tôi là thành lập một công ty của mình vào một ngày nào đó trong tương lai.** 제가 꿈꾸는 직업은 언젠가 제 회사를 세우는 겁니다.

개인적으로 사람들이 존경하는 사람이 되고 싶습니다.

Về cá nhân tôi, tôi muốn trở thành một người được mọi người tôn trọng.

개인적으로 동료들에게 존경받고 싶습니다.

Về cá nhân tôi, tôi muốn nhận được sự tôn trọng từ các đồng nghiệp của tôi.

A Thông qua công việc này, chị muốn đạt được gì?
이 직업을 통해 얻고 싶은 것이 뭔가요?

B **Về cá nhân tôi, tôi muốn nhận được sự tôn trọng từ các đồng nghiệp của tôi.** Tôi muốn học hỏi từ họ và cũng muốn dạy họ nữa.
개인적으로 동료들에게 존경받고 싶습니다. 그들에게서 배우고 그들에게 가르쳐 주고도 싶습니다.

＊tôn trọng 존경하다

은퇴 전에 제 지식을 다른 사람들과 공유하고 싶습니다.

Trước khi về hưu, tôi muốn chia sẻ kiến thức của mình với nhiều người khác.

A   Anh có muốn ước nguyện điều gì đặc biệt không?
    특별히 성취하고 싶은 것이 있으신가요?

B   **Trước khi về hưu, tôi muốn chia sẻ kiến thức của mình với nhiều người khác.** Tôi nghĩ rằng làm như thế này, chúng ta mới có thể tiếp tục tăng trưởng như một xã hội.
    은퇴 전에 제 지식을 다른 사람들과 공유하고 싶습니다. 그렇게 하는 것만이 우리가 하나의 사회로서 계속 성장할 수 있다고 생각합니다.

**기술 관련
자격사항**

저는 리더십과 관련한 몇 가지 자격증을 취득했습니다.

Tôi đã lấy được một số chứng chỉ liên quan đến lãnh đạo rồi.

저는 필요한 근로 허가증과 비자를 취득했습니다.

Tôi đã lấy được giấy phép lao động và thị thực cần thiết.

A   Chị có thể chuẩn bị được hồ sơ cần thiết liên quan đến vị trí này không?
    이 직책에 필요한 관련 서류를 준비해 오실 수 있었나요?

B   Vâng, **tôi đã lấy được giấy phép lao động và thị thực cần thiết.** Thư giới thiệu sẽ được nhận vào thứ sáu.
    네, 저는 필요한 근로 허가증과 비자를 취득했습니다. 추천서는 금요일까지 받게 될 거예요.

저는 회계사 자격증을 가지고 있습니다.

Tôi có giấy chứng nhận kế toán.

저는 회계사 자격증을 취득했습니다.

Tôi đã lấy được giấy chứng nhận kế toán.

저는 공인 재무 설계사입니다.

Tôi là một nhà kế hoạch tài chính được công nhận.

kế hoạch 설계(= thiết kế)

저는 현재 공인 물리치료사입니다.

Tôi là một nhà trị liệu vật lý được công nhận.

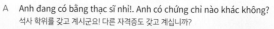

A Anh đang có bằng thạc sĩ nhỉ!. Anh có chứng chỉ nào khác không?
석사 학위를 갖고 계시군요! 다른 자격증도 갖고 계십니까?

B Vâng, **tôi là một nhà trị liệu vật lý được công nhận.**
네, 저는 현재 공인 물리치료사입니다.

저는 어학 능력이 있습니다.

Tôi có kỹ năng ngôn ngữ.

저는 언어를 아주 쉽게 습득하는 능력이 있습니다.

Tôi có khả năng học ngôn ngữ một cách dễ dàng.

저는 팀원들과 협력할 수 있습니다.

Tôi có thể hợp tác với các thành viên trong nhóm của tôi.

시중 컴퓨터 프로그램은 뭐든 잘 다룰 수 있습니다. 컴퓨터를 직접 조립할 수도 있고요.

Tôi có thể điều khiển bất kỳ chương trình máy tính nào trên thị trường. Tôi cũng có thể tự lắp ráp máy tính.

A Chị có nhiều kinh nghiệm với chương trình máy tính không?
컴퓨터 프로그램에 대한 경험이 많습니까?

B **Tôi có thể điều khiển bất kỳ chương trình máy tính nào trên thị trường.**
Tôi cũng có thể tự lắp ráp máy tính.
시중 컴퓨터 프로그램은 뭐든 잘 다룰 수 있습니다. 컴퓨터를 직접 조립할 수도 있고요.

저는 컴퓨터 소프트웨어에 탁월하고 프로그래밍도 잘합니다.

Tôi rất xuất sắc về phần mềm máy vi tính và cũng giỏi về lập trình.

저는 컴퓨터 프로그래밍 작성과 컴퓨터 소프트웨어 사용에 능합니다.

Tôi thành thạo với việc soạn thảo lập trình và sử dụng phần mềm máy tính.

저는 컴퓨터 디코딩과 프로그래밍 전문가입니다.

Tôi là một chuyên gia lập trình và mã hoá máy tính.

A Anh có vẻ có nhiều kinh nghiệm. Anh hãy nói về điều đó.
경력이 많으신 것 같군요. 얘기 좀 해 주시죠.

B **Tôi là một chuyên gia lập trình và mã hoá máy tính.** Tôi đã làm việc tại công ty IT trong 10 năm qua.
저는 컴퓨터 디코딩과 프로그래밍 전문가입니다. 지난 10년간 IT 회사에서 일했습니다.

저는 아주 체계적이기 때문에 한꺼번에 여러 일을 할 수 있습니다.

Tôi là một người có tổ chức nên có khả năng làm nhiều việc cùng một lúc.

저는 다른 사람들의 말을 잘 들어 줍니다.

Tôi là một người lắng nghe tốt.

좌우명 및 철학

매일 매 순간을 제 인생의 최우선으로 여깁니다.

Tôi coi từng khoảnh khắc mỗi ngày là ưu tiên nhất trong cuộc đời mình.

A Chị sắp xếp như thế nào khi tiến hành một dự án dài hạn?
장기 프로젝트를 진행할 때 어떻게 정리를 하십니까?

B Cái đó dễ. **Tôi coi từng khoảnh khắc mỗi ngày là ưu tiên nhất trong cuộc đời mình** và thực hiện những công việc theo mức độ quan trọng.
그건 쉽습니다. 매일 매 순간을 제 인생의 최우선으로 여기며, 중요도에 따라 임무를 수행합니다.

제 인생 철학은 삶을 마음껏 누리는 겁니다.

Triết lý cuộc sống của tôi là tận hưởng hết lòng cuộc sống của mình.
＊triết lý 철학

빌 게이츠가 제 역할 모델이자 영웅입니다.

Bill Gates vừa là mẫu hình vai trò vừa là anh hùng của tôi.

저는 자선 활동에 관심이 많습니다.

Tôi rất quan tâm đến hoạt động từ thiện.
＊hoạt động từ thiện 자선 활동

기타 의견 및 질문

🎧 01-4.mp3

**회사에 관한
의견**

귀사의 철학은 제 철학과 일치합니다.

Triết lý của quý công ty phù hợp với triết lý của tôi.

*phù hợp với ~와 일치하는

A Anh nghĩ thế nào về triết lý của công ty chúng tôi?
우리 회사 철학에 대해 어떻게 생각하세요?

B **Triết lý của quý công ty phù hợp với triết lý của tôi.** Nghĩa là, tôi cố gắng
để làm việc thông minh hơn là làm việc chăm chỉ.
귀사의 철학은 제 철학과 일치합니다. 즉, 저는 일을 더 열심히 하기보다는 더 똑똑하게 하려고 노력하죠.

저는 직원들에게 동기를 부여하는 가장 효과적인 방법에 관한 야오 회장님
의 의견을 존경합니다.

Tôi tôn trọng ý kiến của chủ tịch Yao về phương pháp hiệu quả nhất để động viên cho các nhân viên.

이 회사의 설립 이념은 최고가 아닌 것에 절대 안주하지 말라는 것을 의미
합니다.

Triết lý thành lập của công ty này có nghĩa là không được mãn nguyện với những gì không phải là tốt nhất.

저는 귀사의 설립 이념을 절대 포기해서는 안 된다는 것을 강조하는 것으로
보고 있습니다.

Tôi cho rằng triết lý thành lập của công ty này đang nhấn mạnh về điều tuyệt đối không được từ bỏ.

A Triết lý của công ty chúng tôi có ý nghĩa thế nào đối với chị?
우리 회사의 설립 이념은 당신에게 어떤 의미인가요?

B **Tôi cho rằng triết lý thành lập của công ty này đang nhấn mạnh về điều
tuyệt đối không được từ bỏ.**
저는 귀사의 설립 이념을 절대 포기해서는 안 된다는 것을 강조하는 것으로 보고 있습니다.

귀사는 오염을 예방하는 데 헌신하고 있습니다.

Quý công ty đang công hiến trong việc phòng tránh ô nhiễm.

Dự án Bắc Mỹ gần đây của quý công ty đang áp đảo trong ngành công nghiệp.

Dự án Singapore gần đây của quý công ty đang tạo ra làn sóng quốc tế.

A Anh có biết rõ về những việc mà công ty chúng tôi đã làm trong quá khứ không? 우리 회사가 과거에 한 일을 잘 알고 계신가요?

B Vâng, **dự án Singapore gần đây của quý công ty đang tạo ra làn sóng quốc tế.** 네, 귀사의 최근 싱가포르 프로젝트는 국제적인 선풍을 일으키고 있죠.

Sản phẩm sáng tạo của quý công ty đã làm thay đổi thị trường điện thoại di động.

Phần mềm công cụ tìm kiếm của quý công ty là cái chưa từng có.

Các sản phẩm thiết kế và thời trang của quý công ty là cái chưa từng có trong ngành.

A Theo chị, sản phẩm nào có ấn tượng nhất trong các sản phẩm của chúng tôi? 우리 상품 중 어떤 것이 가장 인상 깊으셨나요?

B **Các sản phẩm thiết kế và thời trang của quý công ty là cái chưa từng có trong ngành.** Sản phẩm của quý công ty có thị phần cao nhất. 귀사의 패션과 디자인 제품은 업계에서 전례가 없습니다. 귀사의 상품은 시장 점유율이 가장 높죠.

※ ấn tượng 인상적인

Dự án hợp tác của quý công ty có vẻ khả thi được

Công ty đang có kế hoạch mở rộng vị thế vào châu Âu và châu Á.

이 회사에서는 연말까지 온라인 웹사이트를 제공할 계획입니다.

Tôi biết rằng công ty này có kế hoạch cung cấp website trực tuyến cho đến cuối năm nay.

A   Anh nghĩ như thế nào về tương lai của công ty này?
    이 회사의 미래에 대해 어떻게 보고 계십니까?

B   Tôi đang tiếp tục xem tin tức công nghiệp. **Tôi biết rằng công ty này có kế hoạch cung cấp website trực tuyến cho đến cuối năm nay.** Tôi nghĩ đây là một kế hoạch rất hay.
    저는 산업 뉴스를 계속 보고 있습니다. 이 회사에서는 연말까지 온라인 웹사이트를 제공할 계획입니다. 아주 흥미로운 계획이라고 생각합니다.

이 회사가 전 세계적으로 유명해질 거라고 확신합니다.

Tôi tin chắc rằng công ty này sẽ trở nên nổi tiếng trên toàn thế giới.

저는 마케팅과 영업 목표 달성에 기여하겠습니다.

Tôi sẽ đóng góp để đạt được mục tiêu tiếp thị và kinh doanh.

귀사는 재산관리사업에 최고입니다.

Quý công ty là hàng đầu trong việc kinh doanh quản lý tài sản.

귀사는 관광산업 분야에서 최고 기업입니다.

Quý công ty là công ty hàng đầu trong ngành du lịch.

A   Chị đã tìm hiểu gì về công ty chúng tôi?   우리 회사에 대해 뭘 알아보셨나요?

B   **Quý công ty là công ty hàng đầu trong ngành du lịch.** Tôi tin chắc rằng quý công ty đang là doanh nghiệp dẫn đầu trong lĩnh vực này.
    귀사는 관광산업 분야에서 최고 기업입니다. 저는 귀사가 이 분야의 선두기업이라는 것을 확신합니다.

귀사는 패션산업 분야의 개척자입니다.

Quý công ty là công ty tiên phong trong ngành thời trang.

저는 이 회사가 소가족처럼 운영하는 방식을 진심으로 존중합니다.

Tôi thực sự tôn trọng cách kinh doanh như một gia đình nhỏ của công ty này.

귀사의 방침과 절차에 뜻을 같이합니다.

Tôi đồng ý với các chính sách và thủ tục của quý công ty.

저는 귀사의 미래 비전에 전적으로 뜻을 같이합니다.

Tôi hoàn toàn đồng ý với tầm nhìn tương lai của quý công ty.

A Tại sao anh nghĩ công ty chúng tôi phù hợp với anh?
   왜 우리 회사가 바로 당신을 위한 회사라고 생각하시나요?

B **Tôi hoàn toàn đồng ý với tầm nhìn tương lai của quý công ty.** Tôi cũng đồng ý với những nỗ lực của công ty để thân thiện hơn với môi trường.
   저는 귀사의 미래 비전에 전적으로 뜻을 같이합니다. 좀 더 환경친화적이 되고자 하는 귀사의 노력에도 뜻을 같이합니다.

저는 귀사에 대해 배우는 것이 흥미롭다고 생각합니다.

Tôi nghĩ rằng tìm hiểu về quý công ty thật thú vị.

ACEM에서 근무하는 것이 저의 이상적인 직업입니다.

Làm việc tại ACEM là một nghề nghiệp lý tưởng của tôi.

귀사는 저처럼 의욕을 가진 사람들이 필요합니다.

Quý công ty cần những người có động lực như tôi.

귀사가 요구하는 것에 제가 적격입니다.

Tôi có đủ điều kiện với những gì quý công ty đang yêu cầu.

마케팅 프로젝트를 해내는 데 제가 적격이라고 생각합니다.

Tôi nghĩ tôi có đủ điều kiện để làm các dự án tiếp thị.

A Chị có tài năng gì?   어떤 재능이 있으신가요?

B **Tôi nghĩ tôi có đủ điều kiện để làm các dự án tiếp thị.** Tôi rất thích đưa ra những ý tưởng mới để quảng bá sản phẩm.
   마케팅 프로젝트를 해내는 데 제가 적격이라고 생각합니다. 저는 상품을 홍보하기 위한 새로운 아이디어를 생각해 내는 것을 좋아합니다.

예상 연봉

저는 월 300만 원 정도를 받았습니다.

Tôi đã nhận được khoảng 3 triệu won một tháng.

저는 3천 5백만 원 정도의 연봉을 받았습니다.

Tôi đã nhận được lương năm 35 triệu won.

A   Mức lương cuối cùng của anh là bao nhiêu?   마지막 급여는 얼마였나요?

B   **Tôi đã nhận được lương năm 35 triệu won.** Tôi hy vọng chị ước tính mức
lương cho tôi theo chừng ấy.
저는 3천 5백만 원 정도의 연봉을 받았습니다. 그 선에서 제 연봉을 잡아 주셨으면 합니다.

저는 연봉 4천만 원 정도에서 시작하고 싶습니다.

Tôi muốn bắt đầu với lương năm khoảng 40 triệu won.

제 이전 경력을 고려하면, 3천만 원에서 3천 5백만 원의 연봉을 받을 만하
다고 생각합니다.

Nếu xem xét kinh nghiệm làm việc trước đây của tôi thì
tôi nghĩ rằng có thể nhận được mức lương từ 30 đến 35
triệu won một năm.

제 이전 경력을 고려하면, 10%의 급여 인상을 받을 만하다고 생각합니다.

Nếu xem xét kinh nghiệm làm việc trước đây của tôi thì
tôi nghĩ rằng tôi xứng đáng được tăng lương 10 phần
trăm.

현재 저에게 우선순위는 돈이 아니라 일입니다.

Hiện tại đối với tôi, ưu tiên hàng đầu của tôi không phải
là tiền mà là công việc của mình.

현재 저에게 우선순위는 급여가 아니라 성취감입니다.

Hiện tại cảm giác đạt được điều gì đó là điều ưu tiên hơn
tiền lương.

A   Bạn muốn nhận mức lương khoảng bao nhiêu khi làm việc này?
이 일을 하는 데 급여는 어느 정도 받기를 원하십니까?

B   Tôi đã nhận được 40 triệu won lương năm, nhưng **hiện tại cảm giác đạt
được điều gì đó là điều ưu tiên hơn tiền lương.**
저는 4천만 원 정도의 연봉을 받았습니다. 하지만 현재 저에게 우선순위는 급여가 아니라 성취감입니다.

지원 상황

저는 컨설팅 회사 몇 군데에 지원했습니다.

Tôi đã xin việc ở một số công ty tư vấn rồi.

저는 다른 IT 회사 몇 군데에 지원했습니다.

Tôi đã xin việc ở một số công ty IT khác.

A Chị cũng đang phỏng vấn ở các công ty khác không?
다른 회사들에서도 면접을 보고 계신가요?

B Có, **tôi đã xin việc ở một số công ty IT khác.** Nhưng công ty này là lựa chọn đầu tiên của tôi.
네, 저는 다른 IT 회사 몇 군데에도 지원했습니다. 하지만 이 회사가 저의 첫 번째 선택입니다.

이 회사는 저의 커리어를 시작하고 싶은 곳입니다.

Công ty này là một nơi mà tôi muốn bắt đầu sự nghiệp của mình.

저는 마케팅 분야에서 경력을 쌓기로 결정했습니다.

Tôi quyết định tích luỹ kinh nghiệm trong ngành tiếp thị.

일을 시작하기 전에 두 달 정도의 시간이 필요합니다.

Trước khi bắt đầu làm việc, tôi cần khoảng 2 tháng thời gian.

저는 회사 근처로 이사할 예정입니다.

Tôi dự định chuyển nhà đến gần công ty.

이번 겨울 방학 후에 일을 시작할 수 있습니다.

Tôi có thể bắt đầu làm việc sau kỳ nghỉ đông này.

두 달 후에 일을 시작할 수 있습니다.

Tôi có thể bắt đầu làm việc sau hai tháng.

A Từ khi nào anh có thể bắt đầu làm việc với chúng tôi?
언제부터 우리와 일할 수 있으신가요?

B **Tôi có thể bắt đầu làm việc sau hai tháng.** Tôi phải hoàn thành dự án hiện tại của mình trước khi bắt đầu làm việc tại công ty này. Chắc sẽ mất khoảng hai tháng để hoàn thành việc đó.
두 달 후에 일을 시작할 수 있습니다. 이 회사에서 일을 시작하기 전에 현재 맡고 있는 프로젝트를 마무리해야 해서요. 그 일을 끝내는 데 두 달 이내가 소요될 겁니다.

확인

이력서에서 보시다시피, 저는 올해 CPA 시험에 합격했습니다.

Như anh/chị có thể thấy trong bản lý lịch, năm nay tôi đã đỗ kỳ thi CPA.

맞는 말씀입니다. 제게 동기 부여를 해 준 건 돈이 아니었기 때문입니다.

Đúng rồi ạ. Vì điều thúc đẩy bản thân mình không phải là tiền bạc.

맞는 말씀입니다. 하지만 제 영어회화 실력은 점수가 나타내는 것보다 더 좋습니다.

Đúng rồi ạ. Tuy nhiên, khả năng hội thoại tiếng Anh của tôi tốt hơn so với điểm số.

A Ủa, chị không nghĩ là điểm số TOEIC của chị không cao mấy sao?
음, TOEIC 점수가 별로 높지 않다고 생각하지 않나요?

B **Đúng rồi ạ. Tuy nhiên, khả năng hội thoại tiếng Anh của tôi tốt hơn so với điểm số.** Thật ra, tôi yếu trong các kỳ thi, nhưng trong tiếng Anh thực tế thì tôi khá giỏi.
맞는 말씀입니다. 하지만 제 영어회화 실력은 점수가 나타내는 것보다 더 좋습니다. 시험에는 약하지만 실전 영어에서는 꽤 유창해요.

맞는 말씀입니다만, 토익 점수에 제 영어회화 실력이 반영돼 있지 않은데요. 꽤 좋은 편입니다.

Anh/Chị nói đúng, tuy nhiên khả năng tiếng Anh của tôi không được phản ánh trong điểm số TOEIC, tiếng Anh của tôi khá tốt.

제가 이전 직장을 왜 그만뒀는지 추가로 몇 가지 말씀드리죠.

Tôi sẽ nói thêm một vài ly do vì sao tôi lại nghỉ việc trước đây.

뿐만 아니라 저는 대만에서 일하면서 중국어를 배웠습니다.

Ngoài ra, tôi còn học tiếng Trung Quốc khi làm việc tại Đài Loan.

정의 내리기

저에게 세계화란 하모니를 의미합니다.

Đối với tôi, toàn cầu hoá có nghĩa là hòa hợp.

저에게 컨설팅이란 방향에 대한 안내를 의미합니다.

Đối với tôi, tư vấn có nghĩa là chỉ dẫn về phương hướng.

A Anh định nghĩa 'tư vấn' như thế nào? '컨설팅'을 어떻게 정의하시겠습니까?

B **Đối với tôi, tư vấn có nghĩa là chỉ dẫn về phương hướng.**
저에게 컨설팅이란 방향에 대한 안내를 의미합니다.

저는 창조 경영을 자신의 업무에 열중하는 것이라고 정의합니다.

Tôi định nghĩa rằng kinh doanh sáng tạo là việc tập trung vào công việc của mình.

현지화를 간단히 정의하면 개개인이 선호하는 것을 존중하는 겁니다.

Nếu định nghĩa đơn giản về nội địa hóa thì đó là sự tôn trọng các sở thích riêng lẻ của mỗi cá nhân.

좀 더 자세히 말씀드리면, 리더십이란 사람들이 자신을 믿고 따르게 만드는 능력이라고 생각합니다.

Nói một cách cụ thể hơn, theo tôi khả năng lãnh đạo là một khả năng làm cho mọi người tin tưởng và làm theo bản thân mình.

좀 더 자세히 말씀드리면, 창의력 있는 인재를 고용하고 싶다면 일에 열정적인 사람을 고용해야 한다는 것이죠.

Nói một cách cụ thể hơn, nếu muốn tuyển dụng nhân tài có sự sáng tạo thì phải tuyển dụng một người có sự nhiệt tình trong công việc.

A Chị có thể định nghĩa đối với chị 'sáng tạo' là gì không?
당신에게 '창의력'이 어떤 의미인지 정의 내려 주시겠습니까?

B Tôi định nghĩa sự sáng tạo là kết quả đến từ việc tận hưởng và làm công việc của mình một cách thú vị. **Nói một cách cụ thể hơn, nếu muốn tuyển dụng nhân tài có sự sáng tạo thì phải tuyển dụng một người có sự nhiệt tình trong công việc.**
저는 창의력을 자신이 하는 일을 즐기고 재밌게 하는 데서 오는 결과라고 정의합니다. 좀 더 자세히 말씀드리면, 창의력 있는 인재를 고용하고 싶다면 일에 열정적인 사람을 고용해야 한다는 것이죠.

제가 말씀드리고자 하는 것은 국제화는 현지화를 수반해야 한다는 겁니다.

Điều mà tôi muốn nói là quốc tế hóa phải kèm theo bản địa hóa.

＊ bản địa hóa 현지화

면접관에게 질문하기

회사 문화에 대해 어떤 말씀을 해 주실 수 있나요?

Anh/Chị có thể cho chúng tôi biết gì về văn hóa công ty?

귀사의 안정적인 성장 비결을 어떻게 설명해 주시겠습니까?

Anh/Chị giải thích bí quyết về sự tăng trưởng ổn định của quý công ty như thế nào?

회사의 교육 정책은 무엇입니까?

Chính sách đào tạo của quý công ty là gì?

이 직책의 정형적인 하루 업무가 어떻게 되는지 여쭤 봐도 되겠습니까?

Tôi có thể hỏi công việc chính thức trong ngày của vị trí này như thế nào không?

최근 LED 업계의 침체를 어떻게 설명해 주시겠습니까?

Anh/Chị giải thích thế nào về cuộc suy thoái gần đây trong ngành công nghiệp LED?

시장에서 귀사의 경쟁 우위는 무엇입니까?

Ưu thế cạnh tranh của quý công ty trên thị trường là gì?

올해 귀사에서는 교육 세미나를 실시하나요?

Năm nay quý công ty có thực hiện hội thảo đào tạo không?

A Anh có hỏi gì nữa không?   질문 있으신가요?

B Vâng, tôi nghe nói rằng hàng năm công ty có một hội thảo đào tạo rất đặc biệt cho các nhân viên mới. **Năm nay quý công ty cũng có thực hiện hội thảo đào tạo này không?**
네, 귀사에서는 매년 신입사원을 위한 굉장히 독특한 교육 세미나를 실시한다고 들었습니다. 올해도 이 교육 세미나를 실시하나요?

면접관님은 일의 어떤 면이 마음에 드시는지 여쭤 봐도 되겠습니까?

Tôi có thể hỏi rằng anh/chị hài lòng về điều gì trong công việc của mình được không?

사무 업무

사무실에서 유용하게 쓸 수 있는 표현들을 정리했습니다. 출근을 시작으로 상사 및 동료들과의 대화, 업무와 관련된 갖가지 표현까지, 회사에서 매일 하는 대화를 베트남어로 어떻게 표현하는지 알아 봅시다. 생활 회화에서 쓰는 문장도 많으니 부담 갖지 말고 시작해 보세요.

업무 관련 표현

**인사 및
안부 묻기**

안녕하세요![안녕!]

Xin chào!
Xin chào ạ!
Chào anh/chị!
Chào anh/chị ạ!

식사 하셨어요?

Anh/Chị đã ăn cơm chưa?

아침 드셨어요?

Anh/Chị đã ăn sáng chưa?

점심 드셨어요?

Anh/Chị đã ăn trưa chưa?

저녁 드셨어요?

Anh/Chị đã ăn tối chưa?

Biz tip

베트남에서는 식사 여부 또는 가는 곳 등에 대한 가벼운 질문으로 인사를 대신하기도 합니다.

오늘 아침 기분은 어때요?

Sáng nay anh/chị thấy thế nào?

오늘 어때요?

Hôm nay anh/chị thế nào?
Hôm nay anh/chị thấy thế nào?

일은 좀 어때요?

Anh/Chị làm việc thế nào?
Công việc của anh/chị thế nào rồi?

좋아요.

Tốt ạ.
Tốt lắm.
Bình thường.

주말 어땠어요?

Cuối tuần của anh/chị thế nào?

정말 오랜만입니다!

Lâu quá không gặp anh/chị!
Lâu lắm rồi mới gặp anh/chị!

그동안 잘 지냈어요?

Anh/Chị có khỏe không?

요즘 통 안 보이시던데요.

Gần đây, không thấy anh/chị thường xuyên.

하나도 안 변했네요.

Anh/Chị không thay đổi đâu.
Anh/Chị không thay đổi gì cả.

그동안 연락 못해서 미안해요.

Tôi xin lỗi đã không liên lạc với anh/chị trong thời gian qua.

연락하려고 했었어요.

Tôi đã định liên lạc rồi.

무슨 안 좋은 일 있어요?

Có chuyện gì vậy?
Có chuyện gì với anh/chị không?

안 좋아 보이네요.

Anh/Chị có vẻ không khoẻ.

기운이 없어 보이네요.

Anh/Chị có vẻ không có sức lực.
Trông anh/chị có vẻ không có chút sức lực nào.

특별한 일은 없어요.

Không có gì đặc biệt.

늘 똑같죠, 뭐.

Như trước đây thôi mà.
Giống như trước đây thôi.

최악이에요.

Tôi thấy tồi tệ nhất.

스트레스가 심해요.

Tôi bị căng thẳng lắm.

모든 일이 잘되고 있어요.

Mọi thứ đang diễn ra tốt rồi.
Mọi việc đều đang diễn ra tốt đẹp.

좋은 일 있어요?

Có việc gì vui không?

가벼운 수다

내일 소나기가 올 확률이 80%라네요.

Ngày mai tám mươi phần trăm khả năng trời mưa rào.

오늘 날씨가 정말 안 좋군요!

Hôm nay trời xấu lắm!
Thời tiết hôm nay xấu quá!

정말 맑은 날이군요.

Quả là một ngày nắng đẹp.

비가 멈추지도 않고 계속 오네요.

Trời mưa không ngừng.

오늘 굉장히 더울 거예요.

Hôm nay trời sẽ rất nóng.

일기예보를 들으니 오늘 비가 엄청 퍼부을 거라네요.

Theo dự báo thời tiết, hôm nay trời sẽ mưa rất to.

일기예보를 들으니 오늘 굉장히 덥다네요.

Theo dự báo thời tiết, hôm nay trời sẽ rất nóng.

실전 회화

A Chào buổi sáng. Sáng nay anh thấy thế nào?   안녕하세요. 오늘 아침 기분이 어때요?

B Rất tốt. Nhưng **theo dự báo thời tiết, hôm nay trời sẽ rất nóng.** Nghe bảo là nhiệt độ sẽ lên tới 37 độ C!
아주 좋아요. 근데 일기예보를 들으니 오늘 굉장히 덥다네요. 섭씨 37도까지 오른대요!

좀 쌀쌀해졌네요.

Trời bắt đầu hơi lạnh rồi.

견디기 힘든 더운 날씨네요.

Trời nóng đến khó chịu.

건기가 된걸요.

Vào mùa khô rồi mà.

곧 우기예요.

Sắp đến mùa mưa rồi.

어젯밤 축구 경기 보셨어요?

Đêm qua anh/chị đã xem trận đấu bóng đá chưa?

매일 아침 운동을 하니 기분이 더 좋네요.

Vì tập thể dục mỗi buổi sáng nên tôi cảm thấy tốt hơn.

어젯밤 뉴스 봤어요?

Anh/Chị đã xem thời sự đêm qua chưa?

주말에 주로 뭐 하세요?

Anh/Chị thường làm gì vào cuối tuần?

어제저녁 퇴근 후에 콘서트에 갔어요.

Tôi đã đi đến buổi hòa nhạc sau khi làm việc xong.

투가 그만둔다는 얘기 들었어요?

Anh/Chị có nghe nói chị Thu sẽ nghỉ việc không?

새 사장님이 오셨다는 얘기 들었어요?

Anh/Chị có nghe tin ông giám đốc mới đã đến không?

지각 · 조퇴 · 결근

늦어서 죄송합니다.

Xin lỗi tôi đến trễ.
Xin lỗi tôi đến muộn.

왜 늦었죠?

Tại sao bạn đến trễ?
Tại sao bạn đến muộn?

자명종이 울리지 않았어요.

Đồng hồ báo thức không đổ chuông.

A Anh Tuấn, tại sao anh lại đến muộn? 뚜언 씨, 왜 또 지각인가요?

B **Xin lỗi tôi đến trễ. Đồng hồ báo thức không đổ chuông.** Tôi đã định gọi, nhưng tôi đang bận lái xe.
늦어서 죄송합니다. 자명종이 울리지 않았어요. 전화드리려고 했는데 운전하느라 바빴습니다.

5군에서 교통체증이 심했습니다.

Ở Quận 5 đã có kẹt xe nặng lắm.
Ở Quận 5 đã có ùn tắc giao thông nghiêm trọng.

오늘 아침 아이가 아팠어요.

Con tôi đã bị ốm sáng nay.

늦잠 잤어요.

Em đã ngủ dậy muộn.

길 한복판에서 제 차가 고장 나 버렸어요.

Xe của em đã bị hỏng ở giữa đường.

오늘 아침 몸이 좀 좋지 않네요.

Sáng nay trong người tôi không khoẻ lắm.

다신 안 늦을게요.

Em sẽ không trễ nữa.
Em sẽ không muộn nữa.

다신 이런 일이 없을 거예요.

Việc như thế này sẽ không bao giờ xảy ra nữa.

시간 잘 맞추겠습니다.

Em sẽ đến đúng giờ.

늦은 이유를 말해 보세요.

Hãy cho tôi biết lý do em muộn.
Em hãy nói xem tại sao em muộn.

당신 또 지각이군요.

Em lại đến muộn rồi.

제가 좀 늦을 것 같습니다.

Có lẽ em sẽ đến trễ một chút.

Có lẽ em sẽ đến muộn một chút.

곧 도착합니다.

Em sắp đến rồi ạ.

이달에 벌써 다섯 번째 지각이군요.

Đây là lần thứ năm mà em đến muộn trong tháng này.

지각할 뻔했어요.

Suýt nữa thì tôi đến trễ giờ.

Suýt nữa thì tôi đến muộn giờ.

시말서 제출하세요.

Hãy nộp bản tường trình.

뭔가 심각한 병에 걸린 것 같아요.

Tôi thấy có vẻ tôi bị mắc bệnh gì đó nặng thì phải.

오늘 못 나갈 것 같아요.

Hôm nay tôi chắc không thể ra ngoài được.

이번 주에 벌써 세 번째 결근이군요.

Trong tuần này, anh/chị đã vắng mặt đến lần thứ ba rồi.

그는 무단 결근을 했어요.

Anh ấy đã nghỉ làm không phép.

내일 병가를 낼까 해요.

Tôi đang định mai sẽ nghỉ ốm.

며칠 휴가를 내려고요.

Tôi định nghỉ phép mấy ngày.

(죄송하지만,) 조퇴해도 될까요?

(Xin lỗi,) tôi về sớm được không?

Tôi có thể nghỉ sớm được không?

Tôi có thể tan làm sớm được không?

A **Xin lỗi, em về sớm được không?** 죄송하지만, 조퇴해도 될까요?

B Tại sao vậy? Em không biết là thời hạn dự án đang gần hết hả?
왜요? 프로젝트 마감일이 다가오는 것을 몰라요?

개인적인 볼일이 있어요.

Tôi có việc cá nhân.

어머니가 입원해 계십니다.

Mẹ tôi đang nhập viện.

아들 졸업식에 참석해야 합니다.

Tôi phải tham dự lễ tốt nghiệp của con trai.

오늘 아파서 조퇴해야겠어요.

Hôm nay tôi phải nghỉ sớm vì bị ốm.

이번에 월차 휴가를 사용하겠습니다.

Lần này tôi sẽ sử dụng kỳ nghỉ hàng tháng.

이번에 연차 휴가를 사용하겠습니다.

Lần này tôi sẽ sử dụng kỳ nghỉ hàng năm.

퇴근

그만 퇴근하죠.

Chúng ta kết thúc tại đây đi.

A Hôm nay đã là một ngày rất mệt. **Chúng ta kết thúc tại đây đi.**
힘든 하루였어요. 그만 퇴근하죠.

B Vâng. Hẹn gặp ngày mai! 그래요. 내일 봐요!

5시 반인데 벌써 퇴근해요?

Mới năm giờ rưỡi mà anh/chị đã tan sở rồi hả?

먼저 퇴근합니다.

Tôi về trước nhé.
Tôi tan sở trước nhé.

7시에 퇴근했어요.

Tôi đã tan sở lúc 7 giờ.

지금 퇴근할 수 없어요.

Bây giờ thì không thể tan sở được.

아직 할 일이 많아요.

Tôi vẫn còn nhiều việc phải làm.

내일까지 완료해 놓겠습니다.

Tôi sẽ hoàn thành đến ngày mai.

다음 주까지 완료해 놓겠습니다.

Tôi sẽ hoàn thành đến tuần sau.

A Anh Dũng, dự án này được tiến hành hơi chậm trễ phải không?
   줌 씨, 이 프로젝트 진행이 좀 늦어지고 있죠?

B Vâng, một chút ạ. Nhưng mà **tôi sẽ hoàn thành đến tuần sau.**
   네, 조금요. 하지만 다음 주까지 완료해 놓겠습니다.

그분은 퇴근하셨어요.

Ông ấy đã tan sở rồi.

저는 오늘 일찍 일을 마쳤습니다.

Hôm nay tôi đã kết thúc làm việc sớm.

저는 퇴근했다고 그분께 말해 주세요.

Anh/Chị hãy nói với ông ấy rằng tôi đã tan sở rồi.

**업무 보고 및
업무 상황
파악**

서류 작성하는 것 좀 도와주시겠어요?

Anh/Chị có thể viết giấy tờ giúp tôi được không?

이 일을 대신 처리해 주시겠어요?

Anh/Chị có thể xử lý việc này thay tôi được không?

오늘 퇴근 전까지 보고서를 제출하세요.

Anh/Chị hãy nộp báo cáo trước khi tan sở ngày hôm nay.

오늘 퇴근 전까지 보고서를 마치세요.

Anh/Chị hãy hoàn thành báo cáo trước khi tan sở ngày
hôm nay.

보고서는 끝냈나요?

Anh/Chị đã hoàn thành bản báo cáo chưa?

보고서는 어떻게 돼 가고 있어요?

Bản báo cáo đang tiến hành thế nào rồi?

지금까지는 별문제 없는 것 같습니다.

Cho đến bây giờ thì chắc là không có vấn đề gì đặc biệt.

A Dự án đó đang diễn ra thế nào? 그 프로젝트는 어떻게 돼 가고 있어요?

B **Cho đến bây giờ thì chắc là không có vấn đề gì đặc biệt.** Anh đừng lo! 지금까지는 별문제 없는 것 같습니다. 걱정 마세요!

반 정도 진행했습니다.

Tôi đã đi nửa đường rồi.
Làm được khoảng một nửa rồi.
Tôi đã làm được khoảng 50 phần trăm.

A Tốt rồi, em đã hoàn thành được đến đâu rồi? 좋아요, 어느 정도 완성했어요?

B Dạ, **em làm được khoảng một nửa rồi.** 네, 반 정도 진행했습니다.

4분의 1 정도 마쳤습니다.

Tôi đã hoàn thành được một phần tư rồi.
Tôi đã hoàn thành được khoảng 25 phần trăm rồi.

수요일까지 끝내겠습니다.

Em sẽ kết thúc đến ngày thứ tư.
Tôi sẽ hoành thành cho đến thứ tư.

A Nó sẽ được hoàn thành đến khi nào? 언제까지 완성되겠어요?

B **Em sẽ kết thúc đến ngày thứ tư.** 수요일까지 끝내겠습니다.

금요일까지는 이 보고서를 끝내겠습니다.

Tôi sẽ hoàn thành báo cáo này đến thứ sáu.

내일까지 이 보고서를 마치겠습니다.

Tôi sẽ kết thúc báo cáo này cho đến ngày mai.

목요일까지 완성되도록 하겠습니다.

Tôi sẽ cố gắng hoàn thành cho đến thứ năm.

늦어도 화요일 저녁까지 끝내도록 노력해 보겠습니다.

Dù muộn tôi sẽ cố gắng hoàn thành cho đến tối thứ ba.

다시 확인해 주시겠어요?

Anh/Chị có thể kiểm tra lại được không?

이 보고서가 언제까지 필요하십니까?

Anh/Chị cần bản báo cáo này đến khi nào?

빨리 해치우겠습니다.

Mình sẽ làm một cách nhanh chóng.
Tôi sẽ kết thúc trong thời gian nhanh nhất.

이 서류를 3부 복사해서 모든 팀장에게 나눠 주세요.

Hãy sao chép tài liệu này thành ba bản và chia cho tất cả các nhóm trưởng.

여기, 보고서입니다.

Bản báo cáo đây ạ.

써야 할 보고서가 있어요.

Tôi có một bản báo cáo phải viết.

드릴 말씀이 있어요.

Tôi muốn nói chuyện với anh/chị.
Tôi có chuyện/lời muốn nói với anh/chị.

얘기 좀 나눌 수 있을까요?

Tôi có thể nói chuyện với anh/chị được không?
Chúng ta có thể nói chuyện với nhau được không?

왜 불렀는지는 알고 있겠죠?

Chắc em biết chuyện gì rồi, phải không?

76

요즘 당신 근무 성적이 좋지 않군요.

Dạo này thành tích làm việc của anh/chị không được tốt lắm.

시정하세요.

Anh/Chị điều chỉnh nhé.

보고서가 거의 완벽했어요.

Bản báo cáo của anh/chị gần như hoàn hảo.

신입사원 여러분께서 어떻게 지내시는지 확인하고 싶었어요.

Tôi muốn kiểm tra xem các bạn nhân viên mới đang làm như thế nào.

본인 업무에 힘든 점이 있는 분 계신가요?

Có bạn nào đang gặp khó khăn trong công việc của mình không?

회사 상황

우리 회사는 조금 어려움을 겪고 있어요.

Công ty chúng tôi đang trải qua một chút khó khăn.

A Anh khỏe không? 잘 지내요?

B Cũng được. Nhưng **công ty chúng tôi đang trải qua một chút khó khăn.**
나쁘진 않아요. 하지만 우리 회사는 조금 어려움을 겪고 있어요.

우리 회사는 전환기를 겪고 있어요.

Công ty chúng tôi đang trải qua giai đoạn chuyển đổi.

우리는 새로운 마케팅 계획을 개발하고 있어요.

Chúng tôi đang khai thác một kế hoạch tiếp thị mới.

A Tình hình của bộ phận anh đang như thế nào? 그쪽 부서는 상황이 어때요?

B Như chị biết bây giờ là một thời điểm khó khăn. Vì vậy, **chúng tôi đang khai thác một kế hoạch tiếp thị mới.**
아시다시피 지금은 어려운 시기예요. 그래서 우리는 새로운 마케팅 계획을 개발하고 있어요.

우리는 새로운 하이브리드 자동차를 개발하고 있습니다.

Chúng tôi đang khai thác xe ô tô hybrid mới.

저는 내년에 전근 가게 될 거예요.

Năm sau tôi sẽ được chuyển chỗ làm.

곧 회사가 상장될 겁니다.

Công ty sẽ sớm được niêm yết trên thị trường chứng khoán.

A Doanh nghiệp của chị thế nào? 사업은 잘 돼 가나요?

B **Công ty sẽ sớm được niêm yết trên thị trường chứng khoán.**
곧 회사가 상장될 겁니다.

우리는 해외로 확장해 나가고 있어요.

Chúng tôi đang mở rộng ra nước ngoài.

A **Chúng tôi đang mở rộng ra nước ngoài.** 우리는 해외로 확장해 나가고 있어요.

B Anh đang nói về nước nào? 어느 나라를 말씀하시는 건가요?

우리의 시장 점유율이 증가했습니다.

Thị phần của chúng tôi đã tăng lên.   *thị phần 시장 점유율

흑자입니다.

Chúng tôi đang có lãi.   *có lãi 흑자

적자입니다.

Chúng tôi đang bị thâm hụt.   *bị thâm hụt 적자(= bị lỗ)

행사 · 교육 · 연수

9월 14일에 회의가 개최됩니다.

Cuộc họp sẽ được tổ chức vào ngày 14 tháng 9.

A **Cuộc họp sẽ được tổ chức vào ngày 14 tháng 9.**
9월 14일에 회의가 개최됩니다.

B Chúng tôi cần chuẩn bị sẵn sàng. 준비를 해야겠네요.

워크숍은 5월 1일 양평에서 열리게 됩니다.

Hội thảo sẽ được tổ chức vào ngày 1 tháng 5 tại Yangpyeong.

워크숍 신청을 하셔야 합니다.

Anh/Chị phải đăng ký hội thảo.

여러분은 20시간 교육을 마쳐야 합니다.

Các bạn phải hoàn thành cuộc đào tạo trong 20 tiếng.

이번 교육은 의무교육입니다.

Đào tạo lần này là đào tạo bắt buộc.

여러분은 이번 교육에 참여해야 합니다.

Các bạn phải tham gia vào cuộc đào tạo này.

안내책자와 정보 전단지를 준비해야 해요.

Chúng tôi cần chuẩn bị tờ rơi thông tin và sách hướng dẫn.

A Chúng ta cần chuẩn bị những gì cho cuộc họp? 회의 준비에 뭐가 필요하죠?

B **Chúng ta cần chuẩn bị tờ rơi thông tin và sách hướng dẫn.**
안내책자와 정보 전단지를 준비해야 해요.

사람들을 위해 의자를 충분히 준비해야 해요.

Chúng ta phải chuẩn bị đầy đủ ghế cho mọi người.

낌 씨가 문 앞에서 안내를 맡을 수 있어요.

Anh Kim có thể hướng dẫn ở trước cửa.

A Ai sẽ là người hướng dẫn? 누가 안내 역할을 할 건가요?

B **Anh Kim có thể hướng dẫn ở trước cửa.** 낌 씨가 문 앞에서 안내를 맡을 수 있어요.

흐엉 씨가 신입사원들을 회관으로 안내해 주세요.

Chị Hương hãy hướng dẫn các nhân viên mới đến hội trường nhé.

참석자 수는 500명입니다.

Số người tham gia là 500 người.

A Có bao nhiêu người sẽ đến? 몇 명이 오나요?

B **Số người tham gia là 500 người.** 참석자 수는 500명입니다.

미란 씨가 행사 MC를 맡을 거예요.

Chị Miran sẽ làm MC cho chương trình này.

세션 중간마다 10분 휴식을 갖게 돼요.

Cứ mỗi lần giữa phiên thì có 10 phút nghỉ.

A **Cứ mỗi lần giữa phiên thì có 10 phút nghỉ.** 세션 중간마다 10분 휴식을 갖게 돼요.

B Và chúng tôi sẽ có tất cả 5 phiên. 그리고 총 5개의 세션을 하게 되죠.

다과를 충분히 준비하세요.

Hãy chuẩn bị đầy đủ đồ uống giải khát.

Chapter 2

업무 습득

 02-2.mp3

**동료에게
묻기**

투이 씨, 잠시 제 자리로 와 주실래요?

Chị Thuỷ, chị có thể đến chỗ tôi một lát được không?

얘기 좀 나눌 수 있을까요?

Tôi có thể nói chuyện với anh/chị không?

Chúng ta nói chuyện một chút được không?

낌 씨가 이걸 어떻게 하는지 알려 줬나요?

Anh Kim đã cho anh/chị biết cái này làm như thế nào chưa?

A **Anh Kim đã cho chị biết cái này làm như thế nào chưa?**
낌 씨가 이걸 어떻게 하는지 알려 줬나요?

B Vâng, anh ấy cho tôi biết rồi. Cảm ơn chị. 네, 알려 주셨어요. 감사합니다.

이걸 어떻게 쓰는지 아세요?

Anh/Chị biết cái này sử dụng thế nào không?

A **Chị biết cái này sử dụng thế nào không?** 이걸 어떻게 쓰는지 아세요?

B Xin lỗi. Tôi cũng không biết rõ. Anh hỏi anh Kim nhé.
죄송해요. 저도 잘 몰라요. 낌 씨한테 물어보세요.

실은 제가 지금 좀 바빠서요. 무슨 일이시죠?

Thật ra bây giờ tôi hơi bận. Có chuyện gì vậy?

컴퓨터 관련 질문을 해도 될까요?

Tôi có thể hỏi về máy tính được không?

ABC 회사에 연락해 주셨으면 해요.

Anh/Chị liên lạc với công ty ABC giúp tôi.

A Hôm nay sẽ là một ngày bận rộn. Anh Trung, **anh liên lạc với công ty ABC giúp tôi.** 오늘은 바쁜 날이 될 거예요. 쭝 씨, ABC 회사에 연락해 주셨으면 해요.

B Không sao cả. 문제없습니다.

자리를 비우는 동안 전화 좀 받아 주시겠어요?

Anh/Chị có thể nhận điện thoại trong khi tôi vắng được không?

프로젝트 마감이 언제인지 아세요?

Anh/Chị có biết khi nào dự án này kết thúc không?

개막 행사 준비를 도와주실 수 있나요?

Anh/Chị có thể giúp tôi chuẩn bị cho buổi lễ khai mạc được không?

이게 어떻게 되는 건지 이해가 안 되네요. 설명 좀 해 주시겠어요?

Tôi chưa hiểu cái này làm thế nào. Anh/Chị giải thích giúp tôi được không?

밍 씨, 요즘 그쪽 부서는 어때요?

Anh Minh, dạo này bộ phận của anh như thế nào?

도움 제안

이렇게 작성하시면 됩니다.

Anh/Chị viết như thế này là được.

A   Tôi có thể hỏi anh giấy tờ này viết như thế nào được không?
이거 어떻게 작성하는지 여쭤 봐도 될까요?

B   Được chứ. **Chị viết như thế này là được.**   그럼요. 이렇게 작성하시면 됩니다.

예비교육이 있을 거예요.

Sẽ có buổi đào tạo dự bị.

그거 정리하는 방법을 알려 드리죠.

Để tôi chỉ cho anh/chị cái này sắp xếp như thế nào.

A   **Sẽ có buổi đào tạo dự bị.**   예비교육이 있을 거예요.

B   À, vâng ạ. Tôi chưa biết cách sắp xếp dữ liệu trong thư mục này.
아, 네. 이 폴더에 자료 정리를 어떻게 해야 할지 잘 모르겠어요.

A   **Để tôi chỉ cho anh cái này sắp xếp như thế nào.**
그거 정리하는 방법을 알려 드리죠.

교육에 참여해 보시는 게 어떨까요?

Anh/Chị tham gia vào cuộc đào tạo thế nào?

교육에 참여해야 한다고 생각해요.

Tôi nghĩ anh/chị nên tham gia vào cuộc đào tạo.

언제든 질문해 주세요.

Hãy hỏi tôi bất cứ lúc nào nhé.

이게 도움이 되길 바랍니다.

Tôi hy vọng điều này sẽ giúp ích.

한 번 더 시도해 보죠.

Chúng ta hãy làm thử một lần nữa nhé.

저는 이미 제 일을 마쳐서 점심 시간 이후엔 좀 한가해요. 그때 도와 드리겠습니다.

Tôi đã làm xong công việc của mình rồi nên tôi sẽ rảnh rỗi sau giờ ăn trưa. Lúc đó tôi sẽ giúp anh/chị.

문제 상황

큰 문제가 있군요.

Đang có một vấn đề lớn.

제가 예상한 것보다 더 심하네요.

Nó tệ hơn cái tôi dự đoán.

그것들에 무슨 문제가 있는 거죠?

Có vấn đề gì với nó?
Có chuyện gì với nó?

그들과 연락이 되지 않아요.

Tôi không thể liên lạc với họ.

숨 막히는 시간입니다. 우리는 지금 정말 바빠요.

Đúng là thời gian khẩn cấp. Bây giờ chúng tôi đang thật sự bận.

우리는 지금 거의 일주일째 아무 진전이 없어요. 아무 아이디어도 없고요.

Chúng tôi không có tiến triển gì trong gần một tuần nay. Cũng không có ý tưởng gì cả.

제가 그분에게 따로 전화드려서 뭐가 잘못 됐는지 알아보도록 하죠.

Tôi sẽ gọi riêng cho anh ấy và tìm hiểu xem có vấn đề gì đã xảy ra.

뚜언 씨, 어쩜 이렇게 망쳐놓을 수 있어요?

Anh Tuấn ơi, làm thế nào mà anh lại phá/làm hỏng thế này?

모르겠습니다. 죄송하지만, 저는 최선을 다했어요.

Tôi không biết ạ. Tôi xin lỗi, nhưng tôi đã cố gắng làm hết sức mình.

당신은 그냥 설명을 따르기만 하면 됐어요.

Anh/Chị chỉ cần làm theo hướng dẫn thôi.

제가 설명을 잘못 읽은 모양입니다.

Có lẽ tôi đã đọc nhầm hướng dẫn rồi.

모든 것이 제 책임입니다.

Tất cả mọi thứ là trách nhiệm của tôi.

이 프로젝트가 우리 팀한테 얼마나 중요한지 알고 있죠?

Em có biết dự án này quan trọng đến mức nào đối với đội chúng ta phải không?

다신 이런 일이 없도록 하겠습니다.

Tôi hứa điều này sẽ không xảy ra nữa.

알겠어요. 방금 한 말을 믿어 보죠. 가서 일 보세요.

Anh/Chị hiểu rồi. Anh/Chị sẽ tin những lời mà em vừa nói. Hãy đi làm đi.

사무기기 및 인터넷 사용

복사기 및 팩스기

양면 복사를 해 드릴까요?

Anh/Chị có muốn phô tô hai mặt không?

A Anh có thể sao chép bản báo cáo này thành 20 tờ được không?
이 보고서를 20장 복사해 줄 수 있겠어요?

B Dĩ nhiên. **Chị có muốn phô tô hai mặt không?**   그럼요. 양면 복사를 해 드릴까요?

B4로 확대 복사를 원하세요?

Bạn có muốn phô tô phóng to sang B4 không?

이 페이지를 75%로 축소해 주실래요?

Bạn có thể thu nhỏ trang này xuống 75% không?

이 복사기가 고장 난 것 같아요.

Máy photocopy này hình như bị hỏng rồi.

A **Máy photocopy này hình như bị hỏng rồi.**   이 복사기가 고장 난 것 같아요.

B Lại nữa hả? Hôm qua cũng đã có vấn đề giống như vậy nên chúng tôi đã gọi thợ sửa và sửa chữa rồi mà.   또요? 어제 같은 문제가 생겨서 수리공을 불러 고쳤는데요.

이 팩스기가 고장 났어요.

Máy fax này bị hỏng rồi.

이 기계가 고장 났어요. 제가 실수로 떨어뜨렸거든요.

Máy này bị hỏng rồi. Tôi vô tình đánh rơi nó.

엔진 고장이에요.

Động cơ bị hỏng rồi.

기계 고장이에요.

Máy bị hỏng rồi.

잉크가 떨어졌어요.

Hết mực rồi.

복사 용지가 걸렸어요.

Giấy phô tô bị kẹt rồi.

A   Để tôi xem. Ủa, **giấy phô tô bị kẹt rồi.** Bạn có thể cho tôi biết cách loại bỏ
giấy bị kẹt được không?
어디 보자. 어, 복사 용지가 걸렸어요. 이 복사기에 걸린 종이를 제거하는 방법 좀 알려 주시겠어요?

B   Anh mở phần này và làm theo các bước theo thứ tự.
이 부분을 열어서 안에 적혀 있는 순서대로 따라해 보세요.

복사 용지가 다 떨어졌어요.

Giấy phô tô đã hết rồi.

복사기가 고장 났어요.

Máy photocopy bị hỏng rồi.

이 팩스기를 어떻게 사용하는지 아세요?

Anh/Chị có biết cách sử dụng máy fax này không?

이걸 팩스로 보내 드리죠.

Tôi sẽ gửi cái này qua fax nhé.

팩스 받아 보셨나요?

Anh/Chị đã nhận được fax chưa?

그 서류를 제게 팩스로 보내 주시겠어요?

Anh/Chị có thể gửi tài liệu đó cho tôi qua fax được không?

당신 팩스가 아직 도착하지 않았어요.

Fax của anh/chị vẫn chưa đến.

카트리지를 갈아야 해요.

Chúng ta phải thay hộp mực.

A   Anh phải cài đặt chương trình vắc xin.   백신 프로그램을 설치하셔야 해요.

B   À, dù sao, **chúng ta phải thay hộp mực.**
아, 그건 그렇고, 카트리지를 갈아야 해요.

양면으로 복사해 주세요.

Phô tô hai mặt nhé.

A Chị muốn bao nhiêu tờ?   몇 장이요?

B 20 tờ. **Phô tô hai mặt nhé.**   20장이요. 양면으로 복사해 주세요.

단면으로 복사해 주세요.

Phô tô một mặt nhé.

**컴퓨터 및
인터넷**

인터넷에 어떻게 접속하죠?

Làm thế nào để truy cập Internet?
Tôi truy cập Internet bằng cách nào?

베트남 구글 접속은 어떻게 하죠?

Làm thế nào để truy cập Google Việt Nam?
Tôi truy cập Google Việt Nam bằng cách nào?

A **Làm thế nào để truy cập Google Việt Nam?**   베트남 구글 접속은 어떻게 하죠?

B Chỉ cần đánh 'google.com.vn'.   그냥 'google.com.vn'이라고 치면 돼요.

인터넷 연결이 굉장히 느리네요!

Internet này kết nối chậm quá!

이 컴퓨터가 고장 난 것 같아요.

Hình như cái máy vi tính này bị hỏng rồi.

제가 사용해야 하는 아이디와 패스워드가 뭔지 아세요?

Anh/Chị có biết ID và mật khẩu mà tôi phải sử dụng là gì không?

이 소프트웨어 사용법을 아세요?

Bạn có biết cách sử dụng phần mềm này không?

당신 컴퓨터에 파워포인트가 설치돼 있나요?

Máy tính của anh/chị đã được cài đặt PowerPoint chưa?

제 컴퓨터가 멈췄어요.

Máy tính của tôi đã bị ngừng hoạt động rồi.

A   Có chuyện gì vậy?   무슨 일이에요?

B   **Máy tính của tôi đã bị ngừng hoạt động rồi.**   제 컴퓨터가 멈췄어요.

컴퓨터가 바이러스에 감염됐어요.

Máy tính bị nhiễm virus rồi.

소프트웨어를 업데이트해야 해요.

Tôi cần cập nhật phần mềm của mình.

백신 프로그램을 설치하세요.

Anh/Chị hãy cài đặt chương trình vắc-xin nhé.

A   Hình như máy tính của tôi có vi-rút.   제 컴퓨터에 바이러스가 있는 것 같아요.

B   **Anh hãy cài đặt chương trình vắc-xin nhé.**   백신 프로그램을 설치하세요.

인트라넷에 어떻게 접속해요?

Làm thế nào để truy cập vào mạng nội bộ?

내 이메일 받았어요?

Anh/Chị đã nhận được email của tôi chưa?

A   **Làm thế nào để truy cập vào mạng nội bộ?**   인트라넷에 어떻게 접속해요?

B   **Chị đã nhận được email của tôi chưa?** Tôi đã gửi địa chỉ URL và mật khẩu rồi.   내 이메일 받았어요? URL 주소와 패스워드를 보냈어요.

페이스북 계정이 어떻게 되세요?

Tài khoản Facebook của anh/chị là gì?

MSN 계정이 어떻게 되세요?

Tài khoản MSN của anh/chị là gì?

A   Anh có thể gửi nó cho tôi qua MSN được không?   그걸 내게 MSN으로 보내 줄래요?

B   Vâng, được ạ. **Tài khoản MSN của chị là gì?**   네, 그러죠. MSN 계정이 어떻게 되세요?

보고서를 엑셀 형식으로 제출해야 하는데, 어떻게 하는지 모르겠어요.

Tôi phải nộp báo cáo theo hình thức Excel, nhưng không biết làm thế nào.

엑셀을 어떻게 사용하는지 아예 모른다는 말씀이세요?

Ý anh/chị là anh/chị hoàn toàn không biết cách sử dụng Excel như thế nào hả?

엑셀 사용법은 알아요. 단지 회사 인트라넷 이메일에 첨부할 수 있는 형식으로 저장하는 방법을 모르겠어요.

Tôi biết cách sử dụng Excel rồi. Tôi chỉ không biết là làm thế nào để lưu trữ nó theo hình thức được đính kèm trên email mạng nội bộ của công ty thôi.

이메일 보낼 때 저를 참조로 넣어 주세요.

Khi gửi email hãy cho tôi vào tham khảo.

> A   **Khi gửi email hãy cho tôi vào tham khảo.**   이메일 보낼 때 저를 참조로 넣어 주세요.
> B   Tôi đã làm rồi.   이미 했어요.

그걸 제 USB 메모리에 저장해 주세요.

Anh/Chị hãy lưu cái đó vào bộ nhớ USB của tôi nhé.

저를 메신저에 추가하세요.

Anh/Chị hãy thêm tôi vào mục nhắn tin nhé.

> A   **Anh hãy thêm tôi vào mục nhắn tin nhé.**   저를 메신저에 추가하세요.
> B   Vâng, địa chỉ email là gì?   네, 이메일 계정이 어떻게 되세요?

그녀를 내 메신저에서 차단시킬 겁니다.

Tôi sẽ chặn cô ấy trong mục nhắn tin của tôi.

퇴근 시 컴퓨터 전원을 끄세요.

Anh/Chị hãy tắt máy tính khi tan sở.

정보 검색을 하려면 구글로 가세요.

Tìm kiếm thông tin thì hãy truy cập Google.

A Tôi không thể tìm thấy thông tin liên quan đến điều này.
이것에 관한 정보를 못 찾겠어요.

B **Tìm kiếm thông tin thì hãy truy cập Google.** 정보 검색을 하려면 구글로 가세요.

페이스북 접속은 어떻게 하죠?

Làm thế nào để truy cập vào Facebook?

아이디가 어떻게 돼요?

ID của anh/chị là gì?

아이디와 패스워드가 뭐죠?

ID và mật khẩu của anh/chị là gì?

A Máy tính này cần có ID và mật khẩu. **ID và mật khẩu của chị là gì?**
이 컴퓨터는 아이디와 패스워드가 필요하군요. 아이디와 패스워드가 뭐죠?

B À, cả ID và mật khẩu đều là 9876. 아, 아이디와 패스워드 둘 다 9876이에요.

홈페이지 주소가 어떻게 되죠?

Địa chỉ trang chủ của anh/chị là gì?

검색창에 그냥 'e-비즈니스'라고 치세요.

Chỉ cần đánh 'e-business' vào phần tìm kiếm.

A Từ gì vậy? 무슨 단어였죠?

B **Chỉ cần đánh 'e-business' vào phần tìm kiếm.**
검색창에 그냥 'e-비즈니스'라고 치세요.

저는 독수리 타법으로 칩니다.

Tôi đánh máy như mổ cò.

열려 있는 창을 닫아요.

Anh/Chị hãy đóng trang web đang mở.

A Internet thực sự chậm quá. 인터넷이 정말 느려요.

B **Chị hãy đóng trang web đang mở.** 열려 있는 창을 닫아요.

접속하셨나요?

Anh/Chị đã truy cập chưa?

기타 사무기기 문제

에어컨이 작동하지 않아요.

Máy điều hòa đang không hoạt động.

A Ở đây nóng quá! 이 안이 아주 덥군요!

B **Máy điều hòa đang không hoạt động.** 에어컨이 작동하지 않아요.

필터를 갈아야겠어요.

Chúng ta cần phải thay đổi bộ lọc.

기사를 불러 점검하죠.

Gọi kỹ sư để kiểm tra nhé.

A **Chúng ta cần phải thay đổi bộ lọc.** 필터를 갈아야겠어요.

B Đừng sờ vào bất cứ cái gì. **Gọi kỹ sư để kiểm tra nhé.**
아무것도 만지지 마세요. 기사를 불러 점검하죠.

점검하려면 AS 센터에 전화하세요.

Anh/Chị hãy gọi điện cho trung tâm AS để kiểm tra nhé.

내 의자는 낡았어요. 흔들흔들거려요.

Cái ghế của tôi đã cũ rồi. Nó lung lay.

A **Cái ghế của tôi đã cũ rồi. Nó lung lay.** 내 의자는 낡았어요. 흔들흔들거려요.

B Nếu muốn nhận được cái mới thì anh hãy điền vào giấy tờ này.
새로 받으려면 이 양식을 쓰세요.

에어컨이 방을 충분히 시원하게 하지 않네요.

Máy điều hòa làm cho phòng mát không đầy đủ.

A **Máy điều hòa làm cho phòng mát không đầy đủ.**
에어컨이 방을 충분히 시원하게 하지 않네요.

B Chắc có vấn đề gì đó. 뭔가 문제가 있어요.

에어컨 온도를 내려 주세요.

Giảm nhiệt độ máy lạnh xuống đi.

에어컨 온도를 올려 주세요.

Tăng nhiệt độ máy lạnh lên đi.

기타 잡무

02-4.mp3

**우편물
부치기**

소포에 주소 적으셨나요?

Anh/Chị đã ghi địa chỉ vào bưu phẩm chưa?

선박 우편으로 얼마나 걸립니까?

Bằng đường biển sẽ mất bao lâu?

항공 우편으로 얼마나 걸립니까?

Bằng đường hàng không sẽ mất bao lâu?

A **Chị đã ghi địa chỉ vào bưu phẩm chưa?** 소포에 주소 적으셨나요?

B Vâng, đây ạ. **Bằng đường hàng không sẽ mất bao lâu?**
네, 여기요. 항공 우편으로 얼마나 걸립니까?

주소에 우편번호 적으셨나요?

Bạn đã ghi mã bưu chính trong địa chỉ chưa?

빠른 우편으로 보내 주세요.

Tôi muốn gửi bằng đường chuyển phát nhanh.

A Nơi nào cũng sẽ mất 2 tuần đến 4 tuần. 어디든 2주에서 4주 걸립니다.

B **Tôi muốn gửi bằng đường chuyển phát nhanh.** 빠른 우편으로 보내 주세요.

일반 우편으로 보내 주세요.

Tôi muốn gửi bằng thư thông thường.

우편번호를 다시 확인해 주시겠어요?

Anh/Chị có thể kiểm tra lại mã bưu chính không?

A Anh đã ghi địa chỉ vào bưu phẩm chưa? 소포에 주소 적으셨나요?

B Rồi, nhưng **chị có thể kiểm tra lại mã bưu chính không?**
네, 근데 우편번호를 다시 확인해 주시겠어요?

착불로 보내 주세요.

Tôi muốn gửi bằng tiền mặt khi giao hàng.

등기 우편으로 보내 주세요.

Tôi muốn gửi bằng thư bảo đảm.

A Ở bên trong có cái gì?   안에 뭐가 들어 있죠?

B Có hồ sơ ạ. **Tôi muốn gửi bằng thư bảo đảm.**
   서류입니다. 등기 우편으로 보내 주세요.

보험금은 얼마죠?

Phí bảo hiểm là bao nhiêu?

**잔심부름
부탁**

오는 길에 커피 좀 갖다 줄래요?

Em có thể mang cà phê cho tôi trên đường đến đây được
không?

A **Em có thể mang cà phê cho tôi trên đường đến đây được không?**
   오는 길에 커피 좀 갖다 줄래요?

B Vâng, còn gì nữa không ạ?   네, 뭐 또 다른 건요?

오는 길에 보고서 좀 갖다 줄래요?

Em có thể đưa cho anh/chị bản báo cáo trên đường đến
đây được không?

상사가 점심으로 샌드위치를 원하시네요.

Cấp trên của tôi muốn ăn bánh mì kẹp cho bữa trưa.

A **Cấp trên của tôi muốn ăn bánh mì kẹp cho bữa trưa.** Hôm nay ông ấy
   định vừa ăn vừa xử lý công việc. Tôi cảm ơn chị nhé.
   상사가 점심으로 샌드위치를 원하시네요. 오늘 식사하시면서 업무를 보신대요. 고마워요.

B Có gì đâu ạ.   별말씀을요.

접시 2개 더 가져오세요.

Em lấy thêm hai đĩa nữa.

가서 의자 3개 더 가져오세요.

Em hãy đi lấy thêm 3 cái ghế nữa đi.

A Em Tuấn, **em hãy đi lấy thêm ở đây 3 cái ghế nữa đi.**
뚜언 씨, 가서 여기에 의자 3개 더 가져오세요.

B Vâng, hãy giao cho em. 네, 제게 맡기세요.

이걸 40장 복사해 주세요.

Em phô tô cái này thành 40 tờ nhé.

A Anh muốn phô tô mấy tờ? 몇 장을 원하세요?

B **Em phô tô cái này thành 40 tờ nhé.** 이걸 40장 복사해 주세요.

라이언과의 약속은 취소해 주세요.

Hãy hủy cuộc hẹn với Ryan nhé.

마케팅부의 흐엉 씨에게 이걸 전해 주세요.

Hãy chuyển cái này cho chị Hương của bộ phận tiếp thị nhé.

A **Hãy chuyển cái này cho chị Hương của bộ phận tiếp thị nhé.**
마케팅부의 흐엉 씨에게 이걸 전해 주세요.

B Vâng ạ. 네, 알겠습니다.

휴가

올겨울에 캄보디아에 가요.

Tôi sẽ đi Campuchia vào mùa đông này.

올여름에 다낭에 가요.

Tôi sẽ đi Đà Nẵng vào mùa hè này.

A Kế hoạch kỳ nghỉ năm nay của chị thế nào? 올해 휴가 계획은 어때요?

B **Tôi sẽ đi Đà Nẵng vào mùa hè này.** 올여름에 다낭에 가요.

제 휴가는 7월 25일부터 8월 2일까지예요.

Kỳ nghỉ của tôi là từ ngày 25 tháng 7 đến ngày 2 tháng 8.

A   Khi nào vậy?   언제예요?

B   **Kỳ nghỉ của tôi là từ ngày 25 tháng 7 đến ngày 2 tháng 8.**
제 휴가는 7월 25일부터 8월 2일까지예요.

내가 없는 동안 투 씨가 내 업무를 맡아 줄 거예요.

Chị Thu sẽ phụ trách công việc của tôi trong thời gian tôi đi vắng.

A   Tôi nên liên lạc với ai trong khi anh đi vắng?
자리 비우시는 동안 어느 분께 연락드려야 할까요?

B   **Chị Thu sẽ phụ trách công việc của tôi trong thời gian tôi đi vắng.**
내가 없는 동안 투 씨가 내 업무를 맡아 줄 거예요.

내가 없는 동안 중이 내 프로젝트를 맡아 줄 거예요.

Anh Dũng sẽ phụ trách/đảm nhận dự án của tôi trong khi tôi đi vắng.

제주도에 갈 계획입니다.

Tôi dự định đi đảo Jeju.

A   Kế hoạch kỳ nghỉ năm nay của chị thế nào?   올해 휴가 계획은 어때요?

B   **Tôi dự định đi đảo Jeju.** Ba ngày hai đêm ạ.
제주도에 갈 계획입니다. 2박 3일간이요.

다음 주 수요일에 돌아와요.

Tôi sẽ trở lại vào thứ tư tới.

A   Khi nào anh trở về từ kỳ nghỉ?   휴가에서 언제 돌아와요?

B   **Tôi sẽ trở lại vào thứ tư tới.**   다음 주 수요일에 돌아와요.

휴가 낼 여유가 없어요.

Tôi không có thời gian để dùng kỳ nghỉ.

유급 휴가가 있어요.

Tôi có ngày nghỉ ăn lương.

오늘 밤 회식이 있어요.

Tối nay có tiệc liên hoan.

A **Tối nay có tiệc liên hoan.**   오늘 밤 회식이 있어요.

B Hay quá, tôi sẽ đi.   좋아요, 갈게요.

오늘 밤 업무차 회식을 합니다.

Tối nay có tiệc liên hoan cho công việc.

회사 야유회에 신청하세요.

Hãy đăng ký tham gia chuyến dã ngoại của công ty.

A **Hãy đăng ký tham gia chuyến dã ngoại của công ty.**
회사 야유회에 신청하세요.

B Khi nào vậy?   언제죠?

참석하려면 신청해야 합니다.

Nếu muốn tham gia thì phải đăng ký.

점심은 각자 챙겨 오는 것을 잊지 마세요.

Mỗi người đừng quên mang theo bữa trưa của mình nhé.

A Khi nào là buổi dã ngoại của bộ phận chúng ta?   저희 부서 야유회가 언제죠?

B Là thứ bảy tuần sau. **Mỗi người đừng quên mang theo bữa trưa của mình
nhé.**   다음 주 토요일이요. 점심은 각자 챙겨 오는 것을 잊지 마세요.

간식거리 챙겨 오는 것을 잊지 마세요.

Đừng quên mang đồ ăn vặt tới nhé.

돈을 걷어 투의 생일 선물을 삽시다.

Chúng ta hãy lấy tiền ra và mua quà sinh nhật cho Thu đi.

A Chúng ta phải chuẩn bị sinh nhật của Thu.   투의 생일 준비를 해야 해요.

B **Chúng ta hãy lấy tiền ra và mua quà sinh nhật cho Thu đi.**
돈을 걷어 투의 생일 선물을 삽시다.

추첨 경품이 있을 겁니다.

Sẽ có phần thưởng bốc thăm.

다음 주 월요일까지 회답해 주세요.

Anh/Chị hãy trả lời đến ngày thứ hai tuần sau.

A   Tôi phải đăng ký bữa tiệc không?   파티를 신청해야 해요?

B   Vâng, **chị hãy trả lời đến ngày thứ hai tuần sau.**
네, 다음 주 월요일까지 회답해 주세요.

저희 모임을 연기해야 할 것 같아요.

Chắc chúng ta phải trì hoãn cuộc họp của mình.

직원 경조사

어쩌면 좋아요.

Điều đó thật tiếc.

그거 유감이군요!

Thật là đáng tiếc!

새집으로 이사했다고 들었어요.

Tôi nghe nói là anh/chị đã chuyển đến nhà mới.

결혼 축하해요!

Chúc mừng anh/chị kết hôn!
Chúc mừng đám cưới của anh/chị!

A   **Chúc mừng anh kết hôn!**   결혼 축하해요!

B   Cảm ơn chị.   감사합니다.

다음 달에 결혼한다는 소식을 들었어요.

Nghe nói anh/chị sẽ đám cưới vào tháng sau.

A   Anh Trung ơi, **nghe nói anh sẽ đám cưới vào tháng sau.** Chúc mừng anh Trung!   쭝 씨, 다음 달에 결혼한다는 소식을 들었어요. 축하해요!

B   Cảm ơn chị. Nhưng tháng tới là tiệc đính hôn. Ngày đám cưới là đầu năm sau.
감사합니다. 하지만 다음 달엔 약혼 파티를 해요. 결혼 날짜는 내년 초예요.

부인께서 병원에 입원하셨다니 유감이군요.

Tôi thật tiếc nghe tin rằng vợ của anh đã nhập viện.

민우 씨 아버님께서 돌아가셨다니 유감이군요.

Tôi thật tiếc nghe tin rằng bố của anh Min Woo đã qua
đời.

A **Tôi thật tiếc nghe tin rằng bố của anh Min Woo đã qua đời.**
민우 씨 아버님께서 돌아가셨다니 유감이군요.

B Vâng ạ. Tất cả chúng ta sẽ đều dự đám tang của bố anh ấy vào thứ sáu tuần
này.   그러게요. 우리 모두 이번 주 금요일에 아버님 장례식에 참석할 거예요.

삼가 고인의 명복을 빕니다.

Cầu mong cho hương hồn cố nhân sẽ về cõi vĩnh hằng.

A Mẹ tôi qua đời hôm qua.   어제 어머니께서 돌아가셨어요.

B Ôi, **cầu mong cho hương hồn cố nhân sẽ về cõi vĩnh hằng.**
아, 삼가 고인의 명복을 빕니다.

저는 축의금으로 5만 원을 낼 거예요.

Tôi sẽ đóng 50 ngàn won tiền mừng.

저는 부의금으로 10만 원을 냈어요.

Tôi đã đóng 100 ngàn won tiền viếng.

Chapter 5

동료와의 대화

자기계발

저는 프레젠테이션 수업을 듣고 있어요.

Tôi đang nghe giảng lớp thuyết trình.

A Anh đang làm gì? 뭐 해요?

B Tôi đang học thuộc bản báo cáo. **Tôi đang nghe giảng lớp thuyết trình.**
발표문을 외우고 있어요. 프레젠테이션 수업을 듣고 있거든요.

저는 댄스 수업을 듣고 있어요.

Tôi đang nghe giảng lớp học khiêu vũ.

저는 명상하는 법을 배우고 있어요.

Tôi đang học phương pháp thiền.

A **Tôi đang nghe giảng lớp học khiêu vũ.** 저는 댄스 수업을 듣고 있어요.

B Hay quá! **Tôi đang học phương pháp thiền.** Tận hưởng thời gian rảnh rỗi là
rất quan trọng.
좋네요! 저는 명상하는 법을 배우고 있어요. 여가 시간을 잘 보내는 게 중요하죠.

이 소프트웨어 사용법을 배웠어요.

Tôi đã học cách sử dụng phần mềm này.

이게 제 일에 집중하는 데 도움이 돼요.

Nó giúp tôi tập trung vào công việc của mình.

A Ủa, chị đang học yoga hả? 와, 요가를 배우시나 봐요?

B Vâng. **Nó giúp tôi tập trung vào công việc của mình.**
네. 이게 제 일에 집중하는 데 도움이 돼요.

이게 제 여가를 즐기는 데 도움이 돼요.

Nó giúp tôi tận hưởng thời gian rảnh rỗi của mình.

건강을 유지하고 있어요.

Tôi đang giữ sức khỏe.

제 영어 공부를 다시 하고 싶어서요.

Tôi muốn học tiếng Anh lại.

A   Anh đang học tiếng Anh không?   영어 공부해요?

B   **Vâng, tôi muốn học tiếng Anh lại.**   네, 제 영어 공부를 다시 하고 싶어서요.

저는 독학 회계사입니다.

Tôi là một kế toán viên đã tự học.

승진하려면 높은 토익 점수가 필요해요.

Tôi cần một điểm TOEIC cao để được thăng chức.

A   Tại sao chị học TOEIC?   토익 공부를 왜 해요?

B   **Tôi cần một điểm TOEIC cao để được thăng chức.**
   승진하려면 높은 토익 점수가 필요해요.

승진

내년에 승진할 겁니다.

Năm sau sẽ được thăng chức.

A   **Năm sau sẽ được thăng chức.**   내년에 승진할 겁니다.

B   Tốt quá!   잘됐네요!

과장이 되어 좋아요.

Tôi thật vui đã trở thành trưởng phòng.

A   **Tôi thật vui đã trở thành trưởng phòng.**   과장이 되어 좋아요.

B   Vâng, nhưng anh sẽ có nhiều trách nhiệm hơn.   네, 하지만 책임질 게 더 많아지죠.

팀장이 되어 좋아요.

Tôi thật vui đã trở thành nhóm trưởng.

저는 10% 급여 인상을 원해요.

Tôi muốn tăng lương 10 phần trăm.

A **Tôi muốn tăng lương 10 phần trăm.** 저는 10% 급여 인상을 원해요.
B Chúc may mắn! 행운을 빌어요!

여기서 성과급 제도를 적용받고 싶어요.

Tôi muốn nhận chế độ cấp thành quả ở đây.

내년에 승진하고 싶어요.

Tôi muốn được thăng chức vào năm sau.

A Chị Thuỷ làm việc chăm chỉ quá! 투이 씨, 일을 열심히 하는군요!
B **Tôi muốn được thăng chức vào năm sau.** 내년에 승진하고 싶어요.

저는 내년에 상무이사가 되고 싶어요.

Tôi hy vọng năm sau sẽ trở thành giám đốc điều hành.

이제 책임이 더 많이 따르죠.

Tôi có nhiều trách nhiệm hơn từ bây giờ.

A Sau khi được làm nhóm trưởng, anh thấy thế nào? 팀장이 되니까 어때요?
B **Tôi có nhiều trách nhiệm hơn từ bây giờ.** 이제 책임이 더 많이 따르죠.

우리는 성과급 제도가 있습니다.

Chúng tôi có chế độ cấp thành quả.

어떤 특별 혜택을 받으세요?

Anh/Chị đang nhận được những đặc quyền gì?

A **Anh đang nhận được những đặc quyền gì?** 어떤 특별 혜택을 받으세요?
B Công ty cung cấp cho tôi một ngôi nhà và một chiếc xe hơi.
회사에서 집과 차를 제공해 줘요.

승진 축하해요!

Chúc mừng anh/chị đã thăng chức!

당신은 그럴 자격이 있어요.

Anh/Chị xứng đáng với nó.

A Tôi đã được thăng chức. 저, 승진했어요.

B Chúc mừng anh! **Anh xứng đáng với nó.** 축하해요! 당신은 그럴 자격이 있어요.

잡담

회의는 어떻게 됐어요?

Cuộc họp thế nào rồi?

A **Cuộc họp thế nào rồi?** 회의는 어떻게 됐어요?

B Tốt rồi, nhưng đã họp rất lâu. 좋아요, 근데 굉장히 길었죠.

짱이 그만뒀다는 얘기 들었어요?

Anh/Chị đã nghe tin em Trang đã nghỉ việc chưa?

A **Chị đã nghe tin em Trang đã nghỉ việc chưa?**
짱이 그만뒀다는 얘기 들었어요?

B Rồi, tiếc quá! Tôi đã thực sự thích Trang. 그래요, 안됐어요! 짱을 참 좋아했는데요.

미희 씨가 결혼한다는 얘기 들었어요?

Anh/Chị đã nghe nói chị Mi Hee sắp kết hôn chưa?

정장이 멋지네요!

Bộ đồ của anh/chị đẹp qúa!

A **Bộ đồ của anh đẹp qúa!** 정장이 멋지네요!

B À, vợ tôi đã tặng quà sinh nhật cho tôi. 아, 집사람이 생일 선물로 사 준 거예요.

머리가 예쁘네요!

Kiểu tóc đẹp qúa!

넥타이가 잘 어울려요.

Cà vạt rất hợp với anh.

어떤 스포츠를 좋아해요?

Anh/Chị thích môn thể thao nào?

A **Anh thích môn thể thao nào?** 어떤 스포츠를 좋아해요?

B Tôi là fan bóng đá. 저는 축구 팬이에요.

점심으로 뭐가 먹고 싶어요?

Trưa nay anh/chị muốn ăn gì?

A **Trưa nay chị muốn ăn gì?** 점심으로 뭐가 먹고 싶어요?

B Đói bụng quá! Ăn cái gì cũng được. 배가 너무 고프네요! 아무거나 좋아요.

영화 <씨클로> 봤어요?

Anh/Chị đã xem phim *Cyclo* chưa?

주식 투자해요?

Anh/Chị đầu tư vào cổ phiếu không?

퇴근 후 활동

퇴근 후 아무 계획도 없어요.

Tôi không có kế hoạch gì sau khi tan sở.

A Hôm nay bạn làm gì sau khi tan làm? 오늘 퇴근 후 뭐 하세요?

B **Tôi không có kế hoạch gì sau khi tan sở.** 퇴근 후 아무 계획도 없어요.

오늘 밤 아무 계획도 없어요.

Tối nay tôi không có kế hoạch gì cả.

퇴근 후 데이트가 있어요.

Tôi có hẹn hò sau khi tan sở.

한잔하러 갑시다.

Chúng ta hãy đi nhậu đi.

A **Chúng ta hãy đi nhậu đi.** 한잔하러 갑시다.

B Tôi thì thích lắm. Còn chị Ji Hee? 저는 좋습니다. 지희 씨는 어때요?

함께 저녁 먹으러 가죠.

Chúng ta cùng đi ăn tối đi.

저는 오늘 밤에 다른 일이 있어요.

Tối nay tôi có việc khác rồi.

A **Chúng ta cùng đi ăn tối đi.** 함께 저녁 먹으러 가죠.

B Xin lỗi, **tối nay tôi có việc khác rồi.** 죄송한데, 저는 오늘 밤에 다른 일이 있어요.

오늘 밤 부모님 댁에 가야 해요.

Tôi phải đến nhà bố mẹ vào tối nay.

퇴근 후 계획 있어요?

Anh/Chị có kế hoạch gì sau khi tan sở không?

A **Anh có kế hoạch gì sau khi tan sở không?** 퇴근 후 계획 있어요?

B Không có gì đặc biệt. Cứ về nhà thôi. 특별한 거 없어요. 그냥 집에 갈 거예요.

오늘 밤 야근해야 돼요.

Tối nay tôi phải làm thêm giờ.

뭐 하고 싶은 거 있어요?

Anh/Chị có muốn làm gì không?

A **Chị có muốn làm gì không?** 뭐 하고 싶은 거 있어요?

B Có chứ. Đi xem phim thế nào? 네. 영화 보는 건 어때요?

사과하기

오해해서 미안해요.

Tôi xin lỗi đã hiểu lầm.

A Em luôn bị chậm so với lịch trình như thế này hả?
항상 이렇게 일정보다 뒤쳐지나요?

B Ủa? Cái đó, em đã xong rồi mà. 어? 그건 이미 끝냈는데요.

A Ồ, thật sao? **Anh xin lỗi đã hiểu lầm.** 아, 그래요? 오해해서 미안해요.

당신이 이미 이걸 마친 것을 몰랐네요.

Tôi đã không biết anh/chị đã hoàn thành việc này.

A Em đã hoàn tất đề án này rồi mà.   이 제안서는 벌써 마쳤는데요.

B **Anh đã không biết em đã hoàn thành việc này.**
당신이 이미 이걸 마친 것을 몰랐네요.

이걸 보고 드리지 못한 건 제 실수였습니다.

Việc không báo cáo điều này là sai lầm của tôi.

A Chị đã không biết rằng em đã liên lạc với khách hàng rồi.
당신이 고객에게 벌써 연락했다는 사실을 몰랐어요.

B **Việc không báo cáo điều này là sai lầm của em.**
이걸 보고 드리지 못한 건 제 실수였습니다.

약속을 잊어서 미안해요.

Tôi xin lỗi tôi đã quên mất cuộc hẹn của chúng ta.

당신이 아팠는지 몰랐어요.

Tôi không biết anh/chị đã bị bệnh.

먼저 전화드리지 못한 건 제 실수였습니다.

Việc không gọi điện trước cho anh/chị là sai lầm của tôi.

미안해요. 제가 실수했네요.

Xin lỗi anh/chị. Tôi đã sai sót rồi.

기분 상하신 거 아니죠?

Có phải anh/chị đang cảm thấy bị tổn thương không?

A **Có phải chị đang cảm thấy bị tổn thương không?**   기분 상하신 거 아니죠?

B Tất nhiên, không sao cả.   물론이죠, 괜찮습니다.

사과를 받아들일게요.

Tôi sẽ chấp nhận lời xin lỗi.

사과하실 필요 없어요.

Anh/Chị không cần phải xin lỗi.

감사하기

접대 감사해요.

Cảm ơn anh/chị đã tiếp đãi tôi.

A **Cảm ơn anh đã tiếp đãi tôi.** 접대 감사해요.

B Có gì đâu ạ. 별말씀을요.

좋은 친구가 돼 줘서 고마워요.

Cảm ơn anh/chị đã trở thành một người bạn tốt của tôi.

저희에게 좋은 멘토 역할을 해 주셔서 감사해요.

Cảm ơn anh/chị đã trở thành một người cố vấn tốt của chúng tôi.

함께 일해서 즐거웠습니다.

Tôi đã rất vui được làm việc cùng với anh/chị.

A **Cảm ơn chị đã trở thành một người cố vấn tốt của chúng tôi.**
저희에게 좋은 멘토 역할을 해 주셔서 감사해요.

B **Tôi đã rất vui được làm việc cùng với anh.** 함께 일해서 즐거웠습니다.

A Tôi cũng như vậy. 저도 즐거웠어요.

당신의 친절에 감사드립니다.

Tôi cảm ơn sự thân thiện của anh/chị.

함께 시간 보내서 즐거웠어요.

Tôi đã rất vui được dành thời gian cùng với anh/chị.

함께 일할 수 있게 돼 감사하게 생각해요.

Tôi thấy thật biết ơn vì tôi có thể cùng làm việc với anh/chị.

A **Tôi thấy thật biết ơn vì tôi có thể cùng làm việc với chị.**
함께 일할 수 있게 돼 감사하게 생각해요.

B Đó cũng là niềm vui của tôi. 저도 기뻐요.

위로해 주셔서 감사합니다.

Cảm ơn anh/chị đã an ủi tôi.

A Tôi tin rằng anh sẽ vượt qua khó khăn này. 이 어려움을 극복하시리라 믿어요.

B **Cảm ơn chị đã an ủi tôi.** 위로해 주셔서 감사합니다.

간단한 응답

우리 사이에 뭘요!

Chúng ta mà, có gì đâu!

별말씀을요.

Có gì đâu.
Không sao cả.
Anh/Chị khách sáo quá.

아, 그렇군요.[알아들었어요.]

Vâng, được.
Tôi hiểu rồi.
Tôi hiểu anh/chị nói gì.

무슨 말인지 잘 이해했어요.

Tôi hiểu được.
Tôi hiểu ý anh/chị rồi.
Tôi hiểu ý anh/chị nói rồi.

그래요?

Thế à?
Thế ạ?
Vậy hả?

잘됐군요!

Tốt rồi!
Hay thật!
Thật tuyệt!

5 동료와의 대화

사무 업무

그럼요.

Đồng ý.
Dĩ nhiên.
Đúng rồi.
Tất nhiên.
Được chứ.
Tất nhiên rồi.
Chắc chắn rồi.
Đương nhiên rồi.
Tôi đồng ý với anh/chị.

이해가 안 되네요.

Tôi không đồng ý.
Tôi không hiểu được.

다시 한 번 말씀해 주시겠어요?

Xin lỗi?
Anh/Chị nói lại được không?
Anh/Chị nói lại một lần nữa được không?

설마 그럴 리가!

Tôi không tin được.

도대체 무슨 말이죠?

Anh/Chị đang nói gì vậy?

당신이 하는 말이 이해가 안 되네요.

Tôi không hiểu anh/chị nói gì.

모르겠어요.

Tôi chưa biết.
Tôi không biết.
Tôi lộn xộn quá.

전화

전화는 보이지 않는 상대와 말로 하는 커뮤니케이션 수단입니다. 직접 만나 이야기하거나 문서로 전달할 때보다 오해의 소지도 많고 의도가 제대로 전달되지 않을 가능성도 크죠. 그만큼 비즈니스 전화 업무를 두려워하는 사람들도 많습니다. 이번 파트에서는 비즈니스상 전화로 의사소통을 할 때 필요한 표현들을 정리했습니다. 비즈니스 격식을 갖춘 표현들을 미리 익혀 둔다면 전화벨 소리가 더는 두렵지 않을 거예요.

전화 업무

전화받기

여보세요. 윤선애입니다.
A lô. Tôi là Yoon Sun Ae.
A lô. Yoon Sun Ae đây ạ.

여보세요. 재무부의 김수진입니다.
A lô. Tôi là Kim Su Jin ở bộ phận tài chính.

여보세요. ABC 무역의 김미진입니다.
A lô. Kim Mi Jin ở công ty thương mại ABC đây.

A **A lô. Kim Mi Jin ở công ty thương mại ABC đây.**
   여보세요. ABC 무역의 김미진입니다.

B Chào chị. Tôi gọi cho chị vì tôi muốn biết kết quả đề án của chúng tôi như
   thế nào rồi.   안녕하세요. 저희 쪽 제안이 어떻게 돼 가고 있는지 궁금해서 전화드렸습니다.

안녕하세요. 인사부의 이민우입니다.
Chào anh/chị. Tôi là là Lee Min Woo ở bộ phận nhân sự.

*bộ phận nhân sự 인사부

여보세요. 하노이 본사의 배준우입니다.
A lô. Tôi là Bae Jun Woo ở trụ sở chính Hà Nội.

*trụ sở chính 본사

여보세요. 경영관리팀의 윤보배입니다.
A lô. Tôi là Yoon Bo Bae ở bộ phận quản trị kinh doanh.

흐엉입니다. 무엇을 도와 드릴까요?
Hương đây ạ. Tôi có thể giúp gì cho anh/chị ạ?

네, 접니다.
Vâng, nghe đây ạ.
Vâng, tôi nghe đây.

A	A lô.	여보세요.
B	Có anh Tuấn không ạ?	뚜언 씨 있나요?
A	**Vâng, tôi nghe đây.**	네, 접니다.

저는 김수지입니다. 무엇을 도와 드릴까요?

Tôi là Kim Soo Ji. Tôi có thể giúp gì cho anh/chị không?

실례지만, 누구신가요?

Xin lỗi, ai gọi đấy ạ?

Xin lỗi, anh/chị là ai?

Xin lỗi, ai đang gọi điện thoại đấy ạ?

Xin lỗi, làm ơn cho biết ai đang gọi điện thoại đấy ạ?

| A | Cho tôi nói chuyện với ông giám đốc Trung. | 쭘 사장님 부탁합니다. |
| B | **Xin lỗi, làm ơn cho biết ai đang gọi điện thoại đấy ạ?** | 실례지만, 누구신가요? |

여보세요, VINA 회사입니다. 저는 쟝입니다.

A lô, công ty VINA xin nghe. Tôi là Giang.

여보세요, 카잉 사장님실입니다. 저는 흐엉입니다.

A lô, phòng giám đốc của ông Khanh xin nghe. Em là Hương.

A	**A lô, phòng giám đốc của ông Khanh xin nghe. Em là Hương.** Em cần giúp gì không ạ?	여보세요. 카잉 사장님실입니다. 저는 흐엉입니다. 무엇을 도와 드릴까요?
B	Chào chị. Có ông Khanh ở đó không ạ?	안녕하세요. 카잉 사장님 계세요?
A	Dạ, bây giờ ông ấy không có ở phòng.	아뇨, 지금 사장님은 사무실에 계시지 않아요.

여보세요, 호아 씨 사무실입니다. 저는 끄엉입니다.

A lô, văn phòng của cô Hoa xin nghe. Tôi là Cương.

여보세요, 구매부입니다. 저는 김민희입니다.

Xin chào, phòng mua hàng xin nghe. Tôi là Kim Min Hee.

안녕하세요. BIDV 은행에 전화해 주셔서 감사합니다.

Xin chào. Xin cảm ơn anh/chị đã gọi điện cho ngân hàng BIDV.

여보세요, 하오하오 회사입니다. 어떻게 도와 드릴까요?

A lô, công ty Hảo Hảo xin nghe. Tôi có thể giúp gì cho anh/ chị ạ?

A	**A lô, công ty Hảo Hảo xin nghe. Tôi có thể giúp gì cho anh ạ?**
	여보세요, 하오하오 회사입니다. 어떻게 도와 드릴까요?
B	Chào chị. Tôi muốn biết thời gian làm việc thế nào.
	안녕하세요. 영업 시간이 어떻게 되는지 알고 싶습니다.

여보세요. 전화해 주셔서 감사합니다. 오늘 어떻게 도와 드릴까요?

A lô. Xin cảm ơn anh/chị đã gọi cho chúng tôi. Hôm nay tôi có thể giúp gì cho anh/chị ạ?

여보세요. 전화해 주셔서 감사합니다. 전화를 어디로 연결해 드릴까요?

Xin chào. Chúng tôi rất cảm ơn anh/chị đã gọi cho chúng tôi. Anh/Chị muốn liên hệ đến đâu?

(실례지만,) 무슨 일이시죠?

Làm ơn cho biết có chuyện gì?
(Xin lỗi,) anh/chị có chuyện gì ạ?
(Xin lỗi,) anh/chị có việc gì không ạ?
Xin cho tôi biết anh/chị có vấn đề gì?

| A | A lô, có chị Hoa ở đó không ạ? | 여보세요, 호아 씨 계세요? |
| B | **Xin lỗi, anh có chuyện gì ạ?** | 실례지만, 무슨 일이시죠? |

실례지만, 어느 회사에서 연락하시는 건가요?

Xin lỗi, anh/chị liên lạc từ công ty nào?
Xin lỗi, anh/chị gọi đến từ công ty nào?

회사 이름을 알려 주실 수 있을까요?

Làm ơn cho tôi biết tên của công ty được không?

전화 걸기

저는 GQ 호찌밍 지점의 윤리나라고 합니다.

Tôi là Yoon Li Na gọi từ chi nhánh thành phố Hồ Chí Minh của công ty GQ.

저는 한국에서 전화하는 하정우입니다.

Tôi là Ha Jung Woo, gọi điện từ Hàn Quốc.

그분 소개로 전화드려요.

Anh/Chị ấy đã giới thiệu anh/chị với tôi.

(실례지만,) 방금 전화했던 사람입니다.

Tôi vừa gọi cho anh/chị vài phút trước.
Tôi vừa mới gọi điện thoại cho anh/chị.
(Xin lỗi,) tôi là người đã vừa gọi cho anh/chị.

통화하려고 몇 번 전화했었습니다.

Tôi đã thử liên lạc với anh/chị mấy lần rồi.
Tôi đã gọi cho anh/chị mấy lần để nói chuyện.

쟝 씨를 대신해 전화드립니다.

Tôi đang gọi cho anh/chị thay mặt anh Giang.

그분과 직접 통화했으면 합니다.

Tôi muốn nói chuyện trực tiếp với anh ấy/chị ấy.

뚜옌 씨 좀 바꿔 주세요.

Xin cho tôi gặp chị Tuyền.
Tôi muốn nói chuyện với chị Tuyền.
Làm ơn cho tôi nói chuyện với chị Tuyền.

뚜옌 씨 있습니까?

Chị Tuyền có ở đó không ạ?
Tôi có thể nói chuyện với chị Tuyền được không?

A   A lô.   여보세요.

B   Xin lỗi, **chị Tuyền có ở đó không ạ?**   실례지만, 뚜옌 씨 있습니까?

A   Anh đợi một chút ạ.   잠시만요.

재무부의 수지 씨와 통화할 수 있을까요?

Tôi có thể nói chuyện với chị Soo Ji ở bộ phận tài chính được không?

재무부의 수지 씨와 통화하고 싶습니다.

Làm ơn cho tôi nói chuyện với chị Soo Ji ở bộ phận tài chính.

루 씨 있나요?

Có chị Lưu không ạ?
Ở đó có chị Lưu không ạ?

민우 씨를 바꿔 주시겠습니까?

Tôi có thể nói chuyện với anh Min Woo được không?

Biz tip
업무 등에 관한 요구나 부탁을 할 경우 문장 끝에 가능성을 묻는 ~ được không을 붙이면 정중한 표현이 됩니다.

민우 씨와 통화하고 싶습니다.

Làm ơn cho tôi nói chuyện với anh Min Woo.

고객 서비스부 부탁합니다.

Làm ơn nối máy đến bộ phận dịch vụ khách hàng.

(전화하셨다고 해서) 다시 전화드려요.

Tôi gọi điện lại vì đã có cuộc gọi nhỡ của anh/chị.

흐엉 씨 전화 맞나요?

Điện thoại của chị Hương phải không?
Có phải là điện thoại của chị Hương không?

Biz tip
어떤 정보에 대해 자연스럽게 확인할 땐 부가의문문인 ~ phải không? 또는 ~ đúng không?을 사용합니다.

전화하셨다고요?

Nghe nói anh/chị đã gọi cho tôi phải không?

어제 저와 통화하셨던 분입니까?

Anh/Chị là người đã nói chuyện với tôi vào hôm qua phải không?

전화 연결하기

내선번호 486번, 루 씨 연결 부탁합니다.

Xin cho tôi gặp chị Lưu, số nội bộ là 486.

486번 루 씨요. 잠시만 기다려 주세요. 연결해 드리겠습니다.

Số 486, chị Lưu ạ. Vui lòng đời một chút. Tôi sẽ nối máy cho anh/chị.

누구라고 말씀드릴까요?

Tôi sẽ phải nói là ai gọi đến ạ?

전화하신 분은 누구신가요?

Tôi có thể biết tên của anh/chị được không?
Tôi có thể biết tôi đang nói chuyện với ai được không?

전화하신 분의 성함을 알려 주시겠어요?

Vui lòng cho tôi biết tên anh/chị được không?

매니저님을 바꿔 드리겠습니다.

Để tôi chuyển máy cho manager giúp anh/chị.

전화를 연결해 드리겠습니다. 끊지 말고 기다려 주시겠습니까?

Tôi sẽ chuyển máy giúp anh/chị. Anh/Chị có thể giữ máy một lát không? ※chuyển máy 전화를 연결하다 giữ máy (끊지 않고) 기다리다

전화를 연결해 드리겠습니다. 끊지 말고 기다려 주세요.

Hãy giữ máy trong khi tôi chuyển cuộc gọi của anh/chị.
Để tôi chuyển máy cho. Anh/Chị giữ máy và đợi trong giây lát nhé.
Tôi sẽ chuyển máy cho anh ấy/chị ấy. Xin vui lòng chờ máy nhé.

A Chị làm ơn cho tôi nói chuyện với người phụ trách công xưởng.
공장 책임자와 연결 부탁합니다.

B Dạ, vâng. **Tôi sẽ chuyển máy cho anh. Xin vui lòng chờ máy nhé.**
네. 전화를 연결해 드리겠습니다. 끊지 말고 기다려 주세요.

끊지 말고 기다리세요. 쭘 씨 자리로 전화를 연결해 드리겠습니다.

Anh/Chị giữ máy một lát nhé. Tôi sẽ chuyển máy cho anh Trung giúp anh/chị.

고객 서비스부에 전화를 연결해 드리겠습니다.

Để tôi chuyển máy cho phòng dịch vụ khách hàng.

네. 흐엉 씨 전화 맞습니다.

Dạ, vâng. Đây là chỗ của chị Hương.
Vâng ạ. Đây là điện thoại của chị Hương.

(죄송하지만,) 지금 자리에 안 계십니다.

Bây giờ anh ấy/chị ấy không có ở đây.
(Xin lỗi,) bây giờ anh ấy/chị ấy không có ở chỗ.
(Xin lỗi,) bây giờ anh ấy/chị ấy không có ở văn phòng.

죄송하지만, 이번 주에는 회사에 안 계십니다.

Xin lỗi, anh ấy/chị ấy sẽ không có mặt ở công ty trong cả tuần này.

죄송하지만, 회의 중이십니다.

Xin lỗi, anh ấy/chị ấy đang họp.

지금 바쁘신데요. 메시지 남겨 드릴까요?

Ông ấy đang bận. Anh/Chị có muốn để lại lời nhắn không?

A Xin chào, phòng giám đốc của ông Khanh xin nghe. Em là Hương.
   여보세요, 카잉 사장님실입니다. 저는 흐엉입니다.

B Chào chị. Có ông Khanh ở đó không ạ?   안녕하세요. 카잉 사장님 계신가요?

A **Ông ấy đang bận. Anh có muốn để lại lời nhắn không?**
   지금 바쁘신데요. 메시지 남겨 드릴까요?

죄송하지만, 막 나가셨습니다.

Xin lỗi, anh ấy/chị ấy vừa đi ra ngoài rồi.

죄송하지만, 출장차 북경에 가셨습니다.

Xin lỗi, anh ấy/chị ấy đi công tác Bắc Kinh rồi ạ.

잠시만 기다리세요.

Xin vui lòng đợi.
Xin chờ một chút ạ.
Xin đợi trong giây lát.
Anh/Chị chờ máy nhé.
Xin anh/chị đợi một chút ạ.

담당자에게 연결해 주시겠습니까?

Anh/Chị có thể nối máy đến người phụ trách được không?

A Tôi muốn nói chuyện với người quản lý sản phẩm. **Anh có thể nối máy đến người phụ trách được không?**
제품 관리자와 통화하고 싶습니다. 담당자에게 연결해 주시겠습니까?

B Vâng, **xin chị đợi một chút ạ.**   네, 잠시만 기다리세요.

부장님께 연결해 주시겠습니까?

Anh/Chị có thể nối máy cho trưởng phòng được không?

내선번호 1234번으로 연결해 주세요.

Xin nối máy cho tôi đến số nội bộ 1234.

내선번호 4567번으로 연결해 주시겠습니까?

Xin nối máy cho tôi đến số nội bộ 4567 được không ạ?

A A lô. Xin cảm ơn anh đã gọi cho công ty ABC ạ.
여보세요. ABC 회사에 전화해 주셔서 감사합니다.

B Chào chị. **Xin nối máy cho tôi đến số nội bộ 4567 được không ạ?**
안녕하세요. 내선번호 4567번으로 연결해 주시겠습니까?

인사부의 투 씨에게 연결해 주시겠습니까?

Anh/Chị có thể nối máy cho chị Thu trong bộ phận nhân sự được không ạ?

총지배인님이나 그분 비서 사무실로 연결해 주시겠어요?

Anh/Chị có thể nối máy cho ông tổng giám đốc hay thư ký của ông ấy được không?

부사장님실로 연결해 주시겠습니까?

Anh/Chị có thể nối máy cho trưởng phòng được không?

A Xin chào. Cảm ơn anh đã gọi cho công ty thương mại Hoa. Tôi có thể giúp gì cho anh hôm nay?
안녕하세요. 호아 상사에 전화해 주셔서 감사합니다. 오늘 어떻게 도와 드릴까요?

B **Chị có thể nối máy cho trưởng phòng được không?**
부사장님실로 연결해 주시겠습니까?

A Anh đợi một chút ạ.   잠시만 기다려 주세요.

내선 연결이 잘못된 것 같아요.

Hình như nối máy nội bộ đã bị nhầm rồi.

죄송하지만, 내선 연결이 잘못된 것 같습니다. 링 씨와 통화하려고 하는데요.

Tôi xin lỗi, hình như nối máy nội bộ đã bị nhầm rồi. Tôi muốn nói chuyện với chị Linh.

A A lô, phòng giám đốc Hoa xin nghe. Tôi là Cương.
여보세요, 호아 사장님실입니다. 저는 끄엉입니다.

B **Tôi xin lỗi, hình như nối máy nội bộ đã bị nhầm rồi. Tôi muốn nói chuyện với chị Linh.** 죄송하지만, 내선 연결이 잘못된 것 같습니다. 링 씨와 통화하려고 하는데요.

A À, đây là phòng giám đốc Hoa. Tôi sẽ nối máy cho chị Linh nhé.
아, 여기는 호아 사장님실입니다. 링 씨에게 연결해 드릴게요.

죄송하지만, 부서 연결이 잘못된 것 같아요. 제품 담당 책임자이신가요?

Tôi xin lỗi, hình như nối máy đã bị nhầm phòng rồi. Anh/Chị có phải là người phụ trách sản phẩm không?

기다리시게 해서 죄송합니다.

Tôi xin lỗi vì để anh/chị đợi.

A **Tôi xin lỗi vì để chị đợi.** Tôi có thể giúp gì cho chị?
기다리시게 해서 죄송합니다. 무엇을 도와 드릴까요?

B Tôi nghe nói là phải gọi điện đến đây về chuyến dã ngoại của công ty.
회사 야유회에 관해 여기로 전화하라고 들었습니다.

오래 기다리시게 해서 죄송합니다. 좀 더 기다려 주실 수 있나요?

Tôi xin lỗi vì để anh/chị đợi quá lâu. Anh/Chị có thể đợi một chút nữa được không?

제가 도움을 드릴 수 있을까요?

Tôi có thể giúp gì cho anh/chị?

A Tôi có thể nói chuyện với chị Kim Mi Kyung được không ạ?
김미경 씨와 통화할 수 있을까요?

B Xin lỗi, chị ấy đang đi ra ngoài rồi. **Tôi có thể giúp gì cho anh?**
죄송하지만, 밖에 나가셨는데요. 제가 도움을 드릴 수 있을까요?

도움이 될 만한 다른 분을 바꿔 드릴까요?

Hay là tôi chuyển máy cho người khác có thể giúp anh/chị được không?

다른 분과 통화하시겠어요?

Anh/Chị có muốn nói chuyện với người khác không?

여기에 이종수라는 분이 두 분 계시네요.

Ở đây có hai người có tên là Lee Jong Su.

그 이름으로는 두 분이 계십니다.

Tên đó thì ở đây có 2 người ạ.

두 분 중 어떤 분과 통화하길 원하시는지요?

Anh/Chị muốn nói chuyện với ai trong hai người?

끄엉 씨, 2번으로 전화왔습니다.

Anh Cương, đã có một cuộc gọi đến số 2.

그분 내선번호를 아세요?

Anh/Chị có biết số nội bộ của người đó không?

지금 통화 중이시네요.

Bây giờ anh ấy/chị ấy đang nghe điện thoại.

기다려 주세요. 삐 소리 후에 투 씨에게 전화를 연결해 드리겠습니다.

Xin hãy đợi. Tôi sẽ nối máy cho chị Thu sau tiếng bíp.

2번을 눌러 주세요.

Anh/Chị hãy nhấn số 2 nhé.

죄송하지만, 아무도 전화를 안 받네요.

Xin lỗi, không ai nghe máy ạ.

0930-543-234번으로 직접 전화하시면 됩니다.

Anh/Chị gọi điện trực tiếp đến số 0930-543-234.

**전화로
안부 묻기**

그냥 안부 물으려고 걸었습니다.

Tôi gọi điện để hỏi thăm thôi.

당신 전화를 기다리던 참이었어요.

Tôi đã chờ cuộc gọi của anh/chị.

요즘 서로 연락을 못했네요.

Dạo này chúng ta đã không liên lạc được với nhau nhỉ.

안녕하세요, 어쩐 일이세요?

Chào anh/chị, anh/chị đến đây có việc gì vậy?

어, 흐엉 씨, 어떻게 지내세요?

Này, chị Hương, chị có khoẻ không?

안녕하세요, 호아 씨. 요즘 어떻게 지내세요?

Chào chị Hoa ạ. Dạo này chị khoẻ không?

안녕하세요. 오랜만이네요! 잘 지내셨어요?

Chào anh/chị. Lâu lắm rồi mới gặp anh/chị! Anh/Chị khoẻ không?

A	A lô. Tôi là Park Min Ji.	여보세요. 박민지입니다.
B	A lô. Tôi là Mai của bộ phận nhân sự.	여보세요. 인사부의 마이입니다.
A	**Chào chị. Lâu lắm rồi mới gặp chị! Chị có khoẻ không?**	
	안녕하세요. 오랜만이네요! 잘 지내셨어요?	

쟝 씨, 오랜만에 통화합니다. 가족은 잘 지내세요?

Anh Giang ơi, lâu lắm rồi mới nói chuyện với anh. Gia đình anh có khoẻ không?

다시 통화하니 반갑습니다.

Rất vui được nói chuyện lại với anh/chị.

잘 지내요?

Anh/Chị khoẻ không?
Dạo này anh/chị thế nào?
Dạo này anh/chị có khoẻ không?

쭘 씨에게 안부 전해 주세요.

Anh/Chị hãy gửi lời hỏi thăm của tôi cho anh Trung.

＊gửi lời hỏi thăm 안부를 전하다

전화 건 목적

당신의 서울 방문에 관해 전화드렸습니다.

Tôi gọi điện về chuyến thăm của anh/chị đến Seoul.

지난주 논의했던 합작투자에 관해 전화드렸습니다.

Tôi gọi điện về liên doanh đầu tư đã được thảo luận tuần trước.

요청하신 추천서에 관해 전화드렸습니다.

Tôi gọi điện về thư giới thiệu mà anh/chị yêu cầu.

문의하신 것에 관해 전화드렸습니다.

Tôi đã gọi điện về những vấn đề mà anh/chị đã hỏi.

전화 회의 일정에 관한 겁니다.

Đây là việc liên quan đến lịch trình cuộc họp qua điện thoại.

귀사가 제공하는 서비스 관련 정보를 구하려고 전화드렸습니다.

Tôi gọi điện để nhận thông tin liên quan đến dịch vụ của công ty anh/chị.

A   A lô. Cảm ơn anh đã gọi điện đến ngân hàng quốc tế Sài Gòn. Anh muốn nối máy đến đâu ạ?
     여보세요. 사이공 내셔널 은행에 전화해 주셔서 감사합니다. 어디로 연결해 드릴까요?

B   **Tôi gọi điện để nhận thông tin liên quan đến dịch vụ của công ty chị.**
     귀사가 제공하는 서비스 관련 정보를 구하려고 전화드렸습니다.

A   Vâng, tôi sẽ nối máy đến trung tâm khách hàng ạ.
     네, 고객 센터로 연결해 드리겠습니다.

투 씨가 전화해 보라고 하더군요.

Chị Thu bảo tôi gọi điện thoại cho anh/chị.

그냥 확인 전화입니다.

Đây chỉ là cuộc điện thoại xác nhận thôi.

회의 일정을 확인하려고 전화드렸습니다.

Tôi đã gọi điện để xác nhận lịch trình cuộc họp.

귀사의 서비스와 관련하여 제 질문에 답해 주실 분과 통화할 수 있을까요?

Tôi có thể nói chuyện với người nào có thể trả lời cho những câu hỏi liên quan đến dịch vụ của công ty không?

다음 회의에 관해 급한 문의 사항이 있습니다.

Tôi có điều thắc mắc khẩn cấp về cuộc họp tiếp theo.

내일 약속 확인차 전화드렸습니다.

Tôi đã gọi điện để xác nhận cuộc hẹn ngày mai.

지난달 저희 쪽으로 배송된 주문품에 관해 전화드렸습니다.

Tôi đã gọi điện thoại về hàng đặt được vận chuyển cho chúng tôi vào tháng trước.

A A lô, tôi là Kim Min Soo của bộ phận kinh doanh.
여보세요, 영업부의 김민수입니다.

B **Tôi đã gọi điện thoại về hàng đặt được vận chuyển cho chúng tôi vào tháng trước.** 지난달 저희 쪽으로 배송된 주문품에 관해 전화드렸습니다.

A Vâng, tôi có thể giúp gì cho anh ạ? 네, 어떻게 도와 드릴까요?

밍 씨, 저희 신제품을 당신 직원들에게 소개하고 싶습니다.

Anh Minh ơi, tôi muốn giới thiệu sản phẩm mới của chúng tôi cho các nhân viên của công ty anh/chị.

그분과 약속을 잡으려고 전화했어요.

Tôi gọi điện để hẹn với ông ấy/cô ấy.

뭐 좀 여쭤 보고 싶은 게 있어서요.

Tôi có điều muốn hỏi.

당신에게 확인해 보고 싶은 게 있어서요.

Tôi có việc muốn kiểm tra.

우리 회의를 취소하려고 전화했습니다.

Tôi gọi điện để hủy cuộc họp của chúng ta.

그분 일정을 이메일로 보내 주실 수 있을지 해서요.

Tôi muốn hỏi là anh/chị có thể gửi lịch trình của ông ấy/cô ấy qua email được không.

견적서를 이메일로 보내 주실 수 있을지 해서요.

Tôi muốn hỏi là anh/chị có thể gửi bảng báo giá qua email được không.

그걸 제게 팩스로 보내 주실 수 있는가 해서요.

Tôi muốn hỏi là anh/chị có thể gửi cái đó qua fax được không.

제안서가 어떤 내용인지 말씀해 주시겠어요?

Anh/Chị có thể nói cho tôi biết bản đề án có nội dung gì được không?

보내 주신 자료에 관해 전화드렸습니다.

Tôi gọi điện cho anh/chị về tài liệu anh/chị đã gửi.

자동 응답

저희 무료 서비스로 전화하세요.

Hãy gọi điện qua dịch vụ miễn phí của chúng tôi.

비밀번호를 누르세요.

Vui lòng bấm mật khẩu.

※ mật khẩu 비밀번호

비밀번호를 누르신 후 이용 가능한 메뉴를 들으십시오.

Sau khi bấm mật khẩu, xin vui lòng lắng nghe menu có sẵn.

신규 가입을 원하시거나 상품 카탈로그를 원하실 땐, 다음의 무료 전화 1-800-555-0000번으로 지금 전화하세요.

Nếu bạn muốn đăng ký mới hoặc muốn có catalô sản phẩm thì hãy gọi điện thoại miễn phí đến số 1-800-555-0000.

6자리 숫자를 입력하세요.

Vui lòng nhập sáu chữ số.

상담원 연결은 주 7일 오전 9시부터 오후 5시까지 가능합니다.

Anh/Chị có thể nói chuyện với nhân viên tư vấn từ 9 giờ sáng đến 5 giờ chiều, bảy ngày một tuần.

저희 상담원들은 월요일부터 금요일 정상 업무 시간에 상담이 가능합니다.

Các nhân viên tư vấn của chúng tôi có thể tư vấn theo giờ làm việc bình thường từ thứ hai đến thứ sáu.

전화 종료

이제 가 봐야 해요. 통화 즐거웠습니다.

Bây giờ tôi phải đi ạ. Tôi đã rất vui được nói chuyện với anh/chị.

A Dù sao, tôi sẽ rất cảm ơn nếu anh mang cho tôi bản sao bảng cân đối kế toán. 아무튼, 대차대조표 사본을 갖다 주실 수 있으면 감사하겠어요.

B Vâng. **Bây giờ tôi phải đi ạ. Tôi đã rất vui được nói chuyện với chị.**
네. 이제 가 봐야 해요. 통화 즐거웠습니다.

A Tôi cũng vậy. Cảm ơn ạ. Tạm biệt. 저도요. 감사합니다. 안녕히 계세요.

죄송하지만, 지금 회의에 가 봐야 해서요. 전화해 주셔서 감사합니다.

Tôi xin lỗi nhưng mà bây giờ tôi phải đi đến cuộc họp. Cảm ơn anh/chị đã gọi điện.

죄송하지만, 약속이 있어서요. 나중에 연락드릴게요.

Xin lỗi nhưng tôi có hẹn rồi. Tôi sẽ liên lạc cho anh/chị sau.

죄송하지만, 다시 전화드려야겠군요. 전화 즐거웠습니다.

Xin lỗi nhưng tôi sẽ gọi lại cho anh/chị. Tôi đã rất vui được nói chuyện với anh/chị.

지금 어디 좀 가 봐야 하는데, 곧 뵙길 고대하겠습니다.

Bây giờ tôi phải đi ở đây một chút, tôi rất mong được gặp anh/chị sớm.

다시 이야기 나눠서 좋았습니다.

Tôi đã rất vui có thể nói chuyện với anh/chị lại.

이야기 나눠서 즐거웠어요.

Tôi đã rất vui vì được nói chuyện với anh/chị.

또 이야기 나눠요.

Sau này chúng ta nói tiếp nhé.
Lần sau chúng ta nói chuyện nữa nhé.

그때 봐요.

Hẹn gặp sau nhé.
Hẹn gặp lại lúc đó.

안녕히 계세요.

Tạm biệt.

꼭 전화해 주실 수 있죠?

Anh/Chị sẽ gọi điện cho tôi chứ?

(화자의) 확신을 나타낼 땐 문장 끝에 ~ 죠를 붙입니다. '(당연히) ~하죠?'라는 의미를 자연스럽게 표현할 수 있죠.

그 일이 끝나면 전화해 주시겠어요?

Anh/Chị có thể gọi điện cho tôi sau khi kết thúc việc đó được không?

꼭 전화하세요.

Nhất định gọi điện cho tôi nhé.

다시 전화해 주시길 고대하겠습니다.

Tôi rất mong rằng anh/chị sẽ gọi điện lại.

의문 나는 게 더 있으면 언제든지 전화하세요.

Nếu có gì muốn hỏi nữa thì hãy gọi cho chúng tôi bất cứ lúc nào.

너무 오래 통화한 것 같군요.

Chúng ta đã nói chuyện quá lâu.
Xin lỗi vì tôi đã giữ điện thoại quá lâu.
Tôi đã làm mất quá nhiều thời gian của anh/chị.

일하시는 데 방해해서 미안합니다.

Tôi xin lỗi vì đã làm phiền anh/chị.

이만 끊을게요.

Tôi tắt máy đây.

전화해 주셔서 감사합니다.

Cảm ơn anh/chị đã gọi điện cho tôi.

자주 연락하고 지내요.

Chúng ta thường xuyên liên lạc với nhau nhé.

메시지 남기기

부재중 메시지 남기기

메시지를 남길 수 있게 해 주세요.

Cho tôi để lại tin nhắn.

(그분에게) 메시지를 남길 수 있을까요?

Tôi có thể để lại tin nhắn được không?
Tôi có thể để lại lời nhắn (cho anh ấy/chị ấy) được không?

> A   Tôi muốn nói chuyện với Kim Min Ho.   김민호 씨와 통화하고 싶은데요.
>
> B   Bây giờ anh ấy không có ở chỗ. Chị có thể gọi lại sau được không ạ?
>   자리에 안 계신데요. 나중에 다시 전화해 주시겠습니까?
>
> A   **Tôi có thể để lại lời nhắn cho anh ấy được không?**
>   그분에게 메시지를 남길 수 있을까요?

그에게 전화해 달라고 해 주시겠어요?

Anh/Chị có thể chuyển lời giúp tôi cho anh ấy là gọi điện lại cho tôi được không?

HTV 방송국의 응언에게 전화해 달라고 전해 주시겠어요?

Anh/Chị có thể nhắn giùm là gọi điện thoại cho Ngân ở đài truyền hình HTV được không?

제가 전화했다고 전해 주세요.

Hãy chuyển lời cho anh ấy/chị ấy là tôi đã gọi điện nhé.

그분께 제가 5분 후에 다시 전화드리겠다고 전해 주세요.

Anh/Chị nói với ông ấy/cô ấy giúp tôi là tôi sẽ gọi lại 5 phút sau nhé.

5분 후에 다시 전화드리죠.

5 phút sau tôi sẽ gọi lại.

그럼 그분께 다시 전화드리겠습니다.

Vậy tôi sẽ gọi điện cho ông ấy/cô ấy lại.

혹시 그에게 전화오면 제게 전화하라고 해 주시겠어요?

Nếu anh ấy/chị ấy gọi điện cho anh/chị thì anh/chị có thể nói với anh ấy/chị ấy rằng hãy gọi cho tôi được không?

누구세요?

Ai gọi đấy ạ?

전화받는 분은 누구신가요?

Người đang nghe điện thoại là ai vậy ạ?

A Ông ấy không có ở đây. Chị muốn nhắn gì không ạ?
   그분은 안 계십니다. 메시지 남기시겠어요?

B Dạ, không ạ. Tôi sẽ gọi lại sau. **Người đang nghe điện thoại là ai vậy ạ?**
   아뇨. 다시 전화하겠습니다. 전화받는 분은 누구신가요?

A Tôi là Hương, thư ký của ông ấy.   저는 그분 비서인 흐엉입니다.

저는 정해인입니다. 이름은 철자가 H-A-E-I-N입니다. E하고 I 사이에 하이픈이 들어가요. 그리고 제 성은 철자가 J-E-O-N-G입니다.

Tôi là Jeong Hae In. Tên được viết là H-A-E-I-N. Giữa E và I có dấu gạch nối. Còn họ của tôi được viết là J-E-O-N-G.

제 이름은 손예진입니다. 이름은 예진이고, 성은 손입니다.

Tên tôi là Son Ye Jin. Tên là Ye Jin còn họ là Son.

제 이름은 Nguyễn Thị Hoà입니다. Nguyễn은 성, Thị는 중간이름, Hoà는 끝이름이에요. 그냥 Hoà라고 불러 주시면 됩니다.

Tên tôi là Nguyễn Thị Hoà. Nguyễn là họ, tên đệm là Thị, còn tên cuối là Hoà. Anh/Chị gọi tôi là Hoà là được ạ.

Biz tip

베트남 사람들의 이름은 일반적으로 3음절 또는 4음절로 돼 있습니다. 호칭이나 직함 뒤에 이름을 붙여 말할 땐 보통 끝이름을 사용해요.

제 전화번호는 국가번호 84, 0913-45214입니다.

Số điện thoại của tôi là số, 0913-45214 mã quốc gia là 84 ạ.

Biz tip

베트남의 국가번호는 84입니다. 하노이의 지역번호는 24, 호찌밍의 지역번호는 28이고요.

제 이메일 주소는 deptraihaein@vietnamsecurities.co.kr입니다.

Địa chỉ email của tôi là deptraihaein@vietnamsecurities.co.kr.

한국 시간으로 오후 5시에 제게 연락하라고 전해 주시겠습니까?

Anh/Chị chuyển lời giúp tôi là gọi điện thoại cho tôi vào lúc 5 giờ chiều theo giờ Hàn Quốc được không?

그분에게 이메일을 보냈다고 전해 주세요.

Anh/Chị chuyển lời giúp tôi là tôi đã gửi email cho ông ấy/cô ấy rồi.

그분이 언제 돌아오실지 아세요?

Anh/Chị có biết khi nào ông ấy/cô ấy trở lại không?

혹시 몰라서 그러는데, 전화번호를 알 수 있을까요?

Vì tôi không biết nên mới hỏi, nhưng anh/chị có thể cho tôi biết số điện thoại của anh/chị được không?

도와주셔서 감사합니다.

Cảm ơn anh/chị đã giúp đỡ.
Cảm ơn anh/chị đã giúp cho tôi.
Cảm ơn nhiều về sự giúp đỡ của anh/chị.

**부재중
메시지 받기**

메시지 남기시겠어요?

Anh/Chị có muốn nhắn gì không?
Anh/Chị có muốn để lại lời nhắn không?
Anh/Chị có muốn để lại tin nhắn không?

돌아오시는 대로 그렇게 전해 드리겠습니다.

Chừng nào về, tôi sẽ chuyển lời như thế ạ.

전화하셨다고 말씀드리겠습니다.

Tôi sẽ nói với anh ấy/chị ấy là anh/chị đã gọi điện thoại.

메시지를 전해 드리겠습니다.

Tôi sẽ cho anh ấy/chị ấy biết.
Tôi sẽ chuyển lời nhắn cho anh ấy/chị ấy.

메시지를 남겨 주시면 사무실에 돌아오시는 즉시 전해 드리겠습니다.

Nếu anh/chị để lại lời nhắn thì tôi sẽ chuyển lời ngay khi anh ấy/chị ấy trở lại.

A A lô, phòng giám đốc Giang xin nghe. Tôi là Mai.
여보세요. 장 사장님실입니다. 저는 마이입니다.

B Ông Giang đang có ở chỗ không ạ? 장 사장님은 자리에 계십니까?

A Dạ, không ạ. **Nếu anh để lại lời nhắn thì tôi sẽ chuyển lời ngay khi ông ấy trở lại.** 아뇨. 메시지를 남겨 주시면 사무실에 돌아오시는 즉시 전해 드리겠습니다.

잠시만요. 볼펜을 꺼내야겠네요.

Đợi một chút nhé. Tôi phải lấy bút bi ra.
Anh/Chị chờ một chút ạ. Tôi lấy bút bi ra đã.

5분 후에 다시 전화하시겠어요?

Anh/Chị có thể gọi điện lại 5 phút sau được không?

그분 휴대폰으로 직접 전화하실 수 있어요. 번호를 가르쳐 드릴까요?

Anh/Chị có thể gọi trực tiếp đến điện thoại di động của anh ấy/chị ấy. Anh/Chị có muốn biết số điện thoại không?

(전화하신 분은) 누구신가요?

Ai gọi đấy ạ?

어느 회사에서 전화하시는 거죠?

Công ty nào đang liên lạc cho chúng tôi ạ?

무슨 일인지 여쭤 봐도 될까요?

Tôi có thể hỏi là có chuyện gì không?
Tôi có thể hỏi là anh/chị có việc gì không?

A A lô. Tôi muốn nói chuyện với anh Bae Jun Woo.
여보세요. 배준우 씨와 통화하고 싶은데요.

B **Tôi có thể hỏi là có chuyện gì không?** 무슨 일인지 여쭤 봐도 될까요?

A Vâng, tôi là Trang ở Đà Nẵng. Tôi đang gọi là vì nghe nói đã có cuộc điện thoại từ anh ấy. 네, 저는 다낭에서 전화하는 짱입니다. 전화하셨다고 해서 전화드리는 겁니다.

전화해 주신 분의 성함과 전화번호를 알려 주시겠어요?

Anh/Chị cho tôi biết tên và số điện thoại của anh/chị được không?

점심하러 잠깐 나가셨어요.

Anh ấy/Chị ấy đi ra ngoài một chút để ăn trưa.

130

회의하러 잠깐 나가셨습니다.

Anh ấy/Chị ấy đi ra một chút để họp.

업무상 부재중입니다.

Anh ấy/Chị ấy đang vắng mặt vì có công việc.

[*]vắng mặt 부재중인

출장 중이십니다.

Anh ấy/Chị ấy đã đi công tác rồi.

지금 회의 중이십니다.

Bây giờ anh ấy/chị ấy đang họp.

1시간 후에 돌아오십니다.

Anh ấy/Chị ấy sẽ trở lại sau một tiếng.

곧 돌아오실 겁니다.

Có lẽ anh ấy/chị ấy sắp trở lại.

오늘 하루 종일 외근이십니다.

Cả ngày hôm nay anh ấy/chị ấy làm việc bên ngoài ạ.

방금 퇴근하셨어요.

Anh ấy/Chị ấy vừa tan sở rồi.

네, 010-2252-1092입니다.

Vâng, số điện thoại là 010-2252-1092.

(메시지 남기시도록) 그분의 음성 메일로 연결해 드릴까요?

Anh/Chị có muốn nối máy đến hộp thư thoại của ông ấy/ cô ấy không?
Tôi nối máy đến hộp thư thoại của anh ấy/chị ấy (cho anh/ chị để lại tin nhắn) có được không ạ?

그분의 음성 메일함에 메시지를 남기셔도 됩니다.

Anh/Chị có thể để lại tin nhắn trên hộp thư thoại của anh ấy/chị ấy.

삐 소리가 난 후 메시지를 남겨 주세요.

Hãy để lại tin nhắn sau tiếng bíp.

그분의 휴대폰 번호인 010-4334-1234로 연락하시면 됩니다.

Anh/Chị có thể liên lạc bằng số điện thoại của anh ấy/chị ấy là 010-4334-1234.

담당자가 자리에 안 계시네요.

Bây giờ không có người phụ trách ạ.

지금 잠시 고객들과 나갔는데요. 몇 시간 후에 돌아올 겁니다.

Bây giờ anh ấy/chị ấy đã đi ra ngoài với khách hàng rồi. Anh ấy/Chị ấy sẽ trở lại sau vài tiếng nữa.

나가 계신 동안 투 씨에게 전화왔습니다.

Chị Thu đã gọi điện thoại trong khi anh/chị đi ra ngoài.

**메시지
내용 확인**

잠시만요. 죄송한데, 성함을 다시 한 번 알려 주세요.

Anh/Chị đợi một chút. Xin lỗi anh/chị nhắc lại tên của anh/chị nhé.

성함의 철자를 알려 주시겠습니까?

Cách viết của tên anh/chị thế nào ạ?

성의 철자를 알려 주세요.

Xin cho tôi biết cách viết của họ anh/chị thế nào. *họ 성

A Tôi là Nguyễn Văn Minh.   저는 응우옌 반 밍입니다.

B **Xin cho tôi biết cách viết của họ anh thế nào.**   성의 철자를 알려 주세요.

A Vâng, chữ viết là N-G-U-Y-Ễ-N.   네, N-G-U-Y-Ễ-N이에요.

철자를 불러 주시겠어요?

Anh/Chị cho tôi biết cách viết tên được không?

죄송한데, 'Văn' 할 때 그냥 'a'인가요, (음가가) 짧은 'a'인가요?

Xin lỗi, khi viết chữ 'Văn' thì viết 'a' hay 'ă' ạ?

'Minh'은 철자 끝이 'n'인가요, 'h'인가요?

Phụ âm cuối chữ 'Minh' là 'n' hay có cả 'h' nữa?

'Hoa'에 성조가 있나요, 없나요?

Tên 'Hoa' thì có thanh điệu hay không?

성함의 철자가 C-Ú-C인가요?

Cách viết của tên có phải là C-Ú-C không?

다시 한 번 확인하겠습니다. 흐엉 씨, 연락처가 0914-676-454 맞으시죠?

Tôi kiểm tra lại nhé. Số điện thoại của chị Hương là 0914-676-454 phải không ạ?

A   Số điện thoại của tôi là 0914-676-454.   제 전화번호는 0914-676-454입니다.

B   **Tôi kiểm tra lại nhé. Số điện thoại của chị Hương là 0914-676-454 phải không ạ?**   다시 한 번 확인하겠습니다. 흐엉 씨, 연락처가 0914-676-454 맞으시죠?

A   Vâng ạ.   네, 맞습니다.

전화

▼ 2 메시지 남기기

네, 빈떠이 회사의 쭝 씨죠?

Vâng, anh là anh Trung của công ty Bình Tây phải không?

네, 받은 정보가 모두 맞는지 확인하겠습니다. 김민지 씨이고, 이메일 주소는 minjikim@HNlife.com이 맞죠?

Vâng, tôi sẽ xác nhận tất cả thông tin lại. Chị tên là Kim Min Ji, còn địa chỉ email của chị là minjikim@HNlife.com phải không?

죄송하지만, 성함을 못 알아들었어요.

Xin lỗi, tôi chưa nghe rõ tên của anh/chị.

A   Nguyễn Thị Thu ở công ty luật SG.   SG 로펌 회사의 응우옌 티 투입니다.

B   **Xin lỗi, tôi chưa nghe rõ tên của chị.**   죄송하지만, 성함을 못 알아들었어요.

A   Nguyễn Thị Thu ạ.   응우옌 티 투입니다.

어디서 전화하시는 거라고 하셨죠?

Anh/Chị đã nói gọi điện thoại từ đâu ạ?

죄송하지만, 마지막 문장을 다시 말씀해 주시겠습니까?

Xin lỗi, nhưng anh/chị có thể nói lại câu cuối được không?

앗, 첫 번째 숫자가 뭐였죠?

Ủa, con số đầu tiên là gì ạ?

죄송하지만, 귀사의 상호명인 '코리아임포츠'는 한 단어라고 하셨나요?

Xin lỗi, nhưng mà tên của quý công ty có phải là một từ trong tiếng 'Koreaimports' không?

죄송하지만, 어떤 분과 통화하고 싶다고 하셨죠?

Xin lỗi, anh/chị muốn nói chuyện với ai?

**메시지
내용 수정**

죄송한데, 468이 아니라 568입니다.

Xin lỗi, 568 chứ không phải là 468.
Xin lỗi, không phải là 468 mà là 568.

죄송한데, con bò의 B가 아니라 vui의 V입니다.

Xin lỗi, đó là chữ 'V' của từ vui không phải là chữ 'B' của con bò.

죄송한데, 뚜옌이 아니라 뚜언입니다.

Xin lỗi, tôi không phải là Tuyến mà là Tuấn.

A Vâng, tôi sẽ chuyển lời cho anh Min Soo là gọi điện cho anh Tuyến ạ.
네, 민수 씨에게 뷔싼식품의 뚜옌 씨에게 전화하라고 전해 드릴게요.

B **Xin lỗi, tôi không phải là Tuyến mà là Tuấn.** 죄송한데, 뚜옌이 아니라 뚜언입니다.

A À, xin lỗi, anh Tuấn. T-U-Ấ-N phải không? 아, 죄송합니다, 뚜언 씨. T-U-Ấ-N이죠?

죄송하지만, 주소가 틀리네요. 맞는 주소는 하이 바 쯩 45번지입니다.

Xin lỗi, địa chỉ đó sai rồi. Địa chỉ đúng là số 45 đường Hai Bà Trưng.

알겠습니다. S가 2개 있는 뷔싼이군요.

À tôi hiểu rồi. VISSAN có hai chữ 'S'.

A Vâng, chị Hương của công ty VISAN. Cách viết của công ty là V-I-S-A-N phải không? 네, 뷔싼식품의 흐엉 씨. 회사명이 V-I-S-A-N이죠?

B Xin lỗi, VISSAN có hai chữ cái 'S'. 죄송한데, 뷔싼에는 S가 2개 있어요.

A **À tôi hiểu rồi. VISSAN có hai chữ 'S'.** 알겠습니다. S가 2개 있는 뷔싼이군요.

네, 대문자 S, 소문자 o, 한 칸 띄우고 대문자 Y, 소문자로 o,u,n,g입니다.

Vâng, chữ hoa S và chữ thường o sau đó có một dấu cách rồi đến chữ hoa Y và chữ thường o, u, n, g.

전화 ▼ 2 메시지 남기기

**이해하지
못했을 때**

다시 한 번 말씀해 주시겠습니까?

Anh/Chị nói lại một lần nữa được không ạ?

다시 한 번 말씀해 주세요.

Xin anh/chị nói lại một lần nữa nhé.

죄송하지만, 천천히 다시 한 번 말씀해 주시겠습니까?

Xin lỗi, anh/chị có thể nói chậm lại một lần nữa được không?

A Tôi gọi điện để mời anh Khanh đến sự kiện quyên góp hàng năm lần thứ 4 được tổ chức tại khách sạn Rex vào thứ bảy ngày 5 tháng 12.
12월 5일 토요일 렉스 호텔에서 열리는 제 4회 연례 기부행사에 카잉 씨를 직접 초대하려고 전화드렸습니다.

B **Xin lỗi, chị có thể nói chậm lại một lần nữa được không?**
죄송하지만, 천천히 다시 한 번 말씀해 주시겠습니까?

A À, xin lỗi. Tôi sẽ nói lại cho anh.   아, 죄송합니다. 다시 말씀드리죠.

죄송하지만, 천천히 말씀해 주시겠습니까?

Xin lỗi nhưng mà anh/chị có thể nói chậm hơn được không?

이해가 잘 안 되는데, 천천히 말씀해 주시겠습니까?

Tôi chưa hiểu rõ ạ, anh/chị có thể nói chậm được không?

잘못 들은 것 같군요.

Hình như tôi đã nghe nhầm rồi.

뭐라고 하셨죠?

Anh/Chị đã nói gì ạ?

죄송하지만, 못 알아들었어요.

Xin lỗi, tôi chưa hiểu ạ.

A Đây là Thuỷ của bộ phận kế toán. Tôi đang gọi về giấy hóa đơn cho 5 chiếc máy tính được nhận từ LG.
회계부의 투이인데요. LG에서 받은 컴퓨터 다섯 대에 대한 청구서 때문에 전화드렸습니다.

B **Xin lỗi, tôi chưa hiểu ạ.**   죄송하지만, 못 알아들었어요.

A Tôi đã gọi về giấy hoá đơn mà tôi đã nhận.   저희가 받은 청구서 때문에 전화드렸다고요.

죄송하지만, 마지막에 말씀하신 요지를 이해하지 못했어요.

Xin lỗi nhưng tôi chưa hiểu ý anh/chị nói ở phần cuối.

아, 네, 알겠습니다.

Dạ, vâng ạ.
À vâng, tôi hiểu rồi.

A　Anh đã nói gì ạ?　뭐라고 하셨죠?

B　Bảo dưỡng duy trì máy chủ của email được tiến hành vào cuối tuần này.
　　이메일 서버 유지 보수를 이번 주말에 실시한다고요.

A　**À vâng, tôi hiểu rồi.**　아, 네, 알겠습니다.

맞습니까?

Phải không?
Cái đó đúng không?

A　Thế, máy chủ bị dừng lại cả cuối tuần hả? **Phải không?**
　　그래서 서버가 주말 내내 다운된다고요? 맞습니까?

B　Không, không phải là cả cuối tuần mà là chỉ chủ nhật thôi ạ.
　　아뇨, 주말 내내가 아니라 일요일에만요.

제가 잘 이해한 거 맞죠?

Tôi hiểu rõ, đúng không?

네, 맞습니다.

Dạ, phải.
Vâng đúng ạ.
Vâng, chính xác.

A　Trong báo cáo có vấn đề phải không? Tôi có hiểu đúng không nhỉ?
　　보고서에 문제가 있다고요? 제가 제대로 알아들었나요?

B　**Vâng đúng ạ.**　네, 맞습니다.

A　Vâng, cảm ơn.　알겠습니다, 감사합니다.

자동 응답

안녕하세요, 저는 ABC 회사의 강수지입니다.

Xin chào, tôi là Kang Su Ji ở công ty ABC.

안녕하세요, 저는 NB 법률 회사의 임동현입니다.

Xin chào, tôi là Lim Dong Hyun của công ty luật NB.

안녕하세요, 품질관리부 투이의 음성 사서함입니다.

Xin chào, đây là hộp thư thoại của Thuỷ ở bộ phận kiểm soát chất lượng.

저는 현재 외근 중이어서 전화를 받을 수 없습니다.

Bây giờ tôi không thể nhận điện thoại vì đang làm việc ở ngoài.

안녕하세요, DB 생명보험사의 부사장실입니다.

Xin chào, đây là phòng phó giám đốc của công ty bảo hiểm nhân thọ DB.

안녕하세요, 비엣콤 은행의 인사부입니다.

Xin chào, đây là bộ phận nhân sự của ngân hàng Vietcom.

지금은 전화를 받을 수 없습니다.

Bây giờ tôi không thể trả lời điện thoại.

카잉 씨는 출장 중이시며 7월 10일 월요일에 돌아오십니다.

Anh Khanh đang đi công tác và sẽ trở lại vào thứ hai ngày 10 tháng 7.

저는 6월 15일 화요일부터 6월 18일 금요일까지 휴가입니다.

Tôi có kỳ nghỉ từ thứ ba ngày 15 tháng 6 đến thứ sáu ngày 18 tháng 6.

귀하의 전화는 소중합니다. 성함과 구체적인 메시지를 남기시면, 틈나는 대로 바로 전화드리겠습니다.

Cuộc điện thoại của bạn rất quan trọng. Nếu bạn để lại tên và tin nhắn cụ thể thì tôi sẽ gọi điện ngay cho bạn khi có thời gian.

Xin chào. Đây là văn phòng Yoon Mi A của công ty kế toán Hoaviet. **Tôi có kỳ nghỉ từ thứ ba ngày 15 tháng 6 đến thứ sáu ngày 18 tháng 6. Cuộc điện thoại của bạn rất quan trọng. Nếu bạn để lại tên và tin nhắn cụ thể thì tôi sẽ gọi điện ngay cho bạn khi có thời gian.**

안녕하세요. 호아비엣 회계 회사의 윤미아 사무실입니다. 저는 6월 15일 화요일부터 6월 18일 금요일까지 휴가입니다. 귀하의 전화는 소중합니다. 성함과 구체적인 메시지를 남기시면, 틈나는 대로 바로 전화드리겠습니다.

오늘은 9월 30일 목요일입니다. 저는 근무 중이지만, 현재 자리에 없거나 다른 전화를 받고 있습니다.

Hôm nay là thứ năm ngày 30 tháng 9. Tôi đang làm việc nhưng bây giờ tôi không có ở chỗ hoặc đang nhận cuộc điện thoại khác.

삐 소리 후에 성함과 전화번호, 간단한 메모를 남겨 주시면 최대한 빨리 다시 전화드리겠습니다.

Sau tiếng bíp, nếu bạn để lại số điện thoại và những lời nhắn đơn giản thì chúng tôi sẽ cố gắng hết sức để gọi lại trong thời gian nhanh nhất.

삐 소리 후에 메시지를 남기시거나, 다른 날에 다시 전화 걸어 주세요.

Sau tiếng bíp, bạn hãy để lại lời nhắn hoặc gọi lại cho tôi vào ngày khác.

Xin chào. Đây là hộp thư thoại của Cương ở bộ phận nghiên cứu phát triển. Hiện tại tôi không có trong văn phòng nên không thể nghe điện thoại. **Sau tiếng bíp, bạn hãy để lại lời nhắn hoặc gọi lại cho tôi vào ngày khác.**

안녕하세요. 연구 개발팀 끄엉의 음성 사서함입니다. 현재 사무실에 없어 전화를 받을 수 없습니다. 삐 소리 후에 메시지를 남기시거나, 다른 날에 다시 전화 걸어 주세요.

나가 있는 동안 음성 사서함을 확인하지 못하지만, 메시지를 남기시면 돌아 오자마자 다시 전화드리겠습니다.

Trong thời gian đi ra ngoài, tôi không thể kiểm tra hộp thư thoại nhưng nếu để lại tin nhắn, tôi sẽ gọi lại cho bạn ngay khi trở lại.

저희 영업 시간은 월요일부터 토요일, 오전 8시부터 오후 6시까지입니다. 이 시간대에 다시 걸어 주세요.

Thời gian làm việc của chúng tôi là từ thứ hai đến thứ bảy và từ 8 giờ sáng đến 6 giờ chiều, bạn vui lòng gọi lại sau.

상담원과 연결하고 싶으시면 0번을 눌러 주세요.

Nếu muốn liên hệ với nhân viên tư vấn thì hãy bấm số 0 ạ.

고객 서비스 관련 사항은 95번을 눌러 주세요.

Hãy bấm số 95 liên quan đến dịch vụ khách hàng.
Liên quan đến dịch vụ khách hàng, bạn hãy bấm số 95.

상황 회화

Xin chào. Đây là văn phòng Yoon Mi A của công ty kế toán Hoaviet. Tôi có kỳ nghỉ từ thứ ba ngày 15 tháng 6 đến thứ sáu ngày 18 tháng 6. **Liên quan đến dịch vụ khách hàng, bạn hãy bấm số 95.** Về công việc khác, nếu bạn để lại tin nhắn thì tôi sẽ liên lạc lại ngay khi trở lại văn phòng.
안녕하세요. 호아비엣 회계 회사의 윤미아 사무실입니다. 6월 15일 화요일부터 6월 18일 금요일까지 휴가입니다. 고객 서비스 관련 사항은 95번을 눌러 주세요. 다른 용무에 대해서는 메시지를 남기시면 사무실에 돌아오는 대로 다시 연락드리겠습니다.

즉시 도움을 받기 원하시면, 우물정자와 0번을 눌러 제 비서인 흐엉과 통화하세요.

Nếu muốn nhận được sự giúp đỡ ngay thì hãy bấm phím thăng và số không thì có thể nói chuyện với chị Hương, thư ký của tôi.

dấu phím thăng 우물정자

급하신 용무라면, 제 휴대폰 번호인 010-4432-9813으로 전화하세요.

Nếu là việc khẩn cấp thì vui lòng gọi điện thoại cho tôi theo số 010-4432-9813.

부재중 도움이 필요하시면, 제 일을 대신 맡고 있는 정 씨에게 내선번호 828번으로 연락하세요.

Nếu cần sự giúp đỡ trong khi tôi vắng mặt, hãy liên lạc với anh Jung đang đảm nhận công việc của tôi với số nội bộ là 828.

감사합니다.

Xin cảm ơn.
Tôi rất cảm ơn anh/chị đã gọi cho tôi.

곧 통화하길 기대하겠습니다.

Tôi rất mong được nói chuyện với anh/chị.

전화해 주셔서 감사합니다. 담당 직원을 곧 연결해 드리겠습니다.

Cảm ơn anh/chị đã gọi điện cho chúng tôi. Tôi sẽ nối máy đến nhân viên phụ trách cho anh/chị.

즐거운 하루 보내세요.

Chúc một ngày vui vẻ (nhé).

Cảm ơn quý khách đã gọi điện cho ngân hàng Vietcom. Thời gian mở cửa của chúng tôi là từ thứ hai đến thứ bảy, từ 8 giờ sáng đến 6 giờ chiều. Vui lòng gọi lại sau. Chúng tôi cảm ơn quý khách. **Chúc một ngày vui vẻ.**

비엣콤 은행에 전화해 주셔서 감사합니다. 저희 영업 시간은 월요일부터 토요일, 오전 8시부터 오후 6시까지입니다. 다시 전화해 주세요. 감사합니다. 즐거운 하루 보내세요.

음성 메시지 남기기

안녕하세요, 투. 운영부의 이민수예요.

Xin chào chị Thu. Tôi là Lee Min Su của bộ phận quản lý.

비나푸드 수출부의 마이입니다.

Đây là Mai đang ở bộ phận xuất khẩu của Vinafood.

안녕하세요. 비즈니스 전문가 아시아 협회에서 전화드렸습니다.

Xin chào. Chúng tôi gọi điện thoại từ hiệp hội châu Á chuyên gia về kinh doanh.

마이 씨, 세븐 앤 아이 홀딩스 구매팀에서 전화드리는 김민지입니다.

Chị Mai, tôi là Kim Min Ji đang gọi từ bộ phận mua hàng Seven & I Holdings.

저희 기록을 업데이트하기 위해 모든 회원 분께 연락드리고 있습니다.

Chúng tôi đang gọi điện cho các thành viên để cập nhật hồ sơ của chúng tôi.

A Xin chào, tôi là Kim Hee Jeong ở công ty kế toán Orion. Bây giờ tôi không thể nhận điện thoại. Hãy để lại lời nhắn sau tiếng bíp nhé.

안녕하세요, 오리온 회계 회사의 김희정입니다. 지금 전화를 받을 수 없습니다. 삐 소리 후에 메시지를 남겨 주세요.

B **Xin chào. Chúng tôi gọi điện thoại từ hiệp hội châu Á chuyên gia về kinh doanh. Chúng tôi đang gọi điện cho các thành viên để cập nhật hồ sơ của chúng tôi.**

안녕하세요. 비즈니스 전문가 아시아 협회에서 전화드렸습니다. 저희 기록을 업데이트하기 위해 모든 회원 분께 연락드리고 있습니다.

11월 5일 월요일에 저희에게 주문하신 것에 관해 전화드렸습니다.

Tôi gọi điện thoại về vấn đề mà anh/chị đã đặt hàng cho chúng tôi vào thứ 2 ngày 5 tháng 11.

이번 가을에 홍보할 특별 신상품에 관해 이야기 나누고 싶습니다.

Tôi muốn nói chuyện với anh/chị về sản phẩm mới đặc biệt sẽ được quảng bá vào mùa thu tới.

지희 씨, 당신만이 답해 줄 수 있다고 들은 확장 학습 프로그램에 대해 질문이 있습니다.

Chị Ji Hee ơi, tôi có câu hỏi về chương trình học tập mở rộng mà tôi nghe nói là chỉ anh/chị có thể trả lời cho chúng tôi.

저희에게 검토하라고 보내 주신 서류 중 하나와 관련해 간단한 질문이 있습니다.

Tôi có câu hỏi đơn giản về một trong những tài liệu mà anh/chị đã gửi để cho chúng tôi kiểm tra.

Xin chào chị Thu. Tôi là Lee Min Su của bộ phận quản lý. **Tôi có câu hỏi đơn giản về một trong những tài liệu mà chị đã gửi để cho chúng tôi kiểm tra.** Chị nhận tin nhắn này thì gọi điện cho tôi được không?
안녕하세요, 투. 운영부의 이민수예요. 저희에게 검토하라고 보내 주신 서류 중 하나와 관련해 간단한 질문이 있습니다. 이 메시지를 받으시는 대로 제게 전화해 주시겠어요?

이 메시지를 받자마자 전화해 주시겠어요? 제 내선번호는 5638번입니다. 감사합니다.

Ngay khi nhận được tin nhắn này anh/chị có thể gọi cho tôi được không? Số đường dây nội bộ của tôi là 5638. Xin cảm ơn.

최대한 빨리 208-3891번으로 전화해 주세요. 감사합니다.

Vui lòng gọi cho tôi theo số 208-3891 nhanh nhất có thể. Cảm ơn anh/chị.

제 사무실 번호인 822-1467번이나, 휴대폰 번호인 010-347-1213번으로 전화하시면 됩니다. 연락 기다리겠습니다.

Vui lòng gọi cho tôi theo số văn phòng 822-1467 hoặc điện thoại di động 010-347-1213 của tôi. Tôi sẽ chờ cuộc gọi của bạn.

이 건에 대해 다시 전화해 주시면 감사하겠습니다. 제 번호는 522-9845입니다. 감사합니다. 즐거운 하루 보내세요.

Xin cảm ơn nếu anh/chị gọi lại cho tôi về vấn đề này. Số của tôi là 522-9845. Xin cảm ơn. Chúc anh/chị một ngày vui vẻ.

Tôi lo lắng về email gần đây nhận được liên quan đến thu hồi sản phẩm. **Tôi xin cảm ơn nếu anh gọi lại cho tôi về vấn đề này. Số của tôi là 522-9845. Xin cảm ơn. Chúc anh một ngày vui vẻ.**

상품 리콜에 관해 받은 최근 이메일이 걱정됩니다. 이 건에 대해 다시 전화해 주시면 감사하겠습니다. 제 번호는 522-9845입니다. 감사합니다. 즐거운 하루 보내세요.

사무실에 돌아오시는 다음 주에 다시 전화드리죠.

Tôi sẽ gọi cho anh/chị lại vào tuần sau khi anh/chị trở về văn phòng.

출장에서 돌아오시면 전화하세요.

Nếu anh/chị trở lại từ chuyến công tác thì gọi cho tôi nhé.

전화를 안 받으셔서 문제가 있나 궁금하던 차입니다. 전화해 주세요!

Vì anh/chị đã không trả lời điện thoại nên tôi đã rất thắc mắc đang có vấn đề gì. Hãy cho tôi biết nhé!

흐엉 씨, 이 문제에 관해 꼭 통화해야 합니다. 가급적 빨리 연락해 주세요.

Chị Hương, tôi nhất định phải nói chuyện với chị về vấn đề này. Chị hãy liên lạc cho tôi trong thời gian sớm nhé.

전화를 안 받으셔서 걱정되네요. 이 메시지를 받으시면 저희에게 다시 전화해 주세요.

Tôi lo lắng vì anh/chị không trả lời. Nếu nhận được tin nhắn này thì gọi lại cho chúng tôi.

직접 통화하기 전까지는 주문이 지연된다는 것을 알려 드리려고 전화드렸습니다. 연락해 주세요.

Tôi gọi điện để thông báo việc đặt hàng của anh/chị sẽ bị trì hoãn đến khi anh/chị gọi điện trực tiếp. Anh/Chị vui lòng gọi cho tôi nhé.

Chào, chị Mai. Tôi là Kim Min Ji đang gọi từ bộ phận mua hàng Seven & I Holdings. **Tôi gọi điện để thông báo việc đặt hàng của chị sẽ bị trì hoãn đến khi chị gọi điện trực tiếp. Chị vui lòng gọi cho tôi nhé.**

안녕하세요, 마이 씨. 세븐 앤 아이 홀딩스 구매팀에서 전화드리는 김민지입니다. 직접 통화하기 전까지는 주문이 지연된다는 것을 알려 드리려고 전화드렸습니다. 연락해 주세요.

Chapter 3

전화로 일정 잡기

 03-3.mp3

약속 잡기

부장님과 약속을 잡고 싶은데요.

Tôi muốn đặt lịch hẹn với trưởng phòng.

가능하면 영업부 직원과 약속을 잡고 싶은데요.

Nếu được thì tôi muốn hẹn với nhân viên của bộ phận kinh doanh.

가능하면 빨리 전 직원과의 회의를 잡고 싶은데요.

Nếu được thì tôi muốn họp với tất cả nhân viên trong thời gian sớm.

A Tôi có thể giúp gì cho anh? 어떻게 도와 드릴까요?

B **Nếu được thì tôi muốn họp với tất cả nhân viên trong thời gian sớm.**
   가능하면 빨리 전 직원과의 회의를 잡고 싶은데요.

A Vâng. Khi nào anh muốn họp? 알겠습니다. 언제쯤으로 원하세요?

가능하면 대사님을 직접 뵙고 싶습니다.

Nếu được thì tôi muốn gặp trực tiếp ngài đại sứ.

만나 뵙고 싶은데요.

Tôi muốn gặp anh/chị.

만나 뵐 수 있을까요?

Tôi có thể gặp anh/chị được không?

만날 약속을 정할까요?

Chúng ta đặt lịch hẹn gặp trực tiếp nhau thế nào?

이 문제에 관해 조만간 직접 만나 뵙고 말씀 나누는 게 좋을 것 같네요.

Về vấn đề này, tôi thấy chúng ta gặp trực tiếp và nói chuyện với nhau trong thời gian sớm thì sẽ tốt hơn.

A Tôi đồng ý với lo ngại của anh rằng các nhóm của chúng tôi không được giao tiếp một cách hiệu quả.
저희 팀들이 효과적으로 소통하지 못하고 있다고 우려하시는 점에 동감합니다.

B **Về vấn đề này, tôi thấy chúng ta gặp trực tiếp và nói chuyện với nhau trong thời gian sớm thì sẽ tốt hơn.**
이 문제에 관해 조만간 직접 만나 뵙고 말씀 나누는 게 좋을 것 같네요.

A Vâng, tôi cũng nghĩ vậy.   네, 저도 그렇게 생각합니다.

일정을 잡아 더 자세히 이야기 나눕시다.

Chúng ta hãy hẹn lịch và nói chuyện cụ thể hơn đi.

회의 내용을 알려 주세요.

Xin cho tôi biết về nội dung của cuộc họp.

어떤 내용의 회의인지 여쭤 봐도 될까요?

Mục đích của cuộc họp là gì ạ?
Tôi phải chuyển lời gì về lý do cuộc họp ạ?
Tôi có thể hỏi anh/chị là họp với nội dung gì không?

A Em hãy gửi yêu cầu cuộc họp vào thứ tư ngày 15 cho chị Thuỳ.
15일 수요일로 투 씨에게 회의 요청을 보내세요.

B **Tôi có thể hỏi anh là họp với nội dung gì không?**
어떤 내용의 회의인지 여쭤 봐도 될까요?

A Vâng, đó là việc liên quan đến kiểm toán sắp tới.
네, 다가오는 회계 감사에 관한 겁니다.   ＊kiểm toán 회계 감사

저희 프로젝트 화상 회의가 다음 주 월요일, 8월 20일 정각 오전 10시로 예정되어 있습니다.

Hội nghị trực tuyến của dự án chúng tôi được lên kế hoạch vào đúng 10 giờ sáng thứ hai, ngày 20 tháng 8.

다음 주에 저희 사무실에 방문해 주실 수 있나요?

Anh/Chị có thể đến thăm văn phòng của chúng tôi vào tuần sau được không?
Tôi muốn biết anh/chị có thể ghé văn phòng của chúng tôi vào tuần sau được không?   ＊ghé 들르다

그렇잖아도 회의에 관해 연락드리려던 참이었어요.

Tôi cũng đang định liên lạc với anh/chị về cuộc họp.

실은 금주 중에 언제 시간이 되시는지 궁금해서요.

Thực ra tôi muốn biết khi nào anh/chị có thời gian trong tuần này.

실은 만나 뵙고 먼저 이 건을 논의하고 싶었습니다.

Thực ra thì tôi muốn gặp anh/chị và thảo luận về vấn đề này.

일정에 맞춰 드리도록 하죠.

Tôi sẽ sắp xếp theo lịch của anh/chị.
Tôi sẽ điều chỉnh theo lịch trình của anh/chị.

저희 회의 날짜를 먼저 선택하도록 해 드리죠. 생각하고 계신 날짜가 있으신 가요?

Chúng tôi sẽ cho bên anh/chị chọn ngày cuộc họp trước.
Có ngày nào anh/chị đang suy nghĩ không?

언제가 좋을지 말해 보세요.

Cho chúng tôi biết ngày nào họp thì tốt.

언제가 좋을까요?

Anh/Chị muốn gặp khi nào?
Anh/Chị muốn gặp bao giờ?
Anh/Chị muốn đặt hẹn vào ngày nào?
Theo anh/chị khi nào chúng ta gặp nhau?　＊đặt hẹn 약속을 잡다

A　Chúng ta quyết định hẹn gặp nhau nhé?　만날 약속을 정할까요?

B　Vâng, ý kiến hay đấy.　네, 좋은 생각입니다.

A　**Chị muốn gặp khi nào?** Khi nào chúng ta có thể gặp được?
언제가 좋을까요? 언제 만날 수 있을까요?

오전이 좋으세요, 오후가 좋으세요?

Anh/Chị thích buổi sáng hay buổi chiều?

몇 시가 좋을까요?

Mấy giờ thì được anh/chị?
Mấy giờ thì tiện cho anh/chị?

잠시만요. 제 일정을 확인해 볼게요.

Đợi một chút. Để tôi kiểm tra lịch trình đã.

Làm ơn đợi một chút, trong khi tôi kiểm tra lịch trình nhé.

Chờ một chút. Tôi sẽ kiểm tra lịch trình của tôi một chút ạ.

A	Anh thích vào thứ mấy? 무슨 요일이 좋으세요?	
B	**Đợi một chút. Để tôi kiểm tra lịch trình đã.** 잠시만요. 제 일정을 확인해 볼게요.	

다음 주 괜찮으세요?

Tuần sau anh/chị có được không?

편하신 시간으로 정하죠.

Chúng ta quyết định theo thời gian anh/chị tiện nhé.

오후 3시가 어떠세요?

3 giờ chiều thì sao?

3 giờ chiều thì thế nào?

내일 정오가 어떠세요?

Đúng trưa ngày mai thế nào?

내일 모레는 어떠세요?

Ngày kia thì sao?

다음 주 화요일 오후 2시는 어떠세요?

2 giờ chiều thứ ba tuần sau thì thế nào?

다음 달 오전 중으로 어때요?

Trong buổi sáng vào tháng sau thì thế nào?

오전이 좋을 것 같은데요. 11시가 어떠세요?

Tôi thấy buổi sáng thì tốt hơn. 11 giờ thì sao?

주 중 오후 5시 이후는 괜찮아요. 당신은요?

Sau 5 giờ chiều trong những ngày thường tuần sau thì không sao. Còn anh/chị thì sao?

A Anh muốn gặp bao giờ? 언제가 좋으세요?

B Sau 5 giờ chiều trong những ngày thường tuần sau thì không sao. Còn chị thì sao? 주 중 오후 5시 이후는 괜찮아요. 당신은요?

A Tốt rồi. Thứ tư tuần sau thế nào? 좋습니다. 다음 주 수요일이 어떠세요?

4시쯤에 시간 있으십니까?

Anh/Chị có thời gian vào lúc khoảng 4 giờ không?

다음 주 화요일 오전에 첫 일정으로 하죠.

Chúng ta sẽ hẹn nhau lần đầu tiên vào buổi sáng thứ ba tuần sau nhé.

내일 2시에 오실 수 있겠습니까?

Anh/Chị có thể đến lúc 2 giờ vào ngày mai được không?

금요일 오후는 괜찮으세요?

Chiều thứ sáu thì anh/chị có được không?

다음 주 목요일이 괜찮겠습니까?

Thứ năm tuần sau anh/chị có được không?

일정을 확인해 보죠. 9월 5일, 다음 주 수요일이 좋겠네요.

Để tôi kiểm tra lịch trình đã. Tôi thấy thứ tư tuần sau, vào ngày 5 tháng 9 thì được anh/chị.

월요일 좋습니다. 몇 시쯤에 만나고 싶으세요?

Thứ hai thì tốt. Anh/Chị muốn gặp mấy giờ ạ?

A Tuần sau thì rảnh. Thứ hai thế nào? 다음 주는 비어 있어요. 월요일이 어때요?

B Thứ hai thì tốt. Anh muốn gặp mấy giờ ạ?
월요일 좋습니다. 몇 시쯤에 만나고 싶으세요?

A Chúng ta hẹn 3 giờ nhé. 3시로 하죠.

그날 회의 끝나고 함께 점심 하시죠.

Sau cuộc họp, chúng ta cùng đi ăn trưa đi.

오늘 3시가 좋겠어요.

3 giờ ngày hôm nay thì tốt.

좋습니다.

Tốt rồi.
Hay lắm.
Được chứ.

다음 주가 괜찮아요.

Tuần sau thì tốt.
Tuần sau thì được.

죄송하지만, 그땐 바빠요.

Xin lỗi, lúc đó tôi bận rồi.

(죄송하지만,) 월요일에는 안 돼요.

Thứ hai thì tôi không kịp được.
(Xin lỗi,) thứ hai thì không được ạ.

다음 주는 안 돼요. 외근이 있어서요. 그 다음 주는 어떠세요?

Tuần sau thì không được. Tôi có việc ở bên ngoài. Còn tuần sau nữa thì sao?

A Chúng ta hẹn nhau lần đầu tiên vào sáng thứ sáu tuần sau có được không? 다음 주 금요일 아침 첫 일정으로 어때요?

B **Tuần sau thì không được. Tôi có việc ở bên ngoài. Còn tuần sau nữa thì sao?** 다음 주는 안 돼요. 외근이 있어서요. 그 다음 주는 어떠세요?

A Thế thì làm như thế nhé. 그럼 그렇게 하죠.

5시는 힘들겠는데요. 다른 시간을 제안해 주시겠어요?

5 giờ thì hơi khó. Anh/Chị có thể đề nghị giờ khác được không?

일단 정하지 말고 제 일정을 확인해 본 후 연락드릴까요?

Trước tiên chúng ta không quyết định ngay mà để tôi kiểm tra lịch trình của mình rồi gọi cho anh/chị được không?

오늘은 일정이 꽉 차 있어요.

Hôm nay lịch trình tôi kín hết rồi.

이 시간은 조금 불편할 것 같아요.

Tôi thấy thời gian này hơi bất tiện cho tôi.

죄송하지만, 내일은 안 됩니다.

Xin lỗi, ngày mai thì không được ạ.

A Tôi có thể gặp chị vào ngày mai được không?   내일 뵐 수 있을까요?
B **Xin lỗi, ngày mai thì không được ạ.** Thứ tư này thì sao ạ?
    죄송하지만, 내일은 안 됩니다. 이번 주 수요일은 어때요?

편하실 때 언제든지 전화하세요.

Anh/Chị gọi cho tôi thoải mái bất cứ lúc nào nhé.

편하실 때 들르세요.

Khi nào anh/chị tiện thì ghé qua nhé.

아무 때나 오세요.

Anh/Chị đến lúc nào cũng được.

4월에는 힘들 것 같군요.

Tôi thấy tháng 4 thì có vẻ khó đấy.

우선 5월 말쯤으로 회의 일정을 임시로 잡아 두면 어떨까요? 5월 28일은
어떠세요?

Hay là chúng ta tạm thời sắp xếp lịch trình cuộc họp vào
cuối tháng 5 thì thế nào? Ngày 28 tháng 5 thì sao?

＊tạm thời 임시로

새로운 회의 일정을 정할까요? 저는 5월 2일로 하고 싶은데요.

Chúng ta hẹn nhau lịch trình cuộc họp mới thì thế nào?
Tôi muốn họp vào ngày 2 tháng 5.

잠정적으로 12월 13일이 어떠세요?

Tạm thời ngày 13 tháng 12 thế nào?

우선은 11월 25일로 회의를 잡읍시다.

Trước tiên thì chúng ta cứ họp vào ngày 25 tháng 11 đi.

조만간 일정을 내실 수 있는지 궁금하군요.

Tôi muốn biết trong thời gian tới anh/chị có thể dành thời
gian được không?

A Chào anh. **Tôi muốn biết trong thời gian tới anh có thể dành thời gian được không?** 안녕하세요. 조만간 일정을 내실 수 있는지 궁금하군요.

B Chị Thu ơi, vừa đúng lúc tôi cũng định gọi cho chị. Thứ tư thì được chị. 투 씨, 그렇잖아도 전화드리려고 했습니다. 수요일이 비어 있습니다.

**약속 장소
정하기**

어디서 만날까요?

Chúng ta gặp nhau ở đâu?
Chúng ta gặp nhau ở nơi nào?

어디서 회의를 열까요?

Chúng ta nên tổ chức cuộc họp ở đâu?
Anh/Chị muốn tổ chức cuộc họp ở đâu?

회의 장소를 어디로 해야 할까요?

Chúng ta phải họp ở chỗ nào?
Chúng ta nên chọn địa điểm cuộc họp ở đâu?

A Nào, hãy lên lịch họp vào sáng thứ sáu ngày 17 tháng 9. 자, 9월 17일 금요일 오전으로 회의 일정을 잡아요.

B Vâng, **chúng ta phải họp ở chỗ nào?** 네, 회의 장소를 어디로 해야 할까요?

A Một nơi đủ rộng để chứa 50 người tham gia. 참석자 50명이 들어갈 정도로 충분히 넓은 곳이요.

이 층에 있는 작은 회의실이 괜찮으시겠어요?

Một phòng họp nhỏ ở trên tầng này có được không?

아래층에 있는 주 회의실을 예약할 것을 제안합니다.

Tôi đề nghị đặt phòng họp chính ở tầng dưới.

A Chúng ta họp ở đâu? 회의는 어디서 할까요?

B **Tôi đề nghị đặt phòng họp chính ở tầng dưới.**
아래층에 있는 주 회의실을 예약할 것을 제안합니다.

A Vâng được ạ. Tôi sẽ đặt phòng đó ngay hôm nay. 좋아요. 오늘 예약해 두겠습니다.

큰 장소가 필요할 것 같으니 컨벤션 센터로 예약합시다.

Chúng ta sẽ cần một địa điểm rộng, nên hãy đặt tại trung tâm hội nghị.

회의를 위해 렉스 호텔의 대연회장을 예약하는 게 어때요?

Chúng ta đặt phòng hội trường lớn của khách sạn Rex được không?

대우 호텔에 훌륭한 회의 시설이 있다고 들었어요. 거기에 전화해 봅시다.

Tôi nghe nói rằng khách sạn Dae Woo có cơ sở hội họp tuyệt vời. Chúng ta hãy gọi điện đến ở đó xem.

제 사무실에서 만납시다.

Chúng ta gặp nhau ở văn phòng của tôi nhé.

제 사무실로 오시겠어요?

Anh/Chị có thể đến văn phòng của tôi được không?

약속 확인

우리 회의 일정을 재확인하려고 전화드렸습니다.

Tôi gọi điện để kiểm tra lại lịch trình cuộc họp của chúng ta.

회의 날짜를 재확인하려고 전화드렸습니다.

Tôi gọi điện để xác nhận lại ngày cuộc họp.

9월 20일 회의 일정을 확인해 드리려고 전화드렸습니다.

Tôi gọi điện để kiểm tra lịch trình cuộc họp ngày 20 tháng 9.

일정에 변경이 없으신지 확인차 전화드렸습니다.

Tôi gọi điện để kiểm tra xem lịch trình có gì thay đổi không.

우리 회의, 잊지 않으셨죠?

Anh/Chị không quên cuộc họp của chúng ta đấy chứ?

확인해 드리죠. 우리 회의는 12월 18일 오후 1시로 잡혀 있어요. 맞죠?

Để tôi xác nhận lại. Hội nghị của chúng ta được đặt vào 1 giờ chiều ngày 18 tháng 12. Đúng không ạ?

그럼 다음 주 금요일에 봅시다.

Vậy thì chúng ta gặp nhau vào thứ sáu tuần sau nhé.

네, 그렇게 정하죠.

Vâng, làm như thế đi.

그럼 다음 주 월요일 3시로 정한 거죠?

Vậy chúng ta quyết định họp vào lúc 3 giờ ngày thứ ba tuần sau phải không?

A   Xin lỗi ạ. Bây giờ tôi phải đi gấp. Tôi có một cuộc họp.
미안해요. 지금 급하게 가 봐야 해요. 회의가 있어서요.

B   Vâng, **vậy chúng ta quyết định họp vào lúc 3 giờ ngày thứ ba tuần sau phải không?**   그래요, 그럼 다음 주 월요일 3시로 정한 거죠?

A   Vâng, chúng ta gặp nhau lúc đó nhé.   네, 그때 봐요.

달력에 표시해 두겠습니다.

Tôi sẽ đánh dấu nó trên lịch.   · đánh dấu 표시하다

오늘 퇴근 후에 들른다고 말씀드리려고요.

Tôi đã định nói với anh/chị là sẽ ghé lại sau khi tan sở ngày hôm nay.

근처에 오시면 이번 주에 들러 주실 수 있습니까?

Anh/Chị có thể ghé lại trong tuần này nếu đến gần đây được không?

2주 후에 일정을 한 번 더 확인해 드리겠습니다.

Tôi sẽ kiểm tra lại lịch trình cho anh/chị sau 2 tuần nhé.

약속 날짜와 시간을 확인하는 이메일을 보내 드릴까요?

Anh/Chị có muốn tôi gửi email để xác nhận thời gian và ngày hẹn không?

날짜와 시간을 확인하는 이메일을 보내 드리겠습니다.

Tôi sẽ gửi email cho anh/chị để xác nhận thời gian và ngày.

A   Thế, thứ năm tuần sau lúc 10 giờ phải không?   그러니까, 다음 주 목요일 10시죠?

B   Vâng, **tôi sẽ gửi email cho anh để xác nhận thời gian và ngày.**
네, 날짜와 시간을 확인하는 이메일을 보내 드리겠습니다.

A   Tốt quá. Cảm ơn anh.   좋아요. 감사합니다.

날짜가 임박했을 때 이메일을 보내 회의를 확인해 드리겠습니다.

Khi gần đến ngày, tôi sẽ xác nhận cuộc họp qua email nhé.

이번 주 금요일 예정인 저희 회의에 관해 통보드립니다.

Tôi xin thông báo về cuộc họp của chúng ta được dự kiến vào thứ sáu tuần này.

알려 드릴 사항이 있는데요. 그날 팀원 몇 명이 저와 함께 회의에 참석할 건데 괜찮겠습니까?

Tôi có một điều muốn thông báo cho anh/chị là ngày hôm đó, một vài thành viên của nhóm sẽ tham dự cuộc họp cùng với tôi, được không anh/chị?

지도를 보내 주시겠어요?

Anh/Chị có thể gửi cho tôi bản đồ được không?

약도를 보내 주시겠어요?

Anh/Chị gửi cho tôi sơ đồ được khong?

주소를 보내 주시겠어요?

Tôi có thể biết địa chỉ của anh/chị được không?

참석자 명단을 주시겠어요?

Anh/Chị có thể đưa cho tôi danh sách người tham dự được không?

안건을 미리 보내 주시겠어요?

Anh/Chị có thể gửi cho tôi đề án trước được không?

A Anh có hỏi gì về cuộc họp không ạ? 회의에 관해 질문이 있으신가요?

B **Chị có thể gửi cho tôi đề án trước được không?**
안건을 미리 보내 주시겠어요?

A Vâng, tôi sẽ làm như thế. Địa chỉ email của anh thế nào ạ?
네, 그렇게 하죠. 이메일 주소가 어떻게 되세요?

**약속 변경
및 취소**

약속 시간을 조금 앞당겨도 될까요? 오후 2시쯤으로요.

Chúng ta đẩy hẹn lên sớm hơn một chút được không? Khoảng 2 giờ chiều ạ.

실전회화

A　Vì lịch trình của tôi kết thúc sớm. **Chúng ta đẩy hẹn lên sớm hơn một chút được không? Khoảng 2 giờ chiều ạ.**
제 일정이 빨리 끝나요. 약속 시간을 조금 앞당겨도 될까요? 오후 2시쯤으로요.

B　Bây giờ tôi đang ở văn phòng, nên hãy đến thoải mái khi nào anh tiện.
저는 지금 사무실에 있으니까, 아무 때나 편한 시간에 오세요.

A　Vâng, hẹn gặp lại sớm.　그래요, 곧 뵙죠.

죄송하지만, 월요일은 안 되겠어요. 화요일 괜찮으실까요?

Xin lỗi nhưng thứ hai thì không được. Thứ ba có được không ạ?

죄송해요. 일이 생겨서 우리 회의 일정을 다시 잡아야겠어요.

Tôi xin lỗi. Tôi có việc đột xuất nên tôi phải sắp xếp lại lịch trình cuộc họp của chúng ta.

실전회화

A　Xin chào anh Cương. Tôi có thể giúp gì cho anh?
안녕하세요, 끄엉 씨. 무엇을 도와 드릴까요?

B　**Tôi xin lỗi. Tôi có việc đột xuất nên tôi phải sắp xếp lại lịch trình cuộc họp của chúng ta.**　죄송해요. 일이 생겨서 우리 회의 일정을 다시 잡아야겠습니다.

A　À, không sao. Anh muốn gặp khi nào?　아, 괜찮습니다. 언제가 좋으세요?

18일로 했던 우리 약속을 변경해야겠어요.

Chúng ta phải thay đổi cuộc hẹn đã định vào ngày 18.

죄송한데, 차가 막혀서 오전 회의에 맞춰 갈 수 없게 됐어요. 오늘 오후로 미뤄도 될까요?

Tôi xin lỗi, do bị kẹt xe nên tôi không thể kịp cuộc họp buổi sáng được. Chúng ta hoãn lại vào chiều nay được không?

결국 목요일은 가능할 것 같지 않군요. 일정을 다시 잡을까요?

Tôi nghĩ thứ năm thì chắc không được. Chúng ta sắp xếp lại lịch trình được không?

약속을 다시 정해도 될까요?

Tôi xin lỗi làm phiền anh/chị nhưng chúng ta có thể quyết định lại cuộc hẹn được không?

대신 5시에 만날까요?

Thay vào đó chúng ta gặp nhau lúc 5 giờ được không?

약속을 변경해야 할 것 같아요.

Tôi xin lỗi nhưng tôi nghĩ tôi cần thay đổi cuộc hẹn.

제 약속을 3시로 변경해 주시겠어요?

Anh/Chị có thể thay đổi cuộc hẹn của tôi sang 3 giờ được không?

괜찮으시다면, 다음 주로 약속을 변경하고 싶습니다.

Nếu anh/chị không phiền thì tôi muốn thay đổi cuộc hẹn vào tuần sau.

언제로 일정을 다시 잡을까요?

Chúng ta sắp xếp lại lịch trình vào khi nào?

죄송하지만, 회의를 연기해야 할 것 같습니다.

Xin lỗi nhưng chúng ta phải hoãn lại cuộc họp.

불편을 끼쳐 드려 대단히 죄송합니다만, 조금 일찍 오실 수 있으십니까?

Tôi rất xin lỗi vì làm phiền anh/chị nhưng anh/chị có thể đến sớm hơn một chút được không?

미리 연락해 주셔서 감사합니다.

Tôi cảm ơn anh/chị đã liên lạc trước cho tôi.

그럼 11월로 회의를 연기할까요?

Thế chúng ta hoãn lại cuộc họp vào tháng 11 thì thế nào?

죄송하지만, 회의에 참석할 수 없을 것 같습니다.

Xin lỗi, tôi không thể tham dự cuộc họp.

죄송하지만, 중요한 일이 생겨서 약속을 지킬 수 없을 것 같습니다.

Xin lỗi nhưng tôi có việc quan trọng nên tôi không thể giữ đúng hẹn được.

죄송하지만, 시간이 좀 더 걸리겠는데요.

Xin lỗi nhưng chắc sẽ mất nhiều thời gian hơn.

죄송하지만, 오늘은 좀 곤란하군요.

Tôi xin lỗi, nhưng hôm nay thì hơi khó.

전화상으로 처리해야 할 것 같아요.

Chắc là chúng ta phải xử lý qua điện thoại.

죄송하지만, 오늘은 직접 방문드릴 수 없을 것 같아요.

Tôi xin lỗi nhưng hôm nay thì tôi không thể đến thăm trực tiếp được ạ.

세미나가 취소되었습니다.

Hội thảo đã bị hủy bỏ rồi ạ.

날짜가 바뀌었나요?

Ngày đã được thay đổi chưa?

유감스럽게도 오늘 오후 회의에 참석하지 못할 것 같아요.

Tiếc là tôi không thể tham dự cuộc họp chiều nay.

이렇게 귀찮게 해 드려 죄송합니다.

Tôi xin lỗi đã làm phiền như thế này.

처리해야 할 급한 일이 생겼어요.

Tôi đang có một vấn đề cấp thiết phải giải quyết.

죄송하지만, 호아 씨가 이번 주 금요일에는 시간이 안 되실 것 같아요.

Xin lỗi nhưng có lẽ chị Hoa không có thời gian vào thứ sáu tuần này.

A Chào anh Min Soo. Anh có chuyện gì vậy?   안녕하세요. 민수 씨. 무슨 일이세요?

B **Xin lỗi nhưng có lẽ chị Hoa không có thời gian vào thứ sáu tuần này.**
   죄송하지만, 호아 씨가 이번 주 금요일에는 시간이 안 되실 것 같아요.

A Tiếc quá! Thế chúng ta phải đặt lại lịch trình khi nào vậy?
   아쉽네요! 그럼 언제로 일정을 다시 정할까요?

죄송하지만, 회의 일정을 취소해야 할 것 같습니다.

Xin lỗi, có lẽ tôi phải hủy lịch trình cuộc họp.

회의를 무기한 연장해야겠습니다. 언제 만날 수 있을지 모르겠군요.

Chúng ta phải kéo dài cuộc họp vô thời hạn. Tôi chưa biết khi nào tôi có thể gặp anh/chị được.

어쨌든 저희는 구체적인 계획을 세우지 않았습니다.

Dù sao thì chúng tôi chưa lập kế hoạch cụ thể.

혹시 무슨 일이 생기면 저희 쪽에서 먼저 연락드리겠습니다.

Nếu có việc gì xảy ra thì chúng tôi sẽ liên lạc trước cho anh/chị.

회의가 두 번이나 취소됐는데, 회의를 정말 하긴 하는 건지 확인하고 싶군요.

Cuộc họp đã bị huỷ 2 lần rồi mà, tôi muốn biết là chúng ta thật sự sẽ họp hay không.

다시 한 번 불편을 끼쳐 드려 죄송합니다.

Tôi xin lỗi đã gây bất tiện cho anh/chị.

이번 일정 변경으로 불편을 끼쳐 드려 죄송합니다.

Tôi thật xin lỗi đã gây bất tiện cho anh/chị vì thay đổi lịch trình lần này.

이해해 주시길 바랍니다.

Tôi hy vọng anh/chị thông cảm.

전화 사용 시 불편

03-4.mp3

**전화를 잘못
걸었을 때**

죄송합니다. 잘못 걸었군요.

Xin lỗi, tôi nhầm số rồi ạ.

> A   Xin chào. Chúng tôi xin cảm ơn anh đã gọi điện đến ngân hàng Vietcom. Anh
>   muốn nối máy đến đâu ạ?
>   안녕하세요. 비엣콤 은행에 전화해 주셔서 감사합니다. 어디로 연결해 드릴까요?
>
> B   **Xin lỗi chị, tôi nhầm số rồi ạ.**   죄송합니다. 잘못 걸었군요.

죄송합니다. 잘못 걸은 것 같은데요. 523-9834번 맞습니까?

Xin lỗi. Hình như tôi gọi nhầm số rồi. Đấy có phải là Số
523-9834 không ạ?

죄송한데, 저는 그 업무 담당자가 아닙니다.

Xin lỗi tôi không phải là người phụ trách công việc đó.

**통화 가능
여부 확인**

지금 통화 괜찮으세요?

Bây giờ anh/chị có bận không ạ?
Bây giờ anh/chị có thời gian không?
Bây giờ anh/chị có thể nói chuyện với tôi được không ạ?

> A   A lô, Shin Ji Hee đây ạ.   여보세요, 신지희입니다.
>
> B   A lô, tôi là Hương của bộ phận nhân sự đây ạ. **Bây giờ chị có thể nói chuyện
>   với tôi được không ạ?**   여보세요, 인사부의 흐엉입니다. 지금 통화 괜찮으세요?
>
> A   Dĩ nhiên rồi. Tôi có thể giúp gì cho chị ạ?   물론이죠. 무엇을 도와 드릴까요?

나중에 다시 전화드려도 될까요?

Tôi gọi lại sau cho anh/chị được không?

다음 주에 다시 전화드려도 될까요?

Tôi gọi lại vào tuần sau có được không?

다시 전화드려도 될까요? 지금 통화 중이어서요.

Một lát sau tôi gọi lại được không? Bây giờ tôi đang nghe
điện thoại khác.

A   Mai đây ạ.   마이입니다.

B   Tôi là Park Jun Woo của phòng kinh doanh. Bây giờ chị bận không?
영업부의 박준우입니다. 바쁘세요?

A   **Một lát sau tôi gọi lại được không? Bây giờ tôi đang nghe điện thoại
khác ạ.**   다시 전화드려도 될까요? 지금 통화 중이어서요.

지금 정신이 좀 없는데, 내일 다시 전화드려도 될까요?

Hôm nay tôi bận túi bụi, ngày mai gọi lại cho anh/chị được
không?

나중에 다시 전화드릴까요?

Tôi có thể gọi lại sau được không?

언제가 통화하기 좋으세요?

Khi nào thì anh/chị thoải mái nói chuyện được?

혹시 방해가 된 건 아닌지요?

Tôi làm phiền anh/chị sao?

전화드리기에 적합한 시간인지 궁금하네요.

Tôi tò mò thời gian này có thích hợp để gọi điện cho anh/
chị hay không.

**통화 연결이
어려울 때**

통화 중이네요.

Máy đang bận.

간단히 말씀해 주세요.

Xin nói ngắn gọn nhé.

통화하기 정말 어렵군요.

Thật sự là khó để nói chuyện với anh/chị qua điện thoại.

어제 계속 전화드렸었어요.

Hôm qua tôi đã liên tục gọi điện cho anh/chị.

왜 그렇게 오래 통화 중이었죠?

Sao anh/chị nói chuyện trên điện thoại lâu thế?

왜 그렇게 전화를 늦게 받아요?

Sao anh/chị bắt điện thoại muộn thế?

너무 늦게 전화드려서 죄송해요.

Tôi xin lỗi vì gọi cho anh/chị quá trễ.

그는 지금 몹시 바빠요.

Bây giờ anh ấy vô cùng bận rộn.

지금 통화하기 어려워요.

Bây giờ tôi khó nói chuyện với anh/chị.

전화상으론 말씀드리기 어려워서 이메일로 보낼게요.

Vì tôi thấy nói chuyện qua điện thoại thật khó, tôi sẽ gửi email cho anh/chị.

연결 상태가 좋지 않을 때

여보세요? 죄송한데, 잘 안 들려요.

A lô? Xin lỗi, tôi không nghe rõ lắm.

좀 크게 말씀해 주시겠어요?

Anh/Chị có thể nói to hơn được không?
Anh/Chị có thể nói to một chút được không?

다시 한 번 말씀해 주시겠어요?

Anh/Chị nhắc lại một lần nữa được không?

잘 들리세요?

Anh/Chị có nghe rõ không?
Anh/Chị có thể nghe giọng nói của tôi không?

지금은 잘 들립니까?

Bây giờ anh/chị đã nghe rõ chưa?

네, 잘 들려요.

Vâng, tôi có thể nghe được.

여전히 잘 안 들리네요.

Tôi vẫn không nghe rõ được.

전화기가 제대로 작동되지 않아요.

Điện thoại của tôi đang không hoạt động bình thường.

이 전화는 불통이에요.

Điện thoại này bị nghẽn mạng.

주변이 시끄러워서 잘 안 들려요.

Xung quanh tôi ồn ào quá nên tôi không thể nghe rõ được.

(죄송한데,) 연결 상태가 좋지 않군요.

Trạng thái kết nối không tốt nhỉ.
(Xin lỗi,) trạng thái kết nối tệ quá.

다른 사람 목소리도 들리는군요.

Tôi cũng nghe thấy giọng nói của người khác.
Tôi cũng nghe được tiếng nói của người khác.

혼선됐나 봐요.

Hình như là bị chập dây rồi.

※ bị chập dây 혼선이 된

전화가 끊어지면 어느 번호로 통화 가능할까요?

Nếu điện thoại bị ngắt thì tôi gọi vào số nào được?

제가 다시 전화드릴게요.

Tôi sẽ gọi lại sau.

끊으시면 다시 전화드릴게요.

Anh/Chị tắt máy thì tôi sẽ gọi lại.
Anh/Chị tắt máy nhé. Tôi sẽ gọi lại cho anh/chị.

끊고 다시 걸어 주시겠어요?

Anh/Chị tắt máy rồi gọi lại cho tôi được không?

전화 끊고 제가 다시 걸까요?

Chúng ta tắt máy rồi tôi gọi lại cho anh/chị nhé?

좀 천천히 말씀해 주시겠어요?

Anh/Chị nói chậm hơn một chút được không?

좀 천천히 말씀해 주세요.

Xin anh/chị nói chậm một chút.

잘 안 들려요.

Tôi không nghe rõ được.

들렸다 안 들렸다 해요.

Có khi nghe được có khi không nghe được gì cả.

지지직거려요.

Âm thanh quá rè.

Nghe tạp âm nhiều quá.   _{tạp âm 잡음}

연결이 안 됩니다.

Tôi không thể liên lạc với số này.

아무도 전화를 받지 않아요.

Không ai nghe điện thoại.

휴대폰 사용

휴대폰을 진동이나 무음 모드로 해 주세요.

Anh/Chị vui lòng để chế độ rung hoặc tắt tiếng điện thoại di động.

소리를 작게 해 놓으세요.

Hãy làm cho tiếng kêu nhỏ lại.

소리를 크게 해 놓으세요.

Hãy làm cho tiếng kêu to lên.

제 휴대폰 배터리가 다 돼 가네요.

Pin điện thoại di động của tôi đang gần hết.

지하철이라 오래 통화하지 못합니다.

Vì đang ở tàu điện ngầm nên tôi không thể nói chuyện lâu được.

문자 보내겠습니다.

Tôi sẽ gửi tin nhắn cho anh/chị.

Chapter 5

전화로 불만 사항 전하기 03-5.mp3

문제 제기

여보세요. 문제를 도와주실 분 계신가요?

A lô. Ở đó có người nào giúp tôi không ạ?

여보세요. 문제에 대해서 도움을 주실 수 있는 분과 통화하고 싶습니다.

A lô. Tôi muốn nói chuyện với người nào có thể giúp tôi về vấn đề.

여보세요. 정식 항의를 하고자 합니다.

A lô. Tôi muốn làm kháng nghị chính thức.

죄송하지만, 큰 딜레마에 관해 보고해야겠습니다.

Xin lỗi nhưng tôi cần báo cáo cho anh/chị về tình trạng tiến thoái lưỡng nan lớn.

＊tình trạng tiến thoái lưỡng nan 딜레마

안녕하세요, 귀사의 지점 중 한 곳에서 불만족스러운 서비스를 받아 불만을 제기하려고 전화했습니다.

Xin chào, tôi gọi điện để đưa ra ý kiến bất mãn vì tôi đã nhận dịch vụ không hài lòng từ một chi nhánh của quý công ty.

A   Cảm ơn anh đã gọi điện cho ngân hàng Vietcom. Tôi là Thu ạ. Anh muốn kết nối đến đâu?
비엣콤 은행에 전화해 주셔서 감사합니다. 저는 투입니다. 어디로 연결시켜 드릴까요?

B   Xin chào, tôi gọi điện để đưa ra ý kiến bất mãn vì tôi đã nhận dịch vụ không hài lòng từ một chi nhánh của quý công ty.
안녕하세요, 귀사의 지점 중 한 곳에서 불만족스러운 서비스를 받아 불만을 제기하려고 전화했습니다.

A   Xin lỗi ạ. Tôi sẽ nối máy cho bộ phận xử lý bất mãn.
죄송합니다. 불만 처리부로 연결해 드리도록 하겠습니다.

좋지 않은 말씀입니다만, 귀사의 영업직원 한 명과 문제가 있었습니다.

Không may là, tôi đã có vấn đề với một nhân viên kinh doanh của quý công ty.

유감스럽게도 저를 도와줄 사람에게 연락 닿는 일이 정말 어렵군요.

Tiếc là thật khó để liên hệ với một người nào đó có thể giúp tôi.

안녕하세요. 지난주에 물건이 제대로 도착하지 않아서 전화드립니다.

Chào anh/chị. Tôi đã gọi điện cho anh/chị vì hàng không tới theo đúng cách vào tuần trước.

안녕하세요. 주문번호 44832에 관해 전화드렸습니다. 주문한 물건이 다 오지 않은 것 같군요.

Xin chào. Tôi gọi cho anh/chị về số đặt hàng 44832. Hình như chúng tôi vẫn chưa nhận được hàng đặt.

안녕하세요. 번거롭게 해 드려 죄송합니다만, 지난달에 물품을 주문했는데 아직 못 받았습니다.

Xin chào. Tôi xin lỗi đã làm phiền anh/chị nhưng chúng tôi vẫn chưa nhận được hàng hoá mà tôi đã đặt vào tháng trước.

A Xin cảm ơn anh đã gọi điện đến văn phòng Hoaviet. Tôi là Yến của bộ phận kinh doanh. Tôi có thể giúp gì cho anh ạ?
호아비엣 사무실에 전화해 주셔서 감사합니다. 저는 영업부의 옌입니다. 무엇을 도와 드릴요?

B **Xin chào. Tôi xin lỗi đã làm phiền chị nhưng chúng tôi vẫn chưa nhận được hàng hoá mà tôi đã đặt vào tháng trước.**
안녕하세요. 번거롭게 해 드려 죄송합니다만, 지난달에 물품을 주문했는데 아직 못 받았습니다.

A Trời ơi, nếu anh cho tôi biết số đặt hàng thì tôi sẽ kiểm tra qua máy vi tính cho anh. 이런, 주문번호를 알려 주시면 컴퓨터로 확인해 보겠습니다.

안녕하세요, 이번 주에 귀사 법무팀의 서류를 받기로 돼 있었는데 아직 못 받았습니다.

Xin chào, chúng tôi đã định nhận tài liệu từ phòng pháp luật của quý công ty nhưng vẫn chưa nhận được nó.

귀사의 지불 미납 건으로 연락드립니다.

Chúng tôi đã gọi điện về việc chưa thanh toán của quý công ty.

A Đây là Lee Min Ho của phòng nghiên cứu phát triển ạ.
연구 개발팀의 이민호입니다.

B Chào anh. Đây là Ngân của công ty IBM. **Chúng tôi đã gọi điện về việc chưa thanh toán của quý công ty.**
안녕하세요. IBM의 응언입니다. 귀사의 지불 미납 건으로 연락드립니다.

A À, vâng, tôi sẽ nối máy cho phòng kế toán. Nếu anh có sự bất tiện nào thì vui lòng liên lạc lại với tôi bằng số này nhé.
아, 네, 경리부로 연결해 드리겠습니다. 불편한 점이 있으시면 이 번호로 제게 다시 연락해 주세요.

기록에 귀하로부터 아직 지불받지 못한 것으로 나타나 있습니다.

Hồ sơ cho thấy rằng chúng tôi vẫn chưa nhận được thanh toán từ anh/chị.

유감스럽지만, 귀하로부터 아직 지불받지 못했다는 것을 알려 드립니다.

Chúng tôi rất tiếc phải thông báo cho anh/chị rằng chúng tôi vẫn chưa nhận được thanh toán từ bên anh/chị.

죄송하지만, 장비가 광고에서처럼 작동하지 않아요.

Xin lỗi nhưng thiết bị không hoạt động như đã quảng cáo.

죄송하지만, 작업의 질이 기준 이하입니다.

Xin lỗi nhưng chất lượng công việc là dưới mức chuẩn.

죄송하지만, 세부 사항이 저희가 동의한 것과 다르군요.

Xin lỗi nhưng nội dung chi tiết thì khác với điều mà chúng tôi đã đồng ý.

저희에게 이런 일이 생긴 게 벌써 두 번째입니다.

Đây là lần thứ 2 việc như thế này đã xảy ra với chúng tôi.

A Tôi đã rất ngạc nhiên khi nghe được tin như vậy. Thật ra, hầu hết khách hàng của chúng tôi đều khá hài lòng.
그런 얘기를 듣게 되어 좀 놀랐습니다. 사실 대부분 저희 고객은 상당히 만족해하시거든요.

B **Đây là lần thứ 2 việc như thế này đã xảy ra với chúng tôi.**
저희에게 이런 일이 생긴 게 벌써 두 번째입니다.

A À, thật ạ? Vậy thì tôi sẽ liên kết chị với người chịu trách nhiệm của ủy ban tư vấn khách hàng của chúng tôi.
아, 정말요? 그렇다면 저희 고객 자문 위원회의 책임자에게 연결해 드리죠.

이번이 올해 들어 세 번째 배송 지연입니다.

Lần này là lần thứ 3 trong năm nay vận chuyển bị trì hoãn.

A **Lần này là lần thứ 3 trong năm nay vận chuyển bị trì hoãn.**
이번이 올해 들어 세 번째 배송 지연입니다.

B Tôi nối máy trực tiếp với chị Thuỷ cho anh được không?
투이 씨에게 직접 연결해 드려도 될까요?

A Nếu làm như vậy thì chúng tôi rất cảm ơn.   그렇게 해 주시면 감사하고요.

이 문제가 해결되지 않으면, 저희 입장을 재고해 봐야 할 것 같군요.

Nếu vấn đề này không được giải quyết thì chúng tôi phải suy nghĩ lại lập trường của chúng tôi.

죄송하지만, 이 문제가 해결되지 않으면, 다른 곳과 사업을 할 수밖에 없습니다.

Tôi xin lỗi, nhưng nếu vấn đề này không được giải quyết, bất đắc dĩ chúng tôi phải kinh doanh với công ty khác.

이 문제가 또 생기면, 새로운 사업 파트너를 찾아야 할 것 같습니다.

Nếu vấn đề này xảy ra một lần nữa, tôi nghĩ chúng tôi nên tìm một đối tác kinh doanh mới.

_{đối tác 파트너}

정말 싫지만 새로운 사업 파트너를 찾아야 할 것 같군요.

Tôi thực sự không muốn nhưng tôi nghĩ rằng chúng tôi cần tìm một đối tác kinh doanh mới.

A Có lẽ tôi sẽ không thể nhận được phê duyệt về nó.
   그 일에 대해 승인을 받지 못할 것 같습니다.

B Tôi thực sự không muốn nhưng tôi nghĩ rằng chúng tôi cần tìm một đối tác kinh doanh mới. 정말 싫지만 새로운 사업 파트너를 찾아야 할 것 같군요.

A Chúng tôi cũng như vậy. Chúng ta hãy để nhóm trưởng tham gia vào và xem ông ấy sẽ làm như thế nào.
   저희도 그렇습니다. 팀장님이 관여하시도록 해서 어떻게 하실지 봅시다.

여전히 만족할 수 없군요. 만약 이런 일이 또 발생하면 결과는 치명적일 겁니다.

Tôi vẫn không thể hài lòng. Nếu việc như thế này lại xảy ra nữa thì sẽ có hậu quả nghiêm trọng.

죄송하지만, 불만을 제기하시는 것을 믿기 어렵네요.

Xin lỗi nhưng tôi thật khó tin rằng anh/chị đang đưa ra khiếu nại.

죄송하지만, 저희 배송 추적 시스템으로 인해 그러한 문제는 가능하지 않다는 겁니다.

Xin lỗi nhưng vấn đề đó không thể xảy ra vì chúng tôi có hệ thống theo dõi vận chuyển.

뭔가 오해를 하신 것 같군요.

Tôi thấy anh/chị hiểu lầm điều gì đó.

뭔가 착오가 있으신 듯합니다.

Hình như có một sự hiểu lầm nào đó.

A   Tôi đã mua máy tính mới vào tháng trước nhưng vẫn chưa nhận được.
    지난달에 새 컴퓨터를 샀는데 아직 못 받았습니다.

B   **Hình như có một sự hiểu lầm nào đó.** Theo ghi chép của chúng tôi thì sản
    phẩm được vận chuyển đến nhà chị 2 tuần trước.
    뭔가 착오가 있으신 듯합니다. 저희 기록에는 제품이 2주 전에 자택으로 배송된 것으로 나오는데요.

A   Anh đã gửi nó đến đâu vậy?   어디로 보내셨어요?

확인하자면, 다음번 주문에 대해 15% 할인해 주신다는 거죠?

Vậy có nghĩa là sẽ giảm giá 15% cho đặt hàng lần sau phải
không ạ?

A   Tốt rồi. Tôi sẽ hiểu là anh đã đồng ý với nội dung này.
    좋아요. 이 내용에 동의하신 것으로 알고 있겠습니다.

B   **Vậy có nghĩa là sẽ giảm giá 15% cho đặt hàng lần sau phải không ạ?**
    확인하자면, 다음번 주문에 대해 15% 할인해 주신다는 거죠?

A   Vâng, phải ạ.   네, 그렇습니다.

내일까지 미납금을 지불하시겠다는 거죠?

Anh/Chị nói rằng sẽ trả số tiền chưa được thanh toán đến
ngày mai phải không?

안타깝습니다만, 새로운 공급업체와 함께 하기로 결정했습니다.

Thật đáng tiếc nhưng chúng tôi đã quyết định sẽ làm cùng
với nhà cung cấp mới.

A   Nếu anh cho chúng tôi thêm thời gian, chúng tôi sẽ cùng gửi hàng mà bên
    anh đã đặt.   시간을 더 주시면, 주문하신 물품을 함께 갖다 드리겠습니다.

B   **Thật đáng tiếc nhưng chúng tôi đã quyết định sẽ làm cùng với nhà cung
    cấp mới.**   안타깝습니다만, 새로운 공급업체와 함께 하기로 결정했습니다.

A   Điều đó thật đáng tiếc. Có điều gì mà chúng tôi có thể làm để phục hồi mối
    quan hệ kinh doanh của chúng ta không?
    그거 참 유감이군요. 우리 사업 관계를 살리기 위해 저희가 할 수 있는 일이 있을까요?

B   Xin lỗi, nhưng không có ạ.   죄송하지만, 없습니다.

죄송하지만, 이젠 더 참을 수 없군요. 저희 주문을 취소해야 할 것 같습니다.

Tôi xin lỗi, nhưng tôi không chịu đựng được nữa. Chắc chúng tôi nên hủy đơn đặt hàng thôi.

급한 사항 전달

고객 서비스 담당 직원과 바로 통화해야 해요.

Tôi cần nói chuyện với nhân viên phụ trách dịch vụ khách hàng ngay lập tức.

급한 사항이라 쭘 씨와 즉시 통화해야 합니다.

Vì là vấn đề gấp nên tôi phải nói chuyện với anh Trung ngay lập tức.

죄송하지만, 긴급한 사항입니다. 엔지니어와 즉시 통화하게 해 주세요.

Tôi xin lỗi, nhưng nó là điều khẩn cấp. Cho tôi nói chuyện với kỹ sư ngay lập tức.

* khẩn cấp 긴급한

즉시 처리해야 할 중대한 문제가 있습니다.

Chúng tôi có vấn đề nghiêm trọng cần được xử lý ngay lập tức.

A Xin cảm ơn anh đã gọi điện đến SG Medical Systems. Đây là Hương của bộ phận dịch vụ khách hàng. Tôi có thể giúp gì cho anh ạ?
   SG 메디컬 시스템즈에 전화해 주셔서 감사합니다. 고객 서비스의 흐엉입니다. 어떻게 도와 드릴까요?

B **Chúng tôi có vấn đề nghiêm trọng cần được xử lý ngay lập tức.**
   즉시 처리해야 할 중대한 문제가 있습니다.

A Vâng, chính xác là vấn đề gì vậy? 네, 정확히 무슨 문제이시죠?

불만 사항 확인

놀랄 일이군요. 어떻게 된 일인지 말씀해 주시겠어요?

Đúng là việc thật ngạc nhiên. Anh/Chị có thể nói cho tôi biết chuyện gì đã xảy ra được không?

죄송하지만, 자세히 설명해 주시겠습니까?

Xin lỗi nhưng mà anh/chị có thể giải thích cụ thể hơn được không?

A Có vấn đề gì vậy?   뭐가 문제인가요?

B Thiết bị không hoạt động như quảng cáo.   장비가 광고에서처럼 작동하지 않아요.

A Xin lỗi nhưng mà chị có thể giải thích cụ thể hơn được không?
최송하지만, 자세히 설명해 주시겠습니까?

정확히 무슨 문제죠?

Chính xác là vấn đề gì?

저희 서비스가 불만족스러우셨다니 죄송합니다. 정식으로 불만 처리를 해
드릴까요?

Tôi xin lỗi vì anh/chị không vừa ý với dịch vụ của chúng
tôi. Anh/Chị có muốn nộp đơn khiếu nại chính thức
không?

해결 방안
제시

제가 밍 씨에게 직접 연락할까요?

Tôi nên liên lạc trực tiếp với anh Minh không?

저희가 몇 가지 조사를 해 보고 다시 연락드려도 될까요?

Chúng tôi làm thử một vài điều tra rồi liên lạc với anh/chị
một lần nữa được không?

제가 직접 불만 사항을 처리해 드리고 싶습니다.

Tôi muốn xử lý trực tiếp những điều bất mãn của bạn.

해결 방안을 제안드려도 될까요?

Tôi đề nghị một giải pháp được không?

다음번 주문 시 5% 할인을 해 드리면 어떨까요?

Chúng tôi sẽ giảm 5% cho lần mua hàng tiếp theo có được
không?

A Đối với chúng tôi việc như thế này là lần thứ hai rồi.
저희에게 이런 일이 생긴 게 벌써 두 번째입니다.

B Chúng tôi sẽ giảm 5% cho lần mua hàng tiếp theo có được không?
다음번 주문 시 5% 할인을 해 드리면 어떨까요?

A Điều đó cũng sẽ giúp ích, nhưng điều chúng tôi thực sự muốn là giải quyết
vấn đề.   도움이 되긴 하겠지만, 우리가 정말 원하는 건 문제를 해결해 주시는 겁니다.

170

저희 측에서 계약서 표현을 바꿔 귀사의 법무팀에 보내 승인을 받으면 어떨까요?

Chúng tôi thay đổi các điều khoản của hợp đồng và gửi cho bộ phận pháp lý của anh/chị để phê duyệt thì thế nào?

A Chúng tôi sẽ sửa tài liệu rồi gửi cho bộ phận pháp lý để nhận được sự chấp thuận nhé. 저희가 서류를 고쳐 법무팀에 보내 승인을 받도록 하죠.

B **Chúng tôi thay đổi các điều khoản của hợp đồng và gửi cho bộ phận pháp lý của chị để phê duyệt thì thế nào?**
저희 측에서 계약서 표현을 바꿔 귀사의 법무팀에 보내 승인을 받으면 어떨까요?

A Vâng, như vậy sẽ tốt hơn. 네, 그렇게 하면 좋겠군요.

이렇게 하시죠. 새 프린터를 내일 보내 드릴 수 있습니다.

Làm thế này nhé. Ngày mai tôi có thể gửi cho anh/chị một máy in mới.

귀사의 제안대로 서류를 수정해서 가급적 빨리 다시 보내 드리겠습니다.

Chúng tôi sẽ sửa các tài liệu theo đề án của quý công ty và gửi lại cho anh/chị trong thời gian sớm nhất.

내일 아침 제일 먼저 그 문제를 진단하도록 팀을 보내겠습니다.

Trước hết tôi sẽ gửi một nhóm để chẩn đoán vấn đề đó vào buổi sáng ngày mai.

＊chẩn đoán 진단하다

**해결 방안
수용 및 거부**

그거 좋군요.

Tốt đấy.
Được đấy.

A Sáng mai, chúng tôi sẽ gửi một nhóm trước để giải quyết vấn đề.
내일 아침 가장 먼저 팀을 보내 문제를 처리하도록 하겠습니다.

B **Tốt đấy.** 그거 좋군요.

네. 그렇게 하면 문제가 해결되겠군요.

Vâng. Nếu làm như vậy thì vấn đề sẽ được giải quyết.

좋습니다. 그것에 대해 합의할 수 있을 것 같아요.

Hay đấy. Có lẽ là chúng ta có thể thỏa thuận về điều đó.

그럼 이메일을 기다리겠습니다.

Thế thì tôi sẽ đợi email của anh/chị.

죄송하지만, 그걸로 문제 해결이 안 됩니다.

Xin lỗi nhưng vấn đề không được giải quyết bằng cái đó.

죄송하지만, 기다릴 수가 없습니다. 지금 바로 수리해야 해요.

Xin lỗi nhưng tôi không thể đợi được. Bây giờ tôi phải sửa chữa ngay.

A   Bây giờ tất cả nhân viên đều rất bận rộn. Sau này người nào đó sẽ gọi lại sau cho anh được không?
모든 직원이 지금 굉장히 바쁘네요. 나중에 누군가가 다시 전화드려도 될까요?

B   **Xin lỗi nhưng tôi không thể đợi được. Bây giờ tôi phải sửa chữa ngay.**
죄송하지만, 기다릴 수가 없습니다. 지금 바로 수리해야 해요.

A   Vâng. Tôi sẽ tìm hiểu xem phải làm như thế nào.
알겠습니다. 어떻게 할 수 있는지 알아보겠습니다.

그렇게는 안 됩니다. 특별 승인이 필요한데 지금은 받을 수가 없습니다.

Như vậy thì không được. Chúng tôi cần sự chấp thuận đặc biệt nhưng bây giờ thì không thể nhận được điều đó.

이메일
및
기타 문서

업무상 전화로 혹은 바이어를 직접 만나 회의하는 것 외에 서면으로 업무를 보는 경우도 많습니다. 서면으로 소통할 땐 무엇보다 간단하면서 정확한 표현을 사용하는 것이 중요하죠. 이번 파트에서는 인사와 소개로 이메일을 시작하는 것부터 마지막 인사로 이메일을 마치는 것까지 필요한 표현들을 순서대로 담았습니다. 보고서·기획서·공문 등을 작성할 때 자주 쓰게 되는 표현들도 함께 정리했어요.

인사 및 소개

🎧 04-1.mp3

안부 및 인사

잘 지내고 계시길 바랍니다.
Tôi hy vọng anh/chị luôn khỏe mạnh.

오랜만이네요.
Lâu rồi mới gặp anh/chị.
Lâu quá không gặp anh/chị.

그동안 잘 지냈어요?
Anh/Chị có khoẻ không?

잘 지내십니까? 모든 일이 잘 되고 있나요?
Anh/Chị có khoẻ không? Mọi việc vẫn ổn chứ?

별일 없죠?
Mọi thứ ổn chứ?
Không có chuyện gì chứ?
Anh/Chị có tin mới gì không?

그냥 잘 지냈어요.
Tôi vẫn khoẻ.
Tôi vẫn bình thường.

아주 좋았어요.
Tốt lắm.

일로 바빴어요.
Tôi đã bận vì có việc làm.
Tôi đã bận rộn với công việc.

한 달간 어디 좀 다녀왔어요.
Tôi đã ra khỏi thành phố trong một tháng.

지난달은 출장 중이었어요.
Tháng trước tôi đã đi công tác.

지난번에 말씀 나눠 반가웠습니다.

Tôi đã rất vui khi gặp anh/chị lần trước.
Lần trước tôi đã rất vui vì nói chuyện với anh/chị.

모든 일이 잘 되시길 바랍니다.

Tôi hy vọng mọi thứ diễn ra tốt đẹp.
Tôi mong mọi việc của anh/chị đều tốt đẹp.

당신에게 도움이 되어 영광입니다.

Tôi rất vinh hạnh được giúp đỡ anh/chị.

당신을 위해 일하게 되어 영광입니다.

Rất vinh hạnh được làm việc cho anh/chị.

저희 상품으로 저희 고객을 대하게 되어 정말 기쁩니다.

Tôi rất vui vì có thể làm dịch vụ cho khách hàng với chính
sản phẩm của chúng tôi.

이 프로젝트를 함께 하게 되어 기쁩니다.

Tôi rất vui được làm dự án này cùng anh/chị.

이 기회를 얻게 되어 정말 행운이라고 생각합니다.

Tôi thấy thật may mắn có được cơ hội này.

우리의 상호 발전을 기대하고 있습니다.

Tôi hy vọng về sự phát triển của hai chúng ta.

좋은 관계를 형성하면 좋겠습니다.

Tôi hy vọng chúng ta sẽ tạo nên mối quan hệ tốt.
Tôi hy vọng chúng ta xây dựng được mối quan hệ tốt đẹp.

잘 지내길 바랍니다.

Tôi hy vọng anh/chị luôn khoẻ mạnh.

판티엣의 햇살을 즐기고 계실 거라고 생각합니다.

Tôi nghĩ anh/chị đang tận hưởng ánh nắng mặt trời ở
Phan Thiết.

회의에서 뵙게 되어 반가웠습니다.

Tôi rất vui được gặp anh/chị tại cuộc họp.

감사하기

여러모로 감사합니다.

Cảm ơn anh/chị về nhiều mặt.

도와주셔서 감사합니다.

Cảm ơn anh/chị đã giúp đỡ.

시간 내 주셔서 감사합니다.

Cảm ơn anh/chị đã dành thời gian.

마음 써 주셔서 감사합니다.

Cảm ơn anh/chị đã để tâm đến tôi.

이메일 잘 받았어요.

Tôi cảm ơn về email của anh/chị.

융통성 있게 처리해 주셔서 감사합니다.

Cảm ơn anh/chị đã xử lý một cách linh hoạt.

빨리 답변해 주셔서 감사합니다.

Cảm ơn anh/chị đã trả lời nhanh như vậy.

소개하기

먼저 간단히 제 소개를 하겠습니다.

Trước hết, xin tự giới thiệu ngắn gọn.

GNH 회사는 1987에 설립되었습니다.

Công ty GNH được thành lập vào năm 1987.

먼저 저희 회사를 소개해 드리겠습니다.

Đầu tiên, tôi xin giới thiệu công ty chúng tôi.
Trước hết tôi sẽ giải thích công ty chúng tôi làm gì.

먼저 저희 신규 사업을 소개해 드리면서 시작하죠.

Đầu tiên tôi sẽ bắt đầu với lời giới thiệu về dự án mới của chúng tôi.

먼저 저희 업무에 대해 간단히 말씀드리죠.

Tôi xin được giới thiệu đơn giản về công việc của chúng tôi.

저는 계약을 담당하는 배준우입니다.

Tôi là Bae Jun Woo đang phụ trách hợp đồng.

먼저 저희 동료인 윤두준 씨에 대해 간단히 소개해 드리죠.

Trước hết, tôi xin giới thiệu đơn giản anh Yoon Doo Jun, một đồng nghiệp của tôi.

저에 대해서는 별다른 소개가 필요 없겠죠?

Chắc không cần giới thiệu gì về tôi, phải không?

저를 기억하시길 바랍니다.

Tôi hy vọng anh/chị nhớ tôi.

서먹함을 깨기 위해 제 소개를 해 드리죠.

Trước tiên tôi sẽ giới thiệu bản thân mình để phá vỡ không khí ngượng nghịu này.

저는 총무부를 담당하는 윤은우입니다.

Tôi là Yun Eun Woo, đang phụ trách công việc của phòng tổng vụ.

저는 해외 영업을 담당하는 뚜옌입니다.

Tôi là Tuyến đang phụ trách kinh doanh nước ngoài.

저는 해외 섭외를 담당하는 배지우입니다.

Tôi là Bae Ji Woo, đang phụ trách công việc đối ngoại.

저는 재무부에서 근무하는 차민우입니다.

Tôi là Cha Min Woo, đang phụ trách công việc tài chính.

우리는 한국의 IT업계에서 떠오르는 유망 기업입니다.

Chúng tôi là công ty có triển vọng trong ngành công nghệ thông tin của Hàn Quốc.

저는 시험 결과를 통보해 드릴 CPA 테스트 센터의 제리입니다.

Tôi là Jerry, người thông báo kết quả thi cử, tại trung tâm kiểm tra CPA.

다음 주부터 제가 김 대리의 업무를 진행하게 됩니다.

Tôi sẽ làm thay công việc của anh Kim từ tuần sau.

연락 목적 및 전달 내용

04-2.mp3

연락 계기

지난주 총회에서 제게 명함을 주셨었죠.

Anh/Chị đã đưa danh thiếp cho tôi trong hội chợ vào tuần trước.

어제 전화로 얘기 나눴던 관계자입니다.

Tôi là người đã nói chuyện với anh/chị qua điện thoại hôm qua.

저는 박보검입니다. 지난달 위원회 회의에서 만났었죠.

Tôi là Park Bo Geom. Chúng ta đã gặp nhau trong cuộc họp của ủy ban vào tháng trước.

며칠 전 귀사의 제품 라인에 관해 전화드렸던 사람입니다.

Tôi là người đã gọi điện đến vài ngày trước về dòng sản phẩm của quý công ty.

배송 날짜 때문에 지난주에 전화드렸던 사람입니다.

Tôi là người đã gọi điện vào tuần trước liên quan đến ngày giao hàng.

귀사의 서비스에 대해 며칠 전에 전화드렸던 마이입니다.

Tôi là Mai đã gọi điện thoại vài ngày trước về dịch vụ của quý công ty.

귀사가 최근 도입한 신기술에 관해 1시간 전에 통화했었습니다.

Tôi đã nói chuyện qua điện thoại khoảng một tiếng trước về kỹ thuật mới mà công ty anh/chị mới đưa vào áp dụng gần đây.

저희가 제공해 드릴 수 있는 신상품에 관해 어제 통화했었습니다.

Hôm qua tôi đã nói chuyện về sản phẩm mới mà chúng tôi có thể cung cấp cho anh/chị.

JVC사에 연락해 주셔서 감사합니다.

Cảm ơn anh/chị đã liên hệ với công ty JVC.

저는 카잉이며, 제 동료를 대신해 이메일을 쓰고 있습니다.

Tôi là Khanh đang viết email thay cho đồng nghiệp tôi.

SG 상사의 이미진 씨에게 귀하의 주소를 전해 받았습니다.

Tôi đã nhận được địa chỉ của anh/chị từ chị Lee Mi Jin ở công ty thương mại SG.

미진 씨에게 귀하에 관한 좋은 말씀을 많이 들었습니다.

Tôi đã nghe nhiều lời tốt đẹp về anh/chị từ chị Mi Jin.

선생님과 홍보 분야에서의 선생님 능력에 대해 좋은 말씀을 많이 들었습니다.

Tôi đã nghe nhiều lời tốt đẹp về anh/chị và năng lực của anh/chị trong lĩnh vực quảng bá.

Tôi là Kim Bo Kwang của công ty HNV. Chúng tôi đã nhận được địa chỉ email của anh từ anh Kang Yong Kyu của công ty STP. **Tôi đã nghe nhiều lời tốt đẹp về anh và năng lực của anh trong lĩnh vực quảng bá.**
저는 HNV사의 김보광입니다. STP사의 강용규 씨에게 선생님의 이메일 주소를 받았습니다. 선생님과 홍보 분야에서의 선생님 능력에 대해 좋은 말씀을 많이 들었습니다.

직접 만나 뵐 수 있어서 영광이었습니다.

Thật là vinh dự được gặp trực tiếp anh/chị.

효율적인 회의였기를 바랍니다.

Tôi hy vọng hôm nay đã là một buổi họp hiệu quả.

지난 회의 이후 제안해 주셨던 점에 대해 고려해 보고 있습니다.

Tôi đang cân nhắc về những điều anh/chị đã đề xuất sau buổi họp lần trước.

당신을 만나 뵙길 고대해 왔습니다.

Tôi đã chờ rất lâu để được gặp anh/chị.

이메일 작성 목적

지난번 회의 보고서를 보내 드립니다.

Tôi gửi bản báo cáo của cuộc họp lần trước.

두 번째 회의 시간과 장소를 확인하기 위해 이메일을 보내 드립니다.

Tôi đang viết email này để kiểm tra thời gian và địa điểm của cuộc họp thứ hai.

귀사의 지불 사항을 재확인하기 위해 이메일을 보내 드립니다.

Chúng tôi viết email này để kiểm tra lại nội dung chi trả của quý công ty.

저희 최신 상품을 소개해 드리고자 연락드립니다.

Chúng tôi đang liên lạc cho anh/chị để giới thiệu những sản phẩm mới nhất của chúng tôi.

귀사의 신제품에 대해 문의하기 위해 이메일을 보내 드립니다.

Tôi gửi email để hỏi về sản phẩm mới của quý công ty.

우리 회의를 확인하기 위해 이메일을 보내 드립니다.

Tôi gửi email này để xác nhận cuộc họp của chúng ta.

저는 신우 제조사의 김희정이며, 저희 신상품 런칭 행사에 초대하기 위해 이메일을 보내 드립니다.

Tôi là Kim Hee Jeong của công ty sản xuất Shinwoo, tôi gửi email này để mời anh/chị đến buổi lễ ra mắt sản phẩm mới của chúng tôi.

저는 에코 테크놀로지 회사의 뚜옌이며, 저희 신규 비즈니스 계획안을 알려 드리기 위해 이메일을 보내 드립니다.

Tôi là Tuyền của công ty công nghệ Eco, tôi gửi email để cho anh/chị biết kế hoạch kinh doanh mới của chúng tôi.

김 부장님의 메시지를 전해 드립니다.

Tôi xin chuyển tin nhắn của ông trưởng phòng Kim.

이하는 부탁하셨던 내용입니다.

Đây là nội dung mà anh/chị đã yêu cầu.

최근 10월 1일자로 보내신 이메일에 대한 답장입니다.

Tôi xin hồi đáp email của anh/chị đã gửi vào ngày 1 tháng 10 gần đây.

귀사의 윈저 소프트웨어 패키지 번호 453을 구입하고 싶습니다.

Tôi muốn mua gói phần mềm Windsor số 453 của công ty anh/chị.

저희는 귀사의 디지털 뉴스 서비스에 관심이 매우 많습니다.

Chúng tôi rất quan tâm đến dịch vụ tin tức kỹ thuật số của quý công ty.

저희는 귀사의 교육 매뉴얼에 관심이 매우 많습니다.

Chúng tôi rất quan tâm đến hướng dẫn đào tạo của công ty anh/chị.

이메일 답장 보내기

귀하의 이메일에 감사드립니다.

Cảm ơn về email của anh/chị.

소식을 들으니 반갑습니다.

Rất vui nghe được tin tức.

신속한 답장에 감사드립니다.

Xin cảm ơn anh/chị đã trả lời nhanh chóng.

바쁘신 중에 메일 보내 주셔서 감사합니다.

Cảm ơn anh/chị đã gửi email cho tôi dù bận rộn.

답장이 늦어 죄송합니다.

Xin lỗi đã hồi đáp muộn.

이번 답장이 늦어진 데 대해 사과드립니다.

Tôi xin lỗi vì lần này hồi đáp bị chậm trễ.

좀 더 빨리 답장드리려고 했습니다.

Tôi đã định trả lời sớm hơn một chút.

근황을 알려 주셔서 감사합니다.

Cảm ơn anh/chị đã cho chúng tôi biết tình hình hiện tại của anh/chị.

계속 연락해 주셔서 감사합니다.

Cảm ơn anh/chị đã tiếp tục giữ liên lạc liên tục.

앞으로 저희에게 연락하실 일이 있으면 이 이메일에 회신해 주세요.

Sau này nếu có việc gì liên lạc cho chúng tôi thì hãy trả lời email này.

자세한 정보를 원하시면 이 이메일에 답장하시거나 1-800-339-3322번으로 전화하세요.

Nếu muốn biết thông tin chi tiết thì hãy trả lời email này hoặc gọi cho tôi với số điện thoại 1-800-339-3322.

약속 날짜 및 시간 정하기

16일에 시간 되세요?

Anh/Chị có thời gian vào ngày 16 không?

다음 주 화요일에 회의할 시간 되세요?

Anh/Chị có thời gian để họp vào thứ ba tuần sau không?

편한 시간이 언제인지 알려 주세요.

Xin cho tôi biết thời gian nào anh/chị tiện.

언제 들르실 수 있는지 알려 주세요.

Xin cho tôi biết khi nào thì anh/chị có thể ghé qua.

저는 내일이 좋습니다.

Tôi thích ngày mai.

저는 월요일이 괜찮습니다.

Thứ hai thì được.
Tôi thấy thứ hai sẽ tiện.

아무 때나 오세요.

Anh/Chị đến lúc nào cũng được.

내일은 어떠신가요?

Ngày mai anh/chị thấy sao?

1시간 뒤에 어때요?

1 tiếng sau thì sao?

내일이나 이번 주 금요일 점심 이후가 괜찮습니다.

Ngày mai hoặc sau bữa trưa ngày thứ sáu tuần này thì được.

월요일 오전이나 화요일 저녁이 좋습니다.

Tôi thích sáng thứ hai hoặc tối thứ ba.

귀하께서 편하신 때로 회의 일정을 잡읍시다.

Hãy sắp xếp lịch trình cuộc họp khi anh/chị thấy thoải mái/tiện.

귀하께 가장 편한 날짜와 시간을 말씀해 주시겠습니까?

Anh/Chị có thể cho tôi biết ngày và giờ tiện nhất không?

언제가 가장 좋으신가요?

Khi nào thì anh/chị thấy tốt nhất?
Đối với anh/chị khi nào sẽ tiện nhất?

이번 주 중에 만나는 건 어떨까요?

Chúng ta gặp nhau trong tuần này được không?

약속 조율 및 변경

유감스럽게도 2월 6일에는 선약이 있습니다.

Tiếc là ngày 6 tháng 2 thì tôi có hẹn khác rồi.

11시는 안 되겠습니다.

11 giờ thì không được.

죄송하지만, 약속을 지킬 수 없네요.

Xin lỗi nhưng tôi không thể giữ đúng hẹn.

오늘은 곤란해요.

Hôm nay thì khó lắm.
Hôm nay thì không được.

죄송하지만, 조금 늦을 것 같아요.

Xin lỗi nhưng có lẽ tôi sẽ đến muộn một chút.

오늘은 잠시도 자리를 비울 수 없군요.

Hôm nay thì tôi không thể vắng mặt một chút nào được.

시간을 바꿀 수 있을까요?

Tôi có thể thay đổi thời gian được không?

죄송하지만, 그 주에는 제가 일이 있습니다.

Tôi xin lỗi nhưng trong tuần đó tôi có việc rồi.

여기와 거기 시차가 어떻게 되죠?

Chênh lệch múi giờ giữa ở đây và ở đó như thế nào?

귀사의 근무 시간 중에 화상회의를 잡겠습니다.

Tôi sẽ lập kế hoạch họp trực tuyến trong giờ làm việc của quý công ty.

우리의 사업 계획 일정을 다시 잡을 수 있을까요?

Chúng ta có thể sắp xếp lại lịch trình kế hoạch của dự án được không?

약속을 다른 시간으로 다시 잡을 수 있을까요? 오전 11시 대신에 10시라든 가요.

Chúng ta có thể hẹn lại vào thời gian khác được không? Thay vì 11 giờ sáng thì bây giờ là 10 giờ.

우리 회의를 연기할 수 있을까요?

Chúng ta có thể hoãn lại cuộc họp được không?

＊hoãn lại 연기하다, 지연하다

회의 일정을 변경할 수 있을까요?

Tôi có thể thay đổi lịch trình của buổi họp được không?

＊thay đổi 변경하다

용인 공장 견학을 연기하는 게 어떻습니까?

Việc chúng ta hoãn lại chuyến đi đến nhà máy Yongin thì thế nào?

만약 일정을 바꾸고 싶으시면 조정해 볼 테니 알려 주십시오.

Nếu anh/chị muốn thay đổi lịch trình thì tôi sẽ điều chỉnh lại, nên hãy cho tôi biết.

＊điều chỉnh 조정하다

회의가 10월 3일에서 1일로 이틀 앞당겨졌습니다.

Cuộc họp sẽ diễn ra sớm hơn hai ngày, đổi từ ngày 3 sang ngày 1 tháng 10.

저희 일정은 조정 가능합니다.

Chúng tôi có thể điều chỉnh lịch trình của chúng tôi.

그런데 말이죠, 행사가 7월에서 8월로 연기되었습니다.

Nhưng mà, sự kiện đã bị hoãn lại từ tháng 7 sang tháng 8.

참고로요, 워크숍은 6월에서 7월로 일정이 다시 잡혔습니다.

Để tham khảo thêm, hội thảo đã được lên lịch lại từ tháng 6 sang tháng 7.

만남 제안

발표 전에 우리는 만날 필요가 있습니다.

Chúng ta cần gặp nhau trước khi phát biểu.

이 프로젝트가 끝나면 만나 뵙고 싶습니다.

Khi dự án này kết thúc thì tôi muốn gặp anh/chị.

다음 주에는 다른 프로젝트로 바쁠 것 같아 이번 주에 회의를 하고 싶습니다.

Vào tuần sau chúng tôi sẽ bận rộn với dự án khác nên chúng tôi muốn họp trong tuần này.

제가 다음 주에 한국을 떠나기 때문에 이번 주 중에 회의를 하는 게 좋겠습니다.

Vì tôi sẽ rời Hàn Quốc vào tuần sau nên tôi thấy chúng ta họp trong tuần này sẽ tốt hơn.

제 일정에 맞춰 주셔도 괜찮으시겠어요?

Anh/Chị có thể khớp theo lịch trình của tôi được không ạ?

내일 당신 사무실에 들를 시간이 날 것 같아요.

Tôi thấy ngày mai thì tôi có thời gian ghé văn phòng của anh/chị.

귀하께서 편하신 시간에 업무를 겸한 점심 약속을 잡도록 하죠.

Chúng ta hãy hẹn ăn trưa tiện thể bàn bạc công việc khi anh/chị thoải mái.

귀하께서 편하신 시간에 전화 회담을 잡도록 하죠.

Chúng ta hãy lên lịch hẹn cuộc hội đàm qua điện thoại khi anh/chị thoải mái.

형편이 닿으시는 대로 빨리 회의를 잡고 싶습니다.

Chúng tôi muốn tổ chức cuộc họp sớm theo lịch trình mà anh/chị tiện nhất.

⁕tổ chức ~을 조직하다, ~을 개최하다

그때 뵙기를 고대합니다.

Tôi mong chúng ta sẽ gặp lại nhau lúc đó.

당신을 만날 수 있다는 것을 영광으로 생각합니다.

Tôi rất vinh dự có thể gặp anh/chị.

가능하시다면, 한국을 방문하셔서 저희와 만나 뵙길 바랍니다. 저희는 그때 만나 뵙길 희망합니다.

Nếu được thì chúng tôi hy vọng anh/chị đến Hàn Quốc và gặp chúng tôi. Mong chúng ta sẽ gặp lại nhau lúc đó.

당신과 직접 만나서 우리 프로젝트에 대해 얘기 나누고 싶습니다.

Tôi muốn trực tiếp gặp anh/chị và chia sẻ về dự án của chúng ta.

이메일 및 기타 문서

약속 장소 정하기

저희에게 맞는 시간과 장소를 정하고 싶습니다.

Tôi muốn đặt thời gian và địa điểm thích hợp cho chúng tôi.

저희 사무실에 대부분의 데이터와 자료가 있으니 여기서 회의를 하면 좋겠습니다.

Vì trong văn phòng chúng tôi có hầu hết dữ liệu và tài liệu nên họp ở đây sẽ tốt hơn.

강남역 근처 커피숍에서 만나 뵈면 좋겠습니다.

Tôi muốn gặp anh/chị tại quán cà phê gần ga Gangnam.

이쪽에 오시면 연락하세요.

Cho tôi biết khi anh/chị đến đây.
Nếu anh/chị đến nơi này thì cho tôi biết.

언제든 방문을 환영합니다.

Chúng tôi luôn chào đón anh/chị đến thăm.

오실 수 있으면 좋겠군요.

Tôi hy vọng anh/chị có thể đến.

당신의 도착 예정 시간을 미리 알고 싶습니다.

Tôi muốn biết trước thời gian khi nào anh/chị dự định đến đây.

예정일을 미리 알려 주십시오.

Xin anh/chị cho chúng tôi biết trước về ngày dự định.

한 달 전에 일정을 말씀해 주시면 정말 감사하겠습니다.

Tôi thực sự rất cảm ơn nếu anh/chị cho biết lịch trình trước một tháng.

출국일 10일 전까지 일정에 대해 말씀해 주십시오.

Xin anh/chị cho chúng tôi biết lịch trình xuất cảnh của anh/chị trước 10 ngày.

역으로 마중 나가겠습니다.

Tôi sẽ ra ga đón anh/chị.

제가 정문으로 마중 나갈게요.

Để tôi đón anh/chị ở cửa chính.

도착 구역 내 스크린 도어 앞에서 기다리고 있겠습니다.

Tôi sẽ đợi anh/chị ở trước cửa màn hình trong khu vực đến.

저희가 공항에서 귀사의 부장님을 맞이하러 나가겠습니다.

Chúng tôi sẽ ra sân bay đón ông trưởng phòng của quý công ty.

연회장에서 귀사의 직원들을 환영하러 가겠습니다.

Chúng tôi sẽ chào đón nhân viên của quý công ty tại phòng tiệc.

공항으로 마중 나가도록 차를 마련해 놓겠습니다.

Tôi sẽ chuẩn bị xe để ra sân bay đón anh/chị.

제 사무실 리모델링에 대한 대략적인 견적을 주시겠습니까?

Anh/Chị có thể cho tôi biết một dự toán sơ bộ của việc tu sửa văn phòng của tôi được không?　　*dự toán 견적(= báo giá)

최신 지방흡입술의 견적을 알려 주시겠습니까?

Anh/Chị có thể cho tôi biết ước tính của phẫu thuật hút mỡ mới nhất được không?

*phẫu thuật hút mỡ 지방흡입술

저희 사무실에 잠깐 들르셔서 상담과 견적을 받아 보시겠습니까?

Anh/Chị ghé qua văn phòng chúng tôi để nhận báo giá và tư vấn thì thế nào?

그것을 하루 빌리는 데 대한 대략적인 비용 견적을 주시겠습니까?

Anh/Chị có thể đưa ra báo giá chi phí đại khái để thuê nó một ngày được không?

신상품의 가격 견적을 주시겠습니까?

Anh/Chị có thể cho tôi biết báo giá sản phẩm mới được không?

귀사의 서비스에 대략 얼마를 지불해야 할지 궁금합니다.

Tôi tò mò không biết tôi phải trả khoảng bao nhiêu cho dịch vụ của quý công ty.

모델 555 데스크탑 컴퓨터 100대의 최저가 견적을 즉시 보내 주세요.

Hãy gửi cho tôi báo giá thấp nhất của 100 chiếc máy vi tính để bàn, mẫu 555.

샘플 및 자료 요청

구매하기 전에 먼저 샘플을 받아 보고 싶습니다.

Tôi muốn nhận mẫu trước khi mua hàng.

패턴 샘플 한 벌이 별도의 배송편으로 발송되었습니다.

Một bộ mẫu đã được gửi đến bằng một chuyển phát riêng biệt.

귀사의 이전 상품 종류의 목록을 받아 보고 싶습니다.

Tôi muốn nhận danh mục sản phẩm trước đây của quý công ty.

설명서를 보여 주시면 감사하겠습니다.

Tôi rất cảm ơn nếu anh/chị có thể cho chúng tôi xem bản hướng dẫn.

카탈로그의 복사본을 제게 팩스로 보내 주시면 감사하겠습니다.

Tôi sẽ rất cảm ơn nếu anh/chị gửi cho tôi bản sao của catalô.

귀사의 품질 보증 서비스 기간 연장에 관심이 있습니다.

Tôi quan tâm đến gia hạn thời gian bảo đảm chất lượng của quý công ty.

＊ thời gian bảo đảm chất lượng 보증 서비스 기간

요청에 따라 정보를 보내 드렸습니다.

Tôi đã gửi thông tin theo yêu cầu của anh/chị.

저희 웹사이트의 '자주 묻는 질문'란을 확인해 주시겠습니까?

Anh/Chị có thể kiểm tra 'mục câu hỏi thường xuyên' trên trang web chúng tôi được không?

귀사의 환불 정책에 대해 문의하고 싶습니다.

Tôi muốn hỏi về chính sách hoàn trả của quý công ty.

본 정보는 저희 웹사이트에서도 보실 수 있습니다.

Thông tin này cũng có thể được xem trên trang web của chúng tôi.

웹사이트에서 제 물품 조회를 할 수 있는지 궁금합니다.

Tôi tò mò không biết tôi có thể tra cứu hàng hóa của tôi trên trang web hay không.

＊ tra cứu 검색하다, 조회하다

고객님의 문의에 대한 답변입니다.

Đây là câu trả lời cho thắc mắc của quý khách.

기록을 위해 이 이메일을 보관해 주세요.

Anh/Chị hãy bảo quản email này để ghi chép lại.

저희는 고객님을 위해 일하고 있습니다.

Chúng tôi đang làm việc cho khách hàng.

고객님들께서 주시는 이메일을 기쁘게 받고 있습니다.

Chúng tôi rất vui khi nhận được email từ quý khách.

확인해 보고 알려 드리겠습니다.

Tôi sẽ kiểm tra và cho anh/chị biết.

제가 먼저 알아보고 나서 이메일을 보내 드릴까요?

Tôi tìm hiểu trước rồi gửi email cho anh/chị được không?

속달로 보내 드리겠습니다.

Tôi sẽ gửi bằng chuyển phát nhanh.

저희 제품의 샘플을 속달로 보내 드리겠습니다.

Tôi sẽ gửi mẫu sản phẩm của chúng tôi bằng chuyển phát nhanh.

오늘 오후에 택배로 소포를 보내 드리겠습니다.

Tôi sẽ gửi bưu kiện đến cho anh/chị qua chuyển phát nhanh vào chiều nay.

소포는 빠른 우편으로 보내 드리겠습니다.

Bưu kiện sẽ được gửi bằng thư chuyển phát nhanh.

짐을 택배로 보내 주세요.

Xin anh/chị gửi hành lý của tôi qua chuyển phát nhanh nhé.

상품 카탈로그를 좀 보내 주실 수 있나요?

Tôi muốn biết anh/chị có thể gửi cho tôi catalô sản phẩm không?

보통 우편으로 상품을 보내 드립니다.

Chúng tôi sẽ gửi sản phẩm qua bưu điện thông thường.

세부 사항 확인

그 경우 한 대당 가격은 얼마입니까?

Trong trường hợp đó một chiếc giá bao nhiêu?

세부 사항은 무엇입니까?

Nội dung chi tiết là gì?

한 대당 무게가 어떻게 되죠?

Một cái cân nặng thế nào?

이달 말까지 200대를 제공해 주실 수 있습니까?

Anh/Chị có thể cung cấp cho tôi 200 chiếc đến cuối tháng này được không?

2년으로 연장이 가능할까요?

Nó có thể được kéo dài đến 2 năm được không?

저희가 요청한 문서를 다시 한 번 보내 주시겠습니까?

Anh/Chị có thể gửi lại cho chúng tôi tài liệu mà chúng tôi
đã yêu cầu không ạ?

부탁을 한 가지 더 드리고 싶습니다.

Tôi muốn nhờ anh/chị thêm một việc nữa.

낌 씨를 대신해 부탁드립니다.

Nhờ anh/chị làm thay cho anh Kim nhé.

업무 진행 파악

확인하기

취급 설명서의 몇 가지 사항이 완전히 이해되지 않습니다.

Tôi chưa hiểu đầy đủ một vài hạng mục trong giấy hướng dẫn sử dụng.

귀하께서 말씀하신 내용의 대부분은 설명이 필요합니다.

Phần lớn nội dung mà anh/chị nói đều cần giải thích.

* giải thích 설명하다

기능 설명을 완벽하게 이해하지 못한 것이 몇 가지 있습니다.

Có một vài điều mà tôi chưa hiểu đầy đủ về phần giải thích chức năng.

계약서의 다음 부분을 다시 설명해 주시겠습니까?

Anh/Chị có thể giải thích lại cho tôi về phần tiếp theo của bản hợp đồng không?

계약서 2번 조항의 내용에 관해 설명해 주시겠습니까?

Anh/Chị có thể giải thích nội dung của điều khoản số 2 trong bản hợp đồng được không?

* điều khoản 조항

이해를 돕기 위한 자료를 보내 주시겠습니까?

Anh/Chị có thể gửi cho tôi một số tài liệu để giúp tôi hiểu được không?

귀하의 이메일과 함께 추가 자료를 첨부해 주시겠습니까?

Anh/Chị có thể đính kèm tài liệu bổ sung cùng với email của anh/chị được không?

저희가 저희의 요구 사항을 상세히 설명드리지 않은 것 같습니다.

Tôi nghĩ là chúng tôi đã chưa giải thích chi tiết các yêu cầu của chúng tôi.

저희의 요구 사항을 완전히 이해하신 것 같지 않군요.

Tôi nghĩ anh/chị chưa hiểu hoàn toàn về các yêu cầu của chúng tôi.

확실히 이해하십니까?

Anh/Chị có chắc chắn hiểu không?

뭔가 오해가 있었던 것 같습니다.

Chắc là đã có hiểu lầm gì đó.

계약 조항에 대해 약간의 오해가 있었나 봅니다.

Chắc đã có chút hiểu lầm về điều khoản hợp đồng.

심각한 오해가 있군요. 계약서에 몇 가지 중요한 사항이 빠져 있습니다.

Ở đây đang có sự hiểu lầm nghiêm trọng. Một vài vấn đề quan trọng đang bị sót trong hợp đồng.

어떤 것 때문에 제가 말씀드린 내용이 곡해된 것 같네요.

Tôi thấy vì một điều nào đó đã làm cho nội dung mà tôi đã nói bị xuyên tạc.

끄엉 씨께서 제 말을 의도적으로 왜곡하신 것 같습니다.

Tôi thấy anh Cương đã cố ý xuyên tạc lời nói của tôi.

＊xuyên tạc 곡해하다, 왜곡하다

제가 어제 전화로 말씀드린 내용이 곡해된 것 같네요.

Nội dung mà tôi nói qua điện thoại hôm qua có vẻ đã bị xuyên tạc rồi.

제 의도를 오해하셨습니다.

Tôi thấy anh/chị đã hiểu lầm ý đồ của tôi rồi.

계약서에 로열티에 관한 부분이 빠져 있군요.

Trong hợp đồng đã bị sót về phí bản quyền.

이 점에 대해 오해 없으시길 바랍니다.

Mong anh/chị không hiểu lầm về điểm này.

이 점에 대해 당신의 오해를 풀어야만 하겠습니다.

Tôi phải giải tỏa sự hiểu lầm của anh/chị về điểm này.

＊giải tỏa ~을 해소하다

저희 차장님이 요청하신 자료는 그게 아닙니다.

Đây không phải là tài liệu mà phó giám đốc chúng tôi đã yêu cầu.

Giám đốc đã yêu cầu năng lực kỹ thuật của anh/chị chứ không phải là kiến thức chung trong ngành.

Mẫu hợp đồng mà quý công ty đã gửi không thống nhất với yêu cầu của chúng tôi.

＊thống nhất 일치하는, 동일한

Lịch trình dự án chi tiết mà quý công ty đã lập kế hoạch thì không phù hợp với yêu cầu của chúng tôi.

Anh/Chị có thể kiểm tra lại cái này sau với tôi được không?

Chắc chắn là anh/chị đồng ý với bản báo cáo này không?

Anh/Chị có thể kiểm tra giúp tôi xem suy nghĩ của tôi có đúng không ạ?

Anh/Chị có thể kiểm tra lại xem chỉ số tính toán này có đúng không?

Anh/Chị có thể kiểm tra bản báo cáo giúp tôi được không?

Xin hãy kiểm tra xem tài liệu được cung cấp có đúng là tài liệu mà anh/chị đã yêu cầu không?

Anh/Chị có thể kiểm tra xem việc sử dụng nội dung này có vi phạm luật bản quyền hay không được không?

＊luật bản quyền 저작권법

보고서의 조사 내용을 확인해 주시면 감사하겠습니다.

Chúng tôi sẽ rất cảm ơn nếu anh/chị kiểm tra nội dung điều tra của bản báo cáo.

그것을 사용하는 데 문제점들이 있지는 않은지 다시 확인해 주시겠습니까?

Anh/Chị có thể kiểm tra lại giúp tôi xem có vấn đề gì khi sử dụng cái đó không?

보고서의 제안 내용에 동의합니까?

Anh/Chị có đồng ý với nội dung đề xuất trong bản báo cáo không?

제가 어제 이메일로 보내 드린 파일을 받으셨습니까?

Hôm qua anh/chị đã nhận được tập tin mà tôi gửi qua email này chưa?

진행 상황 파악

보고서는 얼마나 진척됐나요?

Báo cáo đã được tiến triển thế nào rồi?　　※tiến triển 전개하다

프레젠테이션 준비는 얼마나 하셨어요?

Anh/Chị đã chuẩn bị cho buổi thuyết trình thế nào rồi?

※buổi thuyết trình 프레젠테이션

RX 프로젝트는 얼마나 진행됐어요?

Dự án RX đã được tiến hành thế nào rồi?

75% 정도 완성했어요.

Tôi đã hoàn thành khoảng 75% rồi.

반 정도요.

Khoảng một nửa rồi.

3분의 1 정도 됐어요.

Khoảng một phần ba rồi.

보고서가 언제까지 필요하세요?

Anh/Chị cần bản báo cáo đến khi nào?

여행 일정이 언제까지 필요하세요?

Anh/Chị cần lịch trình du lịch đến khi nào?

프로젝트 일정이 언제까지 필요하세요?

Anh/Chị cần lịch trình của dự án đến khi nào?

금요일까지는 이 보고서를 끝내겠습니다.

Tôi sẽ hoàn thành bản báo cáo này đến thứ sáu.

다음 주까지는 이 프로젝트를 끝마치겠습니다.

Tôi sẽ hoàn thành dự án này đến tuần sau.

제가 이번 주 수요일까지는 이 보고서를 마치도록 해야겠군요.

Tôi phải hoàn thành bản báo cáo này đến thứ tư tuần này.

제 업무를 맡아 주시겠어요?

Anh/Chị có thể đảm nhận công việc của tôi được không?

제 일이 자리 잡힐 때까지 당신 도움이 필요할 것 같아요.

Tôi nghĩ rằng tôi cần sự giúp đỡ của anh/chị cho đến khi công việc của tôi được ổn định.

재고하기

그 사안을 재고해 보겠습니다.

Tôi sẽ xem xét lại về đề án đó.

귀하의 보고서를 재고해 보겠습니다.

Tôi sẽ xem xét lại bản báo cáo của anh/chị.

귀하의 지원서를 재고해 보겠습니다.

Tôi sẽ xem xét lại đơn xin việc của bạn.

그 일을 곰곰이 생각해 보겠습니다.

Tôi sẽ suy nghĩ thật kỹ về việc đó.

그 사안을 재고해 보죠.

Tôi sẽ thử suy nghĩ/xem xét lại về đề án đó.

당신의 제안을 재고해 보죠.

Tôi sẽ thử suy nghĩ lại về đề án của anh/chị.

죄송하지만, 재고의 여지가 없습니다.

Xin lỗi, nhưng tôi không có gì để suy nghĩ cả.

사직 의사를 재고해 보는 게 어떻습니까?

Anh/Chị xem xét lại về ý định từ chức thì thế nào?

그 건을 재고해 주시길 촉구합니다.

Tôi giục anh/chị xem xét lại về sự vụ đó.

*giục 재촉하다

관심 있으시면 연락하세요.

Nếu có quan tâm thì anh/chị hãy liên lạc cho tôi nhé.

제안서를 내 주셔서 감사합니다.

Tôi cảm ơn anh/chị đã đề xuất bản đề án cho chúng tôi.

귀하의 제안서에 대해 최대한 빨리 답변드리겠습니다.

Tôi sẽ trả lời trong thời gian sớm nhất về bản đề án của
anh/chị.

이 제안서를 검토한 후 최대한 빨리 답변드리겠습니다.

Tôi sẽ trả lời trong thời gian sớm nhất sau khi kiểm tra bản
đề án này.

신중히 고려해 본 후 연락드리죠.

Chúng tôi sẽ liên lạc cho anh/chị sau khi xem xét nó một
cách thận trọng.

제안해 주신 내용을 검토하겠습니다.

Tôi sẽ xem xét nội dung mà anh/chị đã đề xuất.

저희 제안이 매력적이었으면 합니다.

Tôi hi vọng đề xuất của chúng tôi hấp dẫn với anh/chị.

귀하의 제안을 기꺼이 수락할 것임을 알려 드리게 되어 기쁩니다.

Tôi rất vui mừng có thể thông báo rằng chúng tôi sẽ vui
lòng chấp nhận đề nghị của anh/chị.

기꺼이 만나 귀하의 제안에 대해 이야기 나누고 싶습니다.

Chúng tôi muốn nói chuyện với anh/chị về đề xuất của
anh/chị.

다음 주면 승인 여부가 결정됩니다.

Tuần sau sẽ được quyết định phê duyệt hay không.

귀하와 상호 도움이 되는 관계를 맺게 되길 기대합니다.

Chúng tôi hy vọng sẽ tạo được mối quan hệ tương hỗ với quý công ty.

저희는 한국 내 판매 대리점 및 유통업체로 활동하기 위해 당신이 사는 도시의 여러 기업과 연락할 수 있길 희망합니다.

Chúng tôi hy vọng có thể liên hệ với nhiều doanh nghiệp ở thành phố của anh/chị để hoạt động như một đại lý bán hàng và doanh nghiệp phân phối tại Hàn Quốc.

저희는 보다 경쟁력 있는 새 가격표를 제공하게 되어 기쁩니다.

Chúng tôi rất vui vì có thể cung cấp bảng giá mới có sức cạnh tranh hơn.

º có sức cạnh tranh 경쟁력 있는

저희는 고객 제일주의를 표방하는 기업입니다.

Chúng tôi là một công ty theo định hướng khách hàng là trên hết.

당사는 생산하는 제품의 품질에 대해 자부심을 갖고 있으며, 귀사의 시장 확대에도 도움이 될 거라고 확신합니다.

Công ty chúng tôi rất tự hào về chất lượng của các sản phẩm mà chúng tôi sản xuất và nó chắc chắn sẽ giúp cho quý công ty có thể mở rộng thị trường.

º mở rộng 확대하다

귀사와 좋은 거래 관계를 맺게 되길 고대합니다.

Chúng tôi mong muốn có một mối quan hệ kinh doanh tốt với quý công ty.

당사는 XYZ 구매에 특히 관심이 있사오니 귀사에서 이 상품을 취급하신다면 알려 주시길 바랍니다.

Chúng tôi đặc biệt quan tâm đến việc mua hàng XYZ nên vui lòng cho chúng tôi biết nếu công ty anh/chị có sản phẩm này.

부산에서 신뢰할 만한 수입업체의 이름과 주소를 알려 주시면 감사하겠습니다.

Tôi rất cảm ơn nếu anh/chị cho tôi biết tên và địa chỉ của nhà nhập khẩu đáng tin cậy ở Busan.

편하실 때 333-4444번으로 연락하세요.
Vui lòng liên hệ với số 333-4444 khi bạn tiện.

거절하기

수준 높은 제안서가 여러 개 있었기에 저희 결정은 대단히 어려웠습니다.
Quyết định của chúng tôi cực kỳ khó khăn vì đã có nhiều bản đề xuất tiêu chuẩn cao.

저희 기술자들은 그 상황을 처리할 수 없습니다.
Các kỹ sư của chúng tôi không thể xử lý tình huống đó.

안타깝게도, 저희는 그 문제를 맡기에 시간이 부족하다는 것을 알게 되었습니다.
Thật đáng tiếc, chúng tôi thấy rằng sẽ thiếu thời gian để đảm nhận vấn đề đó.

그 아이디어는 매우 좋았다고 생각하는데, 저희는 자체적으로 하기로 결정했습니다.
Tôi nghĩ ý tưởng đó rất hay nhưng chúng tôi đã quyết định tự làm.

유감스럽게도, 이번엔 귀하의 제안이 우리의 요구에 맞지 않는다는 사실을 알려 드립니다.
Đáng tiếc là lần này đề xuất của anh/chị không phù hợp với yêu cầu của chúng tôi.

유감스럽게도, 이번엔 귀하의 신청이 거부되었음을 알려 드립니다.
Thật đáng tiếc, tôi xin được thông báo rằng thật đáng tiếc là lần này đơn đăng ký của anh/chị đã bị từ chối.

제안을 거절할 수밖에 없어 유감입니다.
Chúng tôi xin lỗi vì phải từ chối đề nghị của anh/chị.

부득이하게 귀사의 제안을 거절하게 되었음을 말씀드립니다.
Tôi xin nói là bất đắc dĩ chúng tôi phải từ chối đề án của quý công ty.
　　　　　　　　　　　　　　　※ bất đắc dĩ 부득이하게, 어쩔 수 없이

부득이하게 그 프로젝트는 외부에 위탁하기로 결정했습니다.
Bất đắc dĩ dự án đó đã được quyết định sẽ ủy thác cho bên ngoài.
　　　　　　　　　　　　　　　※ ủy thác 위탁하다

200

유감입니다만, 이 행동 방침은 가능하지 않습니다.

Rất tiếc là phương châm hành động này thì không thể
thực hiện.

유감입니다만, 저희 엔지니어들을 귀사의 공장에 보낼 수가 없습니다.

Rất tiếc là chúng tôi không thể gửi kỹ sư của chúng tôi
đến nhà máy của quý công ty được.

오늘 밤 저희 기사를 보내 드릴 수는 없지만, 귀사의 시스템을 원격조정으로
고쳐 드릴 수는 있습니다.

Tối nay chúng tôi không thể gửi kỹ sư của chúng tôi nhưng
chúng tôi có thể sửa chữa hệ thống của quý công ty bằng
cách điều khiển từ xa.　　　＊điều khiển từ xa 원격조종

224 모델은 재고가 없지만, 224-1 모델은 바로 배송해 드릴 수 있습니다.

Bây giờ, mẫu số 224 không còn tồn kho, nhưng mẫu 224-1
có thể giao hàng ngay lập tức.　　　＊ngay lập tức 즉시

이번엔 귀하를 채용할 수 없지만, 귀하의 성함을 파일에 계속 보관해 두겠습
니다.

Lần này chúng tôi không thể tuyển dụng bạn nhưng tên
của bạn sẽ tiếp tục được lưu trữ trong tập tin.

＊lưu trữ 보관하다, 저장하다

향후에 구체적인 필요가 발생하면 연락드리겠습니다.

Chúng tôi sẽ liên lạc với anh/chị nếu có nhu cầu cụ thể
trong tương lai.

귀사는 신뢰할 만한 딜러이므로 저희 마케팅부에 추천해 드릴 겁니다.

Quý công ty là một đối tác đáng tin cậy nên chúng tôi sẽ
giới thiệu với bộ phận tiếp thị.　　　＊đáng tin cậy 신뢰할 만한

지금은 샘플을 보내 드릴 수 없을 것 같습니다. 저희 회사 홈페이지에 게시
된 상품 세부 설명을 참고해 주세요.

Bây giờ tôi không thể gửi mẫu cho anh/chị được. Vui lòng
tham khảo phần giải thích chi tiết về sản phẩm trên trang
chủ của công ty chúng tôi.　　　＊tham khảo 참고하다 trang chủ 홈페이지

새로운 여행 일정이 필요해요. 제게 보내 주실 수 있나요?

Tôi cần lịch trình du lịch mới. Anh/Chị có thể gửi nó cho tôi được không?

러셀 프로젝트에 관한 추가 정보가 필요해요.

Tôi cần thông tin bổ sung về dự án Russell.

작년 프로젝트 매뉴얼이 필요합니다.

Tôi cần sách hướng dẫn của dự án năm ngoái.

그것을 제게 보내 주시면 정말 감사하겠습니다.

Tôi rất cảm ơn nếu anh/chị gửi nó cho tôi.

필요하다면 추가 정보를 좀 요청하도록 하겠습니다.

Nếu cần thì chúng tôi sẽ yêu cầu thông tin thêm.

내일까지 자료를 보내 주시면 감사하겠습니다.

Tôi rất cảm ơn nếu anh/chị gửi tài liệu vào ngày mai.

귀사 상품에 대한 문의에 답해 주실 수 있는지 궁금합니다.

Tôi tò mò không biết anh/chị có thể trả lời câu hỏi về sản phẩm của quý công ty không?

귀사의 서비스에 대해 한두 가지 말씀해 주실 수 있는지 궁금합니다.

Tôi tò mò không biết anh/chị có thể nói một hoặc hai điều gì đó về dịch vụ của quý công ty không?

현 상황에 대해 문의드리고 싶습니다.

Tôi muốn hỏi về tình hình hiện tại.

상품의 용도를 설명해 주세요.

Anh/Chị hãy giải thích cho tôi mục đích sử dụng của sản phẩm.

귀사의 핵심 사업에 대해 자세히 문의드리고 싶습니다.

Tôi muốn hỏi chi tiết về kinh doanh cốt lõi của quý công ty.

＊cốt lõi 핵심적인

귀사의 주요 상품의 유래를 설명해 주세요.

Anh/Chị hãy giải thích nguồn gốc sản phẩm chính của quý công ty.

＊nguồn gốc 유래, 근원

이 부분을 명확히 해 주실 수 있겠습니까?
Anh/Chị có thể làm rõ phần này được không?

그걸 팩스로 보내 주실 수 있나요?
Anh/Chị có thể gửi cái đó qua fax được không?

그 서류를 저희에게 팩스로 보내 주실 수 있을까요?
Anh/Chị có thể gửi tài liệu qua fax giúp tôi được không?

그 서류를 최대한 빨리 받아야 합니다.
Chúng tôi cần phải nhận tài liệu đó trong thời gian sớm nhất.

협조해 주시면 대단히 감사하겠습니다.
Chúng tôi sẽ rất cảm ơn nếu có sự hợp tác của bạn.

관심 가져 주시면 감사하겠습니다.
Chúng tôi sẽ rất cảm ơn nếu có sự quan tâm của bạn.

서면 보고서를 보내 주세요.
Anh/Chị hãy gửi cho tôi báo cáo bằng văn bản nhé.

미심쩍은 점이 있으면 알려 주세요.
Nếu có điểm gì đáng nghi ngờ thì cho chúng tôi biết nhé.

추가 정보를 요청하고 싶습니다.
Tôi muốn yêu cầu thông tin thêm.

원본을 우편으로 제출하셔야겠습니다.
Bản gốc phải được nộp bằng đường bưu điện. ＊bản gốc 원본

자료 첨부

자료를 첨부합니다.
Tôi đính kèm tài liệu. ＊đính kèm 첨부하다

파일이 열리지 않으면 알려 주세요.
Nếu tập tin không mở được thì báo cho tôi biết nhé.
＊tập tin 파일

사진 두 장을 보냈습니다. 열리지 않으면 알려 주세요.
Tôi đã gửi 2 bức ảnh rồi. Nếu không mở được thì báo cho tôi biết nhé.

PDF 파일을 첨부합니다.

Tôi đính kèm tập tin PDF.

요청하신 파일을 첨부했습니다.

Tôi đính kèm tập tin mà anh/chị yêu cầu.

당사의 최신 상품 카탈로그를 첨부했습니다.

Catalô sản phẩm mới nhất của chúng tôi đã được kèm theo.

첨부 파일을 봐 주세요.

Anh/Chị hãy xem tập tin đính kèm.

첨부 파일을 전송해 드리겠습니다.

Tôi sẽ gửi cho anh/chị một tập tin đính kèm.

앞서 보낸 이메일에 파일 첨부하는 것을 잊었습니다.

Tôi quên đính kèm tập tin vào email mà tôi đã gửi trước đó.

파일을 즉시 삭제해 주십시오.

Anh/Chị hãy xóa tập tin ngay lập tức.

인터넷에서 뷰어를 다운받으세요.

Anh/Chị hãy tải trình xem trên Internet về.

첨부된 신청서를 작성해 주세요.

Anh/Chị hãy điền vào đơn đăng ký đã được đính kèm.

약도와 전화번호를 첨부했습니다.

Tôi đã đính kèm số điện thoại và sơ đồ.

연락처를 첨부해 주시길 바랍니다.

Anh/Chị vui lòng đính kèm địa chỉ liên lạc.

공장으로 그 사진들을 보내는 것을 잊지 마십시오.

Anh/Chị đừng quên gửi những bức ảnh đó đến nhà máy.

저희 본사에도 한 부 보내는 것을 잊지 마십시오.

Anh/Chị đừng quên gửi một bộ cho trụ sở chính của chúng tôi.

워드나 엑셀 양식으로 그 파일을 보내 주시겠습니까?

Anh/Chị có thể gửi cho tôi tập tin đó dưới dạng Word hoặc Excel được không?

Anh/Chị có thể gửi cho tôi bức ảnh được quét dưới dạng tập tin JPEG được không?

Vui lòng đính kèm đề án sẽ phải xử lý trong cuộc họp.

Tôi không thể đọc nội dung chính của tập tin mà anh/chị đã gửi. Anh/Chị có thể gửi lại tập tin cho tôi bằng phần mềm xử lý văn bản mới nhất được không?   ＊phần mềm 소프트웨어

Nếu anh/chị có thông tin bổ sung về sản phẩm, vui lòng gửi cho chúng tôi với tập tin đính kèm.

Anh/Chị có thể gửi tập tin dưới dạng Microsoft Word 2010 được không? Với phần mềm của tôi, tập tin mà anh/chị đã gửi không được mở ra.

Tôi đính kèm thông tin mà anh/chị yêu cầu.

Tôi đính kèm các tập tin JPEG mà tôi đã quên gửi vào email trước.

Tôi không thể mở tập tin Word mà anh/chị đã đính kèm.

Bao gồm tất cả mọi dự án và nội dung chi tiết của dự án được thảo luận tại cuộc họp.   ＊bao gồm 포함하다

Tất cả các tài liệu tham khảo và tài liệu thuyết trình khác có thể tải xuống từ trang web của chúng tôi.

*tải xuống 다운로드하다

Thông tin này có thể được xem trên trang web của chúng tôi.

다음 회의 내용

Lịch trình ra mắt nên được thảo luận tại cuộc họp tiếp theo.

Chúng ta nên nói về đề án còn lại trong cuộc họp tuần sau.

Chúng ta nên tiếp tục điều chỉnh tranh chấp trong cuộc họp sau thì sao?

*điều chỉnh tranh chấp 분쟁 조정

Chúng ta hãy bắt đầu từ phần bị ngưng trong cuộc họp lần trước đi.

Chúng ta dừng ở đây và bắt đầu lại từ đây trong cuộc họp tiếp theo nhé.

Cuộc họp trực tuyến tiếp theo sẽ diễn ra vào lúc 10 giờ sáng thứ 3 ngày 7 tháng 12 theo thời gian Hàn Quốc, tức là sau 2 tuần nữa tính từ bây giờ.

Có 3 lựa chọn cho giờ họp.

Có 3 lựa chọn cho giờ họp. 회의 시간에 대한 세 가지 선택 사항이 있습니다.

- Tối thứ ba ở nhà hàng tầng 1 của toà nhà công ty
  화요일 저녁 회사 건물 1층 레스토랑

- Từ 12 giờ đến 2 giờ chiều ngày thứ tư ở phòng họp số 302
  수요일 오후 12시부터 2시까지 회의실 302호

- Từ 7 giờ tối đến 9 giờ tối thứ sáu ở nhà của ông giám đốc
  금요일 저녁 7시부터 9시까지 사장님 자택

**기밀 사항
관리**

모든 회의 내용은 극비로 해 주십시오.

Hãy chắc chắn rằng tất cả các nội dung trong cuộc họp là bí mật.

회의에서 논의한 사항들은 비밀로 해 주세요.

Hãy giữ bí mật những gì được thảo luận trong cuộc họp.

회의는 우리끼리의 일로 해 주세요.

Hãy để cuộc họp chỉ là việc của giữa chúng ta thôi nhé.

이 사항을 비밀로 하시든 안 하시든 별 상관 없을 것 같습니다.

Dù anh/chị giữ bí mật điều này hay không cũng không có liên quan gì.

걱정 마세요. 비밀로 해 두죠.

Đừng lo. Tôi sẽ giữ bí mật.

보신 후에 즉시 모든 파일을 삭제하는 것을 잊지 마십시오.

Sau khi xem, đừng quên xóa tất cả các tập tin ngay nhé.

마지막으로 가장 중요한 말씀을 드리면, 모든 회의 내용은 극비로 해 주십시오.

Cuối cùng tôi xin nói một điều quan trọng nhất là tất cả các nội dung trong cuộc họp phải được giữ bí mật.

마지막으로 가장 중요한 말씀을 드리면, 읽으신 후에 이 파일을 삭제해 주십시오.

Cuối cùng tôi xin nói một điều quan trọng nhất là sau khi đọc xong xin hãy xóa tập tin này đi.

**답장 및
피드백 요청**

이 문의에 대해 신속히 답변해 주시면 대단히 감사하겠습니다.

Tôi rất cảm ơn nếu anh/chị trả lời nhanh chóng cho câu hỏi này.

제 제안에 대한 대안이 있으시면 주저 마시고 알려 주십시오.

Nếu anh/chị có đề án nào cho đề nghị của tôi thì đừng do dự và hãy cho tôi biết.

제 메시지를 직원들에게 전해 주실 수 있다면 감사하겠습니다.

Tôi sẽ rất cảm ơn nếu anh/chị có thể chuyển tin nhắn của tôi cho các nhân viên.

확인하고 질문이 있으시면 알려 주십시오.

Anh/Chị hãy kiểm tra và nếu có câu hỏi gì thì cho tôi biết.

다른 의견이 있으시면 알려 주십시오.

Nếu có ý kiến khác thì hãy cho tôi biết.

질문이 있으시면 알려 주십시오.

Nếu có câu hỏi gì thì cho tôi biết.

마지막으로 가장 중요한 말씀을 드리면, 결과를 최대한 빨리 알려 주십시오.

Cuối cùng tôi xin nói điều quan trọng nhất là hãy cho tôi biết kết quả trong thời gian sớm nhất.

**계약서
관련 사항**

합의서에 약간 변경이 있어야 할 것 같습니다.

Có lẽ phải thay đổi một chút trong bản thỏa thuận của chúng ta.

저희 계약서의 2번 조항에 수정이 있어야겠습니다.

Điều khoản số 2 trong bản hợp đồng của chúng ta phải được sửa đổi.

현 계약에 약간 변경을 가해야 할 것 같습니다.

Có lẽ chúng ta sẽ phải thay đổi hợp đồng hiện tại một chút.

양측의 요구를 충족시키기 위해 계약서 내용이 조금 변경돼야 할 것 같습니다.

Để đáp ứng yêu cầu của cả hai bên, có lẽ nội dung hợp đồng của chúng ta cần phải được thay đổi một chút.

변경하고 싶으시면 주저 마시고 연락하십시오.

Nếu muốn thay đổi thì xin đừng do dự hãy liên lạc cho chúng tôi nhé.

다음 주쯤에 계약 내용을 좀 변경할까요?

Chúng ta thay đổi nội dung hợp đồng khoảng vào tuần sau thì thế nào?

논의한 계약 조건을 재고해 볼 수 있을까요?

Tôi có thể xem xét lại các điều kiện hợp đồng đã thảo luận không?

điều kiện hợp đồng 계약 조건

계약서에 마감일을 꼭 넣도록 하세요.

Anh/Chị chắc chắn phải cho ngày hết hạn vào trong hợp đồng.

계약서 마지막 부분에 지불 날짜를 꼭 포함시켜 주세요.

Anh/Chị chắc chắn phải ghi rõ ngày thanh toán trong phần cuối hợp đồng.

계약서 마감일을 꼭 넣어 주시겠습니까?

Anh/Chị chắc chắn sẽ cho ngày hết hạn của hợp đồng vào giúp tôi được không?

제안서에 사업 계획을 꼭 넣어 주시겠습니까?

Anh/Chị có thể chắc chắn cho kế hoạch kinh doanh vào trong bản đề án được không?

계약서에서 4번 조항을 확실히 삭제해 주시겠습니까?

Anh/Chị có thể chắc chắn xóa điều khoản số 4 trong hợp đồng được không?

2019년 8월 10일 전까지 대금이 지불돼야 한다고 명확히 해 주시겠습니까?

Anh/Chị có thể làm rõ rằng thanh toán phải được thực hiện trước ngày 10 tháng 8 năm 2019 được không?

"유지 관리 서비스는 처음 3개월간 무상으로 제공된다."는 조항을 계약서에 포함시키고 싶습니다.

Tôi muốn bao gồm một điều khoản "Dịch vụ quản lý duy trì được cung cấp miễn phí trong 3 tháng đầu tiên."

계약 SNL306건의 지불에 관해서인데요. 지불 날짜를 추가해 주세요.

Về việc thanh toán cho hợp đồng của SNL306, vui lòng thêm ngày thanh toán.

계약서에 적힌 예외 사항을 신중히 고려해 보도록 하겠습니다.

Chúng tôi sẽ xem xét cẩn thận những vấn đề ngoại lệ được ghi trong hợp đồng.

그 안건은 잠시 미뤄야 할 것 같군요.

Vấn đề đó chắc phải hoãn lại một chút.

다음 달로 계약 일자를 연기하고 싶습니다.

Tôi muốn hoãn lại ngày ký hợp đồng vào tháng sau.

이 답보 상태를 벗어나 진행을 서두릅시다.

Chúng ta hãy thoát ra khỏi tình trạng đình trệ này và khẩn trương tiến hành.

계약서를 마무리 짓는 게 좋겠군요. 빠를수록 좋습니다.

Chúng ta nên hoàn thành làm hợp đồng. Càng sớm càng tốt.

속도를 냅시다. 이 속도로 계약 단계가 지속되면 아무것도 안 될 겁니다.

Chúng ta hãy tăng tốc độ lên. Nếu giai đoạn hợp đồng bị kéo dài với tốc độ này thì không thể làm gì hết.

자, 결정지읍시다. 아시다시피 더 좋은 조건은 없어요.

Nào, chúng ta quyết định đi. Như anh/chị biết thì không có điều kiện nào tốt hơn nữa.

좋습니다. 저는 그 조건에 만족합니다.

Được. Tôi hài lòng với điều kiện đó.

숙고해 본 결과, 새로 계약을 체결하는 것보다는 지난번 계약을 갱신하는 게 가능할지 궁금합니다.

Sau khi cân nhắc kỹ lưỡng, tôi muốn biết liệu rằng chúng ta có thể tiếp tục gia hạn hợp đồng của lần trước thay vì ký hợp đồng mới không.

계약서에 서명할 준비가 되었습니다.

Tôi đã chuẩn bị kí (tên) vào hợp đồng.   ⁂ kí (tên) 서명하다

저희는 계약을 마무리 짓는 데 전적으로 동의합니다.

Chúng tôi hoàn toàn đồng ý kết thúc hợp đồng.

숙고해 본 결과, 저희는 그 계약 내용을 받아들이기로 결정했습니다.

Sau khi suy nghĩ kỹ lưỡng, chúng tôi đã quyết định chấp nhận nội dung hợp đồng.

chấp nhận 받아들이다

진심으로 죄송합니다만, 저희는 제안하신 계약서에 언급된 요구 사항들을 받아들일 수가 없습니다.

Tôi thực sự xin lỗi nhưng chúng tôi không thể chấp nhận yêu cầu đó trong hợp đồng mà anh/chị đề nghị.

저희는 부분적으로 계약 조건을 받아들이고 싶습니다. 몇 개 조항은 약간 수정해야 할 것 같아요.

Chúng tôi muốn chấp nhận một phần điều kiện hợp đồng. Một số điều khoản thì cần phải sửa lại một chút.

계약 중이나 후에 양측이 그러한 변경이 이루어지는 데 대해 동의하면 약간의 변경 사항이 생길 수 있습니다.

Nếu cả hai bên đồng ý thực hiện thay đổi như vậy trong hoặc sau kỳ hợp đồng thì có thể sẽ có một số hạng mục thay đổi.

거래가 성사되어 대단히 기쁩니다.

Chúng tôi rất vui vì giao dịch đã thành công.

귀사와 계약서를 체결하여 기쁩니다.

Chúng tôi rất vui được ký hợp đồng với công ty của anh/chị.

계약을 성사시켜서 정말 기쁩니다.

Tôi rất vui vì chúng ta đã đạt được hợp đồng.

저희가 계획했던 대로 정확히 계약을 맺게 되어 정말 기쁩니다.

Tôi rất vui vì đã ký được hợp đồng một cách chính xác như chúng ta đã kế hoạch.

이 계약이 잘 성사되어 다행입니다!

Thật may là bản hợp đồng này đã thành công!

네, 아쉽게도 이번엔 계약을 하지 못했지만, 지속적으로 귀사와 사업을 함께 하길 고대합니다.

Vâng, tiếc là tuy không thể ký hợp đồng lần này, nhưng chúng tôi rất mong đợi được tiếp tục làm việc với quý công ty.

이번에 계약을 성사시키지 못해 아쉽군요. 다음번엔 계약을 맺게 되겠죠.

Tiếc là lần này hợp đồng không được thành công nhưng có lẽ lần sau chúng ta có thể ký hợp đồng.

인내심을 갖고 저희 답변을 기다려 주셔서 정말 감사합니다. 저희가 계약을 받아들이기로 결정한 사실을 알려 드리고자 합니다.

Chúng tôi rất cảm ơn anh/chị đã kiên nhẫn chờ đợi câu trả lời của chúng tôi. Chúng tôi muốn cho anh/chị biết rằng chúng tôi đã quyết định chấp nhận hợp đồng.

이 계약이 양측에 이익을 가져다 줄 거라고 확신합니다.

Tôi tin chắc rằng hợp đồng này sẽ mang lại lợi ích cho cả hai bên.

약 1억 달러의 계약을 성사시켜서 정말 기쁩니다.

Tôi thực sự vui mừng vì đã đạt được hợp đồng khoảng 100 triệu đô la.

저희 임원들은 계약서의 이러한 조건에 전적으로 동의합니다.

Các thành viên trong ban lãnh đạo của chúng tôi hoàn toàn đồng ý với điều kiện này trong hợp đồng.

추가로 15%를 할인해 주실 수 있는지 궁금합니다.

Tôi muốn biết anh/chị có thể thêm giảm giá 15% nữa có được hay không.

저희 계약서에 몇 가지 조항을 더 추가할 수 있는지 궁금합니다.

Tôi tò mò không biết chúng tôi có thể thêm một số điều khoản vào hợp đồng của chúng ta hay không.

다음 달에 저희 계약서를 갱신할 수 있을까요?

Chúng ta có thể gia hạn hợp đồng vào tháng sau được không?

이메일로 몇 가지 조항을 변경하는 게 가능할까요?

Chúng tôi có thể thay đổi một vài điều khoản qua email được không?

다음과 같은 추가 조항을 계약서에 포함시키고 싶습니다: "보증 기간은 3년으로 한다."

Chúng tôi muốn bao gồm một điều khoản bổ sung sau đây trong hợp đồng: "Thời gian bảo hành sẽ là 3 năm."

다음 사항을 추가하고 싶습니다: "진행자를 위한 교육 기간은 3개월로 한다."

Chúng tôi muốn thêm vào điều sau: "Thời gian đào tạo cho người hướng dẫn là 3 tháng."

저희는 귀사의 상품을 유지 관리 및 고장 수리에 불필요한 시간을 낭비하는 일 없이 사용하길 바랍니다.

Hy vọng là chúng tôi có thể sử dụng sản phẩm của quý công ty mà không lãng phí thời gian không cần thiết để quản lý duy trì và sửa chữa.

저희는 이 새로운 조항으로 배송 부문의 시간과 비용을 절약할 수 있길 바랍니다.

Chúng tôi mong rằng với điều khoản mới này, chúng tôi có thể tiết kiệm được thời gian và chi phí trong việc giao hàng.

저희는 이 새로운 조항이 실시 단계에서 100만 달러 이상 절약하는 데 도움이 되길 바랍니다.

Chúng tôi mong điều khoản mới này sẽ giúp chúng tôi tiết kiệm hơn 1 triệu đô la trong giai đoạn thực hiện.

**배송
관련 사항**

다음 주까지 배달이 지연됨을 유감스럽게 생각합니다.

Tôi rất tiếc giao hàng đã bị trì hoãn cho đến tuần sau.

일정보다 제품 발송이 몇 주 지연된다는 사실을 알려 드리게 되어 유감입니다.

Tôi rất tiếc phải thông báo rằng giao hàng sẽ bị trì hoãn trong vài tuần so với lịch trình.

기상 조건 악화로 발송이 일주일 정도 지연될 것 같습니다.

Do điều kiện thời tiết xấu, chuyển hàng có khả năng bị trì hoãn khoảng một tuần.

운송 조합의 파업으로 화물의 출발이 무기한 지연될 것 같습니다.

Do cuộc đình công của tổ chức vận tải, việc xuất phát của hàng hóa có khả năng bị trì hoãn vô thời hạn.

*cuộc đình công 파업

선적을 일주일 앞당기면 지연이 발생하지 않을 겁니다.

Sự trì hoãn sẽ không xảy ra nếu dời ngày chất hang sớm hơn một tuần.

최대한 빨리 제품을 매장에 넣고 싶군요. 배송 일자를 일주일 앞당겨 주시면 정말 감사하겠습니다.

Chúng tôi muốn cho sản phẩm vào cửa hàng trong thời gian sớm nhất. Chúng tôi rất cảm ơn nếu anh/chị dời ngày giao hàng sớm hơn một tuần.

지연으로 인해 생기는 불편에 대해 미리 사과드립니다.

Tôi xin lỗi trước vì gây bất tiện do trì hoãn.

유감입니다만, 발송의 장기 지연으로 주문 취소를 통보해 드립니다.

Thật đáng tiếc nhưng chúng tôi phải thông báo rằng đơn hàng của anh/chị bị huỷ do sự trì hoãn lâu dài của lô hàng.

심각한 배송 지연으로 저희는 제품 주문을 취소하기로 결정했습니다.

Do sự trì hoãn giao hàng nghiêm trọng nên chúng tôi đã quyết định hủy đơn đặt hàng.

저희가 주문한 제품이 발송됐다는 통보를 받았습니다.

Chúng tôi được thông báo rằng sản phẩm mà chúng tôi đã đặt hàng được vận chuyển rồi.

다음 주 월요일에 제품이 발송될 거라고 통보받았습니다.

Chúng tôi được thông báo rằng sản phẩm sẽ được giao vào thứ hai tuần sau.

제품이 10월 1일자로 발송됐다는 통보를 받았습니다.

Tôi nhận được thông báo rằng sản phẩm đã được vận chuyển vào ngày 1 tháng 10.

소포가 어제 발송됐다는 사실을 통보받았습니다.

Tôi được thông báo rằng bưu kiện đã được vận chuyển ngày hôm qua.

방금 전에 발송이 완료됐다는 사실을 통보받았습니다.

Tôi vừa được thông báo rằng lô hàng đã hoàn thành.

요청하신 모든 물품이 첨부 영수증과 함께 발송됐다는 사실을 통보받았습니다.

Tôi được thông báo rằng tất cả các mặt hàng yêu cầu đã được vận chuyển cùng với biên lai đính kèm.

이메일 및 기타 문서

지체 없이 발송해 드리도록 하겠습니다.

Chúng tôi sẽ khẩn trương tiến hành chuyển phát.

3 업무 진행되면

최소한 10월 10일까지는 선적품이 도착할 겁니다.

Các lô hàng sẽ được giao đến ít nhất là đến ngày 10 tháng 10.

늦어도 12월 24일까지는 주문하신 장비가 발송될 겁니다.

Thiết bị mà anh/chị đã đặt sẽ được chuyển muộn nhất là đến ngày 24 tháng 12.

늦어도 8월 10일까지는 선적품을 받게 되실 겁니다.

Anh/Chị sẽ nhận được hàng vận chuyển muộn nhất là đến ngày 10 tháng 8.

선적품을 언제 받아 볼 수 있을까요?

Khi nào tôi có thể nhận được lô hàng?

원하시면 주문을 변경하실 수 있도록 귀사의 주문품을 발송하기 전에 다음 내용을 알려 드리는 바입니다.

Chúng tôi xin thông báo nội dung sau trước khi gửi hàng để anh/chị có thể thay đổi đơn đặt hàng nếu anh/chị muốn.

제시간에 물건을 보내 주셔서 감사합니다.

Cảm ơn anh/chị đã gửi hàng đúng giờ.

Nếu nhận được hàng hóa, vui lòng gửi email cho tôi.

Vì tôi muốn kiểm tra nên khi hàng đến thì hãy gửi email cho tôi nhé.

Xin anh/chị thông báo cho chúng tôi qua email khi nhận được hàng hóa mà chúng tôi gửi.

Chúng tôi đã nhận được hàng vào ngày 5 tháng 10.

Chúng tôi muốn cho anh/chị biết rằng trong sản phẩm mà chúng tôi đã nhận vào ngày 5 tháng 10 bị thiếu một vài linh kiện.

＊linh kiện 부품

Sản phẩm mà anh/chị gửi không phải là hàng mà chúng tôi đã đặt.

Vui lòng thanh toán trước 100 đô la cho phí vận chuyển.

Sau khi nhận hàng thì trả hết phí vận chuyển còn lại cho chúng tôi.

Thêm 40 đô la phí phụ thu cho việc chuyển phát.

Đã thêm 200 đô la cho cước phí vận chuyển.

Chúng tôi đã đóng tiền bảo hiểm chuyển phát thay cho anh/chị.

다음 상품의 가장 좋은 가격을 알려 주십시오.

Xin vui lòng cho chúng tôi biết giá tốt nhất cho sản phẩm sau.

다음 상품의 가장 낮은 가격을 알려 주십시오.

Xin vui lòng cho chúng tôi biết giá thấp nhất cho sản phẩm sau.

구입품에 대해 어떻게 지불하시겠습니까?

Anh/Chị sẽ thanh toán thế nào cho sản phẩm anh/chị đã mua?

받으신 서비스에 대한 지불은 어떻게 하시겠습니까?

Anh/Chị sẽ thanh toán thế nào cho dịch vụ mà anh/chị đã nhận?

주문 대금은 어떻게 송금하시겠습니까?

Anh/Chị chuyển tiền đặt hàng như thế nào ạ?

지불 방법을 선택해 주시겠습니까?

Anh/Chị có thể chọn cách thanh toán không?

지불 방법을 선택하시고 원하시는 최단 배송일을 알려 주시겠습니까?

Anh/Chị chọn cách thanh toán và cho tôi biết ngày chuyển hàng ngắn nhất mà anh/chị muốn được không?

선호하시는 지불 방법을 알려 주십시오.

Vui lòng cho tôi biết cách thanh toán mà anh/chị muốn.

화물 발송 전에 총액의 30%를 내고 물건 수령 후에 나머지를 내는 2회 분할로 대금을 지불해 주십시오.

Vui lòng thanh toán 30% tổng số tiền trước khi giao hàng còn phần còn lại thì trả góp 2 lần sau khi nhận hàng.

한신 은행의 제 계좌번호 123-4567-901로 송금해 주시길 바랍니다.

Vui lòng gửi tiền vào ngân hàng Hanshin với số tài khoản 123-4567-901.

＊tài khoản 계좌

송금을 원하시는 날짜와 함께 계좌 정보를 이메일로 보내 주시겠습니까?

Anh/Chị có thể gửi thông tin tài khoản qua email cùng với ngày mà anh/chị muốn chuyển tiền được không?

세금 공제 전의 총액입니다.

Đây là tổng số tiền trước khi khấu trừ thuế. ⚬ *khấu trừ 공제하다*

대금 총액은 판매세 8%를 제하고 200만 원입니다.

Tổng số tiền là 2 triệu won đã khấu trừ 8% thuế bán hàng.

총액에서 수수료가 공제되었습니다.

Lệ phí đã được trừ ra trong tổng số tiền.

최근에 수수료를 인상했습니다.

Gần đây chúng tôi đã tăng lệ phí.

4%의 판매 수수료를 지불하셔야 합니다.

Anh/Chị phải trả lệ phí bán hàng 4%.

저희 서비스에는 할증료가 없습니다.

Không có phụ phí cho dịch vụ của chúng tôi.

주문번호 321에 대한 대금을 송금했습니다.

Chúng tôi đã chuyển tiền cho số đặt hàng 321.

주문번호 245에 대한 대금 520달러를 송금해 드렸습니다.

Chúng tôi đã chuyển 520 đô la cho số đặt hàng 245.

한국 시간으로 오후 2시에 주문 대금을 송금해 드렸습니다.

Chúng tôi đã chuyển số tiền đặt hàng vào lúc 2 giờ chiều theo giờ Hàn Quốc.

주문번호 123에 대한 대금 320달러를 송금해 드렸습니다.

Chúng tôi đã chuyển 320 USD cho số đặt hàng 123.

제 주문에 대한 대금을 귀사의 계좌로 송금해 드렸습니다.

Tôi đã gửi một khoản thanh toán cho đơn đặt hàng của tôi vào tài khoản của công ty anh/chị.

주문번호 426에 대한 대금이 귀사의 계좌로 송금되었습니다.

Số đơn hàng 426 đã được chuyển vào tài khoản của quý công ty.

귀하의 주문에 대한 대금이 수령되었습니다.

Chúng tôi đã nhận được một khoản thanh toán cho đơn đặt hàng của anh/chị.

즉시 송금해 주시면 감사하겠습니다.

Chúng tôi sẽ rất cảm ơn nếu anh/chị chuyển tiền cho chúng tôi ngay.

50달러를 송금해 주시면 물건을 보내 드리겠습니다.

Anh/Chị chuyển 50 đô la thì chúng tôi sẽ gửi hàng.

귀하께서 대금 지불을 완료하셨는지 모르겠군요.

Tôi không biết anh/chị đã hoàn thành thanh toán chưa.

귀하의 지불 기한이 많이 지났습니다.

Thời hạn thanh toán của anh/chị đã quá hạn lâu rồi.

귀하께서는 현재 대금 미화 2,000달러가 15일째 연체 중입니다.

Hiện tại anh/chị đang quá hạn 15 ngày với số tiền 2.000 đô la Mỹ.

귀하께서는 현재 물품 대금이 연체 중입니다.

Chúng tôi xin thông báo rằng thời hạn thanh toán sản phẩm của anh/chị đang bị trì hoãn.

귀하의 대금 지불 기한이 지났음을 알려 드립니다.

Chúng tôi xin thông báo rằng thời hạn thanh toán của anh/chị đã qua rồi.

수수료를 아직 지불하지 않으셨음을 알려 드립니다.

Chúng tôi thông báo rằng anh/chị vẫn chưa thanh toán lệ phí.

새로운 지급 기일은 11월 2일입니다.

Ngày thanh toán mới là ngày 2 tháng 11.

대부금 지불을 연체하는 일은 절대 없을 테니 안심하십시오.

Anh/Chị hãy yên tâm rằng tôi sẽ không bao giờ trì hoãn thanh toán tiền vay.

지불 기한을 연장해 주실 수 있습니까?

Anh/Chị có thể gia hạn thời hạn thanh toán được không?

방금 지불금 수령을 확인했습니다.

Chúng tôi vừa mới xác nhận số tiền thanh toán.

귀하의 지불이 정상적으로 완료된 것을 확인했습니다.

Chúng tôi đã xác nhận rằng thanh toán của anh/chị đã được hoàn tất bình thường.

귀하의 지불이 정상적으로 완료되어 수령되었음을 확인해 드립니다.

Chúng tôi xác nhận rằng thanh toán của anh/chị đã được hoàn tất bình thường và chúng tôi nhận được rồi.

귀하의 지불 완료를 확인했습니다.

Chúng tôi xác nhận thanh toán của anh/chị đã được hoàn thành.

송장번호 321에 대한 대금 수령을 이메일로 확인해 드립니다.

Chúng tôi xác nhận rằng đã nhận được khoản thanh toán cho số hóa đơn 321 qua email.

이 지급 확인 서한을 보관해 주시길 바랍니다.

Anh/Chị vui lòng giữ thư xác nhận thanh toán này.

지불이 확인되는 즉시 물품을 보내 드리겠습니다.

Chúng tôi sẽ gửi hàng ngay khi thanh toán được xác nhận.

죄송하지만, 저희 쪽 온라인 뱅킹의 문제로 지금은 지불을 확인해 드릴 수 없습니다.

Chúng tôi xin lỗi, nhưng do vấn đề ngân hàng trực tuyến của chúng tôi, chúng tôi không thể xác nhận thanh toán của anh/chị ngay bây giờ.

25%의 서비스 요금은 미리 지급해 주셔야 합니다.

25% tiền phí dịch vụ phải được trả trước.

총 금액의 10%를 선지급해 주십시오.

Vui lòng trả trước 10% của tổng số tiền.

할증금으로 50달러의 선불금을 지급해 주십시오.

Vui lòng trả trước 50 đô la cho phụ phí.

특허권 사용료로 2,000달러의 선불금을 지급해 주십시오.

Vui lòng trả trước 2.000 đô la cho tiền bản quyền.

문제 제기

저희가 직면하고 있는 문제에 대해 논의하는 게 좋겠습니다.

Chúng ta nên thảo luận về các vấn đề đang phải đối mặt.

배송 지연에 대해 먼저 논의하는 게 좋겠습니다.

Trước hết chúng ta nên thảo luận về việc trì hoãn của vận chuyển.

습관적인 발송 지연에 대해 이야기해 봅시다.

Chúng ta hãy nói về sự trì hoãn thường xuyên của vận chuyển.

이 문제의 대안을 논의해 봅시다.

Chúng ta hãy thảo luận về đề án thay thế của vấn đề này.

불량품 문제에 대해 논의하고 싶습니다.

Tôi muốn thảo luận về vấn đề kém chất lượng của sản phẩm.

파손된 상품에 관한 문제를 논의하고 싶습니다.

Tôi muốn thảo luận về vấn đề liên quan đến sản phẩm bị hỏng.

문제가 뭔지 바로 보고해 주시겠습니까?

Anh/Chị có thể báo cáo ngay vấn đề là gì không?

문제는 현 지출 수준이 예산을 초과한다는 겁니다.

Vấn đề là tiêu chuẩn chi tiêu hiện tại vượt quá ngân sách.

＊vượt quá ~을 초과하다 ngân sách 예산

클레임 제기 및 대응

협상에도 불구하고, 피터슨 주식회사가 저희를 상대로 소송하기로 했다는 사실을 알려 드리게 되어 유감입니다.

Dù đã có cuộc đàm phán, tôi rất tiếc phải thông báo cho anh/chị rằng công ty cổ phần Peterson đã quyết định đệ đơn kiện với chúng tôi.

＊đệ đơn kiện 소송을 제기하다

나노 회사의 최근 법적 논쟁에 관해 보고드립니다.

Tôi xin báo cáo về cuộc tranh luận pháp lý gần đây của công ty Nano.

최대한 빨리 문제가 뭔지 확인해서 알려 주세요.

Anh/Chị hãy liên lạc với tôi trong thời gian sớm nhất ngay sau khi xác nhận được vấn đề là gì nhé.

불량 제품의 원인이 뭔지 확인해서 연락해 주세요.

Anh/Chị hãy liên lạc với tôi khi anh/chị tìm ra nguyên nhân lỗi của sản phẩm là gì nhé.

문제가 뭔지 즉시 알아야겠습니다.

Tôi cần nắm bắt ngay vấn đề là gì.　　　＊ nắm bắt 파악하다, 잡아내다

문제가 악화되기 전에 무슨 일이 있었던 건지 바로 알아야겠습니다.

Tôi cần biết có chuyện gì đã xảy ra trước khi vấn đề trở nên tồi tệ hơn.

발송번호 29930에 무슨 문제가 발생했는지 알아야겠습니다.

Tôi cần biết đã có vấn đề gì với số vận chuyển 29930.

발송번호 23989를 추적해 주시겠습니까?

Anh/Chị có thể theo dõi số vận chuyển 23989 được không?

＊ theo dõi 추적하다

귀사 서비스에 불만이 있습니다.

Tôi không hài lòng với dịch vụ của công ty anh/chị.

귀사 매장에서 구입한 컴퓨터 소프트웨어에 불만이 있습니다.

Tôi không hài lòng với phần mềm máy tính mà tôi đã mua từ cửa hàng của anh/chị.

귀사 제품에 관해 불만 사항이 있습니다.

Chúng tôi có mấy điều bất mãn về sản phẩm của anh/chị.

귀사 서비스는 만족 이하입니다.

Dịch vụ của anh/chị không đạt yêu cầu.

귀사 제품은 수준 이하입니다.

Sản phẩm của anh/chị dưới mức trung bình.

＊ mức trung bình (평균) 수준

귀사 제품이 제대로 작동하지 않습니다.

Sản phẩm của anh/chị không hoạt động theo đúng cách.

그 제품에 대한 서비스를 받고 싶습니다.

Tôi muốn nhận dịch vụ cho sản phẩm đó.

귀사로부터 정식 사과를 원합니다.

Tôi muốn nhận một lời xin lỗi chính thức từ công ty của anh/chị.

chính thức 정식의

실수로 불량품을 보내 드린 일에 대해 사과드립니다.

Tôi xin lỗi vì đã gửi nhầm cho anh/chị một sản phẩm bị lỗi.

귀하의 클레임을 빨리 처리해 드리겠습니다.

Chúng tôi sẽ xử lý yêu cầu của anh/chị một cách nhanh chóng.

저희에게 보내 온 불량품을 최대한 빨리 반품하겠습니다.

Chúng tôi sẽ trả lại các mặt hàng bị lỗi mà công ty anh/chị đã gửi cho chúng tôi nhanh nhất có thể.

불량품을 저희에게 즉시 보내 주십시오.

Vui lòng gửi cho chúng tôi các mặt hàng bị lỗi ngay lập tức.

결함이 발견되면 불량품은 즉시 회수될 겁니다.

Các mặt hàng bị lỗi sẽ được thu hồi ngay lập tức nếu phát hiện lỗi.

다음의 회수된 불량품을 확인해 주시길 바랍니다.

Vui lòng kiểm tra các hàng lỗi đã được thu hồi sau đây.

귀하 부담으로 불량품을 반품시켜 주십시오. 배송비는 후에 변제해 드리겠습니다.

Vui lòng trả lại hàng lỗi bằng chi phí của anh/chị. Chúng tôi sẽ hoàn trả chi phí vận chuyển sau.

hoàn trả 상환하다, 변제하다

불편했던 상황에 대해 보상받고 싶습니다.

Tôi muốn được bồi thường cho sự bất tiện mà tôi đã chịu.

bồi thường 보상하다

저희가 받은 귀사 서비스에 대해 몇 가지 불만 사항이 있습니다.

Chúng tôi có một vài bất mãn về dịch vụ của quý công ty mà chúng tôi đã chịu.

보내 주신 기술자에 관해 몇 가지 불만 사항이 있습니다.

Chúng tôi có một vài bất mãn đối với kỹ sư mà anh/chị đã gửi.

최근 마스터 OP(상품 모델 HC455)가 자동으로 작동하지 않음을 발견했습니다.

Gần đây chúng tôi đã phát hiện ra Master OP(mẫu sản phẩm HC455) không hoạt động tự động.

선적해 주신 상품에 몇 가지 결함이 있음을 최근 발견했습니다.

Gần đây chúng tôi đã phát hiện ra có một số khiếm khuyết trong lô hàng.

귀사의 배송이 종종 지연되고 있음을 최근 알게 되었습니다.

Gần đây tôi được biết rằng lô hàng của công ty anh/chị thường bị trì hoãn.

보험 청구를 하려면 누구에게 연락해야 하죠?

Tôi phải liên hệ với ai để yêu cầu bồi thường bảo hiểm?

교환 · 환불 · 수리 및 A/S 요청

귀사의 교환 정책을 알려 주세요.

Xin vui lòng cho tôi biết chính sách trao đổi của công ty anh/chị.

제품 수리를 어디서 받을 수 있는지 알려 주세요.

Xin vui lòng cho tôi biết tôi có thể nhận sửa chữa sản phẩm ở đâu.

귀사의 수리 및 반품 정책에 관해 알고 싶습니다.

Tôi muốn biết về chính sách sửa chữa và hoàn trả của quý công ty.

제품 수리를 받으려면 어떻게 해야 하죠?

Tôi nên làm gì để nhận được sửa chữa?

환불을 원하시는 이유를 말씀해 주시겠습니까?

Anh/Chị có thể cho chúng tôi biết lý do tại sao anh/chị muốn trả lại?

그 제품들을 사이즈 12로 교환해 주시길 바랍니다.

Vui lòng đổi các sản phẩm đó sang kích cỡ 12.

기계가 제대로 작동하지 않습니다.

Máy móc không hoạt động đúng cách.

장비의 몇 가지 부품에서 걸림 증상이 보여 기계에 계속 주의를 기울여야 합니다.

Một số phụ tụng của thiết bị có dấu hiệu bị kẹt nên chúng tôi phải tiếp tục chú ý đến máy.

phụ tụng 부품

밤새 기계를 돌릴 경우 기계가 너무 뜨거워집니다.

Máy sẽ trở nên quá nóng nếu chạy cả đêm.

온도가 130도를 넘을 때마다 기계가 불안정해집니다.

Máy sẽ trở nên không ổn định mỗi khi nhiệt độ vượt quá 130 độ C.

이 기계를 고칠 수 있는 분을 보내 주세요.

Vui lòng gửi một người có thể sửa máy này cho chúng tôi.

현장에 있는 모든 시스템을 점검할 수 있도록 기술자 세 명을 보내 주십시오.

Vui lòng gửi 3 kỹ sư cho chúng tôi để kiểm tra tất cả các hệ thống trong hiện trường.

hệ thống 시스템

장비를 수리할지 혹은 교환할지에 관해 조언해 주십시오.

Vui lòng cho chúng tôi lời khuyên nên sửa chữa hay thay thế thiết bị.

똑같은 모델로 교환품을 보내 주십시오.

Vui lòng gửi cho chúng tôi hàng thay thế với cùng một mẫu.

공지 및 안내

**이메일 주소
및 답장 안내**

아래 나온 주소로 답장해 주세요.

Vui lòng trả lời vào địa chỉ sau.

답장을 이메일 주소 두 곳으로 모두 보내 주시겠습니까?

Anh/Chị có thể gửi email cho tôi vào cả 2 địa chỉ email
được không?

이메일을 이 이메일 주소로 보내 주시겠습니까?

Anh/Chị có thể gửi email vào địa chỉ email này được không?

이메일을 보냈는데 되돌아왔어요.

Tôi gửi email rồi nhưng bị gửi trở lại.

답장을 모두에게 보내 주세요.

Hãy trả lời tới tất cả mọi người.

'함께 받는 이'로 이메일을 보내 드렸어요.

Tôi đã gửi email cho anh/chị kèm theo 'người cùng nhận' rồi.

저한테 이메일을 전송해 주세요.

Anh/Chị hãy chuyển email cho tôi.

저희에게 연락하실 일이 있으면, 이 이메일에 답장하세요.

Nếu anh/chị có việc gì liên hệ với chúng tôi, hãy trả lời
email này.

새로 바뀐 제 이메일 주소입니다.

Đây là địa chỉ email mới của tôi.

기존 이메일 계정은 폐쇄할 겁니다.

Tài khoản email trước đây sẽ bị đóng.

존재하지 않는 이메일 주소입니다.

Địa chỉ email này không tồn tại.

수신자의 받은 편지함 용량이 초과되었습니다.

Hộp thư đến của người nhận đã vượt quá dung lượng.

5월 10일까지는 이메일을 확인할 수 없습니다.

Tôi không thể kiểm tra email cho đến ngày 10 tháng 5.

이것은 부재중 자동 회신입니다.

Đây là thư hồi đáp tự động khi vắng mặt.

[✳]hồi đáp 회신하다(= trả lời)

본 메일은 자동 회신입니다. 답장하지 마십시오.

Email này là hồi đáp tự động. Anh/Chị đừng trả lời.

본 메일은 자동 회신입니다. 저는 5월 4일까지 휴가입니다. 보내신 메시지는 그 후에 읽겠습니다.

Email này là trả lời tự động. Tôi đang trong kỳ nghỉ cho đến ngày 4 tháng 5. Tôi sẽ đọc tin nhắn lúc đó.

내일은 휴가라서 제 휴대폰으로만 연락될 겁니다.

Ngày mai là kỳ nghỉ nên anh/chị chỉ có thể liên lạc bằng điện thoại di động với tôi.

제가 다음 주에 휴가라서 상담 업무가 가능하지 않습니다.

Tôi sẽ có kỳ nghỉ vào tuần tới nên không thể thực hiện công việc tư vấn.

저는 6월 20일부터 7월 2일까지 휴가입니다.

Tôi nghỉ phép từ ngày 20 tháng 6 đến ngày 2 tháng 7.

저는 지금 출장 중입니다.

Tôi đang đi công tác.

저희는 2일간의 부산 출장 후 다음 주 수요일에 회사로 돌아옵니다.

Chúng tôi sẽ trở lại công ty vào thứ tư tới sau chuyến công tác ở Busan trong 2 ngày.

25일과 26일에 저희 홍보부에서는 최소 인원만 근무합니다.

Vào ngày 25 và 26, phòng quảng bá của chúng tôi chỉ có nhân viên tối thiểu để làm việc.

[✳]tối thiểu 최소의

휴가 기간 동안 이메일을 확인할 수 없음을 이해해 주십시오.

Anh/Chị hãy thông cảm vì không thể kiểm tra email trong kỳ nghỉ.

회의가 끝난 후에 연락드리겠습니다.

Tôi sẽ liên lạc với anh/chị sau cuộc họp.

최대한 빨리 연락드리겠습니다.

Chúng tôi sẽ liên lạc với anh/chị sớm nhất có thể.

돌아오는 대로 연락드리겠습니다.

Tôi sẽ liên lạc với anh/chị ngay khi tôi trở lại.

결론이 나는 대로 연락드리겠습니다.

Chúng tôi sẽ liên lạc với anh/chị ngay khi chúng tôi có kết luận.

급한 문제를 처리한 후에 연락드리겠습니다.

Chúng tôi sẽ liên lạc với anh/chị sau khi chúng tôi xử lý vấn đề khẩn cấp.

휴가 후 업무를 재개하면 전화드리겠습니다.

Tôi sẽ gọi điện ngay khi tôi bắt đầu lại công việc sau kỳ nghỉ.

모든 담당자가 회사에 돌아올 때까지 기다리셔야 할 것 같습니다.

Xin lỗi nhưng anh/chị phải chờ đợi cho đến khi tất cả người phụ trách trở lại công ty.

고객님의 요청 사항은 현재 처리 중입니다.

Yêu cầu của anh/chị hiện đang được xử lý.   ※xử lý 처리하다

덜 중요한 업무부터 끝내시고 나중에 제게 보고해 주세요.

Vui lòng hoàn thành các nhiệm vụ ít quan trọng hơn rồi báo cáo cho tôi sau.

휴일 전에 그 일을 마쳐야 해요.

Tôi phải hoàn thành công việc trước kỳ nghỉ.

다음 주에 휴가여서 제게 이메일로만 연락이 가능합니다.

Tôi sẽ có kỳ nghỉ vào tuần sau nên anh/chị chỉ có thể liên lạc với tôi qua email.

앞으로 2주간 휴가를 갈 거라서 2주 후에 연락하세요.

Vì tôi có kỳ nghỉ trong 2 tuần tới nên xin vui lòng liên hệ với tôi sau 2 tuần.

다음 주는 휴가여서 근무하지 않습니다.

Tôi sẽ không làm việc vào tuần tới vì là kỳ nghỉ.

저는 9월부터 1년간 안식년에 들어가며, 이 기간 동안은 이메일로만 연락이 가능합니다.

Tôi sẽ bước vào 1 năm nghỉ ngơi kể từ tháng 9, và trong thời gian này anh/chị chỉ có thể liên lạc với tôi qua email thôi.

제가 이달 말에 휴가를 갈 계획이어서 그 전에 회의 일정을 잡아야 합니다.

Vì tôi dự định nghỉ phép vào cuối tháng này nên cuộc họp phải được lên lịch trước đó.

저는 10월 4일까지 자리를 비웁니다.

Tôi sẽ vắng mặt đến ngày 4 tháng 10.

저는 7월 20일부터 7월 25일까지 휴가입니다.

Tôi nghỉ phép từ ngày 20 tháng 7 đến ngày 25 tháng 7.

개인적인 문제로, 저는 다음 주 7월 22일부터 일주일 동안 사무실에 나올 수가 없습니다.

Vì có vấn đề cá nhân nên tôi không thể đến văn phòng trong một tuần từ ngày 22 tháng 7.

휴가로 인해, 저는 6월 23일부터 6월 30일까지 근무하지 않습니다.

Vì là kỳ nghỉ nên tôi không làm việc từ ngày 23 tháng 6 đến ngày 30 tháng 6.

출산 휴가로 인해, 저는 10월 31일부터 12월 30일까지 근무하지 않습니다.

Vì là kỳ nghỉ thai sản nên tôi không làm việc từ ngày 31 tháng 10 đến ngày 30 tháng 12.

돌아오는 대로 연락드리겠습니다.

Tôi sẽ liên lạc ngay khi trở lại.

돌아와서 이메일을 읽어 보겠습니다.

Khi trở lại, tôi sẽ đọc email.

저는 지금 부재중입니다.

Bây giờ tôi đang vắng mặt.

연락하실 일이 있으시면 음성 메시지를 남겨 주세요.

Vui lòng để lại tin nhắn thoại nếu anh/chị cần liên hệ với tôi.

저희 사무실은 신년 연휴 동안 문을 닫습니다.

Văn phòng của chúng tôi sẽ đóng cửa trong những ngày lễ năm mới.

저희 사무실은 수리로 인해 다음 주 월요일부터 금요일까지 문을 닫습니다.

Văn phòng của chúng tôi sẽ đóng cửa từ thứ hai đến thứ sáu tuần sau do sửa chữa.

여름 휴가 기간 동안에는 제가 이메일을 확인할 수 없습니다.

Tôi không thể kiểm tra email trong kỳ nghỉ hè.

일일이 답변해 드리기는 어려울 수 있음을 알려 드립니다.

Chúng tôi xin thông báo cho anh/chị chúng tôi rất khó để trả lời từng cái một.

급한 일이면 042-9022-4341번으로 연락하세요.

Đối với công việc khẩn cấp, xin vui lòng gọi điện đến số 042-9022-4341.

긴급한 경우엔 333-8282번으로 연락하세요.

Trong trường hợp khẩn cấp, vui lòng gọi điện đến số 333-8282.

급한 서비스가 필요하시면, 고객 서비스 센터에 전화하세요.

Nếu anh/chị cần dịch vụ khẩn cấp, xin vui lòng gọi cho trung tâm dịch vụ khách hàng.

급한 문제로 상담을 원하시면, 456-7777번으로 저희 제휴사에 전화하세요.

Nếu anh/chị muốn tư vấn với việc khẩn cấp thì xin vui lòng gọi cho công ty hợp tác với số 456-7777.

급한 전화는 제 비서에게 연결될 겁니다.

Cuộc gọi khẩn cấp sẽ được chuyển đến thư ký của tôi.

제 비서인 흐엉 씨가 급한 전화를 받아 줄 겁니다.

Chị Hương thư ký của tôi sẽ nhận điện thoại khẩn cấp.

급한 일로 연락하셔야 하면, 234-4567번으로 대신 제 동료인 김민아 씨에게 전화하세요.

Nếu anh/chị cần liên lạc với tôi do việc khẩn cấp thì xin vui lòng gọi cho chị Kim Min A đồng nghiệp của tôi theo số 234-4567.

급한 용무는 제 개인 이메일 주소인 *enjoylife@hotmail.com*으로 이메일을 보내 주십시오.

Đối với việc khẩn cấp, anh/chị hãy gửi đến địa chỉ email cá nhân của tôi là enjoylife@hotmail.com.

PMP 프로젝트에 관한 최신 정보를 그녀에게 전했기 때문에 특별히 지연되는 일은 없을 겁니다.

Vì tôi đã cung cấp cho chị ấy thông tin cập nhật nhất về dự án PMP nên sẽ không có chuyện bị chậm trễ.

‣thông tin cập nhật nhất 최신 정보

이메일을 읽고 답변하는 건 가능하니, 필요한 경우 주저 마시고 이메일을 보내 주시길 바랍니다.

Tôi có thể đọc và trả lời email nên nếu cần thiết thì anh/chị đừng do dự và hãy gửi email nhé.

저는 8월 1일에 돌아옵니다.

Tôi sẽ trở lại vào ngày 1 tháng 8.

이직 통보 및 후임자 소개

저는 호찌밍 사무소로 전근 가게 되었습니다.

Tôi sẽ được chuyển đến văn phòng thành phố Hồ Chí Minh.

제 후임자는 박미소 씨입니다.

Người kế nhiệm tôi sẽ là chị Park Mi So.

그동안의 지원과 협력에 감사드립니다.

Xin cảm ơn về sự hỗ trợ và hợp tác trong thời gian qua.

*sự hỗ trợ 지원

저는 이번 달에 정년 퇴임하게 되었습니다.

Tôi định sẽ nghỉ hưu vào tháng này.

*nghỉ hưu 정년 퇴직하다

저는 다음 주에 퇴임하게 됩니다.

Tôi định sẽ nghỉ hưu vào tuần tới.

여러분 모두와 계속해서 연락했으면 합니다.

Tôi muốn giữ liên lạc với tất cả các bạn.

제 후임자인 낌 씨가 일을 잘 맡아 할 거라고 믿습니다.

Tôi tin rằng anh Kim, người kế nhiệm của tôi, sẽ đảm nhận công việc một cách tốt đẹp.

제 환송 파티에서 모두 뵙길 바랍니다.

Tôi hy vọng sẽ gặp lại các bạn tại bữa tiệc chia tay của tôi.

김준호 씨는 9월 31일자로 하노이로 떠납니다.

Anh Kim Jun Ho sẽ rời Hà Nội vào ngày 31 tháng 9.

행운을 빕니다.

Chúc may mắn.

Chúng tôi hy vọng anh/chị may mắn.

그분께서 성공하시길 빕니다.

Chúng tôi hy vọng anh ấy/chị ấy sẽ thành công.

저는 3월 30일에 퇴임하게 됩니다.

Tôi sẽ về hưu vào ngày 30 tháng 3.

여러분께 신임 CEO를 소개해 드립니다.

Tôi xin giới thiệu CEO mới của chúng tôi.

제 후임자 투이 씨를 소개합니다.

Tôi giới thiệu chị Thuỷ, người kế nhiệm tôi.

어떤 도전이 기다리고 있을지 기대됩니다.

Tôi rất mong đợi thử thách mới.

나중에 제 새 연락처를 알려 드리겠습니다.

Tôi sẽ cho anh/chị biết liên hệ mới của tôi sau nhé.

그분은 이 일에 뛰어난 적임자입니다.

Ông ấy là một người xuất sắc phù hợp cho công việc này.

<small>※ phù hợp 적합한, 부합하는</small>

여러분의 지원이 없었다면 회사가 여기까지 올 수 없었을 겁니다.

Nếu không có sự hỗ trợ của các bạn thì công ty cũng không thể đi đến được ngày hôm nay.

여러분의 훌륭한 충고와 지도는 회사가 오늘날과 같이 발전하는 데 도움이 되었습니다.

Lời khuyên và sự chỉ dẫn tuyệt vời của các bạn đã giúp công ty phát triển như ngày hôm nay.

공지 사항

회사 연례 워크숍 기간이 되었습니다!

Đến thời gian hội thảo hàng năm của công ty rồi!

연례 야유회 계절이 돌아왔습니다.

Thời gian mùa dã ngoại hàng năm đã trở lại.

제가 재배치될 때가 되었습니다.

Đã đến lúc tôi phải bố trí lại rồi.

저희 회사는 6시그마 세미나를 주최할 예정입니다.

Công ty chúng tôi sẽ tổ chức hội thảo 6 Sigma.

회의는 2019년 9월 12일 렉스 호텔에서 열립니다.

Cuộc họp sẽ được tổ chức tại khách sạn Rex vào ngày 12 tháng 9 năm 2019.

저희 야유회는 원주 리조트에서 2019년 3월 5일부터 3월 12일까지 열립니다.

Buổi dã ngoại của chúng tôi sẽ được tổ chức tại Wonju Resort từ ngày 5 tháng 3 đến ngày 12 tháng 3 năm 2019.

지난달부터 사내가 금연구역이 되었습니다.

Kể từ tháng trước, công ty đã trở thành nơi cấm hút thuốc.

<small>※ cấm hút thuốc 금연</small>

신상품 런칭은 영업부에서 맡고 있습니다.

Bộ phận bán hàng đang phụ trách cho việc ra mắt sản phẩm mới.

기획부에서 그 회의를 담당할 겁니다.

Bộ phận kế hoạch sẽ đảm nhận cuộc họp đó.

지점장들이 회의를 준비할 예정입니다.

Giám đốc chi nhánh sẽ chuẩn bị cho cuộc họp.

우리 회사는 성탄절에 3일간 문을 닫습니다.

Công ty chúng tôi sẽ đóng cửa trong 3 ngày vào ngày Giáng sinh.

건물 수리를 위해 저희 사무실은 7일간 문을 닫습니다.

Văn phòng của chúng tôi sẽ đóng cửa trong 7 ngày để sửa chữa tòa nhà.

저희는 건물 수리로 인해 3일 연속 영업을 하지 않습니다.

Chúng tôi sẽ không mở cửa trong 3 ngày liên tục do sửa chữa tòa nhà.

노조 파업으로 이틀 연속 영업을 하지 않습니다.

Chúng tôi sẽ không mở cửa trong 2 ngày do cuộc đình công.

긴 연휴가 끝난 뒤 다음 주 월요일에 영업을 재개합니다.

Thứ hai tuần sau chúng tôi sẽ làm việc lại sau một kì nghỉ dài.

초대 및 회답

귀하를 파티에 초대합니다.

Chúng tôi mời anh/chị đến bữa tiệc.

저희 신년 파티에 여러분을 초대합니다.

Chúng tôi mời anh/chị đến bữa tiệc năm mới của chúng tôi.

BY 테크놀로지 회사에서는 20주년 파티에 여러분을 초대합니다.

Công ty công nghệ BY mời các bạn đến bữa tiệc kỷ niệm 20 năm.

워크숍에 참가하세요.

Hãy tham gia hội thảo.

바비큐 파티에 오세요.

Các bạn hãy đến BBQ party nhé.
Các bạn hãy đến bữa tiệc thịt nướng nhé.

참석 여부를 11월 20일까지 알려 주세요.

Vui lòng cho tôi biết bạn/anh/chị có tham dự hay không trước ngày 20 tháng 11.

회답 바람.

Vui lòng trả lời.

달력에 그날을 표시해 두세요.

Hãy đánh dấu ngày đó trên lịch.

함께해 주시면 감사하겠습니다.

Chúng tôi sẽ rất cảm ơn nếu các bạn cùng tham gia với chúng tôi.

7월 3일 오후 6시에 있을 그분의 환영회에 여러분도 함께해 주시길 바랍니다.

Hãy tham gia với chúng tôi tại buổi tiếp đón ông ấy vào lúc 6 giờ chiều ngày 3 tháng 7.

내일 저녁 쉐라톤 호텔에서 열리는 디너 파티에 여러분 모두를 초대합니다.

Chúng tôi mời tất cả các bạn đến bữa tiệc tối tại khách sạn Sheraton vào tối mai.

피로연이 바로 준비되어 있습니다.

Tiệc đã được chuẩn bị sẵn.

쭘 씨의 송별회에 초대합니다.

Chúng tôi mời các bạn đến bữa tiệc chia tay ông Trung.

12월 28일 금요일 오후 2시에 열리는 박미진 씨의 송별회에 초대합니다.

Chúng tôi mời các bạn đến bữa tiệc chia tay chị Park Mi Jin vào lúc 2 giờ chiều thứ sáu ngày 28 tháng 12.

초대해 주셔서 감사합니다.

Cảm ơn anh/chị đã mời tôi.

결혼식에 참석하겠습니다.

Tôi sẽ tham dự đám cưới.

기꺼이 파티에 참석하겠습니다.

Tôi sẽ vui vẻ tham dự bữa tiệc.

귀사의 창립 10주년 기념 파티 초대에 기쁘게 응하겠습니다.

Tôi rất vui mừng được nhận lời mời cho bữa tiệc kỷ niệm 10 năm thành lập của quý công ty. ＊thành lập 설립하다, 창립하다

당신의 크리스마스 파티에 꼭 참석하겠습니다.

Tôi chắc chắn sẽ tham dự bữa tiệc Giáng sinh của anh/chị.

죄송하지만, 참석할 수 없을 것 같습니다.

Tôi xin lỗi, nhưng tôi không thể tham dự được.

초대는 감사하지만, 참석할 수 없을 것 같습니다.

Tôi rất cảm ơn anh/chị đã mời tôi, nhưng tôi không thể tham dự được.

죄송하지만, 초대를 거절해야겠습니다.

Tôi xin lỗi, nhưng tôi phải từ chối lời mời của anh/chị.

안타깝게도, 파티에 참석할 수 없습니다.

Thật đáng tiếc là tôi không thể tham dự bữa tiệc được.

감사 · 축하 · 사과 및 개인 메시지

감사의 말

시간 내서 제 질문에 답해 주셔서 감사합니다.

Cảm ơn anh/chị đã dành thời gian trả lời câu hỏi của tôi.

◦ dành (시간을) 내다

귀사의 관심과 자발적인 협조에 감사드립니다.

Cảm ơn sự quan tâm và hỗ trợ của quý công ty.

신속하게 답변해 주시면 감사하겠습니다.

Chúng tôi sẽ rất cảm ơn nếu anh/chị trả lời nhanh chóng cho chúng tôi.

귀사의 도움에 미리 감사드리겠습니다.

Tôi xin cảm ơn trước vì anh/chị đã giúp đỡ.

성원해 주셔서 정말 감사합니다.

Cảm ơn rất nhiều về sự ủng hộ của anh/chị.

도와주셔서 감사합니다.

Cảm ơn rất nhiều về sự hỗ trợ của anh/chị.

당신의 도움에 감사드립니다.

Cảm ơn sự giúp đỡ của anh/chị.

파티에 초대해 주셔서 감사합니다.

Cảm ơn anh/chị đã mời tôi đến bữa tiệc.

저와 가족들을 초대해 주셔서 감사합니다.

Cảm ơn anh/chị đã mời tôi và gia đình tôi.

저를 초대해 주셔서 감사합니다.

Cảm ơn anh/chị đã mời tôi.

선물 감사합니다.

Cảm ơn anh/chị về món quà.

도와주셔서 정말로 감사했습니다.

Tôi thực sự rất cảm ơn anh/chị đã giúp đỡ tôi.

그렇게 해 주시다니 정말 사려가 깊으시군요.

Anh/Chị thật sự chu đáo đã làm như vậy cho tôi.

파티에 와 주신 모든 분께 꼭 감사드리고 싶었습니다.

Tôi muốn gửi lời cám ơn tới tất cả các bạn đã đến tham gia bữa tiệc.

오늘 이 자리에 참석하기 위해 시간을 내 주신 여러분께 감사드립니다.

Cảm ơn các bạn đã dành thời gian đến đây ngày hôm nay.

파티에 가져오신 와인에 대해 감사드리고 싶습니다.

Tôi muốn cảm ơn về rượu vang anh/chị đã mang đến cho bữa tiệc.

위로의 말씀에 깊이 감사드립니다.

Cảm ơn rất nhiều về những lời động viên của anh/chị.

귀하의 따뜻한 격려와 위로의 말씀에 감사드립니다.

Tôi xin cảm ơn về lời động viên và lời an ủi ấm áp của anh/chị.

친절한 말씀에 감사드립니다.

Cảm ơn vì những lời tốt đẹp của anh/chị.

방문 기간 동안 즐거웠습니다.

Tôi đã rất vui trong thời gian tham quan.

당신과 함께 일할 수 있어서 즐거웠습니다.

Tôi đã rất vui vì có thể cùng làm việc với anh/chị.

해 주신 모든 일에 감사드립니다.

Cảm ơn về tất cả mọi việc anh/chị đã làm.

호찌밍에서 보냈던 시간은 늘 소중히 간직하겠습니다.

Tôi sẽ luôn giữ gìn trân trọng thời gian ở thành phố Hồ Chí Minh.

안내해 주셔서 감사합니다.

Cảm ơn anh/chị đã hướng dẫn cho tôi.

저희에게 베풀어 주신 환대에 감사드립니다.

Cảm ơn anh/chị đã tiếp đãi chúng tôi.

저희 상품에 관심을 가져 주셔서 감사합니다.

Cảm ơn anh/chị đã quan tâm đến sản phẩm của chúng tôi.

귀사의 공장 안내를 해 주신 데 대해 꼭 감사드리고 싶었습니다.

Tôi rất muốn nói lời cảm ơn với anh/chị vì đã hướng dẫn về nhà máy của quý công ty.

웹스터 프로젝트에 관한 제안서에 대해 감사드립니다.

Cảm ơn anh/chị đã đề xuất cho dự án Webster.

귀하의 아낌없는 지원에 감사드립니다.

Cảm ơn về sự hỗ trợ hào phóng của anh/chị.

우리의 파트너십에 늘 감사드립니다.

Chúng tôi luôn cảm ơn về quan hệ hợp tác của chúng ta.

제가 부친상을 당했을 때 애도의 뜻을 전해 주신 데 대해 감사드립니다.

Tôi rất cảm ơn anh/chị đã gửi lòng thương tiếc khi tôi chịu tang cha.

축하의 말

이 거래를 달성하신 것을 축하합니다!

Chúc mừng anh/chị đã đạt được giao dịch này!

승진을 축하드립니다!

Chúc mừng anh/chị được thăng chức!

결혼을 축하드립니다!

Chúc mừng anh/chị kết hôn!

결혼을 축하드리며, 두 분의 행복을 빕니다.

Chúc cuộc hôn nhân của anh/chị và chúc hai anh chị luôn hạnh phúc.

득남하신 것을 축하해요.

Chúc mừng anh/chị đã sinh con trai.

훌륭해요!

Xuất sắc!
Tuyệt vời!

당신은 그럴 만한 자격이 있습니다.

Anh/Chị xứng đáng với nó.

정말 큰 일을 해내셨군요.

Anh/Chị thật sự đã làm được một việc lớn rồi.

모든 일이 잘 되길 바랍니다.

Tôi hy vọng mọi thứ sẽ diễn ra tốt đẹp.

과찬의 말씀입니다.

Anh/Chị quá khen rồi.

정말 축하합니다.

Thật sự chúc mừng anh/chị.

정말 좋으시겠어요.

Chắc là anh/chị sẽ rất hạnh phúc.

즐거운 생일을 보내셨기를 바랍니다.

Tôi hy vọng anh/chị đã có một sinh nhật vui vẻ.

귀하의 멋진 미래를 기원합니다.

Tôi cầu nguyện cho tương lai tuyệt vời của anh/chị.

기념일을 축하드립니다!

Chúc mừng ngày kỷ niệm của anh/chị!

4주년을 축하드립니다!

Chúc mừng kỷ niệm lần thứ 4!   ※ kỷ niệm 기념하다

8주년을 맞이하신 것을 축하합니다!

Chúc mừng kỷ niệm 8 năm của anh/chị!

파커스 회사 창립 9주년을 모두 축하합시다!

Chúng ta hãy chúc mừng kỷ niệm thành lập công ty Parkers lần thứ 9 đi!

위로의 말

참 안됐네요.

Nghe tin đó, tôi thấy tiếc thật.

감기가 심하시다니 안타깝네요.

Tôi thấy thật đáng tiếc khi nghe anh/chị bị cảm nặng.

귀하의 부서가 폐쇄될 거라는 소식을 접하고 무척 안타깝게 생각하고 있습니다.

Tôi thấy rất tiếc khi nghe tin bộ phận của anh/chị sẽ đóng cửa.

그 소식을 듣고 깜짝 놀랐습니다.

Tôi đã rất ngạc nhiên khi nghe tin đó.

저희가 도울 수 있는 일이 있으면 연락하십시오.

Nếu có việc gì chúng tôi có thể giúp đỡ thì hãy liên lạc cho chúng tôi.

이제는 그분이 안 계신다는 생각에 슬퍼집니다.

Nghĩ đến điều ông ấy/bà ấy không còn nữa tôi thấy rất buồn.

이 회사에 눈에 띄는 기여를 한 그분은 오랫동안 기억될 겁니다.

Ông ấy/Bà ấy sẽ được nhiều người nhớ tới trong một thời gian dài nhờ sự đóng góp nổi bật của ông ấy/bà ấy.

*đóng góp 기여하다 nổi bật 눈에 띄다, 두드러지다

힘든 일을 겪고 계시다고 들었습니다.

Tôi nghe nói rằng anh/chị đang trải qua công việc khó khăn.

어서 쾌차하시길 바랍니다.

Chúc anh/chị sớm khỏi bệnh.

공장에 홍수가 났다는 안 좋은 뉴스를 듣고 많이 걱정했습니다.

Tôi rất lo lắng khi nghe tin xấu là nhà máy đã bị lụt.

다시 회복하셔서 곧 수주를 재개하시길 바랍니다.

Chúng tôi hy vọng rằng bên anh/chị phục hồi lại và tiếp tục nhận đơn đặt hàng trong thời gian sớm.

위로의 말씀을 드립니다.

Tôi gửi lời an ủi tới anh/chị.

힘든 일을 겪고 계시다니 유감입니다.

Tôi thật tiếc vì anh/chị đang trải qua một thời gian khó khăn.

깊은 애도의 뜻을 표합니다.

Chúng tôi muốn bày tỏ sự cảm thông chân thành.

저희 회사 창업자이신 뚜언 씨가 돌아가셨습니다.

Ông Tuấn, người thành lập của chúng tôi, đã mất rồi.

애도의 뜻을 표합니다.

Xin hãy chấp nhận lời chia buồn chân thành của chúng tôi.

삼가 고인의 명복을 빕니다.

Kính mong linh hồn bác sớm được siêu thoát về miền cực lạc.

귀하와 가족들에게 진심 어린 애도를 표합니다.

Tôi gửi lời chia buồn chân thành với anh/chị và gia đình anh/chị.

신년 인사

행복한 연휴 보내세요!

Chúc anh/chị có một kỳ nghỉ vui vẻ!

여러분 모두 행복한 크리스마스를 보내시길 바랍니다.

Chúc các bạn một Giáng sinh vui vẻ.

즐거운 크리스마스와 행복한 새해를 맞이하시길 바랍니다.

Tôi mong các bạn đón một năm mới hạnh phúc và Giáng sinh vui vẻ.

새해 복 많이 받으세요!

Chúc mừng năm mới!

다사다난한 한 해였습니다!

Năm nay đã là một năm đầy biến động!

오늘 하루 원하시는 대로 즐겁게 보내시길 바랍니다.

Chúc anh/chị có một ngày vui vẻ như mong muốn.

결실 있는 한 해였죠.

Năm nay đã là một năm có kết quả.

메시지를 너무 늦게 보내 드려 죄송합니다.

Tôi xin lỗi vì đã gửi tin nhắn quá muộn.

늦었지만 생일을 축하드립니다!

Dù muộn nhưng chúc mừng sinh nhật của anh/chị!

이로 인해 본의 아니게 폐를 끼칠 수 있어 사과드립니다.

Tôi xin lỗi vì có thể làm phiền anh/chị vì điều này.

불편을 끼쳐 드려 죄송합니다.

Chúng tôi xin lỗi vì gây bất tiện cho anh/chị.

문제에 대한 해결책을 늦게 드린 점에 대한 사과를 받아 주시길 바랍니다.

Hãy chấp nhận lời xin lỗi của chúng tôi vì sự chậm trễ trong việc giải quyết vấn đề.

☀ giải quyết 해결하다

혼란을 초래한 점에 대해 저희의 사과를 받아 주시길 바랍니다.

Hãy chấp nhận lời xin lỗi của tôi vì đã gây nhầm lẫn.

번거롭게 해 드려서 죄송합니다.

Xin lỗi vì đã làm phiền anh/chị.

안타깝군요.

Tôi rất tiếc khi nghe tin đó.

그거 참 유감이네요.

Điều đó thật đáng tiếc.

좀 더 일찍 귀하의 주문을 확인하지 못한 점에 대해 사과드립니다.

Tôi xin lỗi vì đã không thể kiểm tra đơn đặt hàng của anh/chị sớm hơn.

저희 입장을 분명히 밝히지 못한 점에 대해 사과드립니다.

Tôi xin lỗi vì đã không thể làm rõ lập trường của chúng tôi.

저희의 늦은 답변으로 지연될 수 있을지 모르나, 이를 최소화하기 위해 최선을 다하겠습니다.

Nó có thể bị trì hoãn do chúng tôi trả lời muộn, nhưng chúng tôi sẽ cố gắng hết sức để giảm thiểu điều này.

저희의 늦은 답변으로 더 이상의 지연이 생기지 않도록 하겠습니다.

Chúng tôi sẽ cố gắng không để trì hoãn hơn nữa do trả lời muộn.

저희의 늦은 답변으로 지연이 생겼으므로 그 일은 신속히 처리해 드리겠습니다.

Việc đó đã bị trì hoãn do chúng tôi trả lời muộn nên chúng tôi sẽ giải quyết ngay ạ.

저희 상황을 이해해 주시면 감사하겠습니다.

Chúng tôi sẽ rất cảm ơn nếu anh/chị thông cảm về tình hình của chúng tôi.

저희의 늦은 답변이 불편을 끼쳐 드렸나요? 그렇다면 정말 죄송합니다.

Có phải câu trả lời muộn của chúng tôi gây bất tiện cho anh/chị không? Nếu vậy thì chúng tôi thật sự xin lỗi.

저희의 늦은 답변이 어려움을 끼쳐 드리지 않았기를 바랍니다.

Tôi hy vọng rằng câu trả lời muộn của chúng tôi không gây khó khăn cho anh/chị.

저희 현지 공장에 작은 사고가 있었습니다.

Đã có một tai nạn nhỏ trong nhà máy địa phương của chúng tôi.

결정하기가 매우 어려워서 좀 더 일찍 이메일을 보내지 못했습니다.

Tôi không thể gửi email sớm hơn vì rất khó quyết định.

귀사의 제안서를 검토하는 데 시간이 많이 걸려서 어제 답을 드리지 못했습니다.

Tôi đã không thể trả lời ngày hôm qua vì đã mất một thời gian dài để xem xét đề xuất của anh/chị.

근래에 일이 너무 많아서 꼼짝 못하고 있습니다.

Gần đây đã có quá nhiều việc nên tôi không thể làm gì được.

최근 몇 개의 프로젝트로 꼼짝 못하고 있습니다.

Tôi đang không thể làm được gì vì một vài dự án gần đây.

그동안 내년 신규사업 계획으로 정말 바빴습니다.

Trong thời gian qua tôi rất bận rộn với kế hoạch kinh doanh mới vào năm tới.

말씀하시는 것을 이해하지만, 저희도 굉장히 바쁘니 업무를 빨리 처리해 주셨으면 합니다.

Tôi hiểu những gì anh/chị nói, nhưng chúng tôi cũng rất bận rộn nên hy vọng là anh/chị xử lý công việc một cách nhanh chóng.

죄송하지만, 마감일을 계속 지연하시면 더 이상 함께 일하기 힘들 것 같습니다.

Tôi xin lỗi, nhưng nếu anh/chị cứ trì hoãn thời hạn thì chúng tôi sẽ khó làm việc với anh/chị nữa.

지연된 점에 대해 사과드립니다.

Tôi xin lỗi vì đã trì hoãn.

양해 부탁드립니다.

Tôi hy vọng anh/chị thông cảm.

계획 변경에 대해 미리 이메일로 알려 드리지 못했습니다.

Chúng tôi không thể cho anh/chị biết trước qua email về sự thay đổi kế hoạch.

마지막 순간에 변경되어서 죄송합니다.

Tôi xin lỗi vì đã thay đổi vào giây phút cuối cùng.

직접 뵙고 말씀드리지 못해서 죄송합니다.

Tôi xin lỗi vì tôi đã không thể gặp và nói trực tiếp cho anh/chị.

정말 면목이 없습니다.

Thật sự không còn mặt mũi nào nữa.

회의를 잊어버려서 면목이 없습니다.

Tôi thật sự xấu hổ vì quên mất cuộc họp đó.

당신 생일을 잊어버려서 정말 면목이 없어요.

Tôi thật sự xấu hổ vì quên mất sinh nhật của anh/chị.

정말 죄송합니다.

Tôi thật sự xin lỗi anh/chị.

실수를 해서 정말 죄송합니다.

Thực sự xin lỗi vì tôi đã gây sai sót.

실수는 제가 했는데 당신이 질책을 받다니 몸둘 바를 모르겠군요.

Tôi cảm thấy không biết phải làm sao vì anh/chị bị khiển trách do lỗi lầm của tôi.

◦ khiển trách 견책하다, 질책하다

제 사과를 받아 주십시오.

Hãy nhận lấy lời xin lỗi của tôi.

죄송하지만, 오늘 결근해야겠습니다.

Xin lỗi nhưng chắc hôm nay tôi phải vắng mặt.

정말 죄송하지만, 오늘 출근을 못할 것 같습니다.

Tôi thực sự xin lỗi nhưng hôm nay tôi không thể đi làm được.

죄송하지만, 오늘 지각할 것 같습니다.

Xin lỗi nhưng có lẽ hôm nay tôi sẽ đi muộn.

(오늘) 약속을 못 지켜서 죄송합니다.

Tôi xin lỗi vì không thể giữ lời hứa (hôm nay).

죄송하지만, 집에 일이 있어서요.

Tôi xin lỗi, nhưng tôi có việc ở nhà.

이메일을 잘못 전송했습니다.

Tôi đã gửi nhầm email rồi.

이메일을 실수로 엉뚱한 사람에게 전송했습니다.

Tôi đã gửi nhầm email cho người khác.

당신 이메일을 실수로 삭제했어요.

Tôi vô tình xóa email của anh/chị.

이메일 마치기

**수신 확인 및
회신 요청**

연락 기다리고 있겠습니다.

Tôi sẽ chờ liên lạc của anh/chị.

답장해 주세요.

Anh/Chị hãy trả lời giúp tôi.

이 문제에 대해 답장해 주시겠습니까?

Anh/Chị có thể trả lời giúp tôi về vấn đề này được không?

이 문제에 대해 보충해서 답장해 주시겠습니까?

Anh/Chị có thể bổ sung thêm về vấn đề này và trả lời giúp tôi được không?

이 문제와 관련해 회신을 해 주시겠습니까?

Anh/Chị có thể trả lời về vấn đề này được không?

이 문제에 대해서는 제가 답변해 드리겠습니다.

Tôi sẽ trả lời về vấn đề này.

이 사업 제안서에 대해 보충 이메일을 계속 보내 주시겠어요?

Anh/Chị có thể tiếp tục gửi email bổ sung cho đề xuất này được không?

이 이메일을 받으시면 제게 알려 주세요.

Nếu anh/chị nhận được email này, xin vui lòng cho tôi biết.

제가 지난주 월요일에 보낸 메일이 당신에게 도착했는지 궁금합니다.

Tôi tò mò email mà tôi đã gửi vào thứ 2 tuần trước đã đến đó hay chưa.

귀하께서 보내 주신 이력서를 살펴본 후 다시 연락드리겠습니다.

Tôi sẽ xem lại sơ yếu lý lịch mà quý vị gửi rồi sẽ liên lạc lại.

먼저 보내 주신 카탈로그를 살펴봐야 하므로 그 후에 연락드리겠습니다.

Vì tôi phải xem qua catalô anh/chị đã gửi cho tôi trước nên chúng tôi sẽ liên lạc ngay sau đó.

먼저 보내 주신 포트폴리오를 검토한 후에 연락드리겠습니다.

Tôi sẽ xem xét danh mục đầu tư anh/chị đã gửi trước rồi liên lạc sau.

귀하께서 팩스로 보내 주신 사업 계획서를 아직 면밀히 검토 중입니다. 곧 연락드리겠습니다.

Tôi vẫn đang xem xét kỹ lưỡng kế hoạch kinh doanh mà anh/chị đã gửi qua fax. Tôi sẽ liên lạc với anh/chị trong thời gian sớm.

귀하께서 이메일로 보내 주신 파일을 아직 검토 중입니다. 곧 연락드리겠습니다.

Tôi vẫn đang kiểm tra tập tin mà anh/chị gửi qua email. Tôi sẽ liên lạc với anh/chị trong thời gian sớm.

귀하께서 이메일로 보내 주신 파일을 아직 검토 중입니다. 평가가 완료되는 대로 이메일을 보내 드리겠습니다.

Các tập tin anh/chị gửi qua email vẫn đang được xem xét. Chúng tôi sẽ gửi email cho anh/chị ngay sau khi hoàn thành đánh giá.

서류를 검토하는 데 며칠 걸립니다.

Phải mất mấy ngày để xem xét các tài liệu.

죄송하지만, 귀하의 신청에 대한 승인은 아직 미정입니다.

Tôi xin lỗi nhưng đơn đăng ký của anh/chị vẫn chưa nhận được phê duyệt.

그 건을 확인하기 위한 몇 가지 자료가 더 필요하다는 것을 알았습니다.

Tôi đã biết được rằng cần thêm một số dữ liệu để kiểm tra điều đó.

잘 지내시길 바랍니다.

Mong anh/chị khỏe mạnh.

박 선생님께 안부 전해 주세요.

Anh/Chị hãy gửi lời hỏi thăm của tôi đến cô Park giúp tôi.

프로젝트가 잘 되길 바랍니다.

Tôi hy vọng dự án sẽ được thành công.

제가 해 드릴 수 있는 일이 있으면 말씀하세요.

Nếu có việc gì tôi có thể làm được thì hãy nói cho tôi biết.

또 연락하죠.

Tôi sẽ liên lạc lại với anh/chị.

도와주셔서 감사합니다.

Cảm ơn anh/chị đã giúp đỡ.

도움이 되길 바랍니다.

Tôi hy vọng điều này sẽ giúp anh/chị.

좋은 하루 보내세요!

Chúc anh/chị có một ngày tốt lành!

어떻게 지내시는지 알려 주세요.

Có thể cho tôi biết anh/chị đang sống và làm việc như thế nào không.

연락을 기다리겠습니다.

Tôi sẽ chờ liên lạc của anh/chị.

앞으로도 서로 좋은 파트너 관계를 유지하길 바랍니다.

Chúng tôi mong muốn quan hệ đối tác của chúng ta tiếp tục được duy trì tốt đẹp.

신속한 답변을 기대합니다.

Chúng tôi mong muốn được trả lời nhanh chóng.

기다려 주셔서 감사합니다.

Cảm ơn anh/chị đã đợi chúng tôi.

양해해 주시고 이해해 주셔서 감사합니다.

Cảm ơn anh/chị đã hiểu và thông cảm cho chúng tôi.

저희 상품에 보여 주신 신뢰에 감사드립니다.

Cảm ơn anh/chị đã tin tưởng vào sản phẩm của chúng tôi.

*tin tưởng 신뢰하다

저희 제안을 재고해 주신 시간과 노고에 감사드립니다.

Chúng tôi xin cảm ơn về sự nỗ lực và thời gian mà anh/chị đã xem xét cho đề án của chúng tôi.

질문이 있으시면 주저 마시고 연락하십시오.

Nếu có câu hỏi thì đừng do dự hãy liên lạc ngay.

궁금한 사항이 있으시면 알려 주십시오.

Nếu có gì thắc mắc hãy cho tôi biết.

저는 항상 귀사의 조언과 제안을 환영합니다.

Tôi luôn hoan nghênh đề xuất và lời khuyên của anh/chị.

계속 연락하세요.

Chúng ta hãy tiếp tục liên lạc nhé.

주저 마시고 저희에게 연락해 주세요.

Đừng ngần ngại và hãy liên hệ với chúng tôi.

무슨 일 있으시면 연락하세요.

Nếu có việc gì xảy ra thì hãy liên lạc cho tôi nhé.

마지막 인사

• 무난하고 적용 범위가 넓은 표현

Trân trọng

• 공식 문서에서 주로 사용하는 표현

Kính thư

• 가족·연인·친구 간에 주로 사용하는 표현

Thân
Thân mến

위 인사말들은 우리말로 '드림', '올림', '배상', '경배' 등에 해당하는 표현입니다.

보고서 · 기획서 · 공문

**보고 자료
확인**

어젯밤에 우리가 논의했던 사업 계획서를 작성해서 보내 드립니다.

Tôi gửi cho anh/chị kế hoạch kinh doanh mà chúng tôi đã thảo luận đêm qua.

오늘 회의 결과에 대한 보고서를 작성해서 보내 드립니다.

Tôi gửi cho anh/chị một bản báo cáo về kết quả của cuộc họp ngày hôm nay.

회의록 작성을 방금 완료했습니다. 확인해 주십시오.

Tôi vừa hoàn thành biên bản cuộc họp. Vui lòng kiểm tra.

판매 현황 보고서 작성을 방금 완료했습니다. 확인해 주십시오.

Tôi vừa hoàn thành soạn bản báo cáo về tình hình bán hàng. Vui lòng kiểm tra.

계약서 초안 작성을 방금 완료했습니다. 확인해 주십시오.

Tôi vừa hoàn thành bản thảo hợp đồng. Vui lòng kiểm tra.

지난번 회의의 회의록을 보내 드립니다.

Tôi gửi biên bản cuộc họp lần trước của chúng ta.

오늘 회의에서 수정된 회의록을 모두에게 보내 드리겠습니다.

Tôi sẽ gửi biên bản được sửa đổi trong cuộc họp hôm nay cho mọi người.

예산 보고서를 작성하고 있습니다.

Tôi đang viết bản báo cáo về ngân sách.

아래의 자금 조성 계획에 대한 의견을 주시면 감사하겠습니다.

Chúng tôi sẽ rất cảm ơn nếu anh/chị cho ý kiến về kế hoạch tài trợ dưới đây.

요청하신 환경 문제 관련 보고서를 보내 드립니다.

Tôi gửi bản báo cáo liên quan đến vấn đề môi trường mà anh/chị đã yêu cầu.

자료를 수집해 주십시오.

Xin hãy thu thập tài liệu giúp tôi.

원하시는 어떠한 추가 정보든 제공해 드리겠습니다.

Tôi sẽ cung cấp bất kỳ thông tin bổ sung nào mà anh/chị muốn.

보고 일정 안내

재무팀에서 '예산 및 경제 동향' 보고서를 준비하고 있습니다.

Bộ phần tài chính đang chuẩn bị bản báo cáo 'Xu hướng ngân sách và kinh tế'.

＊xu hướng 동향 ngân sách 예산

보고서를 제출할 준비가 되었습니다.

Chúng tôi đã sẵn sàng để đệ trình bản báo cáo.

현황 보고서를 제출할 준비가 거의 다 되었습니다.

Chúng tôi gần như đã chuẩn bị xong để đệ trình báo cáo tình hình hiện tại.

연례 보고서 제출 이전에 4사분기 보고서를 먼저 제출하셔야 합니다.

Trước khi nộp báo cáo hàng năm, trước tiên anh/chị phải đệ trình bản báo cáo quý 4.

다음 주 월요일까지 3사분기 보고서를 제출하십시오.

Anh/Chị hãy nộp bản báo cáo quý 3 đến thứ hai tuần sau.

보고서를 완료하시면 상관에게 직접 제출하십시오.

Sau khi anh/chị hoàn thành bản báo cáo, vui lòng gửi trực tiếp cho cấp trên.

분석하기

부정적인 결과로 다음과 같은 일을 예상할 수 있습니다.

Có thể dự đoán những việc sau có kể kết quả tiêu cực.

우리는 현 지출 수준을 검토해야 합니다.

Chúng ta cần xem xét mức chi tiêu hiện tại.

사실 신속한 해결 방안이 필요합니다.

Thực ra, chúng ta cần một giải pháp nhanh chóng.

사실 우리 회사는 시장에서 아주 뒤쳐지고 있습니다.

Trên thực tế, công ty chúng tôi đang rất tụt hậu trên thị trường.

사실 우리 회사 상품의 모조품이 판을 치고 있습니다.

Trên thực tế, hàng nhái sản phẩm chúng tôi đang lan rộng ra.

＊lan rộng 만연하는, 퍼지는

우리의 매출 규모가 꾸준히 늘고 있습니다.

Quy mô doanh thu của chúng tôi đang tăng đều đặn.

＊doanh thu 매출

수출 판매 수익이 급상승했습니다.

Lợi nhuận bán hàng xuất khẩu đã tăng vọt.

＊lợi nhuận 수익, 이윤

우리 가죽 상품은 특히 유럽의 패션 리더들 사이에서 인기가 있습니다.

Các sản phẩm da của chúng tôi đặc biệt được ưa chuộng giữa các nhà lãnh đạo thời trang ở châu Âu.

＊nhà lãnh đạo 리더

중국 투자자들은 특히 우리의 AI 기술에 관심을 갖고 있습니다.

Các nhà đầu tư Trung Quốc đặc biệt quan tâm đến kỹ thuật AI của chúng tôi.

＊nhà đầu tư 투자자

특히 국내 마케팅 전략에 관여할 겁니다.

Đặc biệt chúng tôi sẽ tham gia vào chiến lược tiếp thị trong nước.

＊chiến lược 전략

보고 내용 요약

이 보고서는 프로젝트에 관한 기본 정보를 제공할 겁니다.

Bản báo cáo này sẽ cung cấp thông tin cơ bản về dự án.

회계 연도 2009년부터 2018년까지 해당되는 보고서입니다.

Bản báo cáo này bao gồm những năm kế toán từ năm 2009 đến năm 2018.

수치 설명

우리 회사의 순이익은 2억 3천만 달러에서 4억 5천만 달러로 증가했습니다.

Lợi nhuận ròng của công ty chúng tôi đã tăng từ 230 triệu đô la lên 450 triệu đô la.

*lợi nhuận ròng 순이익

소득세율이 15%에서 20%로 치솟았습니다.

Tỷ lệ thuế thu nhập đã tăng từ 15% lên 20%.

*thuế thu nhập 소득세

주가가 16달러에서 30달러로 상승했습니다.

Giá cổ phiếu đã tăng từ 16 đô la lên 30 đô la.

파업으로 매출이 급감했습니다.

Doanh thu đã giảm mạnh do cuộc đình công.

FTA로 국내 시장이 상당히 위축되었습니다.

Thị trường trong nước bị suy giảm đáng kể do FTA.

태풍으로 올 여름의 수출 규모가 하락했습니다.

Quy mô xuất khẩu của mùa hè năm nay đã giảm do cơn bão.

원유 가격이 오르락내리락합니다.

Giá dầu thô đang biến động.

*biến động 변동하다

지난주에 주가가 오르락내리락했습니다.

Giá cổ phiếu đã lên xuống liên tục vào tuần trước.

최근 코스피 지수가 요동치고 있습니다.

Gần đây, chỉ số KOSPI đang biến động đáng kể.

인플레이션이 현재 5%에 머무르고 있습니다.

Tình trạng lạm phát hiện đang ở mức 5%.

*(sự) lạm phát 인플레이션

매출이 회복되었습니다.

Doanh thu đã được phục hồi.

이번 회계 연도의 세금 공제 이전 수익은 3억 5천만 달러입니다.

Doanh thu được khấu trừ thuế cho năm tài chính này là 350 triệu đô la.

다음 차트는 세금 공제 전의 수익을 보여 줍니다.

Biểu đồ sau đây cho thấy doanh thu trước khi khấu trừ thuế.

작년에 세금 공제 전 투자 수익이 올랐습니다.

Năm ngoái, lợi nhuận đầu tư trước khi khấu trừ thuế đã tăng.

우리 회사의 연간 소득은 거의 3억 달러입니다.

Thu nhập hàng năm của công ty chúng tôi là gần 300 triệu đô la.

올 순이익은 세금 공제 후 3천 4백만 달러였습니다.

Lợi nhuận ròng là 34 triệu đô la sau khi khấu trừ thuế.

저희 제품의 총 판매액이 2018년에 300만 달러에 이릅니다.

Tổng doanh số bán hàng của các sản phẩm của chúng tôi đạt 3 triệu đô la trong năm 2018.

우리는 이번 분기까지 총 3천만 달러의 순이익을 기록했습니다.

Chúng tôi ghi nhận lợi nhuận ròng 30 triệu đô la cho đến quý này.

호찌밍 지점은 올해 5천만 달러의 이익을 새로 기록했습니다.

Chi nhánh TP. Hồ Chí Minh có lợi nhuận mới là 50 triệu đô la trong năm nay.

우리는 이번 분기에 업계 순이익의 기록을 깼습니다.

Chúng tôi đã phá vỡ kỷ lục lợi nhuận ròng của ngành trong quý này.

우리는 적자입니다.

Chúng tôi đang thâm hụt.

우리는 2년 연속 적자입니다.

Chúng tôi bị lỗ liên tục trong 2 năm.

우리는 흑자입니다.

Chúng tôi đang có lãi.

우리는 3년간 흑자입니다.

Chúng tôi có lãi trong 3 năm.

우리는 흑자를 유지하고 있습니다.

Chúng tôi đang duy trì lãi.

우리의 현금 보유액은 5억 달러입니다.

Số tiền mặt dự trữ của chúng tôi là 500 triệu đô la.

우리의 현금 보유액은 3억 달러가 넘습니다.

Số tiền mặt dự trữ của chúng tôi hơn 300 triệu đô la.

우리는 약 4억 달러의 현금 보유액을 가지고 있습니다.

Chúng tôi có khoảng 400 triệu đô la dự trữ tiền mặt.

순 현금 유입은 올해 1억 3천 5백만 달러가 될 겁니다.

Dòng tiền thuần sẽ là 135 triệu đô la trong năm nay.

보고 사항
강조

강조할 점은 저희 기술이 경쟁사의 기술보다 월등하다는 겁니다.

Điều được nhấn mạnh là công nghệ của chúng tôi vượt trội so với các đối thủ cạnh tranh.

저희가 집중해야 할 점은 이 비즈니스 도구의 장기적 응용입니다.

Điều mà chúng ta cần tập trung vào là ứng dụng dài hạn của công cụ kinh doanh này.

제가 강조하고 싶은 것은 우리에게는 기술력의 이점이 있다는 사실입니다.

Điều tôi muốn nhấn mạnh là chúng ta có lợi thế về công nghệ.

＊lợi thế 이점, 우위 công nghệ 기술

우리의 대안 중 무엇보다도 인수 합병은 우리 사업을 확장하는 데 가장 효과적인 방법입니다.

Trong số các đề án của chúng tôi, việc sáp nhập và mua lại là phương pháp hiệu quả nhất để mở rộng kinh doanh của chúng tôi.

＊sáp nhập và mua lại 인수 합병

무엇보다도, 우리 회사는 시장에서 뛰어난 성과를 올렸습니다.

Hơn gì hết, công ty chúng tôi đã nâng thành quả một cách vượt trội trên thị trường.

＊thành quả 성과

무엇보다도, 우리는 신입사원을 교육시켜야 합니다.

Trước hết, chúng tôi cần phải đào tạo nhân viên mới.

원인 및 결과 제시	매출량의 감소 원인은 인플레이션입니다.

Nguyên nhân giảm doanh thu là do lạm phát.

따라서 노사간의 신속한 협상이 필요합니다.

Theo đó, cần phải có thỏa thuận nhanh chóng giữa lao động và quản lý.

우리 사업이 크게 확장되고 있기 때문에 직원을 더 채용해야 합니다.

Chúng ta cần phải tuyển dụng thêm nhân viên vì quy mô kinh doanh của chúng ta đang được mở rộng rất lớn.

이는 우리 기술력이 부족하기 때문입니다.

Vì chúng ta yếu kém năng lực kỹ thuật.

새로운 연구 개발 센터를 지어야 하는 것은 기술이 매우 빠르게 개발되고 있기 때문입니다.

Lí do phải xây dựng trung tâm nghiên cứu mới là vì kỹ thuật phát triển rất nhanh.

반복 · 요약 · 첨가	다시 말하면, 경쟁이 우리에게 동기 부여가 되고 있습니다.

Nói một cách khác, cạnh tranh đang thúc đẩy chúng tôi.

다시 말해, 국제 환경이 악화되고 있습니다.

Nói một cách khác, môi trường quốc tế đang trở nên tồi tệ hơn.

다시 말해, 반품 및 교환 정책이 바뀌어야 합니다.

Nói một cách khác, chính sách hoàn trả và trao đổi phải thay đổi.

다시 말해, 경영 훈련 과정 수강은 필수입니다.

Nói một cách khác, tham gia chương trình đào tạo quản lý là điều cần thiết.

요약하면, 부족한 인력은 외부 인력으로 충당해야 합니다.

Tóm lại, vấn đề thiếu nhân lực phải được bổ sung bằng nguồn nhân lực bên ngoài.

요약하면, 인수 합병이 우리 사업을 확장하는 가장 효과적인 방법입니다.

Tóm lại, sáp nhập và mua lại là cách hiệu quả nhất để mở rộng kinh doanh của chúng tôi.

요약하면, 연구원을 더 채용해야 합니다.

Tóm lại, chúng tôi cần phải tuyển thêm nhà nghiên cứu.

요약하면, 다시 한 번 시도해 볼 필요가 있습니다.

Tóm lại, chúng tôi cần phải thử lại một lần nữa.

뿐만 아니라, 좀 더 철저한 교육 과정이 필요합니다.

Ngoài ra, cần có quá trình đào tạo kỹ lưỡng hơn nữa.

뿐만 아니라, 미 달러화는 최근 일본 엔화 대비 급락하고 있습니다.

Ngoài ra, gần đây đồng đô la Mỹ đang giảm mạnh so với đồng yên Nhật Bản.

또한 의사소통 문제는 여전히 저희 부서에 존재합니다.

Ngoài ra, vấn đề giao tiếp vẫn tồn tại trong bộ phận của chúng tôi.

또한 재무팀은 모든 부서의 교육 예산을 줄여야 합니다.

Hơn nữa, nhóm tài chính cần giảm ngân sách giáo dục cho tất cả các bộ phận.

기획서의 주제 설정 및 배경 설명

이 기획서는 새로운 사업을 시작하기 위한 지침서입니다.

Kế hoạch này là một bản hướng dẫn để bắt đầu kinh doanh mới.

아래에 본 기획서의 주요 사항들을 요약해 놓았습니다.

Dưới đây, tôi đã tóm tắt các hạng mục chủ yếu của bản kế hoạch này.

아래는 본 기획서의 중요 사항들입니다.

Dưới đây là những hạng mục quan trọng của bản kế hoạch này.

다음은 우리가 필요로 하는 추가 문건 목록입니다.

Sau đây là danh sách tài liệu bổ sung mà chúng tôi cần thiết.

우리는 5년간 시장 조사를 했습니다.

Chúng tôi đã điều tra thị trường trong 5 năm.

<small>◦điều tra 조사하다</small>

본 사업 계획서는 2015년 3월부터 2019년 2월까지 4년간의 시장 조사를 근간으로 하여 작성되었습니다.

Bản kế hoạch của dự án này được soạn thảo dựa trên khảo sát thị trường trong 4 năm từ tháng 3 năm 2015 đến tháng 2 năm 2019.

계획 및 목표 설정

내년에는 10%의 매출을 증대할 계획입니다.

Chúng tôi dự định tăng 10% doanh thu trong năm tới.

내셔널 데일즈 사는 총 10%의 매출과 15%의 이익을 증대할 계획을 세우고 있습니다.

National Dales đang lập kế hoạch tăng 10% của tổng doanh thu và 15% của lợi nhuận.

우리는 이 문제를 해결해야 합니다.

Chúng ta phải giải quyết vấn đề này.

우리의 목표 시장은 중산층 가정입니다.

Thị trường mục tiêu của chúng tôi là các gia đình tầng lớp trung lưu.

<small>◦tầng lớp trung lưu 중산층</small>

우리의 목표 시장은 지역 내 노년층과 중산층입니다.

Thị trường mục tiêu của chúng tôi là tầng lớp người già và tầng lớp trung lưu trong khu vực.

우리는 입사 지원자들의 시간 엄수, 신뢰성, 충성심과 같은 많은 가치를 고려합니다.

Chúng tôi xem xét nhiều giá trị như tuân thủ thời gian, độ tin cậy, lòng trung thành của người nộp đơn.

우리는 다른 서비스 제공업체들과 전략적 제휴를 맺는 것을 목표로 하고 있습니다.

Chúng tôi có mục tiêu là thiết lập hợp tác chiến lược với các nhà cung cấp dịch vụ khác.

우리 회사가 계속 수익을 내고 있긴 하지만, 최근 시장 점유율이 감소했습니다.

Công ty chúng tôi tiếp tục tạo ra lợi nhuận, nhưng gần đây đã mất thị phần.

⁺thị phần 시장 점유율

여행 시장에서 성공할 수 있는 기회가 있습니다.

Có cơ hội thành công trong thị trường du lịch.

전국적으로 관광 및 여행 산업이 연간 4%씩 성장하고 있기 때문에 우리가 성공할 수 있는 기회가 있습니다.

Vì công nghiệp du lịch và tham quan đang tăng trưởng 4% mỗi năm trên toàn quốc nên chúng tôi còn có cơ hội thành công.

⁺tăng trưởng 성장하다

필요한 총 창업 자금은 24만 3천 달러 정도입니다.

Tổng số vốn khởi nghiệp cần thiết là khoảng 243.000 đô la.

이것은 사주의 개인적 투자와 SG 내셔널 은행에서 8만 5천 달러의 장기 대출을 받아 충당될 예정입니다.

Cái này sẽ được bổ sung với khoản đầu tư cá nhân và số tiền 85.000 đô la được vay dài hạn từ ngân hàng quốc gia SG.

결론적으로, 향후 3년간 급속한 성장이 예상됩니다.

Tóm lại, dự kiến sẽ tăng trưởng nhanh chóng trong 3 năm tới.

Tóm lại, như đã được thể hiện trong biểu đồ dưới đây, dự tính sẽ tăng trưởng nhanh và lợi nhuận ròng sẽ cao trong 3 năm tới.

자료 인용

Theo khảo sát của Johnson & Smith (năm 2017), mô hình kinh doanh của chúng tôi cần thay đổi ngay lập tức.

Kết quả điều tra của chúng tôi chứng minh rằng công ty cạnh tranh đang vượt qua chúng tôi trong nhiều lĩnh vực.

× chứng minh 증명하다

Theo báo cáo Wall Street thì thị trường Trung Quốc có sự biến động rất nghiêm trọng.

Theo tài liệu tin tức mới nhất, công ty chúng tôi đã đứng đầu trong lĩnh vực mức độ hài lòng của khách hàng.

Các chuyên gia khuyên rằng chúng ta phải đóng cửa chi nhánh Bắc Kinh.

Nghiên cứu IMF năm ngoái cho thấy đầu tư châu Á trong năm nay là không thích hợp.

Ví dụ, sự sáp nhập gần đây giữa XPM và Golden Bridge là một việc đáng ngạc nhiên.

예를 들어, 고객 만족도는 총 판매량에 비례합니다.

Ví dụ, mức độ hài lòng của khách hàng tỷ lệ thuận với tổng lượng bán hàng.

<small>＊tỷ lệ thuận 비례하는</small>

공지 사항

회의는 기획부에서 맡기로 했습니다.

Bộ kế hoạch sẽ đảm nhận cuộc họp.

연구 개발팀의 투이 씨가 프레젠테이션을 할 예정입니다.

Chị Thuỷ của nhóm nghiên cứu và phát triển sẽ phát biểu.

이번 회의 연락책은 기획부의 쟝 씨입니다.

Người liên lạc lần này là anh Giang của bộ phận kế hoạch.

지점장과 모든 부장은 회의에 꼭 참석하셔야 합니다.

Giám đốc chi nhánh và tất cả các trưởng bộ phận nhất định phải tham dự cuộc họp.

이 회의에는 모든 부장님과 과장님이 꼭 참석하셔야 합니다.

Tất cả trưởng bộ phận và trưởng phòng nhất định phải tham gia cuộc họp này.

조찬 모임 복장은 비즈니스 캐주얼입니다.

Trang phục cuộc họp ăn sáng là đồ công sở bình thường.

청바지는 입지 말아 주세요.

Xin đừng mặc quần jean.

재킷은 입지 말고 면바지에 셔츠, 넥타이 정도면 좋겠습니다.

Không nên mặc áo khoác mà hãy mặc áo sơ mi đeo cà vạt và mặc quần jean sẽ tốt hơn.

마케팅 프로젝트의 새 마감 시한은 9월 8일입니다.

Hạn chót mới cho dự án tiếp thị là ngày 8 tháng 9.

<small>＊hạn chót 마감일</small>

이로써 진행 중이신 일을 완료할 시간이 충분하다고 봅니다.

Tôi nghĩ rằng sẽ có đủ thời gian để hoàn thành công việc anh/chị đang tiến hành.

이번 주 경과 보고 회의는 수요일로 잡혀 있습니다.

Cuộc họp báo cáo quá trình cho tuần này sẽ được tổ chức vào thứ tư.

이사회에서 공식적으로 윤리 강령을 채택했습니다.

Hội đồng quản trị đã chính thức chọn nguyên tắc luân lý.

영업팀에서는 캐주얼한 출근 복장을 건의하고자 합니다.

Bộ phận kinh doanh muốn đề xuất mặc trang phục thường ngày khi đi làm.

사내 메모 및 게시판 문구

연례 회사 야유회의 계절이 돌아왔습니다!

Mùa dã ngoại hàng năm trở lại rồi!

회사에서 콘서트를 열 예정입니다.

Công ty sẽ tổ chức buổi hòa nhạc.

분실물 센터

Trung tâm quản lý đồ thất lạc

마지막으로 퇴근하시는 분은 불을 꺼 주세요.

Người nào tan sở cuối cùng thì vui lòng tắt đèn.

에너지를 절약합시다!

Hãy tiết kiệm năng lượng!

퇴근할 때 불을 모두 꺼 주십시오.

Hãy tắt đèn khi anh/chị tan sở.

종이 쓰레기는 모두 분쇄해야 합니다.

Tất cả rác giấy phải được nghiền nát hết.

회사의 기밀문서가 경쟁사에 유출되길 바라는 사람은 없으니까요.

Vì không có người nào muốn các tài liệu bí mật của công ty bị rò rỉ vào công ty cạnh tranh.

*(bị) rò rỉ 새어나가다, 유출되다

지난번 회의에서 새로운 캠페인 슬로건이 필요하다는 결정이 내려졌습니다.

Trong cuộc họp lần trước, chúng tôi đã quyết định cần một khẩu hiệu cho chiến dịch mới.

*khẩu hiệu 슬로건

기계 설비를 새로 사야 한다는 결정이 내려졌습니다.

Đã có quyết định là phải mua mới các thiết bị máy móc.

경영진 회의에서 감원이 불가피하다는 결정이 내려졌습니다.

Trong cuộc họp ban giám đốc đã đưa ra quyết định rằng cắt giảm biên chế là việc không thể tránh khỏi.

※ cắt giảm biên chế 감원하다

가능하면, 비공식 문서를 출력하거나 복사할 땐 이면지를 사용해 주세요.

Nếu có thể thì hãy sử dụng giấy tận dụng khi in và sao chép văn bản không chính thức.

환경보호를 위한 노력의 일환으로, 비공식 문서를 출력하거나 복사할 땐 이면지를 사용해 주세요.

Với nỗ lực để bảo vệ môi trường, hãy sử dụng giấy tận dụng khi in và sao chép văn bản không chính thức.

사내에서는 금연입니다.

Cấm hút thuốc trong công ty.

흡연은 지정된 흡연구역에서만 허용됩니다.

Hút thuốc chỉ được phép trong khu vực được chỉ định.

회사 건물은 금연구역입니다.

Tòa nhà công ty là khu vực cấm hút thuốc.

우리 회사는 직원들의 건강 증진을 위해 노력하고 있습니다.

Công ty chúng tôi đang nỗ lực để cải thiện sức khỏe của nhân viên.

궁금한 점이 있으시면 흐엉 씨에게 연락하세요.

Nếu có gì tò mò hãy liên lạc với chị Hương.

소셜
네트워킹
서비스
(SNS)

SNS는 지인들과 친목을 도모하는 용도로 쓰일 뿐만 아니라 기업 마케팅의 한 방편으로도 적극 활용되고 있습니다. SNS의 가장 큰 매력은 시간이나 장소에 구애받지 않고 고객들과 끊임없이 상호작용할 수 있다는 것인데요. 이를 통해 기업들은 취향을 파악하여 고객을 유치하고, 제품을 홍보하고, 기업의 이미지를 개선하고, 매출을 증진시킵니다. 이번 파트에서는 SNS상에서 필요한 다양한 표현을 살펴보겠습니다.

SNS 시작

**SNS상의
첫인사**

여러분 안녕하세요!
Xin chào các bạn!
Xin chào quý khách!

안녕하세요, 팬 여러분!
Xin chào, fan hâm mộ của chúng tôi!

안녕하세요, 투이! <고객 이름>
Xin chào, chị Thuỷ!

SNS 홍보

저희 페이스북 http://facebook.com/bbqkorea를 팔로우하고 계신가요?
Bạn đang theo dõi trang Facebook http://facebook.com/
bbqkorea của chúng tôi không?

K & J는 페이스북을 통해 여러분을 도와 드립니다.
K & J có thể giúp bạn qua Facebook.

인스타그램 페이지도 있습니다.
Chúng tôi cũng có trang Instagram.

'좋아요'를 누르시고 저희 홍보 행사에 참여해 주세요.
Vui lòng nhấp vào 'Thích' và tham gia chương trình
khuyến mãi của chúng tôi.

호아비엣의 최신 소식을 듣고 싶으신 분은 hoaviet_advice를 팔로우해
주세요.
Vui lòng theo dõi hoaviet_advice, nếu bạn muốn nghe tin
tức mới nhất của Hoaviet.

여러분의 질문에 대한 답변을 받으시려면 hoaviet_advice를 트윗해 주세요.
Vui lòng tweet hoaviet_advice để nhận trả lời cho các câu
hỏi của bạn.

저희는 방금 페이스북 팬페이지를 오픈했습니다!
Chúng tôi vừa mở trang fanpage Facebook của chúng tôi!

호아비엣의 팬이 돼 주셔서 감사합니다.
Cảm ơn bạn đã trở thành fan hâm mộ của Hoaviet.

저희 페이스북에 가입해 주셔서 감사합니다.
Cảm ơn bạn đã tham gia với chúng tôi trên Facebook.

호아비엣을 성원해 주셔서 감사합니다.
Cảm ơn bạn đã ủng hộ Hoaviet.

지속적인 성원에 감사드립니다.
Cảm ơn sự ủng hộ liên tục của các bạn.

저희 페이스북 페이지의 팬이 150만 명입니다.
Chúng tôi có 1,5 triệu người hâm mộ trên trang Facebook.

페이스북의 팬 수가 방금 10만 명을 넘어섰습니다.
Chúng tôi mới vượt quá 100.000 người hâm mộ trên Facebook.

페이스북의 팬이 100만 명에 이르도록 저희를 지원해 주신 모든 분께 감사드립니다!
Cảm ơn tất cả các bạn đã ủng hộ chúng tôi đạt đến một triệu người hâm mộ trên Facebook!

＊ủng hộ 지지하다, 옹호하다

잠시 시간을 내어 여러분께 감사하다는 말씀을 드리고 싶습니다.
Tôi muốn dành một chút thời gian để nói lời cảm ơn.

댓글을 달아 주신 모든 분께 감사드립니다!
Cảm ơn tất cả các bạn đã để lại bình luận!

너무 많은 댓글을 남겨 주셔서 일일이 답하기는 힘들지만, 모든 분께 감사드립니다!
Dù rất khó để trả lời hết từng câu hỏi của các bạn nhưng tôi muốn nói cảm ơn tới tất cả các bạn!

와! 이 페이지의 반응이 대단하군요.
Wow! Phản ứng của trang này thật tuyệt vời.

지난 2006년 페이스북 페이지를 시작한 이후 놀라운 성장을 이뤘습니다.

Từ khi chúng tôi ra mắt trên trang Facebook vào năm 2006, chúng tôi đã tăng trưởng đáng kể.

저희 회사의 페이스북 페이지를 오픈한 지 1주년을 맞이했습니다!

Chúng tôi đã kỷ niệm 1 năm mở trang công ty trên Facebook!

SNS 기업 소개

**공식 페이지
소개**

ABC 자동차의 공식 페이스북 페이지에 오신 것을 환영합니다!
Chào mừng bạn đến trang Facebook chính thức của ABC Auto!

환영합니다! 저희 공식 페이스북 페이지가 막 오픈되었습니다!
Chào mừng các bạn! Chúng tôi vừa mở trang Facebook chính thức!

이 페이스북 페이지는 여러분의 이야기를 공유하거나 ABC 자동차의 최근 소식을 들을 수 있는 곳입니다!
Trang Facebook này là một nơi bạn có thể chia sẻ câu chuyện của mình hoặc nghe những tin tức mới nhất từ ABC Auto!

여기서 저희 상품 정보를 확인하세요.
Vui lòng kiểm tra thông tin sản phẩm của chúng tôi ở đây.

이 페이지는 전 세계 팬과 교류할 수 있는 장입니다.
Trang này là nơi để giao lưu với người hâm mộ trên toàn thế giới.

여러분의 생각과 사진을 공유하고 토론에 참여하세요.
Chia sẻ suy nghĩ và hình ảnh của các bạn và tham gia vào cuộc thảo luận.

다음은 저희 런칭 이벤트에 참가하실 수 있는 방법입니다.
Đây là một cách để bạn có thể tham gia vào sự kiện ra mắt của chúng tôi.

XYZ 패션과 제품에 대한 추가 정보는 http://www.xyzfashion.com에서 얻으실 수 있습니다.
Thông tin bổ sung về thời trang và sản phẩm XYZ có sẵn tại http://www.xyzfashion.com.

더 많은 정보를 위해, 아래 나와 있는 홈페이지의 링크를 누르세요.
Để biết thêm thông tin, xin vui lòng nhấn vào liên kết trang chủ dưới đây.

기업 소개

ABC 회사는 30여 년 동안 시장 주도 기업으로서 정보 통신 기술 혁신의 선두에 서 왔습니다.

Công ty ABC đã đứng đầu về sự đổi mới công nghệ thông tin với tư cách là công ty dẫn đầu thị trường trong hơn 30 năm.

<small>⁕đổi mới 혁신 công nghệ thông tin 정보 dẫn đầu 선도하는</small>

1970년에 설립된 VOE 코퍼레이션은 오늘날 전 세계 30개 자회사 및 계열사를 거느린 글로벌 가전제품 브랜드로 성장했습니다.

Được thành lập vào năm 1970, VOE Corporation đã phát triển thành một thương hiệu điện tử tiêu dùng toàn cầu với 30 công ty con và chi nhánh trên toàn thế giới như ngày nay.

<small>⁕điện tử tiêu dùng 가전제품 toàn cầu 글로벌한 công ty con 자회사</small>

1970년 서울에 설립된 이래, VOE 코퍼레이션은 전 세계 30개 자회사 및 계열사를 거느린 가전제품 분야의 선도업체였습니다.

Kể từ khi thành lập vào năm 1970 tại Seoul, VOE Corporation đã là công ty dẫn đầu trong lĩnh vực điện tử tiêu dùng với 30 công ty con và chi nhánh trên toàn thế giới.

OP 해운은 1975년에 첫 번째 선박을 진수시켰습니다.

Công ty vận tải OP đã ra mắt con tàu đầu tiên vào năm 1975.

HNW 매장은 뉴욕 · 런던 · 도쿄 · 서울 · 파리 · 홍콩 등 전 세계 유수 도시에 위치하고 있습니다.

Các cửa hàng HNW được đặt tại các thành phố lớn trên thế giới bao gồm New York, Luân Đôn, Tokyo, Seoul, Paris và Hồng Kông.

TNT오일 회사는 계속 증가하는 에너지 수요를 충족시키기 위해 전 세계 2,000군데의 정유공장을 보유하고 있습니다.

TNT OIL có 2.000 nhà máy lọc dầu trên khắp thế giới để đáp ứng nhu cầu năng lượng đang tiếp tục tăng.

<small>⁕khắp thế giới 전 세계(= toàn thế giới) đáp ứng 충족하다, 응답하다 nhu cầu 수요</small>

HNW는 전 세계 약 24억 명의 고객을 위해 일합니다.

HNW hoạt động cho khoảng 2,4 tỷ khách hàng trên toàn thế giới.

ABC 회사는 전 세계에 약 10만 명의 직원을 고용하고 있습니다.

Công ty ABC đang tuyển dụng khoảng 100 nghìn nhân viên trên toàn thế giới.

우리는 전 세계 소비자의 삶을 개선하기 위해 최고 품질의 제품과 서비스를 제공하고 있습니다.

Chúng tôi cung cấp các sản phẩm và dịch vụ chất lượng cao nhất để cải thiện cuộc sống của người tiêu dùng trên toàn thế giới.

ABC 회사는 철학, 가치, 높은 윤리경영 관행으로 전국에 잘 알려져 있습니다.

Công ty ABC được biết đến rộng rãi trên toàn quốc về triết lý, giá trị và lệ thường đạo đức kinh doanh cao.

＊đạo đức kinh doanh 윤리경영

주요 제품 소개

우리는 도시 여성을 위해 디자인된 기성복을 만듭니다.

Chúng tôi làm quần áo may sẵn được thiết kế cho phụ nữ thành thị.

＊quần áo may sẵn 기성복

저희 카탈로그를 보고 싶으시면 아래 나와 있는 링크를 누르세요.

Xin vui lòng nhấp vào liên kết dưới đây nếu bạn muốn xem danh mục của chúng tôi.

오늘날 저희는 2,000대 이상의 선박과 바지선을 소유하고 있습니다.

Ngày nay, chúng tôi có hơn 2.000 tàu và xà lan.

TNT오일 회사는 디젤, 가솔린, 프로판 가스 등 다양한 제품을 생산합니다.

TNT OIL sản xuất nhiều loại sản phẩm bao gồm dầu diesel, xăng và khí propan.

TNT오일 회사는 지난 30여 년 동안 전 세계 2,000군데의 정유공장에서 고품질 연료를 생산해 오고 있습니다.

TNT OIL đã và đang sản xuất nhiên liệu chất lượng cao tại hơn 2.000 nhà máy lọc dầu trên khắp thế giới trong hơn 30 năm.

저희는 단 3일 만에 세레팬 크림 2천만 개 판매를 달성했습니다.

Chúng tôi đã bán được 20 triệu Cerepan Cream chỉ trong 3 ngày.

4천만 고객이 저희 상품 만족도 조사에 참여하셨습니다.

40 triệu khách hàng đã tham gia vào cuộc khảo sát về mức độ hài lòng của sản phẩm của chúng tôi.

보다 자세한 정보를 원하시면 아래 나와 있는 링크를 누르세요.

Vui lòng nhấp vào liên kết dưới đây để biết thêm thông tin chi tiết.

오늘 상품 한 개를 구입하시면 하나 더 드립니다.

Nếu hôm nay bạn mua một cái thì sẽ được tặng một miễn phí.

매출 소개

중국 · 베트남 · 터키 등 해외 다섯 곳에 제조공장을 둔 LEX일렉트로닉스는 2018년 상반기에만 전 세계에 플라즈마 TV 세트 520만 대를 판매했습니다.

LEX Electronics, đang có nhà máy sản xuất tại Trung Quốc, Việt Nam và Thổ Nhĩ Kỳ, đã bán được 5,2 triệu TV plasma trên toàn thế giới chỉ trong nửa đầu năm 2018.

◦ nửa đầu năm 상반기

2018년 상반기에 TNT오일 회사는 매일 500만 배럴의 석유를 생산했습니다.

Trong nửa đầu năm 2018, TNT OIL đã sản xuất 5 triệu thùng dầu mỗi ngày.

이 상품은 대히트 상품이 될 겁니다.

Sản phẩm này sẽ gây sốt.

모든 지점의 매출이 점진적으로 증가하고 있습니다.

Doanh thu tại tất cả các chi nhánh đang tăng đều đặn.

◦ đều đặn 점진적인

지난주 런칭 이후, 저희는 1천만 달러의 매출에 도달했습니다.

Sau khi được ra mắt tuần trước, chúng tôi đã đạt doanh thu 10 triệu đô la.

저희 모든 상품의 매출이 점점 증가하고 있습니다.

Doanh thu tất cả các sản phẩm của chúng tôi đang tăng lên.

저희 매출 수치가 기록을 갱신하고 있습니다.

Chỉ số bán hàng đang được cập nhật mới.

저희 고객들은 저희 상품을 좋아합니다. 매출이 그것을 증명하고 있습니다.

Khách hàng của chúng tôi thích sản phẩm của chúng tôi. Doanh thu đang chứng minh điều đó.

신제품 소개

저희 여름 컬렉션이 방금 입고됐습니다.

Bộ sưu tập mùa hè của chúng tôi vừa mới được nhập kho.

2019년 스프링룩 컬렉션을 소개합니다!

Xin giới thiệu bộ sưu tập mùa xuân năm 2019!

저희 2019년 서머룩 컬렉션을 확인해 보세요!

Hãy kiểm tra bộ sưu tập mùa hè 2019 của chúng tôi!

주말에 명동 매장에 들러 저희 여름 비치 신제품을 확인해 보세요!

Cuối tuần hãy ghé qua cửa hàng ở Myeongdong để kiểm tra sản phẩm mới mùa hè của chúng tôi! ＊ghé qua ~에 들르다

2019년 여름 비치팩을 엄선된 매장 및 자사 웹사이트 www.abc.com에서 판매합니다.

Gói bãi biển mùa hè năm 2019 được bán tại các cửa hàng được chọn và trên trang web www.abc.com của chúng tôi.

새로 입고된 제품: 자수 청바지!

Sản phẩm mới nhập kho: Quần jean thêu! ＊thêu 자수

이번에 새로 출시된 스킨케어 세트에 당첨될 가능성을 꿈꿔 보시겠어요?

Bạn có thể tưởng tượng khả năng sẽ giành được một bộ chăm sóc da mới ra mắt lần này không? ＊giành 차지하다, 쟁취하다

마침내 주력 신제품 태블릿 PC, 코스모 207을 출시했습니다.

Cuối cùng, chúng tôi đã ra mắt máy tính bảng Cosmo 207 mới, hàng chủ lực của chúng tôi. ＊hàng chủ lực 주력 상품

코스모 207을 1등으로 구입해 보세요.

Hãy mua để giúp Cosmo 207 đứng đầu.

지역 매장에 가서서 신제품 바게트 샌드위치를 확인하세요.

Hãy đến cửa hàng địa phương để kiểm chứng bánh mì kẹp nướng kiểu mới.

코스모 모바일 HH07을 119달러에 3년 약정으로 저희 매장에서 판매 중입니다.

Cosmo Mobile HH07 đang bán ở cửa hàng của chúng tôi với hợp đồng 3 năm với giá 119 đô la.

코스모 207에는 여러분이 생각하시는 것보다 더 많은 기능이 있습니다. 여기 비디오를 확인하세요.

Cosmo 207 có nhiều kỹ năng hơn so với các bạn nghĩ. Hãy kiểm tra video ở đây.

＊kỹ năng 기능

TLC의 워킹화는 이 계절에 하나쯤 가지고 있어야 할 필수품이죠!

Giày đi của TLC là một đồ cần thiết cho mùa này!

올 가을 최신 유행 스타일을 알고 싶으시다면, 다음 비디오를 보세요!

Nếu bạn muốn biết phong cách đúng mốt cho mùa thu này, hãy xem video tiếp theo!

알레르기 때문에 봄을 제대로 만끽할 수 없으신가요? 알프리가 도와 드리겠습니다!

Bạn không thể tận hưởng mùa xuân một cách trọn vẹn vì bị dị ứng à? ALFREE có thể giúp bạn!

＊tận hưởng 즐기다, 만끽하다

자스민 향을 좋아하신다면, 이 제품을 써 보세요.

Nếu bạn thích hương hoa nhài, hãy thử sản phẩm này.

칼메 모바일을 소개합니다. 스타일리시하고 세련된 첨단 디자인에 4.5인치 크기의 스크래치 방지 화면을 갖추고 있습니다.

Chúng tôi xin giới thiệu Calme Mobile. Dưới kiểu dáng thời trang, sang trọng và hiện đại có màn hình 4,5 inch với kỹ năng chống trầy xước.

＊sang trọng 세련된 hiện đại 첨단의 chống trầy xước 긁힘 방지되는

코스모 207은 검은색 · 흰색 · 은색의 세 가지 색상으로 나옵니다. 어느 색을 원하시나요?

Cosmo 207 có 3 màu sắc: Màu đen, màu trắng và màu bạc. Bạn muốn màu nào?

제시카 백은 유행을 타지 않는 제품입니다.

Túi Jessica là một sản phẩm không bị lỗi mốt.

＊mốt 유행

구입하실 수 있는 가장 저렴한 가격입니다!

Đây là giá rẻ nhất mà bạn có thể mua!

가죽은 부드럽지만 스크래치에 강합니다.

Da mềm mại nhưng đủ mạnh để chống trầy xước.

원단은 이탈리아제입니다.

Vải được sản xuất tại Ý.

100% 면사로 알레르기 방지 제품입니다.

Nó là sản phẩm chống dị ứng 100% bằng sợi bông.

이것은 친환경 제품입니다.

Đây là một sản phẩm thân thiện với môi trường.

세일 홍보

가을 신제품 운동화를 30% 저렴하게 구매하세요!

Tiết kiệm 30% cho giày thể thao mùa thu mới của chúng tôi!

Tiết kiệm 30% cho giày thể thao mùa thu mới của chúng tôi! Kết thúc hôm nay! 가을 신제품 운동화를 30% 저렴하게 구매하세요! 오늘 마감합니다!

오늘 세일 제품은 레이스 민소매 원피스입니다. 항시 최저가는 80달러입니다.

Sản phẩm được giảm giá hôm nay là một chiếc váy sát nách. Giá thấp nhất mặc định là 80 đô la.

Sản phẩm được giảm giá hôm nay là một chiếc váy sát nách. Giá thấp nhất mặc định là 80 đô la. Hãy nhanh lên trước khi bán hết! 오늘 세일 제품은 레이스 민소매 원피스입니다. 항시 최저가는 80달러입니다. 매진되기 전에 서두르세요!

＊bán hết 매진되다

이번 주말 떤빙 매장이 1주년을 맞아, 축하 기념으로 100만 동 상당의 스킨 케어 화장품 세트를 받을 수 있는 기회를 드립니다.

Vì cửa hàng Tân Bình có lễ kỷ niệm 1 năm vào cuối tuần này nên chúng tôi sẽ cho bạn một cơ hội giành được bộ mỹ phẩm chăm sóc da trị giá hơn 1 triệu đồng để kỷ niệm chúc mừng.

아무 편의점이나 들러 저희 시즌 음료를 구입하시면, 2리터 음료 구입 시 2 달러 할인 카드를 받으시게 됩니다.

Bạn có thể nhận được thẻ giảm giá 2 đô la ở bất cứ cửa hàng tiện lợi nào khi mua nước uống theo mùa của chúng tôi.

쉭 501과 같은 시그니처 향수 1병을 구입하시고 또 1병을 무료로 받으세요!

Bạn mua 1 lọ nước hoa đặc trưng như Chic 501 và nhận 1 lọ miễn phí!

금요일에 바디 케어 선물용품을 단돈 19만 9천 동에 구매하세요!

Hãy mua sản phẩm dành cho chăm sóc cơ thể vào thứ sáu với giá 199 nghìn đồng!

이번 주 금요일까지 온라인 쇼핑몰에서 쇼핑하시고 어떤 구입품이든 무료 배송을 받으세요!

Hãy mua sắm tại trung tâm mua sắm trực tuyến cho đến thứ sáu và được giao hàng miễn phí cho bất kỳ sản phẩm nào!

이곳에 메시지를 작성하시면 다섯 개의 메시지가 이번 무료 행사에서 뽑히 게 됩니다.

Nếu bạn viết lời nhắn của mình ở đây thì 5 lời nhắn sẽ được chọn trong sự kiện miễn phí lần này.

오늘 가장 저렴한 가격에 사 가세요. 행사는 이번 주 금요일까지입니다.

Hôm nay hãy mua với giá rẻ nhất đi. Sự kiện sẽ kéo dài đến thứ sáu tuần này.

이 제품은 52달러입니다.

Sản phẩm này là 52 đô la.

고객 메시지에 대한 댓글

Tuyến
ABC Co., Ltd

Túi xách này bao nhiêu tiền?   이 가방은 얼마예요?

Sản phẩm này là 52 đô la. Chị Tuyền, chị có thể kiểm tra thêm thông tin trên trang web sau: www.abc.com
이 제품은 52달러입니다. 뚜옌 씨, 다음 웹사이트에서 더 많은 정보를 확인해 보실 수 있 습니다: www.abc.com

저희 제품을 사랑해 주셔서 감사합니다!

Cảm ơn bạn đã yêu thích sản phẩm của chúng tôi!

실전 회화	Trung	Calme F4 là điện thoại tốt nhất! Hãy tiếp tục sản xuất điện thoại thật tốt như vậy! 칼메 F4는 최고의 휴대폰이에요! 계속 좋은 휴대폰을 만들어 주세요!
	CALME Mobile	**Cảm ơn bạn đã yêu thích sản phẩm của chúng tôi!** 저희 제품을 사랑해 주셔서 감사합니다!

반송 부탁드립니다.

Hãy gửi trả lại cho tôi.

고객님의 요청을 담당자에게 전달하겠습니다.

Chúng tôi sẽ chuyển lời yêu cầu của bạn cho người phụ trách.

새 제품으로 교환해 드리겠습니다.

Chúng tôi sẽ đổi sang sản phẩm mới.

실전 회화	Hoàng	Tôi đã nhận được hàng vào sáng nay nhưng có lỗi trong sản phẩm. Tôi có thể nhận lại với sản phẩm mới được không? 오늘 아침에 물건을 받았는데, 제품에 하자가 있습니다. 새 제품으로 다시 받을 수 있을까요?
	ABC Co., Ltd	Nếu gửi lại cho chúng tôi thì **chúng tôi sẽ đổi sang sản phẩm mới.** 반송해 주시면 새 제품으로 교환해 드리겠습니다.

제품을 주문하고 싶으신 분은 아래 나와 있는 이메일로 연락하세요.

Nếu bạn muốn đặt sản phẩm, xin vui lòng liên hệ với chúng tôi qua email dưới đây.

82-1-3455-6677번으로 저희 고객 서비스에 전화하시거나,
customerservice@XYZ.com으로 이메일을 보내세요.

Vui lòng gọi cho dịch vụ khách hàng theo số 82-1-3455-6677 hoặc gửi email đến customerservice@XYZ.com.

저희 회사 웹사이트 www.abc.com을 방문하시거나,
customerservicerep@abc.com으로 저희에게 이메일을 보내세요.

Ghé thăm trang web của công ty chúng tôi tại www.abc.com hoặc gửi email cho chúng tôi với địa chỉ customerservicerep@abc.com.

메시지 남겨 주셔서 감사합니다.

Cảm ơn bạn đã để lại tin nhắn.

Hoa	Tôi vừa mới đặt túi xách màu xanh da trời. Tôi ước tôi có thể lấy nó! 방금 하늘색 가방을 주문했습니다. 어서 받아 봤으면 좋겠어요!
ABC Co., Ltd	**Cảm ơn bạn đã để lại tin nhắn.** Chúng tôi sẽ chuyển sản phẩm cho bạn nhanh nhất có thể. 메시지 남겨 주셔서 감사합니다. 제품을 최대한 신속히 배달해 드리도록 하겠습니다.

(죄송하지만,) 고객 상담 전화에 기술적인 문제가 생겼습니다.

(Tôi xin lỗi nhưng) có vấn đề kỹ thuật với cuộc gọi dịch vụ khách hàng.

Hương	Tôi đã mua máy lọc không khí được hơn 2 tháng rồi nhưng cảm biến của máy không hoạt động nên tôi vẫn chưa sử dụng được. Tôi đã gọi điện đến trung tâm tư vấn của khách hàng nhiều lần rồi mà máy luôn bận. Tôi thực sự không tin được công ty đang đối phó với khách hàng như vậy! 2개월이나 지났는데 구입한 공기 청정기 센서가 작동을 안 해서 아직 사용하지 못하고 있어요. 고객 상담 센터에 그렇게 전화를 많이 했는데 항상 통화 중이더군요. 정말 고객을 이따위로 상대하다니 믿을 수가 없네요!
PureAir.com	Xin chào, chị Hương. Tôi rất tiếc khi biết rằng bạn gặp rắc rối với máy lọc không khí. Nhưng bây giờ **chúng tôi có vấn đề kỹ thuật với cuộc gọi dịch vụ khách hàng.** Chúng tôi đang cố gắng làm việc để vận hành bình thường trong thời gian sớm nhất. Trong thời gian đó, chị vui lòng gửi email đến customerservice@PureAir.com. Xin cảm ơn. 안녕하세요, 흐엉 씨. 공기 청정기로 인해 겪으신 문제를 듣게 되어 유감스럽습니다. 그런데 저희 고객 상담 전화에 기술적인 문제가 생겼습니다. 최대한 빨리 운영되도록 노력하고 있어요. 그동안 customerservice@PureAir.com으로 이메일을 보내 주시길 바랍니다. 감사합니다.

링크가 제대로 연결되지 않다니 죄송합니다.

Xin lỗi bạn vì link không được liên kết.

Tuyết	Anh ơi, liên kết không hoạt động. 저기, 링크가 작동되지 않는데요.
ABC Co., Ltd	**Xin lỗi bạn vì link không được liên kết.** Chúng tôi đang kiểm tra vấn đề đó. 링크가 제대로 연결되지 않다니 죄송합니다. 지금 저희가 그 문제를 확인하고 있습니다.

다른 매장에 재고가 있을지도 모릅니다.

Nó vẫn có thể trong kho ở cửa hàng khác.

Lan	Tôi muốn mua một chiếc máy tính xách tay siêu mỏng, nhưng nó đã được bán hết tại cửa hàng Apgujung.
	초박형 노트북을 사고 싶었는데 압구정 매장에서는 매진됐어요.
ABC Co., Ltd	Xin chào chị Lan. Tôi xin lỗi máy tính xách tay mà bạn muốn mua đã bán hết. **Nó vẫn có thể trong kho ở cửa hàng khác.** Nếu bạn muốn kiểm tra, xin vui lòng gửi email hoặc gọi cho chúng tôi.
	안녕하세요, 란 씨. 원하신 노트북이 매진되어 죄송합니다. 다른 매장에 재고가 있을지도 모릅니다. 확인을 원하시면, 이메일을 보내시거나 전화를 해 주세요.

자세한 사항을 더 알고 싶으시면 저희 웹사이트를 계속 확인해 주세요.

Vui lòng tiếp tục kiểm tra trang web của chúng tôi để biết thêm chi tiết.

Trang	Chào anh. Tôi muốn biết công ty anh có kế hoạch đưa ra giày thể thao mới vào mùa này không.
	안녕하세요. 이번 시즌에 새 운동화를 출시할 계획은 없으신지 궁금합니다.
ABC Co., Ltd	Chào chị Trang. Chúng tôi dự định giới thiệu một đôi giày thể thao Sneakers mới vào mùa này. **Vui lòng tiếp tục kiểm tra trang web của chúng tôi để biết thêm chi tiết.**
	안녕하세요, 짱 씨. 이번 시즌에 새로운 스니커즈 운동화를 선보일 계획입니다. 자세한 사항을 더 알고 싶으시면 저희 웹사이트를 계속 확인해 주세요.

추가로 문의하실 사항이 있으시면 언제든지 연락하세요.

Nếu bạn có thêm câu hỏi nào xin vui lòng liên hệ với chúng tôi bất cứ lúc nào.

　※bất cứ lúc nào 언제든지

공지 사항

이창호 씨가 호찌밍 지역의 신임 CEO임을 알려 드리게 되어 기쁩니다.

Tôi vui mừng thông báo rằng ông Lee Chang Ho là CEO mới tại khu vực thành phố Hồ Chí Minh.

아페코 아메리카는 올 들어 첫 3분기 연속 매출 목표를 달성했습니다.

Apeco America đã đạt được mục tiêu doanh thu trong 3 quý liên tục trong năm nay.

　※mục tiêu 목표 liên tục 연속하는, 연이은

아페코 아메리카는 세계의 가장 혁신적인 기업 명단에 이름을 올렸습니다.

Apeco America có tên trong danh sách doanh nghiệp sáng tạo nhất trên thế giới.

Xin thông báo một lát: Ngày mai là kỷ niệm 10 năm của K & J.

Hãy 'chúc mừng sinh nhật' tới chi nhánh Busan nhé! Thứ sáu tuần này, chi nhánh Busan của chúng tôi đón kỷ niệm 1 năm!

Trang chủ của chúng tôi hiện đang lập.

Nếu bạn có câu hỏi khẩn cấp, vui lòng gọi miễn phí theo số 080-9999-2000.

Các chi nhánh mới của chúng tôi sẽ được mở tại Seoul, Tokyo và Sydney!

Xin chúc mừng! Mùa hè năm ngoái, APC đã giành giải thưởng Liên Doanh Sáng Tạo Nhất tại hội chợ kinh doanh quốc tế COEX.

Mẫu quảng cáo mới của chúng tôi là BTS!

SNS에 일정 소개

🔊 05-4.mp3

**신제품
출시 일정**

코스모 탭 5가 곧 출시됩니다.

Cosmo Tap 5 sắp được ra mắt.

Cosmo Tap 5 sắp được ra mắt. Vui lòng kiểm tra ngày ra mắt và đặt hàng trước ở đây: http://www.abcelectronics.com.

코스모 탭 5가 곧 출시됩니다. http://www.abcelectronics.com에서 출시일을 확인하시고 선주문하세요.

코스모 탭 5가 내일 출시됩니다.

Cosmo Tap 5 sẽ được ra mắt vào ngày mai.

다음 웹사이트에 들어가 상세한 일정을 확인하시고 주위 분들에게 입소문 내 주세요!

Vui lòng kiểm tra lịch trình chi tiết trên trang web sau đây và hãy lan truyền miệng cho những người xung quanh.

⁕lan truyền miệng 입소문을 내다

2019 가을 캠핑 장비들이 내일부터 저희 매장에서 판매됩니다.

Các thiết bị cắm trại cho mùa thu năm 2019 sẽ được bán trong các cửa hàng của chúng tôi từ ngày mai.

⁕thiết bị cắm trại 캠핑 장비

저희 캠페인은 7월 4일까지 2주간 열립니다.

Chiến dịch của chúng tôi sẽ được tổ chức cho đến ngày 4 tháng 7 trong 2 tuần.

⁕chiến dịch 캠페인

행사 기간 중 저희 매장들은 밤 12까지 영업합니다.

Trong thời gian sự kiện, các cửa hàng của chúng tôi mở cửa đến 12 giờ đêm.

다음 주 토요일 런칭 행사에 많은 연예인이 초대되었습니다.

Rất nhiều nghệ sĩ đã được mời đến sự kiện ra mắt vào thứ bảy tuần sau.

내일부터 저희 런칭 세일이 시작됩니다.

Khuyến mãi ra mắt của chúng tôi sẽ bắt đầu từ ngày mai.

개점 일정

이번 주 금요일에 일본 신주쿠에 첫 매장을 개점합니다.

Chúng tôi sẽ mở cửa hàng đầu tiên tại thành phố Shinjuku, Nhật Bản vào thứ sáu này.

일주일 후면 제주시에 새로운 매장을 개점합니다.

Một tuần sau, chúng tôi sẽ mở một cửa hàng mới ở thành phố Jeju.

10월 20일 토요일에 개점하는 대전 매장에 와서 구경하세요!

Hãy đến và xem cửa hàng tại Dajeon của chúng tôi được khai trương vào thứ bảy ngày 20 tháng 10!

서울 · 도쿄 · 상하이의 3개 매장이 동시 개점하여 영업을 시작합니다.

3 cửa hàng ở Seoul, Tokyo và Thượng Hải sẽ đồng thời mở cửa và bắt đầu kinh doanh.

☀đồng thời 동시에

다음 달 뉴욕에 2개의 신규 매장이 추가로 개점합니다.

2 cửa hàng mới sẽ mở tại New York vào tháng tới.

저희 영업 시간은 월요일부터 토요일, 오전 8시부터 오후 9시까지입니다.

Giờ làm việc của chúng tôi là từ thứ hai đến thứ bảy, từ 8 giờ sáng đến 9 giờ tối.

개점 행사 기간 동안 저희 마감 시간을 오후 8시에서 10시로 연장합니다.

Chúng tôi kéo dài thời gian kết thúc từ 8 giờ tối sang 10 giờ tối trong kỳ sự kiện khai mạc.

☀kéo dài 연장하다

대체 에너지원에 대한 2일간의 국제회의 그린 에너지 포럼이 6월 7일 목요일, 베트남 호찌밍에서 개최됩니다.

Hội thảo quốc tế Green Energy Forum về các nguồn năng lượng thay thế sẽ được tổ chức trong 2 ngày vào thứ năm, ngày 7 tháng 6, tại thành phố Hồ Chí Minh, Việt Nam.

☀năng lượng thay thế 대체 에너지

Sự kiện tuần lễ thời trang Hàn Quốc năm 2019: Ở Busan, ngày 3 đến 4 tháng 5.

3월 20일부터 21일까지 슈퍼 모델 한혜진의 사인회가 개최됩니다 여러 분을 그곳에서 빨리 만나 뵙고 싶어요!

Từ ngày 20 đến 21 tháng 3, một buổi ký tên của siêu mẫu Han Hye Jin sẽ được tổ chức — tôi muốn gặp các bạn ở đó sớm!

buổi ký tên 사인회

www.abc.com에서 둘러보고 구매하세요.

Hãy xem và mua trên www.abc.com.

www.abc.com에서 좀 더 확인해 보세요.

Hãy kiểm tra thêm trên www.abc.com.

참여 방법은 간단합니다.

Cách tham gia thì rất đơn giản.

아래 나와 있는 링크를 누르시고 지시 사항을 따르세요.

Nhấp vào liên kết dưới đây và làm theo hướng dẫn.

아래 나와 있는 링크에서 살펴보시고 댓글을 남겨 주세요.

Vui lòng vào liên kết dưới đây để xem và hãy để lại bình luận.

저희 제품에 대해 알리는 것을 도와주고 싶으신 분은 이 포스트에 '좋아요' 를 눌러 주세요.

Nếu bạn nào muốn giúp quảng bá các sản phẩm của chúng tôi, vui lòng 'thích' bài đăng này.

quảng bá 알리다, 홍보하다

SNS 마케팅

시즌 마케팅

메리 크리스마스! 즐거운 크리스마스 보내세요!
Merry Christmas! Chúc các bạn Giáng sinh vui vẻ!

사랑하는 분들과 즐거운 시간 되시길!
Tôi hy vọng bạn có thời gian vui vẻ với người thân yêu của bạn!

가족, 친구들과 멋진 하루 보내세요!
Chúc bạn có một ngày vui vẻ với gia đình và bạn bè!

산타에게 선물을 못 받았다면, 매장 몇 곳이 여러분을 위해 영업하고 있습니다!
Nếu bạn chưa nhận được món quà từ Santa, một số cửa hàng chúng tôi vẫn đang mở cửa để đón bạn!

올해도 다 가는군요!
Năm nay cũng gần kết thúc rồi!

팬 여러분, 새해 복 많이 받으세요!
Các bạn fan ơi, chúc mừng năm mới!

지난 1년 동안 성원해 주신 모든 고객 분과 팬 여러분께 감사드립니다!
Cảm ơn tất cả khách hàng và người hâm mộ đã ủng hộ cho chúng tôi trong năm qua!

2019년을 새롭게 시작하시길 바랍니다!
Chúc mừng năm mới 2019!

새해 소망이 뭔가요? 여러분의 소망을 공유해 주세요.
Ước muốn năm mới của bạn là gì? Hãy chia sẻ mong muốn của các bạn.

어버이날 선물이 고민이신가요? 다음은 여러분의 부모님을 기쁘게 해 드릴 정성스러운 선물 아이디어입니다!
Bạn có lo lắng về món quà cho Ngày bố mẹ không? Dưới đây là một ý tưởng quà tặng thú vị sẽ làm hài lòng bố mẹ của bạn!

매년 여름이면 1987년 TJ 인터내셔널의 탄생을 기념하기 위해 제시카 백이 돌아옵니다.

Mỗi mùa hè, Jessica Bag trở lại để chào mừng sự ra đời của TJ International vào năm 1987.

여름 휴가 떠날 준비를 하세요! 여러분을 위해 최고의 비치룩을 선정했습니다.

Hãy chuẩn bị cho kỳ nghỉ hè! Chúng tôi đã chọn ra bộ trang phục bãi biển tuyệt nhất cho các bạn.

5월은 가정의 달입니다. 5월 5일부터 20일까지 '내가 사랑하는 사람들' 사진 콘테스트를 개최합니다!

Tháng 5 là tháng của gia đình. Từ ngày 5 đến ngày 20 tháng 5, chúng tôi sẽ tổ chức một cuộc thi ảnh mang tên 'Những người tôi yêu thích'!

⁎ cuộc thi 콘테스트

판촉 행사

이번 주말에 한국에서 열린 서울 재즈 페스티벌에서 최고의 시간을 보냈습니다! 마음에 드는 페스티벌 사진을 확인해 보세요!

Chúng tôi đã có thời gian tuyệt vời nhất tại lễ hội nhạc Jazz Seoul ở Hàn Quốc vào cuối tuần này! Hãy kiểm tra bức ảnh lễ hội mà bạn yêu thích!

당첨자가 선정되었습니다.

Người trúng thưởng đã được chọn.

⁎ người trúng thưởng 당첨자

행운의 당첨자 다섯 분의 명단을 확인하세요!

Hãy kiểm tra danh sách 5 người trúng thưởng may mắn!

⁎ danh sách 명단

XYZ 회사와 공동기획으로 이번 행사 중 매일 다섯 쌍에게 홍콩 여행 티켓을 드리고 있습니다!

Cùng hợp tác với công ty XYZ, chúng tôi sẽ cung cấp vé du lịch Hồng Kông cho 5 cặp đôi mỗi ngày trong sự kiện này!

시간이 얼마 안 남았습니다!

Không còn nhiều thời gian!

이벤트에 참가해 상을 타실 기한이 겨우 3일 남았습니다!

Chỉ còn 3 ngày nữa là hết hạn để được nhận giải thưởng!

⁎ giải thưởng 상품, 상

비디오나 사진을 업로드하기만 하면 됩니다.

Chỉ cần tải video hoặc hình ảnh lên. ＊tải 업로드하다

당첨 기회를 잡으세요!

Hãy nắm lấy cơ hội để chiến thắng!

페이스북 사용자들께 아메리카노 쿠폰 1만 장을 무료로 드립니다!

Chúng tôi sẽ tặng 10 nghìn tờ phiếu Americano miễn phí cho người dùng Facebook! ＊tặng 선물로 주다

이번 여름 휴가 시즌을 맞아 특별한 선물을 드립니다. 내일 8월 5일 모든 KTX 탑승객에게 무료로 샘플을 나눠 드립니다.

Chúng tôi sẽ tặng bạn một món quà đặc biệt cho kỳ nghỉ hè này. Ngày mai, tức là ngày 5 tháng 8, chúng tôi sẽ cung cấp mẫu miễn phí cho tất cả hành khách KTX.

저희 '새 시즌의 음료를 만들어라' 공모전에 참가하신 모든 분께 감사드립니다. 당선된 음료는 아보카도 스무디입니다! 8월부터 전국 매장에서 만나 보세요.

Chúng tôi xin cảm ơn tất cả các bạn đã tham gia cuộc thi 'Hãy làm đồ uống cho mùa mới'. Đồ uống được bầu là sinh tố bơ! Các bạn có thể thưởng thức tại các cửa hàng trên toàn quốc từ tháng 8.

축하하는 의미에서, 신상 손목시계를 탈 수 있는 기회를 드립니다.

Với ý nghĩa chúc mừng, chúng tôi sẽ cho bạn cơ hội có thể nhận được đồng hồ đeo tay mới.

공익 캠페인 및 이벤트

이 게시물을 공유하여 '세계 물의 날'을 사람들에게 널리 알리는 데 함께해 주세요!

Hãy tham gia chia sẻ bài đăng này để quảng bá 'Ngày nước thế giới' đến mọi người!

저희 회사의 그린 에너지 캠페인에 참여하셨나요?

Bạn đã tham gia vào chiến dịch Năng lượng Xanh của chúng tôi chưa?

저희가 진행하는 음주운전 반대 캠페인을 지원하실 수 있는 마지막 기회입니다.

Đây là cơ hội cuối cùng để hỗ trợ chiến dịch phản đối lái xe uống rượu mà chúng tôi đang tiến hành.

저희 회사는 패션이 환경에 끼치는 영향에 대한 인식을 높이기 위해 세 번째 에코 패션 컬렉션을 출시합니다.

Công ty chúng tôi ra mắt bộ sưu tập thời trang sinh thái thứ 3 để nâng cao nhận thức về tác động của thời trang đến môi trường.

◦thời trang sinh thái 에코 패션 nâng cao nhận thức 인식을 높이다

저희는 오늘 출시하는 에코 패션 컬렉션 제품에 화학약품 사용 없이 재배된 유기농 면을 사용하고 있습니다!

Đối với các sản phẩm bộ sưu tập thời trang sinh thái được ra mắt hôm nay, chúng tôi đang sử dụng vải bông hữu cơ được trồng không có hóa chất!

◦hữu cơ 유기농의

저희는 지속가능성을 중요하게 생각합니다.

Chúng tôi coi trọng sự bền vững.

◦bền vững 지속가능한

가장 잘 나온 여러분의 사진을 업로드하여 아동 복지 재단에 1달러를 기부하세요.

Quyên góp 1 đô la cho Quỹ phúc lợi trẻ em bằng cách đăng tải lên những bức ảnh đẹp nhất của bạn.

좋은 취지의 행사이니 부끄러워하지 마시고 참여하세요!

Vì là sự kiện có ý nghĩa tốt nên đừng ngại mà hãy tham gia vào!

저희는 유니세프와 손을 잡고 소말리아 어린이들의 교육을 후원합니다!

Chúng tôi hợp tác với UNICEF để hỗ trợ giáo dục trẻ em ở Somalia!

◦hợp tác với ~와 협력하다

저희 K & J는 멸종위기 동물을 보호하기 위해 노력하고 있습니다. 여러분도 동참할 수 있는 방법을 확인해 보세요!

K & J chúng tôi đang nỗ lực để bảo vệ động vật có nguy cơ tuyệt chủng. Các bạn cũng thử kiểm tra cách thức mà bạn có thể cùng tham gia nhé!

◦động vật có nguy cơ tuyệt chủng 멸종위기 동물

분쟁 지역의 아이들을 돕기 위해 기부해 주신 모든 분께 정말 감사드립니다.

Chúng tôi xin cảm ơn tất cả mọi người đã góp phần giúp đỡ trẻ em trong các khu vực tranh chấp.

＊khu vực tranh chấp 분쟁 지역

저희는 아프리카 200만 명의 어린이에게 말라리아 예방약을 제공했습니다.

Chúng tôi đã cung cấp thuốc phòng chống sốt rét cho 2 triệu trẻ em ở Châu Phi.

＊phòng chống 방지하다, 예방하다

여러분 덕분입니다! K & J는 겨우 한 달 만에 수천 명의 방글라데시 수해 난민에게 30일치의 식수와 식량을 제공할 수 있는 기금을 모금했습니다.

Tất cả là nhờ mọi người! Chỉ trong 1 tháng, K & J đã quyên góp tiền để cung cấp đồ uống và lương thực trong 30 ngày cho hàng nghìn người tị nạn lũ lụt ở Bangladesh.

저희 K & J는 아동 노동에 맞서 '세계 노동의 날' 반대 투쟁을 지지합니다.

K & J chúng tôi ủng hộ cuộc đấu tranh phản đối 'Ngày lao động thế giới' đối với lao động trẻ em.

＊cuộc đấu tranh 투쟁

저희와 함께 개발도상국의 교육 개선 캠페인에 참여하세요.

Hãy tham gia vào chiến dịch để cải tiến giáo dục ở các nước đang phát triển với chúng tôi.

＊nước đang phát triển 개발도상국

5월 1일부터 5월 31일까지, 전국의 저희 매장에서 신제품 핸드 크림 1개를 구매하실 때마다 구매 금액의 1%가 아프리카 아이들의 생명을 구하기 위한 아프리카 아동 펀드로 기부될 겁니다.

Từ ngày 1 tháng 5 đến ngày 31 tháng 5, mỗi khi bạn mua một loại kem dưỡng tay mới từ cửa hàng của chúng tôi trên toàn quốc, 1% số tiền bạn mua sẽ được quyên góp cho Quỹ Trẻ em châu Phi để cứu sống trẻ em châu Phi.

더 나은 세상을 만드는 데 협조해 주셔서 감사합니다.

Cảm ơn bạn đã hợp tác trong việc tạo ra một thế giới tốt đẹp hơn.

Sumi Kim Tôi muốn làm tình nguyện với mục đích tốt đẹp như thế.
그런 좋은 취지를 위해 자원 봉사하고 싶습니다.

ABC Co., Ltd **Cảm ơn bạn đã hợp tác trong việc tạo ra một thế giới tốt đẹp hơn.** 더 나은 세상을 만드는 데 협조해 주셔서 감사합니다.

스타 마케팅

오, 근사하네요! 가수 제니가 저희 신제품을 사러 서울 명동 매장에 들렀어요!

Ồ, tuyệt vời lắm! Ca sĩ Jenny ghé qua cửa hàng Myeongdong để mua sản phẩm mới của chúng tôi!

영화 <미션 임파서블>에 나온 전설적인 코스모 탭 5를 확인하세요!

Hãy kiểm tra xem Cosmo Tap 5 huyền thoại trong bộ phim *Mission Impossible*!

방탄소년단이 새 앨범의 수록 곡들을 부릅니다.

BTS sẽ hát những bài hát trong album mới của họ.

BTS sẽ hát những bài hát trong album mới của họ. Ngày 9 tháng 9 bạn có thể xem live trực tuyến tại Seoul. Hãy đăng ký trên trang web của chúng tôi và tham gia bữa tiệc thú vị này!
방탄소년단이 새 앨범의 수록 곡들을 부릅니다. 9월 9일 서울에서 온라인으로 실시간 스트리밍 방송합니다. 저희 웹사이트에 등록하시고 이 신나는 파티에 참가하세요!

포착: 저희 2018 S/S 시즌 스틸레토를 신고 있는 김연아 발견!

Phát hiện: Yuna Kim đi giày cao gót S/S 2018 của chúng tôi!

phát hiện 발견하다

저희 제품을 사용하는 유명 인사들의 모든 사진을 보세요!

Hãy xem tất cả các bức ảnh của người nổi tiếng đang sử dụng sản phẩm của chúng tôi!

다음 영화들에 저희 상품들이 등장합니다.

Sản phẩm của chúng tôi sẽ xuất hiện trong các bộ phim tiếp theo.

와, 제시카 알바가 저희 제품의 팬인지 몰랐네요!

Òa, tôi không biết rằng Jessica là fan của sản phẩm của chúng tôi!

기아 방지 캠페인에 기부한 스타 명단을 찾아보실 수 있습니다.

Bạn có thể tìm thấy danh sách ngôi sao đã đóng góp cho chiến dịch phòng chống nạn đói.

선호도 조사

여러분! 저희 휴가 선물 세트 3개 중 하나를 구매하세요. 어떤 게 가장 마음에 드시나요?

Các bạn ơi! Hãy mua 1 trong 3 bộ quà tặng kỳ nghỉ của chúng tôi nhé. Bạn thích cái nào nhất?

저희 제시카 백은 여섯 가지 선명한 색상으로 나옵니다.

Túi Jessica của chúng tôi có 6 màu rực rỡ.

자, 어느 색상이 가장 좋은지 알려 주세요!

Nào, hãy cho tôi biết bạn thích màu nào nhất!

여러분의 선호도에 맞는 디자인이 뭔지 알려 주세요.

Các bạn hãy cho chúng tôi biết thiết kế nào phù hợp với sở thích của bạn.

다음 휴가에 핑크나 블루 룩 중 어떤 것을 선호하세요?

Bạn thích màu hồng hay màu xanh cho kỳ nghỉ tiếp theo của bạn?

다음 디자인을 보시고 선호하시는 것에 '좋아요'를 눌러 주세요!

Vui lòng xem thiết kế tiếp theo và nhấn 'Thích' cho sở thích của bạn!

저희 설문 조사에 참여하시고 다른 분들의 선호도 결과를 보세요.

Hãy tham gia khảo sát của chúng tôi và xem kết quả sở thích của những người khác.

인맥
만들기

비즈니스를 하다 보면 여러 분야의 다양한 사람을 만나게 됩니다. 성공적인 비즈니스를 위해서는 그들에게 좋은 인상을 심어 주는 것이 중요한데요. 처음 만난 사람과 무슨 이야기를 어떻게 해야 할지 모르시겠다고요? 그런 분들을 위해 이번 파트에서는 사업상 첫 만남부터 관계를 발전시키는 데 유용한 표현들을 담았습니다.

Chapter 1

만남 및 인사

 06-1.mp3

첫인사

안녕하세요.

Xin chào.
Chào anh/chị ạ.

저는 배진우입니다.

Tôi là Bae Jin Woo.
Tôi tên là Bae Jin Woo.
Tên tôi là Bae Jin Woo.

만나서 반갑습니다.

Rất vui được gặp anh/chị.
Rất hân hạnh được gặp anh/chị.

A **Chào chị. Tôi tên là Bae Jin Woo.** 안녕하세요. 제 이름은 배진우입니다.

B **Chào anh.** Tôi là Thu, còn đây là anh Cương.
안녕하세요. 저는 투이고, 이분은 끄엉 씨입니다.

A **Rất vui được gặp anh Cương.** Tôi rất cảm ơn chị Thu đã mời tôi.
만나서 반갑습니다, 끄엉 씨. 투 씨, 이렇게 초대해 주셔서 감사합니다.

B Chúng tôi rất chào mừng anh. Tôi rất vui vì anh đã đến.
환영합니다. 와 주셔서 기뻐요.

그냥 투라고 불러 주세요.

Anh/Chị cứ gọi tôi là Thu đi/nhé.

A Chào chị ạ, chị là Nguyễn Minh Thu phải không? 안녕하세요, 응우옌 밍 투 씨죠?

B Dạ, vâng. **Anh cứ gọi tôi là Thu nhé.** 네, 그렇습니다. 그냥 투라고 불러 주세요.

저는 MK 인터내셔널의 마이입니다.

Tôi là Mai ở MK International.

김민수 씨죠?

Anh là Kim Min Soo phải không?
Anh có phải là Kim Min Soo không?

말씀 많이 들었어요.

Tôi đã nghe nhiều về anh/chị.

드디어 만나게 되어 반갑습니다.

Tôi thật vui vì cuối cùng cũng được gặp anh/chị.
Tôi rất hân hạnh vì cuối cùng cũng được gặp anh/chị.

대중 상대
인사

안녕하세요, 여러분!

Xin chào, quý vị!
Xin chào, các bạn!

오늘 이렇게 와 주셔서 감사합니다.

Chúng tôi rất cảm ơn quý vị đến đây ngày hôm nay.

모두 만나 뵙게 되어 반갑습니다.

Rất vui được gặp các bạn.

ABC 회사에 오신 여러분을 환영합니다.

Chào mừng quý vị đến công ty ABC.

지인 상대
인사

안녕하세요.

Chào anh/chị.

잘 지내죠?

Anh/Chị có khoẻ không?
Dạo này anh/chị thế nào?

A **Chào chị Hương.** Rất vui được gặp chị! **Chị có khoẻ không?**
   안녕하세요, 흐엉 씨. 다시 만나서 반가워요! 잘 지내죠?

B   Cảm ơn anh Min Woo. Tôi khoẻ. Dạo này tôi rất bận. Còn anh?
    고마워요, 민우 씨. 저는 잘 지내요. 요즘 많이 바쁘네요. 잘 지내세요?

A   Tôi cũng khoẻ. Cảm ơn chị.   저도 잘 지내요. 고마워요.

요즘 어때요?

Dạo này thế nào vậy?
Dạo này anh/chị thế nào?

그럭저럭 지내요.

Cũng được.
Bình thường.

A   Chị Thuỷ ơi, **dạo này thế nào vậy?**   투이 씨, 요즘 어때요?

B   **Cũng được.** Có việc gì đặc biệt không anh Min Ho?
그럭저럭 지내요. 뭐 특별한 일 있어요, 민호 씨?

A   Tôi cũng không có việc gì đặc biệt.   별일 없어요.

항상 그렇죠 뭐.

Lúc nào cũng vậy mà.

아주 좋아요.

Dạo này tốt lắm.

별로요.

Không tốt lắm.
Không khoẻ lắm.

아주 바빴어요.

Tôi đã rất bận.

다시 만나서 반가워요.

Tôi rất vui được gặp lại anh/chị.

어, 투 아닌가요?

Ủa, chị Thu phải không?

오랜만이네요.

Lâu quá không gặp anh/chị.
Lâu lắm rồi mới gặp anh/chị.

A   Chào chị Thu. Tôi rất vui được gặp chị ở đây.
안녕하세요, 투 씨. 여기서 만나다니 정말 반가워요.

B   Chào chị Ji Na. **Lâu quá không gặp chị.** Dạo này chị thế nào?
안녕하세요, 지나 씨. 오랜만이네요. 요즘 어때요?

A   Cũng bận rộn lắm.   계속 바쁘네요.

세월이 참 빠르네요!

Thời gian trôi nhanh quá!

하나도 안 변하셨네요.

Anh/Chị không thay đổi gì cả.
Anh/Chị không thay đổi gì hết.

공손한 인사

안녕하세요!

Xin chào!

처음 뵙겠습니다.

Rất vui được gặp anh/chị.

만나 뵙게 되어 반갑습니다.

Rất vui được gặp anh/chị.
Rất hân hạnh được gặp anh/chị.

A Xin chào anh Kim Min Ho. **Rất vui được gặp anh.**
   안녕하세요, 김민호 씨. 처음 뵙겠습니다.

B **Rất vui được gặp chị Phạm Thị Hoà.**   만나 뵙게 되어 반갑습니다, 팜 티 호아 씨.

A **Tôi cũng rất vui được gặp anh.** Anh gọi tôi là Hoà nhé.
   저도 만나 뵙게 되어 반갑습니다. 그냥 호아라고 불러 주세요.

B Vâng. Chị cũng gọi tôi là Min Ho đi.   네. 저도 그냥 민호라고 불러 주세요.

신디라고 불러도 될까요?

Tôi gọi chị là Cindy được không?

우연한 만남

아니, 이게 누구야?

Ủa, ai vậy?

여기서 만날 줄이야!

Không ngờ là chúng ta gặp nhau ở đây!

여기서 만나다니 정말 반갑다!

Rất vui được gặp bạn ở đây!

A **Ủa, ai vậy?** Hoà, bạn tôi nè! 아니, 이게 누구야? 내 친구, 호아잖아!

B **Rất vui được gặp bạn ở đây!** Này, Jun khoẻ không?
여기서 만나다니 정말 반갑다! 야, 준, 잘 지냈니?

A Tôi đã rất bận rộn. Mọi thứ ổn chứ? 계속 바빴어. 넌 어떻게 지냈니?

B Ừ, không có việc gì đặc biệt. 어, 뭐 별일 없어.

어떻게 지내셨어요?

Anh/Chị có khoẻ không?

여기 어쩐 일이세요?

Anh/Chị đến đây làm gì?
Anh/Chị có chuyện gì ở đây vậy?

세상 정말 좁군요!

Thế giới thật nhỏ bé!

가족 안부

가족들은 잘 계시죠?

Gia đình anh/chị có khoẻ không?

부모님은 잘 지내시죠?

Bố mẹ anh/chị có khoẻ không?

부인도 잘 계시죠?

Vợ anh cũng khoẻ chứ?

애들은요?

Còn bọn trẻ con thì sao?

저도 최근에 그녀 소식을 못 들었어요.

Gần đây tôi cũng không nghe tin về cô ấy.

· gần đây 최근에, 근처에

부인께 안부 전해 주세요.

Anh chuyển lời hỏi thăm đến vợ của anh giúp tôi nhé.

가족에게 안부 전해 주세요.

Cho tôi gửi lời hỏi thăm đến gia đình anh/chị.

애들이 몇 살이라고 했죠?

Anh/Chị nói con anh/chị bao nhiêu tuổi?

아기는 잘 있어요?

Em bé thế nào rồi?

아기가 몇 개월이죠?

Em bé được bao nhiêu tháng rồi?

요즘 부쩍 크고 있어요.

Dạo này nó đang lớn vùn vụt.

공항 마중

한국엔 언제 도착하세요?

Khi nào anh/chị đến Hàn Quốc ạ?

어떤 항공편이죠?

Anh/Chị đến bằng chuyến bay nào?

베트남 항공 423편으로 갑니다.

Tôi đi chuyến bay 423 của Vietnam Airlines.

제가 공항에 마중 나가겠습니다.

Tôi sẽ ra sân bay đón anh/chị.

A Chị Mai ơi, **khi nào chị đến Hàn Quốc ạ?** 마이 씨, 한국엔 언제 도착하세요?

B Tôi đến lúc 1 giờ rưỡi vào thứ 4 tuần này ạ. 이번 주 수요일 오후 1시 반에요.

A **Chị đến bằng chuyến bay nào?** 어떤 항공편이죠?

B Chuyến bay VN 423 ạ. VN 423편입니다.

A Vâng, **tôi sẽ ra sân bay đón chị.** 알았어요, 제가 공항에 마중 나가겠습니다.

B Cảm ơn anh. 고마워요.

공항에 오실 수 있을까요?

Anh/Chị có thể đến sân bay được không?

공항에서 호텔까지 교통편을 준비하겠습니다.

Chúng tôi sẽ chuẩn bị phương tiện giao thông từ sân bay đến khách sạn.

폐가 안 된다면, 그렇게 해 주시면 고맙겠습니다.

Không phiền thì tôi rất cảm ơn nếu anh/chị làm như vậy.

제가 당신을 어떻게 알아보죠?

Làm thế nào tôi có thể nhận ra anh/chị?   *nhận ra 알아보다

당신 이름이 적힌 검은색 표지를 들고 있겠습니다.

Tôi sẽ mang một cái bìa màu đen có tên của anh/chị trên đó.

고맙습니다만, 그러실 필요 없습니다.

Tôi rất cảm ơn anh/chị nhưng anh/chị không cần làm như thế.

팜 티 흐엉 씨입니까?

Chị là Phạm Thị Hương phải không ạ?

만나 뵙고 싶었습니다.

Tôi đã rất muốn gặp anh/chị.

드디어 이렇게 만나 뵙는군요.

Cuối cùng cũng gặp được anh/chị như thế này.

한국에 오신 것을 환영합니다.

Chào mừng anh/chị đến Hàn Quốc.

비행은 어떠셨어요?

Chuyến bay của anh/chị thế nào?

A Xin chào chị. Chị là chị Hương đến từ MK International phải không?
   안녕하세요. MK 인터내셔널에서 오신 흐엉 씨인가요?

B Vâng, chắc là anh Min Jun. **Cuối cùng cũng gặp được anh như thế này.**
   네, 민준 씨군요. 드디어 이렇게 만나 뵙는군요.

A Rất vui được gặp chị! **Chào mừng chị đến Hàn Quốc.**
   만나서 반갑습니다! 한국에 오신 것을 환영합니다.

B Cảm ơn anh. Được đến đây rồi, tôi thấy tốt lắm.   고맙습니다. 이곳에 오니 좋네요.

A **Chuyến bay của chị thế nào?**   비행은 어떠셨어요?

B Đã thoải mái lắm.   아주 편했어요.

여행은 잘 하셨나요?

Anh/Chị du lịch vui không?

비행은 아주 편안하고 빨랐어요.

Chuyến bay rất thoải mái và nhanh.

너무 오랜 비행이었어요.

Đó là một chuyến bay quá dài.

날씨에 적응하느라 좀 힘드네요.

Tôi hơi mệt mỏi vì phải thích nghi với thời tiết.

*thích nghi 적응하다

A A lô. Tôi là Kim Ji Na tại công ty thương mại JJ. Cho tôi nói chuyện với anh Trung. 안녕하세요. JJ 상사의 김지나입니다. 쯤 씨와 통화하고 싶은데요.

B A lô, Trung đây ạ. 안녕하세요, 제가 쯤입니다.

A Chào mừng anh đến Seoul. Chuyến bay của anh thế nào? 서울에 오신 것을 환영합니다. 비행은 어떠셨어요?

B **Rất thoải mái nhưng, tôi hơi mệt mỏi vì phải thích nghi với thời tiết.** 비행은 괜찮았는데, 날씨에 적응하느라 좀 힘드네요.

A Tôi hy vọng anh sớm khỏi. Sáng mai tôi sẽ gửi đồng nghiệp là anh Min Woo đến khách sạn để đón anh. 곧 나아지시길 바랍니다. 내일 아침에 모시러 제 동료인 민우 씨를 호텔로 보낼게요.

B Tốt quá! Mấy giờ chị? 좋아요! 몇 시에요?

A Chúng ta gặp nhau ở sảnh lúc 8 giờ 30 phút được không? 아침 8시 반에 로비에서 만나는 게 어때요?

B Vâng được ạ. 좋습니다. *đồng nghiệp 동료

이곳은 처음이십니까?

Đây là lần đầu tiên anh/chị đến đây hả?

서울은 이번이 두 번째 방문입니다. 처음엔 무역 박람회 참석차 왔었습니다.

Đây là lần thứ hai tôi đến Seoul. Lầu đầu tiên, thì tôi đã đến để tham gia cuộc triển lãm thương mại.

*cuộc triển lãm 박람회

내일 아침에 호텔로 모시러 가겠습니다.

Tôi sẽ đón anh/chị tại khách sạn vào sáng mai.

소개

🎧 06-2.mp3

동료 소개

제 동료인 윤세아 씨를 소개해 드리죠.

Tôi sẽ giới thiệu chị Yoon Sae A, đồng nghiệp của tôi.

A Anh Tuấn ơi, **tôi sẽ giới thiệu chị Yoon Sae A, đồng nghiệp của tôi.**
뚜언 씨, 제 동료인 윤세아 씨를 소개해 드리죠.

B Rất vui được gặp anh. 만나서 반갑습니다.

C Tôi cũng rất vui được gặp chị. 저도 만나서 반갑습니다.

이분은 제 동료인 마이 씨입니다.

Đây là chị Mai, đồng nghiệp của tôi.

제 동료인 마이 씨를 만나셨던가요?

Anh/Chị đã gặp chị Mai, đồng nghiệp của tôi chưa?

세아 씨에게 말씀 많이 들었습니다.

Chị Sae A hay nói về anh/chị rồi.
Tôi đã nghe về anh/chị rất nhiều từ chị Sae A.

드디어 직접 뵙는군요.

Cuối cùng chúng tôi cũng được gặp mặt trực tiếp rồi.

오래 전부터 만나 뵙고 싶었습니다.

Tôi đã rất muốn gặp anh/chị từ lâu.

죄송하지만, 성함이 어떻게 되신다고요?

Xin lỗi, xin nhắc lại tên của anh/chị được không?

죄송하지만, 성함을 알아듣지 못했습니다.

Xin lỗi, xin nói lại tên của anh/chị.

제가 사람 이름에 약해서요.

Tôi không giỏi nhớ tên người khác.

A Chào mừng anh đến MK International. Tôi là Lee Min Soo. Tôi đang quản lý nhà máy.　MK 인터내셔널에 잘 오셨습니다. 저는 이민수입니다. 여기 공장을 관리하고 있죠.

B Rất vui được gặp chị. Tôi tên là Mai.　만나서 반갑습니다. 제 이름은 마이입니다.

A **Xin lỗi, xin nhắc lại tên của chị được không? Tôi không giỏi nhớ tên người khác.**　죄송하지만, 성함이 어떻게 되신다고요? 제가 사람 이름에 약해서요.

말씀 많이 들었습니다.

Tôi đã nghe rất nhiều về anh/chị.

직업 소개

무슨 일을 하세요?

Anh/Chị làm gì?
Anh/Chị làm nghề gì?
Nghề nghiệp của anh/chị là gì?

직업이 마음에 드시나요?

Anh/Chị hài lòng với công việc của mình không?

A **Anh làm nghề gì?**　무슨 일을 하세요?

B Tôi làm nhà phân tích chứng khoán.　저는 증권 분석가예요.

A Chắc mệt mỏi lắm. **Anh hài lòng với công việc của mình không?** 아주 힘들겠군요. 직업이 마음에 드시나요?

B Đôi khi thì tốt nhưng đôi khi thì không.　가끔은 그렇지만 또 가끔은 아니에요.

저는 영업사원입니다.

Tôi đang bán hàng.
Tôi là nhân viên bán hàng.

저는 소프트웨어 엔지니어입니다.

Tôi là kỹ sư phần mềm.
Tôi làm kỹ sư phần mềm.

어느 직종에서 일하세요?

Anh/Chị làm trong ngành nào?

＊ngành 분야

A **Chị Thuỷ làm trong ngành nào?**　투이 씨는 어느 직종에서 일하세요?

B Tôi làm việc trong ngành tiếp thị.　저는 마케팅을 하고 있어요.

저는 개인 사업을 하고 있어요.

Tôi đang làm kinh doanh riêng.

회사 소개

새 직장은 어때요?

Công việc mới của anh/chị thế nào?

어느 회사에 다니세요?

Anh/Chị làm việc ở công ty nào?

A	**Chị làm việc ở công ty nào?** 어느 회사에 다니세요?	
B	Tôi làm việc ở MK International. MK 인터내셔널에 다닙니다.	
A	Chị đang làm việc ở bộ phận nào? 어느 부서에 계시는데요?	
B	Tôi đang làm ở bộ phận nhân sự. Tôi làm tuyển dụng và đào tạo nhân viên.	
	인사부에 있어요. 직원을 뽑고 교육시키는 일을 하죠.	tuyển dụng 채용하다

저는 ABC 회사에 다녀요.

Tôi làm việc ở công ty ABC.

저희 회사는 서울에 있습니다.

Công ty tôi nằm ở Seoul.

저희 본사는 호찌밍에 있습니다.

Trụ sở chính công ty chúng tôi nằm ở thành phố Hồ Chí Minh.

무슨 일을 하는 회사예요?

Công ty anh/chị làm về gì?

A	Chị Thuỷ ơi! Tôi nghe nói cuối cùng chị đã xin được việc rồi. Chúc mừng chị!
	투이! 마침내 취직했다면서요. 축하해요!
B	Cảm ơn anh. 고마워요.
A	**Công ty chị làm về gì?** 무슨 일을 하는 회사예요?
B	Chúng tôi đang sản xuất sản phẩm điện gia dụng. 소형 가전제품을 생산해요.

어떤 사업을 하는 회사인가요?

Công ty anh/chị đang kinh doanh trong ngành nào?

패션사업을 하고 있습니다.

Chúng tôi đang làm kinh doanh thời trang.

의류를 판매하고 있습니다.

Chúng tôi đang bán quần áo.

가전제품을 생산하고 있습니다.

Chúng tôi đang sản xuất sản phẩm điện gia dụng.

저희 주요 제품은 복사기입니다.

Sản phẩm chủ yếu của chúng tôi là máy photo.

업무 소개

거기서 무슨 일을 하세요?

Công việc của anh/chị là gì?

Anh/Chị đang phụ trách gì ở đó?

A Chào chị Thuỷ. Tôi nghe nói chị đang làm việc ở MK International. **Chị đang phụ trách gì ở đó?**
안녕하세요, 투이. MK 인터내셔널에서 근무한다고 들었어요. 거기서 무슨 일을 하세요?

B Tôi là nhân viên bán hàng. Còn anh Min Ho đang làm việc ở công ty nào?
영업사원으로 일해요. 민호 씨는 어느 회사에 다녀요?

A Tôi đang làm việc ở công ty điện tử SS.   저는 SS 전자회사에 다녀요.

수진 씨는 해외 마케팅을 담당하고 있습니다.

Chị Su Jin đang phụ trách tiếp thị nước ngoài.

A Chị Su Jin ơi, chị đã gặp anh Cương chưa?   수진 씨, 끄엉 씨를 전에 만났던가요?

B Chưa, anh giới thiệu cho tôi nhé.   아뇨, 소개해 주세요.

A Anh Cương, đây là chị Su Jin. **Chị Su Jin đang phụ trách tiếp thị nước ngoài.**   끄엉 씨, 이분은 수진 씨예요. 수진 씨는 해외 마케팅을 담당하고 있습니다.

C Rất vui được gặp chị Su Jin. Tôi là Cương.   만나서 반가워요, 수진 씨. 저는 끄엉입니다.

어느 부서에 계세요?

Anh/Chị đang làm việc ở bộ phận nào?

인사부에서 일합니다.

Tôi đang làm việc tại bộ phận nhân sự.

품질관리부에서 일합니다.

Tôi đang làm việc tại bộ phận quản lý chất lượng.

여기서 오래 일하셨나요?

Anh/Chị đã làm việc ở đây lâu chưa?

그곳에 얼마 동안 다니셨어요?

Anh/Chị đã làm việc ở đây lâu chưa?
Anh/Chị đã làm việc ở đây bao lâu rồi?

거기서 일하기 어때요?

Làm việc ở đó thế nào?

A   Chào chị Su Jin. Rất vui được gặp lại chị.   안녕하세요, 수진 씨. 다시 만나서 반갑습니다.

B   À, chào anh Giang! Tôi cũng rất vui được gặp anh. Nghe nói anh mới bắt đầu
    làm việc ở công ty mới. **Làm việc ở đó thế nào anh?**
    아, 안녕하세요, 장 씨! 저도 만나서 반가워요. 새 회사에서 일하기 시작하셨다고 들었어요. 거기서 일하
    기 어때요?

A   Tôi thấy khó khăn một chút.   좀 힘들어요.

거기서 일하기 좋으세요?

Làm việc ở đó có thoải mái không?

하루 근무 시간이 어떻게 돼요?

Anh/Chị làm việc mấy tiếng một ngày?

주말에도 근무하나요?

Cuối tuần anh/chị cũng làm việc à?

사업은 어때요?

Hiện nay kinh doanh ra sao rồi?

좋았다 나빴다 해요.

Đôi khi thì tốt còn đôi khi thì không tốt.

매출은 얼마나 되나요?

Doanh thu của anh/chị thế nào?
Doanh thu của anh/chị là bao nhiêu?   ⁕doanh thu 매출

A **Doanh thu của anh là bao nhiêu?** 매출은 얼마나 되나요?

B Năm ngoái tôi đã nâng doanh thu lên khoảng 32 tỷ đô la.
작년에 미화 32억 달러 정도의 매출을 올렸어요.

가족 소개

제 아내 제인을 소개할게요.
Đây là vợ tôi, tên là Jane.
Tôi sẽ giới thiệu vợ tôi, Jane.

저는 결혼 10년차예요.
Tôi đã kết hôn 10 năm rồi.
Tôi đã lập gia đình 10 năm rồi.

저는 귀여운 두 딸이 있어요.
Tôi có 2 con gái rất dễ thương.

저는 두 딸이 있는 기혼자입니다.
Tôi đã kết hôn và có 2 con gái rồi.

저는 아직 싱글이고 혼자 삽니다.
Tôi còn độc thân và đang sống một mình.

저는 부모님과 함께 살아요.
Tôi sống chung với bố mẹ.

아내를 회사에서 만났죠.
Tôi đã gặp vợ ở công ty.

제 아내는 전업주부입니다.
Vợ tôi là nội trợ.

제 아내는 IT 회사 이사예요.
Vợ tôi là phó giám đốc ở công ty công nghệ thông tin.

우리 아들은 내년에 대학에 들어가요.
Con trai tôi sẽ vào đại học vào năm sau.

우리 아들은 군대에 있어요.
Con trai tôi đang trong quân đội.

**연락처
주고받기**

연락처를 알려 주세요.

Anh/Chị cho tôi biết số liên lạc của anh/chị nhé.
Anh/Chị cho tôi biết số điện thoại của anh/chị nhé.

제 명함을 드릴게요.

Đây là danh thiếp của tôi.
Tôi sẽ cho anh/chị danh thiếp của tôi.

*danh thiếp 명함

제 명함은 가지셨죠?

Anh/Chị đã lấy danh thiếp của tôi chưa?

실전 회화

A **Chị đã lấy danh thiếp của tôi chưa?**　제 명함은 가지셨죠?

B Dạ, chưa. Hình như tôi chưa có.　아뇨. 없는 것 같아요.

A Đây ạ.　여기 드릴게요.

B Cảm ơn anh.　고마워요.

여기 제 이메일 주소를 드릴게요.

Đây là địa chỉ email của tôi.

**대화
마무리하기**

죄송하지만, 이제 가 봐야겠어요.

Xin lỗi, nhưng tôi phải đi bây giờ.

만나 뵙게 되어 기뻤습니다.

Tôi đã rất vui được gặp anh/chị.

말씀 나눠서 즐거웠습니다.

Rất vui đã nói chuyện với anh/chị.

시간 내 주셔서 감사합니다.

Xin cảm ơn anh/chị đã dành thời gian cho tôi.

언제 점심 식사 같이 하기로 해요.

Khi nào chúng ta cùng đi ăn trưa nhé.

이메일로 연락하도록 해요.

Chúng ta liên lạc qua email nhé.

방문

🎧 06-3.mp3

**약속 장소
도착 직후**

실례합니다.

Xin lỗi.

어떻게 오셨어요?

Anh/Chị cần giúp gì không?
Tôi có thể giúp gì cho anh/chị?

끄엉 씨를 뵙기로 했는데요.

Tôi có hẹn gặp anh Cương ở đây.

끄엉 씨를 뵐 수 있을까요?

Tôi có thể gặp anh Cương được không?

A Chào chị. **Chị cần giúp gì không?** 안녕하세요. 어떻게 오셨어요?

B Chào anh. **Tôi có thể gặp anh Cương được không?**
안녕하세요. 끄엉 씨를 뵐 수 있을까요?

A Chị đã hẹn với anh Cương chưa? 끄엉 씨와 약속이 돼 있으신가요?

B Vâng, anh ấy đã yêu cầu tôi ghé văn phòng. Nhưng tôi chưa đặt hẹn với anh
ấy. 네, 들르라고 하셨어요. 하지만 선약이 돼 있진 않습니다.

A Chị cho tôi biết tên của chị nhé. 성함을 알려 주세요.

진호 씨와 2시에 회의가 있어서 왔습니다.

Tôi đến đây để họp với anh Jin Ho lúc 2 giờ.

진호 씨를 만나러 왔습니다.

Tôi đến đây để gặp anh Jin Ho.

쭝 씨에게 제가 왔다고 전해 주시겠어요?

Anh/Chị có thể nói với anh Trung là tôi đang ở đây được
không?

미리 약속하셨나요?

Anh/Chị đã hẹn chưa?

진호 씨가 기다리고 계십니다.

Anh Jin Ho đang đợi anh/chị.

이쪽으로 따라오세요.

Đi theo đường này nhé.
Anh/Chị đi theo tôi nhé.

A　Chào chị. Tôi có thể giúp gì cho chị?　안녕하세요. 어떻게 오셨어요?

B　Xin chào. Tôi là Mai đến từ quỹ ABC. Hôm nay tôi có hẹn gặp anh Jin Ho.
　　안녕하세요. 저는 ABC 재단에서 온 마이입니다. 오늘 진호 씨를 뵙기로 했는데요.

A　Vâng, **anh Jin Ho đang đợi chị. Chị đi theo em nhé.**
　　네, 진호 씨가 기다리고 계십니다. 이쪽으로 따라오세요.

죄송하지만, 긴급 회의 중이시라 매우 바쁘세요.

Xin lỗi, nhưng ông ấy đang bận họp khẩn cấp.
Xin lỗi, nhưng anh/chị ấy đang bận với cuộc họp khẩn cấp.

A　Xin lỗi.　실례합니다.

B　Tôi có thể giúp gì cho anh?　어떻게 오셨나요?

A　Tôi có hẹn với chị Thuỷ lúc 11 giờ ạ.　11시에 투이 씨와 약속이 돼 있습니다.

B　**Xin lỗi, nhưng chị ấy đang bận với cuộc họp khẩn cấp.** Chị ấy không thể có
　　mặt đến 1 giờ ạ.　죄송하지만, 긴급 회의 중이시라 매우 바쁘세요. 1시까지 만나실 수 없습니다.

A　Nhưng mà sáng nay chị ấy gọi cho tôi và yêu cầu tôi ghé đây mà.
　　하지만 오늘 아침에 제게 전화해서 들러 달라고 하셨는데요.

B　Để tôi kiểm tra với chị Thuỷ. Xin lỗi, anh tên là gì ạ?
　　투이 씨에게 확인해 볼게요. 실례지만, 성함이 어떻게 되시죠?

A　Tôi là Kim Min Ho đến từ MK International.　저는 MK 인터내셔널에서 온 김민호입니다.

죄송하지만, 투이 씨는 지금 바쁘셔서 만나실 수 없습니다.

Xin lỗi, nhưng chị Thuỷ đang bận nên không thể đến gặp
anh/chị được.

**만남 전
대기 중**

앉으세요.

Xin mời ngồi.

잠시 기다리시겠어요?

Anh/Chị đợi một chút được không?

마실 것 좀 드릴까요?

Anh/Chị có muốn uống gì không?

커피 주세요.
Cho tôi cà phê nhé.

커피를 주시겠어요?
Tôi uống cà phê được không?

커피 드릴까요?
Anh/Chị uống cà phê nhé?

커피 드릴게요.
Tôi sẽ mang cà phê cho anh/chị.

네, 주세요.
Dạ, vâng.
Vâng, cảm ơn.

괜찮습니다.
Cảm ơn nhưng không sao.

방문객 도착 보고

말씀 중에 실례합니다.
Xin lỗi đã làm phiền anh/chị.

진호 씨, 손님이 오셨습니다.
Anh Jin Ho ơi, khách tới rồi.

진호 씨, MK 인터내셔널의 투 씨가 오셔서 기다리십니다.
Anh Jin Ho, chị Thu ở công ty MK International đang chờ anh.

진호 씨, ABC 재단의 쯩 씨가 만나러 오셨습니다.
Anh Jin Ho, anh Trung ở quỹ ABC đến đây để gặp anh.

진호 씨, 투 씨가 프로젝트 지원차 방문하셨습니다.
Anh Jin Ho, chị Thu đến thăm để hỗ trợ dự án.

방문객에게 알리기

곧 나가겠다고 전해 줘요.
Anh/Chị chuyển lời cho anh ấy/chị ấy là tôi sắp đi.

진호 씨가 곧 나오실 거예요.
Anh Jin Ho sắp đến đây.

진호 씨는 회의 마무리하시고 5분 후에 나오실 겁니다.

Anh Jin Ho kết thúc cuộc họp và sẽ đến đây sau 5 phút nữa.

A   Xin lỗi đã làm phiền ông, chị Thu đang ở trong phòng rồi ạ. Chị Thu nói rằng ông bảo chị ấy đến hôm nay.
말씀 중에 끼어들어 죄송합니다만, 투 씨가 방에 와 계십니다. 오늘 들르라고 말씀하셨다고 하시는데요.

B   Ừ, em chuyển lời cho chị ấy là tôi sẽ có mặt sau 5 phút nhé.
어, 5분 있다가 보자고 전해 줘요.

A   Dạ, vâng.   알겠습니다.

B   **Chị Thu ơi, ông Jin Ho kết thúc cuộc họp và sẽ đến đây sau 5 phút nữa.**
투 씨, 진호 씨는 회의 마무리하시고 5분 후에 나오실 겁니다.

명함 교환

처음 뵙겠습니다.

Rất vui được gặp anh/chị.

여기 제 명함입니다.

Đây là danh thiếp của tôi.

감사합니다. 여기 제 명함 드릴게요.

Cảm ơn. Danh thiếp của tôi đây ạ.

명함 좀 주시겠어요?

Anh/Chị có thể cho tôi danh thiếp được không?

물론이죠. 여기 있습니다.

Được chứ. Đây ạ.
Dĩ nhiên là được. Đây ạ.

Chapter 4 축하 · 위로 · 감사

 06-4.mp3

승진 축하

(승진) 축하해요!
Chúc mừng anh/chị (thăng chức)!　　　　※thăng chức 승진하다

잘하셨어요!
Anh/Chị đã làm tốt lắm!

앞으로 더욱 승승장구하시길 바라요!
Tôi hy vọng tương lai của anh/chị luôn thành công!

당연히 승진하시리라고 생각했어요.
Tôi nghĩ rằng đương nhiên anh/chị sẽ được thăng chức.

자랑스럽군요.
Tôi rất tự hào về anh/chị.

과찬의 말씀이십니다.
Anh/Chị quá khen.

그렇게 말씀해 주시니 고맙습니다.
Tôi rất cảm ơn vì anh/chị nói như thế.

당신이 도와주지 않았다면 해내지 못했을 거예요.
Nếu không có sự giúp đỡ của anh/chị thì tôi đã không thể đạt được.　　　　※đạt được 달성하다

A　Thuỷ, **chúc mừng em thăng chức!**　투이, 승진 축하해요!

B　Em cảm ơn anh.　감사합니다.

A　**Em làm tốt lắm.** Anh hy vọng em tiếp tục làm tốt như vậy.
　잘했어요. 앞으로도 계속 그렇게 잘하길 바라요.

B　**Nếu không có sự giúp đỡ của anh thì em đã không thể đạt được.**
　당신이 도와주지 않았다면 해내지 못했을 거예요.

A　Ồi, đâu có. Em Thuỷ làm chăm chỉ tất cả mọi việc. Thăng chức là một việc đĩ
　nhiên mà.　오, 아니에요. 투이는 뭐든 열심히 하잖아요. 승진하는 게 당연하죠.

B　Em rất cảm ơn lời khen của anh.　칭찬해 주셔서 감사합니다.

당신 덕분입니다.

Tất cả là nhờ anh/chị.

결혼식에서

(결혼을) 축하합니다!

Chúc mừng anh/chị!
Chúc mừng đám cưới!

그 행운의 남자는 누구예요?

Ai là người đàn ông may mắn vậy?

당신과 끄엉 씨가 결혼하신다니 정말 기쁘네요!

Tôi rất vui vì chị sắp kết hôn với anh Cương!

두 분 모두 행복하게 잘 사시길 바랍니다!

Tôi hy vọng hai vợ chồng anh/chị sống hạnh phúc với nhau!

두 분 정말 잘 어울려요.

Hai người xứng đôi lắm.

장례식에서

상심이 크시겠어요.

Tôi rất đau lòng khi nghe tin này.
Tôi rất tiếc cho sự mất mát của anh/chị.
Tôi rất tiếc khi nghe về sự mất mát của bạn.

심심한 조의를 표합니다.

Tôi xin gửi lời chia buồn chân thành.
Hãy chấp nhận lời chia buồn chân thành của tôi.

가족 분들이 많이 힘드시겠어요.

Tôi biết thời gian này là một thời gian rất khó khăn cho gia đình anh/chị.

투이 씨가 정말 그리울 거예요.

Cô Thuỷ sẽ được mọi người nhớ đến.

투이 씨를 아는 모든 분이 정말 그리워할 겁니다.

Tất cả mọi người quen biết của cô Thuỷ sẽ rất nhớ cô ấy.

이렇게 와 주셔서 감사합니다.

Xin cảm ơn anh/chị đến đây với chúng tôi.

도움이 필요하시면 언제든지 말씀하세요.

Nếu cần sự giúp đỡ thì anh/chị cứ nói với tôi.
Nếu cần sự giúp đỡ thì anh/chị cứ cho tôi biết nhé.

A **Tôi rất đau lòng khi nghe tin này.** Ông ấy đã là một người tuyệt vời và tôi sẽ thật sự nhớ ông ấy.
상심이 크시겠어요. 그는 정말 훌륭한 사람이었는데, 많이 보고 싶을 거예요.

B **Xin cảm ơn chị đến đây với chúng tôi.** Cha tôi đã nói chị là một người tốt lúc sinh thời.
이렇게 와 주셔서 감사합니다. 아버지께서 생전에 당신이 아주 좋은 사람이라고 말씀하셨습니다.

A **Nếu cần sự giúp đỡ thì anh cứ nói với tôi.**
도움이 필요하시면 언제든지 말씀하세요.

B Cảm ơn chị đã nói như vậy.   그렇게 말씀해 주시니 감사합니다.

생일 파티에서

생일 축하해요!

Chúc mừng sinh nhật!

만수무강하세요!

Chúc sức khoẻ!

선물이에요.

Đây là quà tặng cho anh/chị.

별거 아니지만, 마음에 들었으면 좋겠네요.

Không có gì đặc biệt, nhưng tôi hy vọng anh/chị thích nó.
Nó không phải là lớn, nhưng tôi hy vọng anh/chị thích nó.

제가 정말 갖고 싶었던 거예요.

Đây thực sự là cái mà tôi đã rất muốn có.

A Tôi rất vui vì anh đã mời tôi đến bữa tiệc sinh nhật của anh.
생일 파티에 초대해 줘서 기뻐요.

B Cảm ơn chị đã đến.   와 줘서 고마워요.

A **Đây là quà tặng cho anh. Nó không phải là lớn, nhưng tôi hy vọng anh thích nó.**   선물이에요. 별거 아니지만, 마음에 들었으면 좋겠네요.

B **Ồ, tôi thích lắm! Đây thực sự là cái mà tôi đã rất muốn có.**
오, 정말 마음에 들어요! 제가 정말 갖고 싶었던 거예요.

정말 근사하네요!

Tuyệt vời lắm!

마음에 든다니 기쁘네요.

Tôi rất vui vì anh/chị thích nó.

크리스마스 및 새해 인사

즐거운 크리스마스 보내세요!

Chúc Giáng sinh vui vẻ!

새해 복 많이 받으세요!

Chúc mừng năm mới!

새해 모든 일이 잘 이루어지길 빌게요.

Chúc mọi việc của bạn làm đều tốt đẹp trong năm mới.

모든 소망이 이루어지길!

Tôi hy vọng tất cả mong muốn của bạn sẽ trở thành hiện thực!

모든 일이 잘 이루어지길 빌게요.

Tôi hy vọng tất cả mọi việc của bạn sẽ tốt đẹp.

행운이 있기를!

Chúc may mắn!

당신도요!

Anh/Chị cũng vậy nhé!

감사 및 응답

고맙습니다.

Xin cảm ơn.
Cảm ơn nhiều.
Cảm ơn anh/chị.
Tôi cảm ơn anh/chị ạ.

선물 정말 고맙습니다.

Cảm ơn anh/chị rất nhiều về món quà.

정말 근사한 저녁 식사였습니다.

Cảm ơn anh/chị rất nhiều về bữa ăn tối thật tuyệt.

환대해 주셔서 감사합니다.

Cảm ơn anh/chị đã chào mừng chúng tôi.

걱정해 주셔서 고맙습니다.

Xin cảm ơn anh/chị đã lo cho tôi.

여러모로 감사합니다.

Xin cảm ơn tất cả mọi việc.

도와주셔서 얼마나 감사한지 몰라요.

Tôi rất cảm ơn anh/chị đã giúp đỡ tôi.

신세진 걸 어떻게 갚아야 할까요?

Tôi có thể làm gì để trả ơn cho anh/chị?

＊ trả ơn (은혜를) 갚다, 보답하다

그렇게 말씀해 주시니 고맙습니다.

Cảm ơn anh/chị đã nói như thế.

천만에요.

Không có gì.

제가 오히려 고맙죠.

Đó là niềm vui của tôi mà.

별거 아닌걸요.

Không sao đâu.
Không có vấn đề đâu.

Chapter 5 사과 및 용서

 06-5.mp3

사과하기

실례합니다.
Xin lỗi.

정말 죄송합니다.
Em xin lỗi.
Thực sự xin lỗi.

정말 여러 가지로 죄송합니다.
Xin lỗi về tất cả mọi thứ.

사과드립니다.
Tôi xin lỗi anh/chị.

지각해서 죄송합니다.
Xin lỗi tôi đến muộn/trễ.

제 태도가 불량했다면 사과드립니다.
Nếu do em đã không lịch sự thì em xin lỗi anh/chị.

※ không lịch sự 예의가 없는

기다리게 해서 죄송합니다.
Tôi xin lỗi vì để anh/chị chờ đợi.

얼마나 죄송한지 모릅니다.
Tôi cảm thấy vô cùng có lỗi.

불편을 끼쳐 드려 죄송합니다.
Xin lỗi đã làm phiền.

말씀 중에 끼어들어 죄송하지만, 지금 개인적으로 말씀드려야 할 사항이 있습니다.
Xin lỗi vì em đã ngắt lời nhưng em cần nói chuyện cá nhân với anh/chị.

※ can thiệp 개입하다, 간섭하다

말씀 중에 끼어들어 죄송하지만, 상해 공장의 첸 씨가 전화하셨습니다.

Xin lỗi vì em đã ngắt lời nhưng anh Chen từ nhà máy
Thương Hải đã gọi cho anh/chị.

A **Xin lỗi vì em đã ngắt lời nhưng anh Chen từ nhà máy Thương Hải đã gọi
    cho chị.** 말씀 중에 끼어들어 죄송하지만, 상해 공장의 첸 씨가 전화하셨습니다.

B Ồ, vì tôi đang có cuộc họp quan trọng, nên em chuyển lời cho anh ấy là tôi sẽ
    kết thúc sau 30 phút nữa nhé.
    오, 내가 중요한 회의 중인데 30분쯤 있다가 끝날 거라고 전해 주세요.

A Dạ, vâng ạ.   알겠습니다.

자꾸 귀찮게 해 드려 죄송합니다.

Xin lỗi, tôi đã làm phiền anh/chị.   ∗ làm phiền 방해하다

시간을 너무 많이 빼앗아 죄송합니다.

Xin lỗi, tôi đã giành mất nhiều thời gian của anh/chị.

기분 상하게 해 드리지 않았는지 모르겠네요.

Tôi sợ rằng tôi làm cho anh/chị khó chịu.

**잘못
인정하기**

당신 잘못이 아닙니다.

Đó không phải là lỗi của anh/chị.

다 제 잘못입니다.

Tất cả là lỗi của tôi.

제가 어리석은 실수를 했습니다.

Tôi đã mắc phải sai lầm thật ngu ngốc.

변명의 여지가 없습니다.

Tôi không có gì để bào chữa cho hành vi của tôi.

그럴 의도는 없었습니다.

Đó không phải là ý của tôi.
Tôi không có ý định như thế.

그렇게 하지 말았어야 했습니다.

Tôi không nên làm như thế.

그렇게 말하지 말았어야 했습니다.

Tôi không nên nói như thế.

죄송해요. 제가 말 실수를 했습니다.

Xin lỗi, tôi đã lỡ lời.
Xin lỗi, tôi nói sai rồi.

용서 구하기

용서해 주세요.

Xin hãy tha thứ cho tôi.

어쩔 수 없었습니다.

Đó là việc bất đắc dĩ.

다신 그런 일이 없을 겁니다.

Chắc chắn là việc đó không xảy ra nữa.

다신 늦지 않겠습니다.

Tôi sẽ không muộn nữa.

A Chào buổi sáng, xin lỗi em đến muộn.　안녕하세요, 늦어서 죄송합니다.
B Em lại đến muộn hả? Đây là lần thứ hai trong tuần này!
　또 늦은 겁니까? 이번 주 들어 벌써 두 번째예요!
A Xin lỗi, trên đường bị kẹt xe nặng lắm.　죄송해요, 차가 막혀서 꼼짝을 못했어요.
B Nhớ đến đúng giờ cuộc họp ngày mai nhé.　내일 바이어 미팅엔 늦지 않도록 하세요.
A Dĩ nhiên. **Em sẽ không muộn nữa.**　물론이죠. 다신 늦지 않겠습니다.

좀 봐주세요.

Anh/Chị thông cảm nhé.

제 사과를 받아 주세요.

Xin hãy chấp nhận lời xin lỗi của tôi.

제가 어떻게 해 드리면 될까요?

Tôi phải làm như thế nào cho anh/chị?

다음엔 더 주의하겠습니다.

Tôi sẽ cẩn thận hơn lần sau.

사과 받아들이기

신경 쓰지 마세요.
Không cần lo lắng.
Anh/Chị quên nó đi.

괜찮아요.
Không sao.
Không sao đâu.
Không có vấn đề gì.

문제될 것 없습니다.
Không có vấn đề gì.

마음 쓰지 말아요.
Đừng có để ý.

일부러 그러신 것도 아닌데요.
Anh/Chị cũng đâu phải cố ý làm như thế.

마음에 담아 두지 않을게요.
Tôi sẽ không để nó trong lòng.

다신 그런 실수 하지 마세요.
Đừng có mắc sai lầm nữa.

나쁜 소식 전하기

어떻게 말씀드려야 할지 모르겠지만, 저희 지점이 문을 닫게 됩니다.
Tôi không biết nói thế nào, nhưng chi nhánh của chúng tôi sẽ đóng cửa.

이렇게 말씀드려 죄송한데, 저희 지점이 문을 닫게 됩니다.
Tôi rất tiếc phải nói điều này, nhưng chi nhánh của chúng tôi sẽ đóng cửa.

말씀드리기 정말 싫지만, 저희 지점이 문을 닫게 됩니다.
Tôi không muốn nói nhưng chi nhánh của chúng tôi sẽ đóng cửa.

좋지 않은 소식을 전하게 되어 유감입니다.
Tôi rất tiếc phải báo cho bạn một tin xấu như vậy.

322

Chapter 6

초대 및 약속

초대하기

내일 저녁에 시간 있어요?

Tối mai có thời gian không?

내일 저녁에 한가해요?

Tối mai có rảnh không?

> A Chị Thuỷ, **tối mai có rảnh không?**   투이 씨, 내일 저녁에 한가해요?
>
> B Có lẽ có. Có việc gì không anh?   그럴 것 같아요. 왜 그러시는데요?
>
> A Anh Min Soo sẽ mở tiệc tân gia. Chị có cùng đi với tôi không?
> 민수 씨가 집들이를 한대요. 나랑 같이 갈래요?

내일 저녁에 뭐 할 거예요?

Tối mai anh/chị sẽ làm gì?

내일 뭐 계획 있어요?

Ngày mai anh/chị có kế hoạch gì không?

이번 주말에 약속 있으세요?

Cuối tuần này anh/chị có hẹn chưa?

내일 저녁 먹으러 오지 않을래요?

Tối mai anh/chị đến nhà tôi ăn tối thì thế nào?
Tối mai anh/chị đến nhà tôi ăn tối được không?

내일 저녁 식사에 당신을 초대하고 싶어요.

Tôi muốn mời anh/chị đến nhà tôi để ăn tối.

당신이 와서 저녁을 함께 먹었으면 해요.

Tôi muốn mời anh/chị đến ăn tối.

A Chị Thuỷ, chị có khoẻ không? 투이 씨, 잘 지내죠?

B Cảm ơn anh, tôi khoẻ. **Ngày mai anh có kế hoạch gì không?**
   고마워요, 잘 지내요. 내일 뭐 계획 있어요?

A Không, không có kế hoạch gì đặc biệt. 아뇨, 특별한 일 없는데요.

B Thật ra, ngày mai tôi sẽ mở tiệc. **Tôi muốn mời anh đến ăn tối.**
   실은 내일 파티를 열 거예요. 당신이 와서 저녁을 함께 먹었으면 해요.

A Cảm ơn chị. Tôi sẽ đến nhé! 고마워요. 갈게요!

내일 저녁 먹으러 올 수 있나 해서요.

Tôi tò mò anh/chị có thể đến ăn tối vào ngày mai không.

약속 정하기

퇴근 후에 술 한잔 하러 갑시다.

Sau khi làm việc xong, chúng ta đi nhậu nhé.

퇴근 후에 술 한잔 하지 않을래요?

Sau khi tan sở, chúng ta đi uống bia thì thế nào?

커피 한잔 해요.

Chúng ta uống cà phê nhé.

커피 한잔 하지 않을래요?

Chúng ta đi uống cà phê thì thế nào?
Anh/Chị có thời gian uống cà phê không?

금요일 퇴근 후에 만나요.

Chúng ta gặp nhau vào thứ sáu sau giờ tan sở nhé.

그럼 내일은 어때요?

Còn ngày mai thì thế nào?

다음 주 화요일은 괜찮아요?

Thứ ba tuần sau có được không?

어느 날이 가장 편해요?

Anh/Chị thích ngày nào nhất?

언제 가면 될까요?

Khi nào tôi có thể đi được?
Thời gian nào tốt nhất để đến đó?

언제가 좋으세요?

Khi nào tiện cho anh/chị?
Khi nào là tốt nhất cho anh/chị?
Thời gian nào là tốt nhất cho anh/chị?

언제 만날까요?

Khi nào chúng ta gặp nhau?

어디서 만날까요?

Chúng ta gặp nhau ở đâu?

어디로 가는데요?

Anh/Chị sẽ đi đâu?
Chúng ta sẽ đi đâu?

A   Chào chị So Ra. Đêm nay chị sẽ làm gì vậy? Tôi có kế hoạch đi uống bia với
    anh Cương sau giờ tan sở. Chị có cùng đi với chúng tôi không?
    안녕하세요, 소라 씨. 오늘 밤에 뭐 할 거예요? 끄엉 씨하고 퇴근 후에 맥주 마실 건데요. 같이 갈래요?

B   Chắc vui lắm. **Anh sẽ đi đâu?**   재밌겠네요. 어디로 가는데요?

A   Chúng tôi sẽ đi quán bar Lush.   러쉬 바에 갈 거예요.

B   Tốt quá. Mấy giờ anh?   좋아요. 몇 시예요?

A   Chúng ta gặp nhau ở sảnh công ty vào lúc 6 giờ rưỡi nhé.
    6시 반에 로비에서 만나요.

B   Vâng, chúng ta gặp lúc đó nhé.   네, 그때 봐요.

파티는 6시쯤 저희 집에서 시작해요.

Tiệc sẽ bắt đầu lúc 6 giờ ở nhà tôi.

응온 식당에 1시로 예약했어요.

Tôi đặt bàn ở quán ăn Ngon lúc 1 giờ rồi.

죄송한데, 그곳에 7시 30분쯤에나 도착할 수 있을 거예요.

Xin lỗi, nhưng có lẽ tôi sẽ đến đó khoảng 7 giờ rưỡi.

A Chào chị Mai. 안녕하세요. 마이 씨.

B Chào anh Jin Ho. 안녕하세요, 진호 씨.

A Tối nay anh có hẹn không? 저녁에 약속 있어요?

B Không có. 아뇨.

A Hay quá! Hôm nay là sinh nhật của chị Thuỷ nên tôi định mở tiệc sinh nhật. Anh đến cùng nhé.
잘됐네요! 오늘 투이 씨 생일이라서 파티를 열어 주려고요. 진호 씨도 올래요?

B Chắc sẽ thú vị lắm đấy! Mấy giờ chị? 재밌겠네요! 몇 시예요?

A Tiệc sẽ bắt đầu từ lúc 6 giờ rưỡi. 파티는 저녁 6시 반에 시작해요.

B **Xin lỗi, nhưng có lẽ tôi sẽ đến đó khoảng 7 giờ rưỡi.**
죄송한데, 그곳에 7시 30분쯤에나 도착할 수 있을 거예요.

A Không sao. Thế thì chúng ta gặp nhau lúc đó nhé. 괜찮아요. 그럼 그때 봐요.

여기서 멀어요?

Từ đây đến đó có xa không?

뭘 타고 가는 게 가장 좋은가요?

Muốn đến đó, tôi nên đi bằng gì là tốt nhất?

지하철을 타는 게 나을 거예요.

Đi bằng tàu điện ngầm sẽ tiện hơn.

6시까지 갈게요.

Tôi sẽ đến đó lúc 6 giờ.

어디 좋은 데 없을까요?

Có nơi nào tốt không?
Chúng ta nên đi nơi nào?

**모임 정보
확인하기**

어떤 옷을 입어야 할까요?

Tôi phải mặc gì?
Tôi nên mặc như thế nào?

캐주얼인가요, 정장인가요?

Ăn mặc bình thường hay trang trọng?

친구를 데려가도 될까요?

Tôi có thể cùng đi với bạn được không?

아내를 데려가도 될까요?

Tôi có thể cùng đi với vợ tôi được không?

몇 명이나 오나요?

Bao nhiêu người sẽ đến đó?

뭘 좀 가져갈까요?

Tôi nên mang theo gì?
Anh/Chị có muốn tôi mang gì không?
Tôi có nên mang theo thức ăn gì không?

와인을 좀 가져갈게요.

Tôi sẽ mang theo rượu vang.
Để tôi mang theo rượu vang.

마실 거나 좀 가져오시면 돼요.

Anh/Chị cần mang theo đồ uống thôi.

그냥 몸만 오세요.

Anh/Chị chỉ cần đến thôi.
Anh/Chị đến tay không là được rồi.

A	Chào anh Tuấn.	안녕하세요, 뚜언 씨.
B	Chào chị Mi Hee.	안녕하세요, 미희 씨.
A	Tôi có thể đến dự tiệc vào thứ bảy.	토요일 파티에 갈 수 있을 것 같아요.
B	Ồ, hay quá!	오, 잘됐네요!
A	**Tôi nên mang theo gì?**	뭘 좀 가져갈까요?
B	**Chị đến tay không là được rồi.**	그냥 몸만 오세요.
A	Dạ, vâng. Thật đáng mong đợi!	알았어요. 정말 기대되는데요!

우리 네 명이 모일 거예요.

4 người chúng ta sẽ tụ tập.

또 누가 오는데요?

Còn ai đến nữa không?

아마 다른 사람이 몇 명 더 올 거예요.

Có lẽ còn mấy người sẽ đến nữa.

수락 및 거절

 06-7.mp3

초대 수락

좋아요.
Tốt lắm.
Hay lắm.

그거 좋겠는데요!
Ý kiến hay đấy!
Điều đó sẽ rất tuyệt!
Thật là một ý kiến hay!

A	Chào Chị Thuỷ! Rất vui được gặp lại chị!	안녕하세요, 투이 씨! 다시 만나서 반가워요!
B	Chào chị Min Hee! Tôi cũng rất vui được gặp chị.	안녕하세요, 민희 씨! 만나서 기뻐요.
A	Chị Thuỷ ơi, tối nay có rảnh không?	투이 씨, 오늘 저녁에 한가해요?
B	Vâng, không có việc gì đặc biệt.	네, 별다른 일 없어요.
A	Thế chị có thể đến nhà tôi ăn tối được không?	저녁 먹으러 우리 집에 올래요?
B	**Ý kiến hay đấy!** Cảm ơn chị.	그거 좋겠는데요! 고마워요.

네, 고마워요. 몇 시죠?
Vâng, cảm ơn. Mấy giờ ạ?

마음 써 주셔서 감사합니다.
Cảm ơn bạn đã để tâm.

기대되는데요.
Tôi rất mong đợi.

일정 확인

이번 주 금요일 저녁 7시 맞죠?
7 giờ thứ sáu tuần này phải không?

확인 좀 할게요. 일요일 오후 3시 맞죠?
Để tôi kiểm tra, 3 giờ chiều chủ nhật phải không?

예정대로 일요일에 만나는 건가요?
Chúng ta gặp nhau vào chủ nhật theo dự định phải không?

약속 결정 보류

고맙지만, 바쁠지도 모르겠는데요.
Cảm ơn anh/chị nhưng chắc lúc đó tôi sẽ bận rộn.

고맙지만, 일정을 확인해 봐야 합니다.
Xin cảm ơn nhưng tôi phải kiểm tra lịch trình đã.

고맙지만, 일정이 아직 확실치 않아요.
Cảm ơn anh/chị nhưng lịch trình thì chưa được xác định.
Cảm ơn anh/chị nhưng tôi chưa biết lịch trình sẽ như thế nào.

나중에 알려 드려도 될까요?
Tôi cho anh/chị biết sau được không?

실전 회화

A A lô, cho tôi nói chuyện với anh Tuấn.　여보세요, 뚜언 씨 좀 바꿔 주세요.

B Tuấn nghe đây. Ai gọi đấy ạ?　전데요. 누구세요?

A Chào anh Tuấn. Tôi là Lee Mi Jin.　안녕하세요, 뚜언 씨. 이미진입니다.

B À chào chị Mi Jin. Có chuyện gì vậy?　안녕하세요, 미진 씨. 어쩐 일이세요?

A Anh Tuấn ơi, chủ nhật này anh có muốn đến nhà tôi ăn tối không? Chị Mai và Cindy cũng sẽ đến.
뚜언 씨, 이번 일요일에 우리 집에 저녁 먹으러 올래요? 마이 씨와 신디도 올 거예요.

B **Cảm ơn chị nhưng tôi chưa biết lịch trình sẽ như thế nào. Tôi cho chị biết sau được không?**　고맙지만, 일정이 아직 확실치 않아요. 나중에 알려 드려도 될까요?

A Dĩ nhiên là được. Anh cho tôi biết đến thứ sáu này nhé. Tôi hy vọng anh có thể đến.　물론이죠. 이번 주 금요일까지 알려 주세요. 오셨으면 좋겠네요.

초대 거절

죄송하지만, 할 일이 많아서요.
Xin lỗi, nhưng tôi có nhiều việc phải làm.

죄송하지만, 못 갈 것 같아요.
Xin lỗi, nhưng tôi không thể đi.

가고 싶지만 선약이 있어요.
Tôi rất muốn đi nhưng tôi có hẹn khác rồi.

죄송해요. 가고 싶지만 좀 바쁘네요.
Xin lỗi, tôi rất muốn đi nhưng tôi rất bận.

죄송해요. 가고 싶지만 다른 할 일이 좀 있어요.
Xin lỗi, tôi rất muốn đi nhưng tôi có việc khác phải làm.

죄송하지만, 오늘은 몸이 좀 안 좋아요.
Xin lỗi, nhưng hôm nay tôi không khoẻ.

죄송하지만, 일이 생겼어요.
Xin lỗi, nhưng tôi đã có việc khác rồi.

**약속 변경
및 취소**

너무 갑작스럽게 알려 드려 죄송합니다.
Xin lỗi, vì tôi thông báo một cách bất ngờ. ※bất ngờ 갑자기

화요일 회의를 미룰 수 있는지 궁금합니다.
Tôi muốn biết chúng ta có thể hoãn lại cuộc họp đến ngày
thứ ba tuần sau được không.

다른 날로 바꿔도 될까요?
Chúng ta có thể đổi ngày khác được không?

다음 기회로 미뤄도 될까요?
Chúng ta có thể hoãn lại vào ngày khác được không?

다음에 가요!
Thế lần sau đi nhé!

> A Chị Mai ơi, chúng ta đi xem phim vào đêm nay được không?
>   마이 씨, 오늘 밤에 영화 보러 갈래요?
> B Xin lỗi nhưng tôi không thể đi. Tôi có nhiều việc phải làm. **Chúng ta có thể
>   hoãn lại vào ngày khác được không?**
>   미안하지만, 못 볼 것 같네요. 할 일이 너무 많네요. 다음 기회로 미뤄도 될까요?
> A Vâng, **thế lần sau đi nhé!**   네, 다음에 가요!

다음 기회예요.
Lần sau nhé.
Có lẽ để lần sau đi.

회의를 조금 앞당길 수 있을까요?
Chúng ta có thể đẩy cuộc họp lên sớm hơn được không?

30분 앞당길 수 있을까요?
Chúng ta có thể đẩy lên sớm hơn 30 phút được không?

330

약속을 6시로 변경할 수 있을까요?

Chúng ta có thể thay đổi giờ hẹn vào lúc 6 giờ được không?

다음 주 목요일 오후는 어떠세요?

Còn chiều thứ 5 thì sao?

목요일 오후엔 특별한 일정이 없으니 괜찮을 것 같아요.

Chiều thứ 5 thì không có hẹn gì đặc biệt nên có thể được.

죄송하지만, 약속 장소를 바꿨으면 합니다.

Xin lỗi, nhưng tôi muốn thay đổi nơi hẹn.

죄송하지만, 회의를 취소해야 할 것 같습니다.

Xin lỗi, nhưng tôi phải huỷ cuộc họp của chúng ta.

수락 또는 거절에 대한 응답

오실 수 있다니 기쁘네요.

Tôi rất vui vì anh/chị có thể đến.

그럼 그때 봐요.

Chúng ta gặp lúc đó nhé.

할 수 없죠. 다음에 봐요.

Không sao, thế chúng ta gặp nhau lần sau nhé.

손님맞이

06-8.mp3

도착 직후

어서 들어오세요.

Xin mời vào.

아니, 이게 누구세요? <뜻밖일 때>

Ủa, ai vậy?

초대해 주셔서 감사합니다.

Cảm ơn anh/chị đã mời tôi.

A Chào anh Ji Ho.   안녕하세요, 지호 씨.

B **Xin mời vào.** Tôi rất vui vì anh đến.   어서 들어오세요. 와 줘서 기뻐요.

A **Cảm ơn chị đã mời tôi.** Tôi mang một ít rượu vang đến.
   초대해 주셔서 감사합니다. 와인을 좀 가져왔어요.

B Ồi, cảm ơn chị! Anh đi theo tôi nhé.   오, 감사해요! 이쪽으로 오세요.

이렇게 다시 뵈니 기쁘네요.

Rất vui được gặp lại anh/chị.

이렇게 오셔서 기뻐요.

Tôi rất vui vì anh/chị đến như vậy.

먼 길 오시느라 수고하셨어요.

Anh/Chị đã vất vả đi đường xa đến rồi.   ※ vất vả 수고하는, 고생한

A Chào chị Hương. **Tôi rất vui vì chị đến như vậy.**
   안녕하세요, 흐엉 씨. 이렇게 오셔서 기뻐요.

B Chào anh Min Woo. Cảm ơn anh đã mời tôi.
   안녕하세요, 민우 씨. 초대해 줘서 고마워요.

A **Chị đã vất vả đi đường xa đến rồi.** Xin mời vào.
   먼 길 오시느라 수고하셨어요. 어서 들어오세요.

찾아오시는 데 어려움은 없으셨나요?

Anh/Chị có khó khăn gì khi tìm đến đây không ạ?

만나 뵙길 고대했습니다.

Tôi đã mong muốn gặp anh/chị.

집 구경 시켜 드릴게요.

Để tôi dẫn anh/chị xem nhà.

늦은 이유 설명

늦어서 죄송합니다.

Xin lỗi, tôi đến muộn.

도로 공사를 하고 있어서 예상보다 시간이 오래 걸렸어요.

Trên đường đi đã có công trình đang xây dựng nên mất nhiều thời gian hơn dự đoán.　công trình 공사

> A　**Xin lỗi, tôi đến muộn.**　늦어서 죄송합니다.
>
> B　Không sao. Mời chị vào. Chị có khó khăn gì khi tìm đến đây không ạ?
> 괜찮아요. 어서 들어오세요. 찾아 오시기 힘드셨죠?
>
> A　**Trên đường đi đã có công trình đang xây dựng nên mất nhiều thời gian hơn dự đoán.**　도로 공사를 하고 있어서 예상보다 시간이 오래 걸렸어요.

시간이 이렇게 늦었는지 몰랐어요.

Tôi không biết là đã muộn như vậy.

교통이 막혔어요.

Đã có ùn tắc giao thông.
Đã có tắc nghẽn giao thông.
Trên đường đã bị kẹt xe nặng.

이렇게 먼 거리인지 미처 몰랐습니다.

Tôi đã không nhận ra anh/chị từ xa như vậy.

여기 오는 데 예상했던 것보다 더 오래 걸렸어요.

Đã mất nhiều thời gian hơn tôi dự đoán để đi đến đây.

접대

앉으세요.

Xin mời ngồi.

편히 계세요.

Đừng làm khách nhé.
Anh/Chị ở thoải mái đi.

필요한 게 있으시면 언제든지 말씀하세요.

Nếu cần gì thì cứ nói thoải mái đi.

뭐 좀 마시겠어요?

Anh/Chị có uống gì không?

한 잔 더 드실래요?

Anh/Chị có uống một ly nữa không?

A **Chị có uống một ly nữa không?** 한 잔 더 드실래요?

B Dạ, không ạ. Tôi phải lái xe. 아뇨, 괜찮습니다. 운전을 해야 해서요.

무알코올 음료는 어떠세요? 오렌지 주스?

Đồ uống không cồn thì thế nào? Nước cam thì sao?

저녁 다 됐어요.

Bữa tối đã được chuẩn bị rồi.

맛있게 드세요!

Anh/Chị ăn ngon miệng nhé!
Mời anh/chị ăn ngon miệng nhé!

A Chị đã chuẩn bị một bữa tối thật sang trọng nhỉ! 정말 근사한 저녁을 준비하셨네요!

B **Mời chị ăn ngon miệng nhé!** 맛있게 드세요!

마음껏 드세요.

Hãy ăn thoải mái nhé.

맛있을 것 같아요!

Hấp dẫn quá!
Có vẻ ngon lắm!

정말 먹고 싶네요!

Tôi thật sự muốn ăn!

많이 드셨어요?

Anh/Chị no chưa ạ?
Anh/Chị đã ăn đầy đủ chưa?

Tôi thật sự đã ăn rất ngon.
Cảm ơn một bữa cơm ngon miệng như vậy.

방문 마치기

시간이 늦었네요.

Tôi ở đây khá lâu rồi.
Thời gian đã muộn rồi.

죄송하지만, 이제 가 봐야겠어요.

Xin lỗi, nhưng tôi phải đi bây giờ.

만나서 반가웠습니다만, 이제 가 봐야겠어요.

Tôi đã rất vui vì gặp anh/chị, nhưng tiếc là tôi phải đi bây giờ.

오늘 즐거운 시간 되셨어요?

Hôm nay anh/chị đã có thời gian vui vẻ không?

덕분에 즐거운 시간이었습니다.

Tôi đã có thời gian thật vui vẻ nhờ anh/chị.

얘기 나눠서 즐거웠습니다.

Tôi đã rất vui vì đã nói chuyện với anh/chị.

이렇게 저녁에 초대해 주셔서 감사했습니다.

Tôi rất cảm ơn anh/chị đã mời ăn tối như vậy.

환대에 감사드립니다.

Xin cảm ơn anh/chị đã tiếp đãi tôi.

그렇게 말씀해 주셔서 감사합니다.

Tôi rất cảm ơn anh/chị đã nói như thế.

이렇게 와 주셔서 감사합니다.

Xin cảm ơn anh/chị đã đến với chúng tôi như vậy.

더 있다 가시면 안 되나요?

Anh/Chị có thể ở lâu hơn một chút được không?

초면인 사람에게 말 걸기

오늘 날씨가 참 좋죠?
Hôm nay trời đẹp lắm, phải không?

(오늘) 날씨가 참 좋군요!
Trời đẹp quá!
Trời đẹp thật nhì!
(Hôm nay) trời đẹp nhì!

A	**Hôm nay trời đẹp nhì!** 오늘 날씨가 참 좋군요!	
B	Vâng, đẹp thật. 네, 그렇네요.	

날씨가 참 안 좋네요!
Trời xấu lắm nhì!

비가 올 것 같네요.
(Hình như) trời sắp mưa.

참 멋진 곳이죠?
Một nơi tuyệt vời nhì?

이 자리에 누구 있나요?
Có ai ở đây không?

실례지만, 합석해도 될까요?
Xin lỗi, tôi ngồi chung được không?

우리, 언제 만난 적 있지 않아요?
Chúng ta đã gặp nhau bao giờ chưa?
Hình như lần trước chúng ta đã gặp nhau rồi phải không?

아는 사람에게 말 걸기

그동안 잘 지냈어요?
Anh/Chị có khỏe không?

Chúng ta nói chuyện một chút đi.

Chúng ta nói chuyện một chút được không?

Gia đình anh/chị có khỏe không?

대화 전개

Anh/Chị đã nghe tin đó chưa?

Anh/Chị đã nghe tin về anh Jun chưa?

A **Chị đã nghe tin về anh Jun chưa?** 준 씨 소식 들었어요?

B Chưa, tôi chưa nghe tin gì. 아뇨, 아무 소식 못 들었어요.

A Tôi nghe nói là lần này anh ấy cũng lại bị trượt thi tuyển sinh.
이번에도 입학 시험에 떨어졌다고 하던데요.

B Ôi, tiếc quá! 저런, 안타까워라!

Bạn đã nghe tin chưa?

A **Bạn đã nghe tin chưa?** Chính phủ định sẽ tăng thuế bán hàng một lần nữa!
뉴스 들었어요? 정부가 판매세를 또 인상한다고 하네요!

B Nói gì vậy? Một lần nữa hả? Sau khi tăng thuế lần trước, mới qua sáu tháng thôi mà! 뭐라고요? 또요? 지난번 세금 인상 이후로 겨우 6개월 지났는데요!

A Đó là điều tôi muốn nói. Thật là tin ảm đạm nhỉ!
누가 아니래요! 너무 우울한 소식이네요!

Anh/Chị đã nghe tin tức hôm nay chưa?

관심사 및 취미

Anh/Chị quan tâm đến điều gì?

취미가 뭐예요?

Sở thích của anh/chị là gì?

취미가 있어요?

Anh/Chị có sở thích gì không?

여가 시간에는 뭐 하세요?

Khi rảnh anh/chị thường làm gì?
Khi không bận, anh/chị thường làm gì?
Khi có thời gian anh/chị thường làm gì?

A   **Khi rảnh chị thường làm gì?**   여가 시간에는 뭐 하세요?

B   Tôi thích tham quan tác phẩm mỹ thuật nên tôi hay đi phòng tranh.
     미술작품 보는 걸 좋아해서 미술관에 자주 가요.

A   Nghệ sĩ mà chị thích nhất là ai?   제일 좋아하는 예술가는 누구예요?

B   Tôi thích Chagal nhất.   샤갈을 제일 좋아해요.

제 취미는 낚시입니다.

Tôi thích câu cá.
Sở thích của tôi là câu cá.

제 취미는 요리와 독서입니다.

Tôi thích nấu ăn và đọc sách.
Tôi thường nấu ăn và đọc sách.
Sở thích của tôi là nấu ăn và đọc sách.

주말에는 뭐 하세요?

Cuối tuần anh/chị thường làm gì?

퇴근하고 나서 저녁에는 주로 뭐 하세요?

Sau khi tan sở, anh/chị thường làm gì vào buổi tối?

너무 바빠서 여가를 즐길 시간이 없어요.

Tôi bận lắm nên không có thời gian giải trí.
Tôi quá bận rộn nên không thể dành thời gian để giải trí.

최근에 새로운 취미가 생겼어요.

Gần đây, tôi có một sở thích mới.

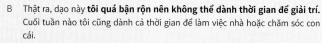

A Chị Ji Na ơi, chị thường làm gì vào cuối tuần?   지나 씨, 주말에는 주로 뭐 하세요?

B Thật ra, dạo này **tôi quá bận rộn nên không thể dành thời gian để giải trí.** Cuối tuần nào tôi cũng dành cả thời gian để làm việc nhà hoặc chăm sóc con cái.
사실 요즘 너무 바빠서 여가를 즐길 시간이 없어요. 주말마다 집안일을 하거나 아이들을 돌보는 데 시간을 다 보내죠.

A Ồ, thật tiếc là chị không có nhiều thời gian cho bản thân mình.
오, 자신만을 위한 시간이 별로 없다니 참 안됐네요.

B Còn anh? Anh có sở thích đặc biệt không?   당신은요? 특별한 취미라도 있나요?

A **Gần đây, tôi có một sở thích mới.** Dạo này tôi rất thích xem phim truyền hình Hàn Quốc!   최근에 새로운 취미가 생겼어요. 요즘 한국 TV 드라마 보는 게 낙이랍니다!

어떻게 그런 취미를 갖게 되셨어요?

Làm thế nào anh/chị có sở thích như vậy?
Làm thế nào anh/chị bắt đầu một sở thích như vậy?

A Tôi nghe nói chị chơi dù lượn rất hay. **Làm thế nào chị bắt đầu một sở thích như vậy?**   패러글라이딩을 아주 잘하신다고 들었어요. 어떻게 그런 취미를 갖게 되셨어요?

B Tôi có một người bạn nước ngoài rất thích thể thao mạo hiểm, và bạn ấy đã hướng dẫn tôi chơi dù lượn.
익스트림 스포츠에 심취한 외국인 친구가 있는데, 그 친구가 저를 패러글라이딩의 세계로 이끌었죠.

A Không phải nó quá nguy hiểm sao?   너무 위험하지 않나요?

B Chỉ cần tuân thủ đúng nguyên tắc an toàn thì không nguy hiểm như vậy đâu.
안전수칙만 잘 지키면 그렇게 위험하지 않아요.
　*tuân thủ 준수하다 nguyên tắc an toàn 안전수칙

여가 시간에는 친구들과 시간을 보냅니다.

Khi có thời gian, tôi thường gặp bạn bè.

저는 그림 그리는 걸 무척 좋아해요.

Tôi thích vẽ lắm.

저는 미술관에 자주 가요.

Tôi hay đi phòng tranh.

저는 사진에 관심이 있습니다.

Tôi quan tâm đến hình ảnh.

싫어하는 것   쇼핑에는 관심이 없습니다.

Tôi không có quan tâm đến mua sắm.

저는 축구 경기를 싫어해요.

Tôi ghét bóng đá.
Tôi không thích bóng đá.

시끄러운 장소는 참을 수가 없어요.

Tôi không thể chịu được nơi ồn ào.

운동하는 건 싫어해요.

Tôi không thích tập thể dục.
Tôi không thích chơi thể thao.

A Khi rảnh anh thường làm gì?   여가 시간에 뭐 하는 거 좋아요?

B Tôi thích xem các môn thể thao như bóng đá, bóng chày, tennis. Nhưng **tôi không thích chơi thể thao.**
저는 축구, 야구, 테니스 같은 스포츠 경기 보는 걸 좋아해요. 하지만 운동하는 건 싫어요.

A Tại sao?   왜요?

B Theo tôi, tôi không phải là một người hoạt động. Tôi thích ở trong phòng hơn.
제가 그리 활동적인 사람 같진 않아요. 실내에 있는 걸 더 좋아하죠.

야외 스포츠 하는 건 별로 좋아하지 않아요.

Tôi không thích chơi thể thao ngoài trời lắm.

음악

저는 클래식 음악을 즐겨 들어요.

Tôi thích nghe nhạc cổ truyền.

악기 연주하는 거 있어요?

Anh/Chị có thể chơi nhạc cụ nào không?

피아노를 몇 년째 쳤어요.

Tôi đã chơi piano mấy năm rồi.

성가대에서 노래를 해요.

Tôi hát ở đàn thánh ca của nhà thờ.

콘서트에 자주 가세요?

Anh/Chị hay đi xem hoà nhạc không?

음악 듣는 거 좋아하세요?

Anh/Chị thích nghe nhạc không?

340

저는 재즈에 푹 빠졌어요.

Tôi thực sự say mê nhạc jazz.

저는 그들의 음악에 완전 빠져 버렸어요.

Tôi đã hoàn toàn đam mê âm nhạc của họ rồi.

A Chị Mai đang nghe nhạc gì?   마이 씨, 뭐 듣고 있어요?

B Tôi đang nghe nhạc của Parov Stelar Band.   파로브 스텔라 밴드의 음악을 듣고 있어요.

A Tôi lần đầu tiên nghe thấy ban nhạc đó. Ban nhạc đó chơi loại nhạc nào?
   처음 듣는 밴드네요. 어떤 음악을 하는 밴드죠?

B Thể loại của ban nhạc được gọi là 'Nu Jazz', sự pha trộn của các yếu tố jazz và
   các phong cách âm nhạc khác. Sau khi nhìn thấy buổi biểu diễn của ban nhạc
   đó trong lễ hội lần đầu tiên thì **tôi đã hoàn toàn đam mê âm nhạc của họ
   rồi.**
   그 밴드가 하는 음악 장르는 '누 재즈'라고 불리는데, 재즈 요소와 다른 음악 스타일을 혼합한 형태죠.
   축제에서 그 밴드가 연주하는 걸 처음 본 후, 그들의 음악에 완전 빠져 버렸어요.

여행

저는 여행을 좋아해요.

Tôi thích du lịch.

여행을 좋아하세요?

Anh/Chị thích du lịch không?

해외 여행을 하신 적이 있나요?

Anh/Chị đã đi du lịch nước ngoài bao giờ chưa?

여행을 많이 하시나요?

Anh/Chị hay đi du lịch không?

(살면서) 어떤 곳을 방문해 보셨나요?

Anh/Chị đã đến tham quan những nơi nào (trong cuộc
sống)?

방문하셨던 곳 중에서 어디가 가장 좋던가요?

Anh/Chị thích nơi nào nhất trong những nơi anh/chị đã
đến?

어디에 가장 가고 싶으세요?

Anh/Chị muốn đi nước nào nhất?

다음 휴가 때는 어디 가실 거예요?

Kỳ nghỉ sau, anh/chị định đi nơi nào?

혼자 다니는 여행을 더 좋아하세요, 아니면 무리 지어 다니는 여행을 더 좋아하세요?

Anh/Chị thích du lịch một mình hơn hay du lịch theo nhóm hơn?

A	**Chị thích du lịch không?** 여행을 좋아하세요?
B	Vâng, tôi hay đi du lịch. 네, 여행을 많이 다닙니다.
A	**Chị thích du lịch một mình hơn hay du lịch theo nhóm hơn?** 혼자 다니는 여행을 더 좋아하세요, 아니면 무리 지어 다니는 여행을 더 좋아하세요?
B	Tôi thích du lịch một mình hơn. Tôi không thích đi những địa điểm được du lịch nói chung. 저는 혼자 다니는 여행을 더 좋아해요. 관광지화된 곳은 별로 좋아하지 않아요.

독서

저는 책을 많이 읽어요.

Tôi đọc sách nhiều.

선호하는 작가가 있나요?

Anh/Chị thích tác giả nào nhất?

책을 자주 읽으세요?

Anh/Chị hay đọc sách không?

어떤 책을 좋아하세요?

Anh/Chị thích loại sách nào?

요즘 읽은 책 중에 괜찮은 거 있어요?

Gần đây anh/chị có đọc sách nào hay không?

A	Anh có sở thích đặc biệt không? 뭐 특별한 취미 있어요?
B	Dạ, **tôi đọc sách nhiều.** 글쎄요, 저는 책을 많이 읽어요.
A	**Gần đây chị có đọc sách nào hay không?** 요즘 읽은 책 중에 괜찮은 거 있어요?
B	Hôm kia tôi đọc một quyển sách mới xuất bản của Bernard Werber. Nó thực sự thú vị. 그저께 베르나르 베르베르의 신간을 읽었어요. 정말 재밌더라구요.

운동

무슨 운동하는 거 있으세요?

Có môn thể thao nào mà anh/chị có thể chơi không?

익스트림 스포츠를 해 본 적이 있어요?

Anh/Chị đã bao giờ chơi thể thao mạo hiểm chưa?

운동을 얼마나 자주 하세요?

Anh/Chị có hay tập thể dục không?
Thường thì bao lâu anh/chị chơi thể thao một lần?

건강을 유지하기 위해 체육관을 즐겨 갑니다.

Tôi hay đi phòng tập gym để giữ gìn sức khoẻ.

giữ gìn 유지하다

A **Có môn thể thao nào mà anh có thể chơi không?** 무슨 운동하는 거 있으세요?

B Dạ, không có môn nào đặc biệt. Nhưng **tôi hay đi phòng tập gym để giữ gìn sức khoẻ.**
글쎄요, 뭐 특별히 하는 운동은 없어요. 하지만 건강을 유지하기 위해 체육관을 즐겨 갑니다.

활동적인 것을 좋아해서 다양한 스포츠를 하며 야외에서 많은 시간을 보내요.

Vì tôi thích hoạt động nên tôi thường dành nhiều thời gian ở ngoài với các môn thể thao đa dạng.

A Chị đi phòng tập gym không? 피트니스 센터에 다니세요?

B Dạ, tôi không thích tập thể dục ở phòng tập gym lắm. Thà rằng tôi đi ra ngoài. **Vì tôi thích hoạt động nên tôi thường dành nhiều thời gian ở ngoài với các môn thể thao đa dạng.**
아뇨, 저는 피트니스 센터에서 운동하는 걸 별로 안 좋아해요. 차라리 밖으로 나가죠. 활동적인 것을 좋아해서 다양한 스포츠를 하며 야외에서 많은 시간을 보내요.

영화

저는 영화광이에요.

Tôi say mê phim.

저는 로맨틱 코미디는 좋아하는데 공포 영화는 싫어해요.

Tôi thích phim lãng mạn nhưng không thích phim ma.

그 영화 봤어요?

Anh/Chị đã xem phim đó bao giờ chưa?

영화 보러 자주 가세요?

Anh/Chị hay đi xem phim không?

가장 좋아하는 배우는 누구예요?

Anh/Chị thích diễn viên nào nhất?

가장 좋아하는 영화 감독은 누구예요?

Anh/Chị thích đạo diễn phim nào nhất?

최근에 괜찮은 영화 본 거 있어요?

Gần đây anh/chị có xem phim nào hay không?

A Khi rảnh, chị thường làm gì? 한가할 때 뭐 하세요?

B Tôi thường đi xem phim. 보통은 영화를 보러 가요.

A **Gần đây chị có xem phim nào hay không?** 최근에 괜찮은 영화 본 거 있어요?

B Mấy ngày trước tôi đã xem một bộ phim tên là *Nghề nghiệp cực khổ*. Tôi thấy các nhân vật chính thực sự rất ấn tượng. Chị nhất định xem nhé! 며칠 전에 <극한 직업>이란 영화를 봤어요. 주인공들이 정말 인상적이었죠. 꼭 보도록 하세요!

어떤 영화 장르를 좋아하세요?

Anh/Chị thích loại phim nào?

PART

7

회의

직장인이라면 크고 작은 회의를 무리 없이 소화할 수 있어야
하죠. 이번 파트에서는 일상적인 업무를 하면서 맞닥뜨릴 수
있는 갖가지 회의에서 필요한 표현들을 모았습니다. 회의 시
작부터 진행, 토론 후 회의 마무리까지 상황별 표현을 익히고
연습하면서 응용력을 키워 보세요.

회의 시작

🎧 07-1.mp3

환영 및 인사

모두 환영합니다.

Chào mừng tất cả mọi người.
Hoan nghênh các bạn đã đến.
Xin chân thành chào đón các bạn.

회의에 참석해 주신 모든 분께 감사의 마음을 전합니다.

Tôi xin gửi lời cảm ơn đến tất cả các bạn đã tham gia cuộc họp.

자, 회의를 시작합시다.

Nào chúng ta bắt đầu cuộc họp.

저를 아직 만나지 못하신 분이 계실 텐데요. 저는 볼트론 주식회사의 CEO 인 윤민수라고 합니다.

Sẽ có những người vẫn chưa gặp tôi, tôi là Yoon Min Soo, CEO của công ty cổ phần Baltron.

구체적으로 들어가기 전에 제 소개를 하겠습니다.

Tôi sẽ giới thiệu bản thân mình trước khi bước vào cụ thể.

bước vào 들어가다, 접어들다

제 소개는 이것으로 충분한 것 같고요. 먼저 이 회의에 참석하지 못한 분들 의 사과 말씀을 전해 드립니다.

Chắc là lời giới thiệu của tôi đến đây là đủ rồi, trước tiên tôi xin gửi lời xin lỗi từ những người không thể tham gia cuộc họp này.

(이 회의에 참석하지 못한) 다음 분들이 사과의 말씀을 전해 주셨습니다. 쭘 씨와 뚜엣 씨입니다.

Có mấy người đã chuyển lời xin lỗi cho tôi (vì không thể tham dự cuộc họp này), đó là ông Trung và cô Tuyết.

자, 여러분, 앉아서 앞에 있는 유인물을 살펴보시길 바랍니다.

Nào, mời các bạn ngồi xuống và xem bản in ở phía trước.

새로 오신 분들이 보이는군요.

Tôi thấy một số người mới.

처음 만나는 자리이니, 자기소개를 하면서 시작합시다.

Vì chúng ta gặp nhau lần đầu tiên, chúng ta hãy bắt đầu bằng sự giới thiệu bản thân mình.

시간 내어 참석해 주셔서 감사합니다. 서로 인사 나누면서 시작합시다.

Cảm ơn các bạn đã dành thời gian tham gia. Chúng ta hãy bắt đầu với việc chào hỏi.

*chào hỏi 인사를 나누다

A Tôi hy vọng mọi người có một buổi sáng tốt lành ngày hôm nay. **Cảm ơn các bạn đã dành thời gian tham gia. Chúng ta hãy bắt đầu với việc chào hỏi.**
여러분 모두 오늘 기분 좋은 아침을 보내고 계시길 바랍니다. 시간 내어 참석해 주셔서 감사합니다. 서로 인사 나누면서 시작합시다.

B Xin chào, anh khoẻ không? 안녕하세요?

여러분 모두 환영합니다. 앉으시죠.

Chào mừng tất cả mọi người. Xin mời ngồi.

오늘 회의에 참석해 주셔서 감사합니다.

Cảm ơn các bạn đã tham dự cuộc họp hôm nay.

갑작스러운 통보에도 와 주셔서 감사합니다.

Cảm ơn các bạn đến đây dù đã thông báo một cách bất ngờ.

지난번 회의를 한 이후로 오랜만이군요.

Đã lâu lắm rồi từ sau cuộc họp lần trước.

오늘 저희 회의에 처음 오신 다섯 분이 계십니다. 이분들도 환영해 주시죠.

Hôm nay có năm người mới đến cuộc họp của chúng ta. Chúng ta hãy chào mừng họ nữa.

모두 앉읍시다.

Xin mời mọi người ngồi xuống.

여러분, 안녕하세요. 들어오셔서 앉으세요.

Xin chào mọi người. Xin mời vào và ngồi xuống.

들어오셔서 앉으세요. 창의적인 생각을 해 봅시다.

Xin mời vào và ngồi xuống. Chúng ta hãy cùng nhau suy nghĩ một cách sáng tạo.

*sáng tạo 창의적인, 창조적인

오늘 긴급 회의에 참석해 주셔서 감사합니다.

Cảm ơn bạn đã tham dự cuộc họp khẩn cấp ngày hôm nay.

저희 회사에 대해 알 수 있는 좋은 기회가 될 거라고 생각합니다.

Tôi nghĩ đây sẽ là một cơ hội tốt để biết về công ty của chúng tôi.

회의에 오신 것을 후회하지 않으실 거라고 확신합니다.

Tôi chắc chắn anh/chị sẽ không hối hận vì đã đến cuộc họp này.

회의 내용을 통해 여러분이 저희 회사에 대해 이해하시게 될 거라고 확신합니다.

Thông qua nội dung cuộc họp, tôi chắc chắn rằng anh/chị sẽ hiểu được về công ty chúng tôi.

제 말을 믿으셔도 좋습니다. 회의에 참석하신 보람이 있으실 겁니다.

Anh/Chị cứ tin tưởng tôi. Tham dự cuộc họp này sẽ có ý nghĩa.

그분들을 위해 제가 지난번 회의 안건의 유인물을 갖다 드리죠.

Để tôi mang bản in về các dự thảo trong cuộc họp lần trước cho họ.

먼저, 우리의 안건을 보면서 시작합시다.

Trước tiên, hãy bắt đầu với việc xem dự thảo của chúng ta.

오늘 다뤄야 할 사항이 많습니다. 회의 목적을 살펴봅시다.

Hôm nay có rất nhiều điều để giải quyết. Chúng ta hãy xem xét mục đích của cuộc họp.

*mục đích 목적

본 회의 시작 전

그러니까 회의가 오전 10시 시작이 맞죠?

Vậy là cuộc họp bắt đầu lúc 10 giờ sáng phải không?

5분 쉬도록 하죠.

Chúng ta hãy nghỉ 5 phút nhé.

안건이 여러분 앞에 모두 준비되어 있습니다. 지금부터 여러분 모두 상세히 살펴보시길 바랍니다.

Dự thảo đã được chuẩn bị trước mặt các bạn. Tôi mong rằng các bạn xem xét chi tiết từ bây giờ.

◆ chi tiết 자세히, 상세히

안건이 여러분의 회의 정보 묶음집에 들어 있습니다. 묶음집을 풀어 그것을 먼저 보시도록 하죠.

Dự thảo nằm trong tệp thông tin cuộc họp của các bạn. Các bạn hãy tháo tệp ra và xem nó trước.

여러분 앞에 있는 소책자 1페이지를 펼치면, 회의 안건을 보실 수 있을 겁니다.

Các bạn mở trang 1 của tập sách có sẵn trước mặt bạn thì sẽ thấy dự thảo của cuộc họp.

앞에 보이는 시간 계획표대로 정확히 진행될 것이라는 점에 유의해 주세요.

Xin lưu ý rằng sẽ tiến hành chính xác theo lịch trình thời gian được nhìn thấy ở phía trước.

시간 계획표에서 벗어나는 일은 없을 테니 시간을 잘 지켜 주시길 바랍니다.

Vì cuộc họp sẽ chỉ được tiến hành trong khuôn khổ lịch trình đã định nên mong mọi người tuân thủ đúng thời gian.

의사 일정을 엄격히 따를 테니 시간을 잘 지켜 주시길 바랍니다.

Chúng tôi sẽ tuân thủ nghiêm ngặt theo lịch trình, vì vậy các bạn hãy tuân thủ thời gian.

모두 2개의 세션이 있는데, 첫 번째 세션 후 점심 시간이 1시간 있겠습니다.

Tất cả sẽ có 2 phần, sau phần đầu tiên thì sẽ có giờ ăn trưa trong 1 tiếng.

의사 일정은 다음과 같이 전개됩니다: 발표자 한 사람당 2시간 토론 및 그 사이에 1시간 점심 시간이 있습니다.

Lịch trình được triển khai như sau: Sẽ có cuộc thảo luận trong 2 tiếng cho mỗi người phát biểu và sẽ có giờ ăn trưa trong 1 tiếng sau phần phát biểu của 1 người.

Lịch trình đầu tiên là lời giới thiệu của tôi, tiếp theo tổng giám đốc điều hành của Zonex sẽ tiến hành trong 2 tiếng và sau khi ăn trưa thì một chuyên gia M&A sẽ tiến hành tiếp trong 2 tiếng.

Chị Thuỷ sẽ ghi lại biên bản cuộc họp và sẽ gửi email cho tất cả mọi người đến chiều mai.

※ biên bản 의사록

Có người nào có thể ghi biên bản họp không?

Anh Tuấn, hôm nay anh có thể ghi biên bản của cuộc họp hôm nay được không?

Chúng tôi sẽ kết thúc cuộc họp đúng 3 giờ rưỡi chiều.

Cuộc họp sẽ được kết thúc chính thức vào lúc 4 giờ chiều.

Cuộc họp sẽ được diễn ra trong khoảng 1 tiếng tới.

Trong khoảng 10 phút đầu tiên, chúng ta hãy nói về nội dung mà chúng ta đã bàn bạc cho đến nay.

Cả hai người phát biểu đều sẽ nhận câu hỏi chỉ trong vòng 30 phút ở phần cuối của bài diễn thuyết. Vì vậy các bạn hãy đặt câu hỏi lúc đó nhé.

회의의 전반적인 개요를 전해 드리죠. 첫 발언은 미스터 쟝, 그리고 오찬 후엔 투이 씨가 맡아 주시겠습니다.

Tôi sẽ chuyển lời tổng quan của cuộc họp. Lời nói đầu tiên là anh Giang và sau bữa tiệc trưa, chị Thuỷ sẽ đảm nhận.

＊tổng quan 총괄적인, 전반적인

시작에 앞서, 잠시 브레인스토밍할까요?

Trước khi bắt đầu, chúng ta động não một chút thì thế nào?

＊động não 브레인스토밍

우선, 이 회의 직후 다이아몬드 룸에서 오찬이 있을 예정이오니 이 점 숙지하시길 바랍니다.

Trước hết, xin lưu ý rằng sẽ có một bữa tiệc trưa trong phòng Diamond ngay sau cuộc họp này.

질문 있으시면 중간에 말씀해 주세요.

Nếu có câu hỏi thì các bạn hãy hỏi giữa chừng.

오늘 흐엉 씨를 대신해 호아 씨가 참석합니다.

Hôm nay cô Hoa sẽ tham gia thay mặt cô Hương.

＊thay mặt ~를 대신하다

흐엉 씨가 오늘 참석하지 않은 관계로, 호아 씨가 오늘 그분을 대신할 겁니다.

Vì cô Hương không tham dự hôm nay nên cô Hoa sẽ thay thế cô ấy hôm nay.

오늘은 인사부 연수과의 호아 씨가 함께 자리합니다. 흐엉 씨를 대신하는 겁니다.

Hôm nay, cô Hoa đến từ bộ giáo dục nhân sự sẽ ở cùng với chúng tôi. Để thay mặt cô Hương.

누가 회의를 진행하나요?

Ai sẽ tiến hành cuộc họp?

이렇게 한번에 다 같이 모이기가 쉽지 않습니다.

Tất cả mọi người tập hợp lại cùng một lúc như thế này thật không dễ.

벌써 3시군요. 마이 씨 없이 시작하는 게 어떨까요?

Đã 3 giờ rồi. Chúng ta bắt đầu mà không có chị Mai có được không?

마이 씨는 주요 부서원 중 한 명으로, 오늘 회의에서 논의되는 모든 것을 들어야 해요.

Chị Mai là một trong những người chính nên phải lắng nghe tất cả mọi thứ được thảo luận trong cuộc họp hôm nay.

회의 주제
소개

이번엔 무슨 내용인가요?

Lần này có nội dung gì nhỉ?

매출 분석에 관한 회의라고 들었어요.

Tôi nghe nói là cuộc họp về phân tích doanh thu.

오늘 우리가 왜 모였는지 몇몇 분은 아실 겁니다.

Mấy anh chị sẽ biết tại sao chúng ta đến đây hôm nay.

이번 회의는 우리의 새로운 사업 계획에 관한 겁니다.

Cuộc họp này là về kế hoạch kinh doanh mới của chúng ta.

이번 회의는 매출을 증진시키는 방법에 관한 겁니다.

Cuộc họp này là về phương pháp tăng doanh thu.

A   Nội dung cuộc họp là gì?   회의 내용이 뭐죠?

B   **Cuộc họp này là về phương pháp tăng doanh thu.** Như anh biết, doanh thu của chúng ta đang giảm do suy thoái kinh tế.
이번 회의는 매출을 증진시키는 방법에 관한 겁니다. 아시다시피, 경기 침체로 우리 매출이 감소하고 있어요.   *suy thoái kinh tế 경기 침체

오늘 회의 목적은 B사와 Z사의 합병에 관해 토론하기 위해서입니다.

Mục đích của cuộc họp hôm nay là thảo luận về việc sáp nhập giữa công ty B và công ty Z.

이번 회의는 합병 중 실행되어야 할 절차를 살펴보기 위해 소집되었습니다.

Cuộc họp này đã được triệu tập để xem xét các thủ tục phải được thực hiện trong quá trình sáp nhập.   *thủ tục 절차

이번 회의 목적은 합병에 관한 세부 내용을 검토하기 위해서입니다.

Mục đích của cuộc họp này là xem xét các nội dung chi tiết liên quan đến việc sáp nhập.

저희의 신규 프로젝트 진행 상황을 보고 드리고자 오늘 이 회의를 소집했습니다.

Chúng tôi đã triệu tập cuộc họp này hôm nay để báo cáo tình hình tiến hành của dự án mới.

이 회의의 또 다른 목적은 우리가 직면한 문제들에 대해 논의하기 위해서입니다.

Một mục đích khác của cuộc họp này là để thảo luận về các vấn đề mà chúng ta đang đối mặt.

이메일에서 언급한 대로, 오늘 회의 목적은 저희의 새 프로젝트를 소개하기 위해서입니다.

Như đã đề cập trong email, mục đích của cuộc họp hôm nay là để giới thiệu dự án mới của chúng ta.

*đề cập 언급하다

평상시 하던 주간 회의 안건 대신, 오늘은 좀 다른 것을 논의하고 싶습니다.

Thay vì chương trình họp hàng tuần thông thường, hôm nay tôi muốn thảo luận về vấn đề khác.

우리는 이 회의를 해결책으로 보고 있습니다.

Chúng tôi xem cuộc họp này như là một giải pháp.

*giải pháp 해결책

공지에 따르면, 회의는 매출 분석에 관한 것이 될 겁니다.

Theo thông báo, cuộc họp sẽ là về phân tích doanh thu.

모두 생각을 나누고 매출을 증진시킬 방안을 모색해 봅시다.

Tất cả chúng ta hãy cùng suy nghĩ và tìm phương pháp nào đó để thúc đẩy doanh thu.

매출에 관해서는 신규 고객이 필요합니다.

Về doanh thu, chúng ta cần khách hàng mới.

그들이 새로운 영업 전략을 소개할 겁니다.

Họ sẽ giới thiệu một chiến lược kinh doanh mới.

오늘 우리는 두 가지 주제에 관해 토론합니다.

Hôm nay chúng ta thảo luận về hai đề tài.

오늘 우리가 왜 이 자리에 모였는지 여러분은 잘 아실 겁니다.

Chắc mọi người đều biết tại sao chúng ta lại họp ở đây ngày hôm nay.

두바이 프로젝트의 진행 상황을 논의하기 위해 이 회의를 소집했습니다.

Chúng tôi đã triệu tập cuộc họp này để thảo luận về tình hình tiến hành của dự án Dubai.

연사 소개

오늘 초청 연사 한 분을 모셨습니다.

Hôm nay chúng tôi sẽ có một diễn giả khách mời.

오늘은 특별 게스트를 모셨습니다.

Hôm nay chúng tôi có một khách mời đặc biệt.

시작에 앞서, 나중에 시간 관리에 대한 강연을 하실 개츠비 씨를 맞이할까요?

Trước khi bắt đầu, chúng ta gặp ông Gatsby sẽ giảng bài về quản lý thời gian nhé?

시작에 앞서, JJ그룹의 최고 경영자이신 쟝 씨를 큰 박수로 맞이합시다.

Trước khi bắt đầu, chúng ta hãy cho ông Giang một tràng pháo tay lớn, đang là giám đốc điều hành của tập đoàn JJ nhé.

첫 발언자를 맞이합시다! 조넥스의 최고 경영자이신 쟝 씨입니다.

Chúng ta hãy đón tiếp người phát ngôn đầu tiên! Đó là ông Giang, giám đốc điều hành của Zonex.

참석자 성함을 한 분씩 호명하겠습니다.

Tôi sẽ gọi tên từng người tham gia một.

멀리 두바이에서 방문해 주신 카불 씨, 정말 감사합니다.

Xin chân thành cảm ơn ông Kabul đã đến từ Dubai, một nơi rất xa.

따뜻하게 맞이해 주셔서 감사합니다. 이번 회의에 참석하게 되어 기쁩니다.

Cảm ơn các bạn đã tiếp đón một cách niềm nở. Tôi vui mừng được tham dự cuộc họp này.

회의 진행

 07-2.mp3

**회의 본론
개시**

자, 그럼 본론으로 들어가도록 하죠.

Nào, chúng ta hãy đi vào vấn đề chính.

여러분 앞쪽의 화면을 봐 주세요.

Các bạn hãy nhìn vào màn hình phía trước.

이것은 연구 개발팀에서 만든 여러 제품 원형 중 하나입니다.

Đây là một trong số nguyên mẫu sản phẩm được nhóm nghiên cứu phát triển tạo ra.

연구 개발팀의 밍 씨께서 상세한 내용을 설명하실 겁니다.

Ông Minh của bộ phận nghiên cứu phát triển sẽ giải thích nội dung chi tiết.

여러분 대부분은 우리 계획의 문제점들에 대해 이미 정보를 제공받으셨습니다.

Hầu hết các bạn đã được cung cấp thông tin về những vấn đề trong kế hoạch của chúng ta.

해결책에 대한 논의를 시작하기 전에 그 문제들에 대해 상세히 보고해 주시겠습니까?

Anh/Chị có thể báo cáo chi tiết về những vấn đề đó trước khi chúng ta bắt đầu thảo luận về giải pháp được không?

**회의 내용
정리**

여기 계신 분들 모두가 이미 이메일을 통해 내용을 검토하셨습니다.

Mọi người ở đây đã xem xét nội dung qua email rồi.

어디서부터 이야기할까요?

Anh/Chị muốn nói chuyện từ đâu?

약간의 수정이 필요하니 계약서 뒷부분부터 시작하는 게 어떨까요?

Vì chúng ta cần một chút sửa đổi, chúng ta bắt đầu từ phần cuối hợp đồng thì thế nào?

제가 여기 최종 인쇄본을 가지고 있습니다.

Tôi có bản in cuối cùng ở đây.

지난번 회의 의사록을 살펴보면서 시작합시다.

Hãy bắt đầu với việc xem lại biên bản của cuộc họp lần trước.

지난번 회의에서 생산비를 줄이기 위해 다음 분기에 무엇을 해야 하는지에 대해 토론했습니다.

Trong cuộc họp lần trước, chúng ta đã thảo luận về những việc cần làm trong quý sau để giảm chi phí sản xuất.

지난번 회의에서 토론했던 내용을 모두 기억하셨으면 좋겠군요.

Tôi hy vọng các bạn nhớ tất cả mọi thứ mà chúng ta đã thảo luận tại cuộc họp lần trước.

확인해 보실 수 있도록 여러분께 이메일을 보내 드릴 겁니다.

Nó sẽ được gửi qua email để các bạn kiểm tra.

지난번 회의에서 우리의 소프트웨어에 대해 이야기했습니다.

Trong cuộc họp lần trước, chúng ta đã nói chuyện về phần mềm của chúng ta.

다음 회의에서는 마케팅 전략들에 대해 토론하겠습니다.

Trong cuộc họp lần sau, chúng ta sẽ thảo luận về các chiến lược tiếp thị.

돌아가면서 서로의 의견에 대해 논평하도록 합시다.

Chúng ta hãy bình luận lần lượt về ý kiến của nhau nhé.

＊ bình luận 논평하다, 평론하다

우리에게 부족한 게 무엇인지에 대해 이야기해 봅시다.

Chúng ta hãy cùng nói về những điều thiếu sót với chúng ta.

돌아가면서 자료를 분석합시다.

Chúng ta hãy thay phiên nhau phân tích dữ liệu.

＊ phân tích 분석하다

제가 고객님께 샘플을 보내도록 하겠습니다.

Tôi sẽ gửi mẫu cho các khách hàng.

우선 저희 부서에서 시행하여 제 계획이 효과 있다는 것을 입증하도록 하겠습니다.

Trước tiên tôi sẽ chứng minh rằng kế hoạch của tôi có hiệu quả bằng cách thực hiện nó tại bộ phận của chúng tôi.

> chứng minh 입증하다, 증명하다

이 회의의 제한 시간을 지키기 위해 이 제품의 대상이 누구인지 살펴보고 난 다음, 나머지 사항을 논의할 수 있을 겁니다.

Để giữ đúng thời gian cho phép của cuộc họp này, chúng ta nên xem xét đối tượng của sản phẩm này là ai trước, sau đó có thể thảo luận về phần còn lại.

이번 회의에서 짧은 시간에 논의할 의제로 오른 주제가 많습니다. 목표 시장이 무엇인지와 같은 사항을 한 번에 하나씩 살펴본 다음, 다른 사항으로 넘어가도록 하겠습니다.

Tại cuộc họp này, chúng ta có rất nhiều chủ đề để thảo luận trong một khoảng thời gian ngắn. Chúng ta hãy xem từng ví dụ một như thị trường mục tiêu là gì sau đó sẽ chuyển sang nội dung khác.

시간이 많지 않을뿐더러 오늘 이 주제들을 모두 다룰 수 있을 것 같지 않아서 목표 시장이 무엇인지에 초점을 맞춘 다음, 시간이 허락되면 다른 사항으로 넘어가도록 하겠습니다.

Chúng ta không có nhiều thời gian và dường như không thể giải quyết các vấn đề này trong hôm nay, vì vậy chúng ta sẽ tập trung vào vấn đề thị trường mục tiêu là gì và sẽ chuyển sang các vấn đề khác nếu thời gian cho phép.

순서 없이 진행하면 진척이 없을 것 같아 걱정입니다.

Tôi lo là nếu tiến hành mà không có thứ tự thì sẽ không có tiến triển gì cả.

점심 시간에 기초적인 것들에 대해 요약해 드리겠습니다.

Tôi sẽ tóm tắt những điều cơ bản vào giờ ăn trưa.

세부 사항에 관해 업데이트해 드리겠습니다.

Tôi sẽ cập nhật về phần chi tiết.

절차를 설명드리는 동안 주저 마시고 질문해 주세요.

Xin đừng ngần ngại hỏi tôi trong khi tôi giải thích các thủ tục.

제 발표에 대해 질문 있으시면 중간에 말씀해 주세요.

Nếu bạn có câu hỏi về bài thuyết trình của tôi, xin vui lòng cho tôi biết vào giữa chừng.

이해가 안 되시면 물어봐 주세요.

Bạn cứ hỏi nếu có gì chưa hiểu.

우리의 목표를 잠시 살펴보도록 하죠.

Chúng ta hãy xem mục tiêu của chúng ta một chút.

5분 휴식 후 재개하겠습니다.

Chúng ta sẽ tiếp tục sau khi nghỉ giải lao 5 phút.

프로젝트 예상 및 준비

저는 이 프로젝트가 성공할 거라고 믿습니다.

Tôi tin rằng dự án này sẽ thành công.

시장 점유율을 높이기 위해 더 많은 노력을 해야 한다는 것을 알고 있습니다.

Tôi biết rằng cần phải nỗ lực nhiều hơn để tăng thị phần của chúng ta.

모든 일이 잘 돼 가도록 하기 위해 밤낮으로 일하고 있습니다.

Chúng tôi đang làm việc cả ngày và đêm để làm cho mọi thứ diễn ra tốt đẹp.

저희는 새로운 안건에 대한 회의를 시작할 준비가 되었습니다.

Chúng tôi đã sẵn sàng để bắt đầu cuộc họp về dự thảo mới.

일정에 관해 말씀드리면, 저희는 준비가 되었다고 생각합니다.

Nói về lịch trình, chúng tôi nghĩ rằng chúng tôi đã sẵn sàng rồi.

인정하는 바와 같이, 개선의 여지가 있습니다.

Tôi cũng thừa nhận rằng có khả năng sẽ cải thiện được cái gì đó.

◦ cải thiện 개선하다

향후 발전을 위한 기회가 아직 많이 있어서, 기회를 다 놓친 건 아닙니다.

Trong tương lai còn có nhiều cơ hội để phát triển nên không phải là đã bỏ lỡ hết cơ hội.

◈ bỏ lỡ 놓치다

이 상황을 잘 알고 있습니다.

Tôi hiểu rõ tình huống này.

이 프로젝트를 담당하고 있는 저희들은 이 기회를 놓쳐서는 안 된다고 믿습니다.

Chúng tôi đang phụ trách dự án này thì chúng tôi tin rằng không được bỏ lỡ cơ hội này.

제안

긴급 회의 소집을 제안합니다.

Tôi đề nghị triệu tập cuộc họp khẩn cấp.

우리는 다른 방법을 제안해야 합니다.

Chúng ta phải đề xuất phương pháp khác.

다른 분들 중 존의 아이디어에 대해 의견 있으신가요?

Có người nào có ý kiến về ý tưởng của John không?

◈ ý tưởng 아이디어

우리의 첫 번째 시도가 실패했으니 우리는 다른 방법을 제안해야 합니다.

Vì thử nghiệm đầu tiên của chúng ta đã thất bại nên chúng ta phải đề xuất một phương pháp khác.

이것은 복잡한 안건이기 때문에 우리는 더 많은 옵션을 제안해야 합니다.

Vì đây là một vấn đề phức tạp nên chúng ta cần phải đề xuất nhiều lựa chọn hơn.

이것은 복잡한 안건이기 때문에 우리는 이 문제에 대해 좀 더 많은 의견을 들어야 합니다.

Vì đây là một vấn đề phức tạp nên chúng ta phải lắng nghe nhiều ý kiến hơn nữa về vấn đề này.

우리는 이 문제들을 해결하기 위해 협상을 제안해야 합니다. 그렇지 않으면 이 프로젝트를 놓치게 될 겁니다.

Chúng ta phải đề xuất đàm phán để giải quyết những vấn đề này. Nếu không thì chúng ta sẽ bị bỏ lỡ dự án này.

새로운 계획을 생각해 내야 해요.

Chúng ta phải nghĩ ra kế hoạch mới.

이것이 완전하거나 영구적인 해결책은 아니지만, 우리는 임시 해결책으로써 이를 실행해야 합니다.

Mặc dù đây không phải là giải pháp hoàn chỉnh hoặc vĩnh viễn nhưng chúng ta phải thực hiện nó như một giải pháp tạm thời.

　hoàn chỉnh 완전한 tạm thời 임시의

우리는 이것을 좋은 기회로 인식해야 합니다.

Chúng ta phải nhận thức đây là một cơ hội tốt.

　nhận thức 인식하다

조만간 우리는 이 문제를 다뤄야만 합니다.

Sớm hay muộn chúng ta cũng phải xử lý vấn đề này.

이 건은 나중에 다루도록 합시다.

Chúng ta hãy xử lý vấn đề này sau.

나중에 모여 좀 더 논의합시다.

Chúng ta hãy tập hợp lại và thảo luận thêm sau.

다른 중요한 안건들로 화제를 옮기도록 합시다.

Chúng ta hãy chuyển sang những vấn đề quan trọng khác.

자! 프레젠테이션에 집중하도록 하죠.

Nào! Hãy tập trung vào bài thuyết trình.

광고에 대해 생각해 보고 싶군요.

Chúng tôi muốn nghĩ về quảng cáo.

광고가 또 다른 좋은 옵션입니다.

Quảng cáo là một lựa chọn tốt.

그런데 말이죠, 수익을 어떻게 나눌지에 관해서도 토론해야 합니다.

Nhân tiện, chúng ta phải thảo luận làm thế nào để chia sẻ lợi nhuận.

A   **Nhân tiện, chúng ta phải thảo luận làm thế nào để chia sẻ lợi nhuận.**
그런데 말이죠, 수익을 어떻게 나눌지에 관해서도 토론해야 합니다.

B   Đúng rồi! Nếu không có họ thì lúc đầu chúng ta không thể có được vốn cần
thiết.   맞습니다! 그들이 아니었다면 우리는 초기 자본금을 가질 수 없었을 거예요.

**상황 파악 및
문제점 제기**

그들이 회사 합병 의견에 반대한다고 들었습니다.

Chúng tôi nghe nói họ phản đối ý kiến về việc sáp nhập
của công ty.

*phản đối 반대하다

지금 당장 회의를 중단하라고 조언받았습니다.

Chúng tôi đã nhận được lời khuyên là phải dừng lại cuộc
họp ngay bây giờ.

시장을 예측하라고 배웠습니다.

Chúng tôi đã học được là phải dự đoán về thị trường.

월말 전에 그 프로젝트를 완료해야 한다고 들었습니다.

Tôi nghe nói phải hoàn thành dự án đó trước cuối tháng.

상세한 기획이 많이 부족해서 제 예상대로 그 일이 잘 되지 않았습니다.

Nó không diễn ra như mong đợi vì không có đủ kế hoạch
chi tiết.
Vì không có đủ kế hoạch chi tiết nên nó không đạt được
kết quả tốt như dự đoán.

이 차트에서 보듯이, 우리의 마케팅 전략이 통했습니다.

Như chúng ta có thể thấy từ biểu đồ này, chiến lược tiếp
thị của chúng ta đã có hiệu quả.   *biểu đồ 차트   hiệu quả 효과가 있는

여러분도 느끼셨듯이, 많은 회사가 방어적인 방법을 선택하고 있습니다.

Như bạn có thể thấy, nhiều công ty đang lựa chọn phương
pháp phòng thủ.   *phòng thủ 방어적인

귀사와 거래하기 위한 제 사업 제안서를 고려해 봐 주십시오.

Hãy xem xét đề xuất kinh doanh của tôi để giao dịch với
quý công ty.

전에 설명해 드렸듯이, 다급한 문제는 디자인이 아닙니다.

Như tôi đã giải thích trước đó, vấn đề cấp bách không phải là thiết kế.

우리의 총 매출이 줄고 있다는 사실을 무시할 수 없습니다.

Chúng ta không thể bỏ qua một sự thật là tổng doanh số của chúng ta đang giảm dần.

지금까지, 그들이 저희에게 계약을 주지 않으려는 건 저희의 높은 가격 때문입니다.

Cho đến nay, lý do chính mà họ không muốn ký hợp đồng với chúng ta là vì giá cả của chúng ta cao.

저희가 아는 바로는, 그들이 계약을 하지 못하는 건 저희 측의 높은 가격 때문입니다.

Theo chúng tôi biết, lý do họ không ký hợp đồng là do giá của chúng ta cao.

끼어들어서 죄송합니다만, 그 부분을 자세히 설명해 주실 수 있나요?

Tôi xin lỗi vì chen vào, nhưng anh có thể giải thích thêm về phần đó được không?

끼어들어서 죄송합니다만, 그래프가 이상해 보입니다. 최고점이 정말 저렇게 높습니까?

Tôi xin lỗi vì chen vào, nhưng biểu đồ trông lạ quá. Điểm cao nhất thật sự cao như vậy sao?

이전에 보여 드렸듯이, 이 기술은 생산비를 반으로 절감해 줄 겁니다.

Như trước đây tôi đã cho anh/chị xem, công nghệ này sẽ cắt giảm một nửa chi phí sản xuất.

매년 강조했듯이, 우리 팀은 여러분의 지속적인 좋은 성과에 달려 있습니다.

Như tôi đã nhấn mạnh hàng năm, nhóm chúng ta phụ thuộc vào thành quả tốt ổn định của các bạn.

손해가 예상됩니다. 새로운 방안들이 자리잡을 것 같습니다.

Dự kiến sẽ có thiệt hại. Tôi dự đoán rằng các phương án mới sẽ được đưa ra.

토론

🎧 07-3mp3

**진행 및
의견 묻기**

투이 씨, 이번 토론을 진행해 주시겠어요?

Chị Thuỷ, chị có thể tiến hành cuộc thảo luận này được không?

투이 씨, 이번 토론 사항을 소개해 주시겠어요?

Chị Thuỷ, hãy giới thiệu cho tôi nội dung của cuộc thảo luận này được không?

제가 말씀드린 것을 알아들으셨나요?

Anh/Chị đã hiểu được những điều tôi nói chưa?

어떻게 생각하십니까?

Anh/Chị nghĩ thế nào?

그의 견해를 타진해 보시는 게 어때요?

Bạn hãy thử thăm dò ý kiến của anh ấy thì thế nào?

▫ thăm dò 타진하다

좋은 시작이군요. 의견 더 없으신가요?

Đúng là một khởi đầu tốt. Còn có ý kiến gì thêm không?

흥미로운 의견이군요. 좀 더 봅시다.

Ý kiến thú vị đấy. Hãy xem thêm một chút nữa.

자, 또 다른 의견은요?

Nào, còn ý kiến nào khác không?

합병 건에 관해 여러분은 어떻게 생각하십니까?

Các bạn suy nghĩ thế nào về việc sáp nhập?

이 사업을 계속할 수 있을까요?

Chúng ta có thể tiếp tục làm dự án này không?

왜 그렇게 부정적인가요?

Tại sao lại tiêu cực như vậy?

▫ tiêu cực 부정적인, 소극적인

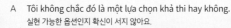

A　Tôi không chắc đó là một lựa chọn khả thi hay không.
　　실현 가능한 옵션인지 확신이 서지 않아요.

B　**Tại sao lại tiêu cực như vậy? Cứ làm thử xem sao.**
　　왜 그렇게 부정적인가요? 그냥 한번 해 봅시다.

이 문제에 대한 낙관적인 해결 방안은 전혀 낼 수 없는 건가요?

Anh/Chị không thể đưa ra giải pháp lạc quan hơn đối với việc này à?
<small>⬦đưa ra 제시하다　lạc quan 낙관적인</small>

루 씨, 이런 분야의 프로젝트에 참여해 보신 적이 있죠?

Chị Lưu, chắc chị đã tham gia vào loại dự án này rồi chứ?

루 씨, 이 분야를 알고 계시죠?

Chị Lưu, chị biết lĩnh vực này rồi chứ?
<small>⬦lĩnh vực 분야</small>

이 제품을 위해 어느 시장을 겨냥해야 한다고 생각합니까?

Anh/Chị nghĩ nên nhắm vào thị trường nào cho sản phẩm này?
<small>⬦nhắm ~에 겨누다</small>

이 제품의 목표 시장과 관련하여 여러분께서는 어떻게 생각하세요?

Anh/Chị nghĩ thế nào về thị trường mục tiêu của sản phẩm này?

이 제품이 어떤 소비자 그룹을 대상으로 마케팅되는 게 최선이라고 보시나요?

Theo anh/chị, nhóm người tiêu dùng nào là tốt nhất để tiếp thị sản phẩm này?

이 불황에 수익을 내는 게 가능하다고 생각하세요?

Bạn có nghĩ rằng có thể tạo ra lợi nhuận trong cuộc suy thoái này không?

예상 지출을 줄이는 게 가능하다고 생각하세요?

Bạn có nghĩ rằng có thể giảm chi tiêu dự kiến không?

A　Anh Cương ơi, tôi xin lỗi vì chen vào trong bài thuyết trình của anh nhưng tôi có một câu hỏi. 끄엉 씨, 발표 중에 끼어들어 죄송합니다만, 질문이 있습니다.

B　Vâng, chị cứ hỏi. 네, 질문하세요.

A　**Anh có nghĩ rằng có thể giảm chi tiêu dự kiến không?**
　　예상 지출을 줄이는 게 가능하다고 생각하세요?

B　Vâng, dĩ nhiên là được! 네, 물론 가능합니다!

만일 이 방안이 만족스럽지 않으시면 다른 방안을 고려하시겠습니까?

Nếu phương án này không hài lòng thì anh/chị có thể xem xét những phương án khác được không?

축구처럼 세간의 이목을 끄는 스포츠 행사를 후원하는 게 어떻습니까?

Việc tài trợ cho sự kiện thể thao như bóng đá có thể thu hút sự chú ý thì sao?

＊tài trợ 후원하다 thu hút 눈길을 끌다, 끌어들이다

익스트림 스포츠 행사를 후원하는 게 어떻습니까?

Tài trợ cho sự kiện thể thao mạo hiểm thì sao?

대신에, 우리 브랜드를 보증할 스포츠 스타와 계약하는 건 어떤가요?

Thay vào đó, ký hợp đồng với ngôi sao thể thao có thể đảm bảo thương hiệu của chúng ta thì thế nào?

＊thương hiệu 브랜드, 상표

발언 연결 및 제지

경청하고 있습니다. 계속하세요.

Tôi đang lắng nghe đây. Anh/Chị tiếp tục đi.

소감을 말씀해 주세요.

Hãy cho tôi biết phản hồi của anh/chị.

제가 잠시 끼어들어도 되겠습니까?

Tôi có thể chen vào một chút được không?

제가 그에 대한 의견을 말해도 될까요?

Tôi có thể nói ra ý kiến về điều đó được không?

잠시만요! 괜찮으시다면, 하던 말을 끝내겠습니다.

Đợi một chút! Nếu anh/chị không phiền thì tôi sẽ kết thúc những lời mà tôi vừa nói.

제가 하려던 말이 아직 끝나지 않았습니다.

Tôi vẫn chưa kết thúc những lời mà tôi định nói.

마저 끝내도 될까요?

Xin cho tôi kết thúc vấn đề này được không?

이 문제에 대해서는 여전히 많은 사항을 논의해야 할 것 같습니다.

Theo tôi, có rất nhiều điều cần thảo luận về vấn đề này.

또 한 번의 회의에서 이 토론을 이어나가야 할 것 같습니다.

Tôi nghĩ chúng ta phải tiếp tục cuộc thảo luận này tại một cuộc họp khác.

이 사항은 우선 그냥 놔 두고 다음 항목으로 넘어가야 할 것 같습니다.

Tôi nghĩ rằng chúng ta nên để lại điểm này và sang đến mục tiếp theo.

나머지 시간은 이 문제에 대해 공개 토론을 하도록 하겠습니다.

Thời gian còn lại, chúng ta sẽ thảo luận công khai về vấn đề này.

công khai 공개적인

한 말씀 드려도 될까요?

Tôi có thể nói một câu được không?

마지막으로 한두 말씀 드리겠습니다.

Cuối cùng, tôi muốn nói với bạn một hai lời.

말씀 중에 죄송하지만, 한두 마디 하겠습니다.

Xin lỗi làm phiền anh/chị nhưng để tôi nói một hai lời.

잠시 아이디어를 짜내도록 하죠.

Để tôi nghĩ ra ý tưởng một lát.

제가 어디까지 했죠?

Tôi đã nói đến đâu rồi?

표결에 부치겠습니다.

Chúng tôi sẽ bỏ phiếu biểu quyết.

찬성하시면 손을 들어 주세요.

Nếu bạn đồng ý, vui lòng giơ tay lên.

반대하시면 '아니요.'로 답해 주세요.

Nếu bạn phản đối, vui lòng trả lời "Không."

이 제품의 출시가 실행 가능한지를 알아보기 위해 소비자 트렌드에 관한 정보가 필요합니다.

Chúng tôi cần thông tin về xu hướng người tiêu dùng để tìm hiểu xem việc ra mắt sản phẩm này có khả thi hay không.

＊xu hướng 동향, 경향, 트렌드

비슷한 방식으로 시장에 내놓은 이전 모델이 별로 성공적이지 못했다는 사실을 상기시켜 드리고 싶었습니다.

Tôi muốn nhắc lại cho anh/chị rằng mô hình cũ được đưa ra trên thị trường theo cách tương tự đã không thành công lắm.

＊tương tự 유사한

제안하시는 것과 비슷한 방식으로 시장에 내놓았던 이전 모델이 별로 성공적이지 못했다는 것을 잊고 계신 것 같군요.

Tôi thấy hình như anh/chị đã quên rằng mô hình cũ được đưa ra trên thị trường theo cách tương tự đã không thành công lắm.

저희의 이전 제품들 중 하나가 이 시장에서 그다지 성공적이지 못했다는 점을 지적하고 싶으신 거죠?

Anh/Chị muốn chỉ ra rằng một trong những sản phẩm trước đây của chúng tôi đã không thành công lắm trên thị trường này phải không?

만일 매번 우리가 컴퓨터를 직접 포맷하는 대신에 IT 전문가를 고용한다면 어떨까요?

Nếu chúng ta lựa chọn các chuyên gia IT thay vì định dạng máy tính trực tiếp thì thế nào?

＊định dạng 포맷하다

네, 그 점은 맞습니다. 하지만 이 상품이 이 시장에 더 적합한 것 같습니다.

Vâng, điều đó là chính xác. Nhưng theo tôi sản phẩm này có vẻ phù hợp hơn cho thị trường này.

아마 이번엔 좀 더 신중하게 시장 조사를 하게 될 겁니다.

Có lẽ lần này, chúng ta sẽ thực hiện điều tra thị trường cẩn thận hơn.

18~30세 그룹을 목표로 해야 할 것 같습니다. 그들은 신상품 발표에 더 쉽게 유혹되거든요.

Tôi nghĩ chúng ta nên nhắm mục tiêu cho nhóm 18 đến 30 tuổi. Họ dễ dàng bị thu hút với sự công bố của sản phẩm mới.

18~30세 그룹을 목표로 해야 할 것 같습니다. 그들에게 신상품을 구입하라고 설득하는 게 더 쉽거든요.

Tôi nghĩ chúng ta nên nhắm mục tiêu cho nhóm 18 đến 30 tuổi. Bởi vì nó sẽ dễ dàng hơn khi chúng ta thuyết phục họ để mua sản phẩm mới.

＊thuyết phục 설득하다

참여하기에 수익성이 좋은 시장인 것 같군요.

Tôi nghĩ đó là một thị trường có lợi nhuận tốt để tham gia.

저는 시 당국이 출퇴근 철도 시스템을 업그레이드하고 확장하는 데 더 많은 자금을 투입해야 한다고 생각합니다.

Tôi tin rằng thành phố cần đầu tư nhiều tiền hơn vào việc nâng cấp và mở rộng hệ thống đường sắt đi lại.

＊nâng cấp 향상시키다

목표로 삼기에 좋은 시장인 것 같군요.

Tôi nghĩ rằng đây là một thị trường tốt để đặt mục tiêu.

우리 서비스를 제공하기에 매우 생산적인 소비자 그룹 같군요.

Tôi nghĩ rằng đó là một nhóm người tiêu dùng rất năng suất để cung cấp dịch vụ của chúng ta.

＊năng suất 생산적인

다뤄야 할 항목이 더 많은데, 이 문제에 관해 논의할 부분이 아직 많은 것 같군요.

Vẫn còn nhiều điều cần xử lý, nhưng hình như vấn đề này vẫn có nhiều phần phải được thảo luận.

이 문제에 관해 논의할 게 더 많지만, 안타깝게도 지금 이 문제에 더 많은 시간을 들일 수 없습니다.

Có rất nhiều điều để thảo luận về vấn đề này, nhưng tiếc là bây giờ chúng ta không thể dành nhiều thời gian hơn cho vấn đề này nữa.

적어도 문제의 요점은 프로젝트 완수가 지연된 것이라고 생각합니다.

Theo tôi, ít ra thì cốt lõi của vấn đề là việc hoàn thành dự án đã bị trì hoãn.

*cốt lõi 요점

컴퓨터 시스템을 다시 온라인화하는 것이 최우선 순위여야 합니다.

Ưu tiên hàng đầu phải là online hóa cho hệ thống máy tính.

그것에 관해서는 지금 얘기하지 않는 게 어떨까요? 모든 일에는 때와 장소가 있는 법이니까요.

Chúng ta không nên nói về điều đó bây giờ được không? Vì mọi thứ đều có thời gian và địa điểm.

회사를 확장하는 건 아주 좋은 생각인 것 같습니다.

Tôi nghĩ rằng việc mở rộng công ty là một ý tưởng rất hay.

사장님께서 사임하시는 건 매우 안 좋은 생각인 것 같습니다.

Theo tôi, việc ông giám đốc từ chức là một ý tưởng không tốt.

장기적인 관점에서 생각할 때, 이 회사의 주식을 매입하는 건 훌륭한 투자입니다.

Với quan điểm dài hạn, mua cổ phiếu của công ty này là một đầu tư tuyệt vời.

당신의 계획을 재검토하시길 권해 드리겠습니다.

Tôi khuyên anh/chị nên xem lại kế hoạch của anh/chị.

제안을 받아들이시길 권해 드리겠습니다.

Tôi mong anh/chị chấp nhận đề nghị của tôi.
Tôi khuyên anh/chị chấp nhận đề nghị của tôi.

이 시점에서 우리 수수료를 절충합시다.

Tại thời điểm này, chúng ta hãy thỏa thuận phí hoa hồng của chúng ta.

*phí hoa hồng 수수료

A Dù có bị lỗ nhưng **tại thời điểm này, chúng ta hãy thỏa thuận phí hoa hồng của chúng ta.** 적자가 나더라도 이 시점에서 우리 수수료를 절충합시다.

B Vâng. Tôi sẽ gọi cho họ ngay khi cuộc họp này kết thúc.
알겠습니다. 이 회의가 끝나자마자 그들에게 연락해 보겠습니다.

우리는 팀워크를 강화해야 한다고 생각합니다.

Tôi nghĩ chúng ta phải tăng cường tinh thần đồng đội.

tăng cường 강화하다

한번 시도해 보는 것도 괜찮겠군요.

Có lẽ chúng ta nên làm thử một lần.

우리는 그들에게 우리의 제한 사항을 이해시켜야 합니다.

Chúng ta phải làm cho họ hiểu về những điều hạn chế của chúng ta.

이건 단지 제 사견이에요.

Đây chỉ là ý kiến cá nhân của tôi.

좋은 생각이 떠올랐어요.

Tôi đã nảy ra một ý tưởng hay.

직접적으로 말씀드리면, 당신의 프로젝트 결과가 불만족스럽습니다.

Nói thẳng ra, kết quả dự án của anh/chị không đạt yêu cầu.
Tôi xin nói một cách trực tiếp là kết quả dự án của anh/chị không được hài lòng.

솔직히 말씀드리면, 이 일을 마치느라 고생 좀 했습니다.

Nói thật thì tôi đã rất vất vả để hoàn thành công việc này.
Thành thật mà nói, tôi đã có một thời gian khó khăn để hoàn thành công việc này.

제 생각엔 이 분야가 포화 상태라고 봅니다.

Theo suy nghĩ của tôi, lĩnh vực này đã vào trạng thái bão hòa rồi.

trạng thái bão hòa 포화 상태

제 입장에서 그 문제를 보신다면 이해하실 겁니다.

Nếu anh/chị nhìn vấn đề đó ở vị trí của tôi thì anh/chị sẽ hiểu.

제 생각에, 최우선 순위는 최고의 옵션을 결정하는 것이어야 합니다.

Theo tôi, ưu tiên hàng đầu nên là việc xác định lựa chọn tốt nhất.

제 입장에서 생각해 보세요.

Anh/Chị hãy thử nghĩ ở vị trí của tôi xem.

동의합니다.

Tôi đồng ý.

당신 의견에 전적으로 동의합니다. <강한 어조>

Tôi hoàn toàn đồng ý với ý kiến của anh/chị.

그 점에 있어서 당신 의견에 동의합니다.

Tôi đồng ý với ý kiến của anh/chị về điểm đó.

제 생각도 그렇습니다.

Tôi cũng nghĩ vậy.

Đó chính là suy nghĩ của tôi.

저도 그렇지 않습니다.

Tôi cũng không như vậy.

당신 의견도 일리가 있습니다.

Ý kiến của anh/chị cũng hợp lý.

그 점에 있어서는 별문제가 되지 않을 것 같습니다.

Về điểm đó thì có lẽ không có vấn đề gì đặc biệt.

맞습니다.

Đúng vậy.

Anh/Chị nói đúng.

그건 정말 그렇습니다.

Điều đó thật sự là như vậy.

그런 것 같아요. <약한 어조>

Có lẽ là như vậy.

제 말이 바로 그거예요.

Ý tôi chính là như thế.

Đó chính là ý tôi muốn nói.

여기 계신 모든 분은 제 의견에 동의하시리라 믿습니다.

Tôi tin rằng tất cả các bạn ở đây sẽ đồng ý với tôi.

왜 그렇게 생각하시는지 이해합니다.

Tôi hiểu tại sao anh/chị nghĩ như vậy.

시도해 볼 만한 계획이라고 확신합니다.
Tôi chắc chắn đó là một kế hoạch đáng thử.

좋은 의견이십니다.
Ý kiến hay đấy.
Đó là một ý kiến tốt.

그 각도에서 한 번도 생각해 보지 못했습니다.
Tôi chưa từng nghĩ về nó dưới góc độ đó.

그거 좋은 생각이군요.
Tôi nghĩ đó là một ý tưởng hay.

그 정도가 타당할 겁니다.
Điều đó sẽ hợp lý.

일리 있는 말이군요.
Lời anh/chị nói có lý.

당신 의견은 제 의견과 비슷해요.
Ý kiến của anh/chị giống như ý kiến của tôi.

좋은 결정이라고 확신해요.
Tôi chắc chắn đó là một quyết định hay.

정 그렇다면, 말리지 않겠어요.
Nếu như vậy, tôi sẽ không ngăn anh/chị.

반대 의사 없습니다.
Tôi không có ý phản đối.

당신 판단에 맡기겠습니다.
Tôi sẽ theo phán đoán của anh/chị.

모든 게 당신 결정에 달려 있어요.
Mọi thứ đều phụ thuộc vào quyết định của anh/chị.

결정 잘하셨어요.
Anh/Chị quyết định tốt rồi.

전적으로 찬성입니다.
Tôi hoàn toàn tán thành.

※tán thành 찬성하다

원하시는 대로 결정하세요.

Anh/Chị hãy quyết định như theo ý anh/chị.

저는 이 타결 조건의 수정 사항을 지지합니다.

Tôi ủng hộ những điều sửa đổi cho điều kiện thoả thuận này.

이 합병에 찬성합니다.

Tôi ủng hộ việc sáp nhập này.

우리는 제대로 가고 있어요.

Chúng ta đang đi đúng hướng.

당신의 제안을 그가 받아들이도록 하겠습니다.

Tôi sẽ để anh ấy/chị ấy chấp nhận đề nghị của anh/chị.

반대하기

그런 말씀을 왜 하시는지는 알지만, 그건 현실과 다릅니다.

Tôi biết tại sao anh/chị nói như vậy, nhưng nó khác với thực tế.

죄송하지만, 그건 현실과 다릅니다.

Xin lỗi nhưng điều đó khác với thực tế.

저는 동의하지 않습니다.

Tôi không đồng ý.

그렇지 않습니다.

Không phải vậy đâu.

저는 그렇게 생각하지 않습니다.

Tôi không nghĩ như vậy.

저는 절대 동의하지 않습니다. <강한 어조>

Tôi tuyệt đối không đồng ý.

항상 그렇지는 않습니다.

Không phải luôn là như thế.

그럴 수도 있지만, 이 상황에서는 적절하지 않아요.

Cũng có thể là như vậy nhưng trong trường hợp này thì không thích hợp.

당신 생각도 옳지만, 조금 과장된 듯합니다.

Suy nghĩ của anh/chị cũng đúng nhưng có vẻ hơi phóng đại một chút.

저는 그것에 대해서는 그렇게 확신하지 않습니다.

Tôi không chắc được về điều đó.

그 문제에 관해서는 당신과 생각이 다릅니다.

Tôi có một suy nghĩ khác về vấn đề đó.

제 생각은 좀 다른데요.

Tôi nghĩ hơi khác.
Suy nghĩ của tôi khác một chút.

투이의 의견에 동의합니다.

Tôi đồng ý với ý kiến của chị Thuỷ.

이 문제에 관해서는 존의 편을 들어야겠습니다.

Về vấn đề này, chắc tôi phải đứng về phía John.

뚜언 씨, 저는 개인적으로 당신의 이 아이디어에 반대합니다.

Anh Tuấn ơi, cá nhân tôi phản đối ý tưởng của anh.

만약 생각하신 대로 계획이 이뤄지지 않는다면 회사에 어떤 결과를 가져올 지 아시나요?

Nếu kế hoạch không được thực hiện đúng như anh/chị đã nghĩ thì anh/chị có biết điều gì sẽ xảy ra với công ty không?

미리 말씀드립니다만, 이건 절대 성공하지 못할 겁니다.

Tôi xin lỗi trước nhưng điều này sẽ không bao giờ thành công.

당신 의견도 이해하지만, 그건 문제를 해결하지 못해요.

Tôi hiểu ý kiến của anh/chị nhưng nó không giải quyết vấn đề được.

그 점은 이해하지만, 이 점에 대해서는 납득할 수 없군요.

Tôi hiểu điểm đó, nhưng tôi không thể đồng ý về điểm này.

반대합니다.

Tôi phản đối.

Tôi không đồng ý.

중요한 점을 놓치신 것 같습니다.

Tôi nghĩ rằng anh/chị đã bỏ lỡ điều quan trọng rồi.

그건 좋은 생각이 아닙니다.

Đó không phải là một ý tưởng tốt.

제가 틀렸을지도 모르지만, 아직 계속 진행하고 싶군요.

Tôi có thể sai, nhưng tôi vẫn muốn tiếp tục tiến hành.

글쎄요, 물론 그게 무엇이냐에 달렸죠.

Để xem nào, tất nhiên nó phụ thuộc vào việc đó là gì.

상황에 따라 다르죠.

Tuỳ vào từng hoàn cảnh lại khác nhau. *hoàn cảnh 상황, 형편, 환경

무슨 말씀이신지는 알겠지만, 저는 동의할 수 없습니다.

Tôi hiểu anh/chị đang nói gì, nhưng tôi không thể đồng ý.

당신 의견에 부분적으로 동의하긴 하지만, 100% 지지는 못하겠어요. 먼저 해결해야 할 일이 많아요.

Tôi đồng ý với anh/chị một phần, nhưng tôi không thể ủng hộ 100% được. Có rất nhiều việc phải giải quyết trước.

부분적으로 동의하지만, 저 혼자 감당하기엔 위험 부담이 너무 큽니다.

Tôi đồng ý một phần, nhưng để đảm đương một mình thì rủi ro quá lớn. *rủi ro 리스크

죄송하지만, 또 다른 의견 없이는 이 거래를 찬성할 수 없습니다.

Tôi xin lỗi, nhưng tôi không thể phê duyệt giao dịch này nếu không có ý kiến khác.

죄송하지만, 저희 법무팀과 얘기해 보기 전에는 거기에 답해 드릴 수 없을 것 같습니다.

Xin lỗi, nhưng tôi không thể trả lời được trước khi chúng tôi nói chuyện với nhóm pháp lý.

실전 회화

A Theo anh hôm nay chúng ta có thể thêm đề án của chúng tôi và viết lại hợp đồng được không? 저희 제안을 추가해서 계약서를 오늘 다시 쓸 수 있을까요?

B **Xin lỗi, nhưng tôi không thể trả lời được trước khi chúng tôi nói chuyện với nhóm pháp lý.**
죄송하지만, 저희 법무팀과 얘기해 보기 전에는 거기에 답해 드릴 수 없을 것 같습니다.

이렇게 말씀드려 죄송하지만, 프로그램은 중단되어야 합니다.

Tôi rất tiếc phải nói điều này, nhưng chương trình cần phải dừng lại.

새 계획에 반대하시는 분 계신가요?

Có ai phản đối kế hoạch mới không?

그건 견해상의 문제입니다.

Đó là một vấn đề về cách nhìn nhận.

그 문제에 관해서는 한 치도 양보하지 않을 겁니다.

Tôi sẽ không nhượng bộ dù chỉ một bước về vấn đề đó.

＊nhượng bộ 양보하다

당신이 일을 진행하는 방식을 참을 수가 없군요.

Tôi không thể chịu đựng được cách tiến hành mà anh/chị làm.

그 얘기에는 찬성할 수 없어요.

Tôi không thể tán thành về chuyện đó.

엄격히 말하면, 그건 정확하지 않아요.

Nói một cách nghiêm túc thì nó không chính xác.

그의 의견은 보수적입니다.

Ý kiến của anh/chị là bảo thủ.

당신은 그걸 잘 이해하지 못하는군요.

Anh/Chị không hiểu rõ về nó.

전적으로 반대합니다.

Tôi hoàn toàn phản đối nó.
Tôi thật sự không thể chấp nhận nó.

그건 말도 안 돼요.

Nó không thể chấp nhận được.

빙빙 얘기 돌리지 말고 요점으로 들어가죠.

Xin đừng nói vòng vo nữa mà hãy vào vấn đề cốt lõi đi.

무슨 말씀이신지는 알겠지만, 상황이 조금씩 바뀌고 있어요.

Tôi biết ý anh/chị nói, nhưng tình hình đang thay đổi từng chút một.

글쎄요.

Tôi không chắc được điều đó.

지금 그 문제에 대해 더 논의해야 한다고 생각하지 않습니다.

Tôi không nghĩ bây giờ chúng ta nên thảo luận về vấn đề đó nữa.

제 말의 취지는 그런 게 아닙니다.

Đó không phải là ý tôi.

뭐라고 말씀드려야 할까요?

Tôi nên nói gì nhỉ?

얘기하자면 길어요.

Nói ra thì sẽ rất dài.

적절한 말이 생각나지 않네요.

Tôi không thể nghĩ ra một lời thích hợp.

질문하기

이 용어의 의미에 대해 설명해 주시겠어요?

Anh/Chị có thể giải thích ý nghĩa của thuật ngữ này được không?

'과도기'라고 말씀하셨는데요. 무슨 뜻인가요?

Anh/Chị nói là "thời kỳ quá độ". Ý anh/chị là gì?

방금 하신 말씀을 다시 한 번 말씀해 주시겠습니까?

Anh/Chị có thể nói lại những gì anh/chị vừa nói được không?

질문드려도 될까요?

Tôi xin hỏi anh/chị được không?
Cho tôi hỏi một chút được không?

죄송하지만, 아직 이해가 안 되는군요.

Xin lỗi nhưng tôi vẫn chưa hiểu.

쉽게 말씀해 주시겠어요?

Anh/Chị có thể giải thích dễ hơn được không?
Anh/Chị có thể nói một cách dễ hiểu được không?

회의 종료

 07-4mp3

회의 마무리

이 점에 대해 좀 더 토론해야 할 내용이 아직 많다고 생각하지만, 오늘 안건의 내용과 시간을 고려해야겠어요.

Tôi nghĩ vẫn còn nhiều điều để thảo luận thêm về vấn đề này, nhưng tôi phải xem xét nội dung và thời gian của dự thảo hôm nay.

그럼 그 점을 기억하고, 이 새로운 도전에 대해 이 프로젝트 팀의 모든 구성원이 생산적으로 일하길 바랍니다.

Vậy hãy nhớ điều đó và hy vọng tất cả các thành viên trong nhóm của dự án này làm việc hiệu quả với thử thách mới này.

아이디어를 내 주셔서 고맙습니다.

Cảm ơn anh/chị đã đưa ra ý tưởng.

오늘 아침 여러분 모두 이 회의에 기여해 주신 점에 감사드립니다.

Tôi rất cảm ơn các bạn đã đóng góp cho cuộc họp sáng nay.

오늘 아침 회의에서 논의되었던 사항에 관해 여러분이 내 주신 아이디어와 의견에 정말 감사드립니다.

Tôi rất cảm ơn những ý tưởng và ý kiến của các bạn về những vấn đề được thảo luận trong buổi họp sáng nay.

오늘 아침 이 자리에서 논의되었던 사항에 관한 여러분 모두의 의견에 정말 감사드립니다.

Tôi xin chân thành cảm ơn về tất cả ý kiến của mọi người đã được thảo luận tại đây vào sáng nay.

A   **Tôi xin chân thành cảm ơn về tất cả ý kiến của mọi người đã được thảo luận tại đây vào sáng nay.** Có người nào thêm ý kiến về việc ra mắt sản phẩm mới không?
오늘 아침 이 자리에서 논의되었던 사항에 관한 여러분 모두의 의견에 정말 감사드립니다. 신제품 출시에 대한 추가 의견이 있습니까?

B   Bây giờ thì không có. Cảm ơn anh.   지금 시점엔 없습니다. 감사합니다.

그럼 다들 다음 2주간 해야 할 일에 대해 확실히 이해하고 있나요?

Thế mọi người có hiểu rõ về những việc các bạn phải làm trong 2 tuần tới không?

A **Thế mọi người có hiểu rõ về những việc các bạn phải làm trong 2 tuần tới không?** 그럼 다들 다음 2주간 해야 할 일에 대해 확실히 이해하고 있나요?

B Vâng, tôi nghĩ vậy. 네, 그런 것 같습니다.

저는 예상 매출 수치 작업을 하는 거죠?

Tôi làm công việc chỉ số doanh thu dự kiến phải không?

질의응답

시간이 있으시다면, 질문 하나 더 드리고 싶습니다.

Nếu anh/chị có thời gian, tôi muốn hỏi thêm một câu hỏi nữa.

다음 두 질문에 답한 뒤 이 회의를 휴회하겠습니다.

Chúng ta sẽ hoãn lại cuộc họp này sau khi trả lời xong hai câu hỏi sau đây.

신상품 출시에 대한 추가 의견 있습니까?

Có ý kiến nào bổ sung thêm về việc ra mắt sản phẩm mới không?

참고로 말씀드릴까요?

Tôi nói thêm để anh/chị tham khảo nhé?

무슨 근거로 그런 말씀을 하십니까?

Dựa vào căn cứ gì mà anh/chị nói như vậy?

그 모든 정보를 어디서 입수하셨나요?

Anh/Chị đã lấy tất cả thông tin đó từ đâu?

지금 시점엔 없습니다.

Thời điểm hiện tại thì không có.

아뇨, 새롭게 추가할 사항은 없습니다. 감사합니다.

Không, không có thêm gì mới. Cảm ơn anh/chị.

저희 결정에 대한 마지막 의견 있으십니까?

Anh/Chị có ý kiến cuối cùng nào về quyết định của chúng tôi không?

저희 결론에 누군가 추가해 주실 의견 있으십니까?

Có người nào muốn thêm ý kiến vào kết luận của chúng ta không?

이제 마지막으로 의견이나 관심사를 말씀하셔도 됩니다.

Cuối cùng, bây giờ anh/chị có thể nói về ý kiến hoặc mối quan tâm của mình.

추가 금액을 상세히 설명해 주시겠습니까?

Anh/Chị có thể giải thích chi tiết số tiền bổ sung được không?

경쟁업체에 거래를 빼앗겼다는 말씀이신가요?

Có nghĩa là anh/chị đã mất giao dịch với công ty cạnh tranh phải không?

저희가 책임지지 않아도 된다는 뜻인가요?

Ý là chúng ta không cần phải chịu trách nhiệm à?

괜찮으시다면, 개인적인 것을 여쭤 봐도 될까요?

Nếu được thì tôi có thể hỏi việc cá nhân được không?

작은 부탁 하나 드려도 될까요?

Tôi có thể nhờ anh/chị một việc nhỏ được không?

A **Tôi có thể nhờ chị Thuỷ một việc nhỏ được không?** Nó sẽ không mất lâu đâu.　투이 씨, 작은 부탁 하나 드려도 될까요? 진짜 얼마 안 걸릴 거예요.

B **Vâng, có chuyện gì vậy?**　네, 무슨 일이시죠?

상황이 어떻든 간에 이건 적절하지 않다는 것을 모두 이해하십니까?

Dù tình hình thế nào, mọi người đều hiểu rằng điều này không phù hợp phải không?

의견 있으시면 주저 마시고 제게 이메일을 보내세요.

Nếu bạn có ý kiến, đừng do dự và gửi email cho tôi.
Nếu có ý kiến thì đừng ngần ngại và hãy gửi email cho tôi.

결론 맺기

결정 짓기엔 너무 일러요.

Để đưa ra quyết định thì quá sớm.

며칠 동안 생각할 시간을 좀 주세요.

Xin hãy cho tôi chút thời gian để suy nghĩ trong vài ngày.

잠시 상황을 지켜보죠.

Để tôi xem tình hình một chút.

일의 귀추를 지켜보고 나서 결정하죠.

Hãy xem xét tình hình rồi đưa ra kết luận.

잠시 현실적으로 생각해 봅시다.

Hãy suy nghĩ thực tế một chút.

　※ thực tế 현실적인, 실질적인

결과가 나올 때까지 두고 봅시다.

Chúng ta hãy đợi đến khi có kết quả.

그 건에 대해서는 저희 사장님과 상의해야 합니다.

Tôi phải tham khảo ý kiến của ông giám đốc tôi về điều đó.

아무런 결정도 나지 않았어요.

Chưa có bất cứ quyết định nào.

그건 그쯤 해 두고 다른 문제로 넘어갑시다.

Chúng ta hãy để việc đó ở đây và sang vấn đề khác.

편하신 시간에 저희가 가서 이 건에 대해 상의해 드리겠습니다.

Khi anh/chị tiện chúng tôi sẽ đến bàn bạc về vấn đề này.

생각해 보시고 연락하세요.

Hãy suy nghĩ về nó và liên hệ với tôi.

결정이 다음 회의 때까지 보류되었습니다.

Quyết định đã được bảo lưu cho đến buổi họp tiếp theo.

　※ bảo lưu 보류하다

어려운 결정을 내리셨군요.

Anh/Chị đã đưa ra một quyết định khó khăn rồi.

달리 방법이 없어요.

Không còn cách nào khác.

만장일치로 가결되었습니다.

Nó đã được tất cả mọi người thông qua.

모든 안건이 처리되었습니다.

Mọi dự thảo đều đã được xử lý.

결론적으로, 향후 5년 동안 큰 기대를 거셔도 좋겠습니다.

Kết luận là anh/chị có thể đặt hy vọng nhiều vào chúng tôi trong 5 năm tới.

이 회의를 통해 우리는 이 문제에 대해 우리가 어떻게 생각하고 있는지 알게 되었습니다.

Thông qua cuộc họp này đã biết được chúng tôi đang suy nghĩ như thế nào về vấn đề này.

심사숙고 끝에 이 안건은 급하지 않다는 결론을 내렸습니다.

Sau khi xem xét cẩn thận, tôi kết luận rằng vấn đề này không phải là khẩn cấp.

저희는 유급 휴가에 관해 결론을 내렸습니다.

Chúng tôi đã đưa ra kết luận về kỳ nghỉ có lương.

끝으로, 핵심 사항을 기억하시길 바랍니다.

Cuối cùng, tôi mong anh/chị hãy nhớ những điểm chính.

보안 정책에 관해 상의하기 위해 기술지원 센터의 참여가 필요하다는 결론을 내렸습니다.

Chúng tôi kết luận là cần có sự tham gia của trung tâm hỗ trợ kỹ thuật để thảo luận về chính sách bảo mật.

모든 각도에서 검토한 결과, 우리는 중국이 더 이상 개척할 수 없는 포화 시장이라는 결론에 도달했습니다.

Sau khi xem xét từ mọi góc độ, chúng tôi dẫn đến kết luận rằng Trung Quốc là một thị trường bão hòa không có khả năng khai thác nữa.

회의 마치기

자, 그럼 이번 회의는 여기서 종결짓도록 하죠.

Nào, hãy kết thúc cuộc họp này ở đây.
Nào, vậy thì cuộc họp lần này sẽ kết thúc ở đây.

A Vâng, đúng vậy. **Nào, hãy kết thúc cuộc họp này ở đây.** Ngày mai tôi sẽ nhờ tất cả nhóm trưởng báo cáo chiến lược. Chúng ta hãy sắp xếp cuộc họp vào thời gian này vào tuần tới để xem tình hình được tiến hành thế nào.
네, 좋습니다. 자, 그럼 이번 회의는 여기서 종결짓도록 하죠. 내일 모든 팀장에게 전략 보고서를 부탁할 겁니다. 상황이 어떻게 진행되는지 보기 위해 다음 주 이 시간으로 회의 일정을 잡읍시다.

B Vâng, được. Không có vấn đề gì.   네, 좋아요. 문제 없습니다.

A Vậy chúng ta hãy gặp nhau vào lúc đó.   그럼 그때 봅시다.

다음에 봅시다.

Hẹn gặp lại sau.

다음 회의에서 봅시다.

Hẹn gặp lại vào cuộc họp sau.

모두 참석해 주셔서 감사합니다.

Cảm ơn mọi người đã tham gia.
Cảm ơn tất cả các bạn đã tham gia với chúng tôi.

바쁘신 일정에도 불구하고 시간 내어 오늘 참석해 주셔서 감사합니다.

Cảm ơn bạn đã dành thời gian đến tham dự ngày hôm nay mặc dù lịch trình bận rộn.

우리의 실행 사항을 검토하고 종료합시다.

Chúng ta hãy kết thúc sau khi xem xét những việc cần thực hiện.

다음 회의 일정을 잡으면서 마무리 지읍시다.

Chúng ta hãy kết thúc sau khi lên lịch trình cho cuộc họp tiếp theo.

초청 연사에게 큰 박수를 보내며 이 회의를 종료합시다.

Hãy dành một tràng pháo tay lớn cho diễn giả khách mời và kết thúc cuộc họp này.

이 사항에 관해 계속 통보해 주세요.

Hãy tiếp tục thông báo về vấn đề này.

여기까지입니다.

Đến đây thôi ạ.

더 이상 없으면 이것으로 마치겠습니다.

Nếu không còn nữa thì tôi sẽ kết thúc ở đây.

회의가 잘 끝났습니다.

Cuộc họp đã kết thúc tốt đẹp/thành công.

다음 주 중에 다시 만나 프로젝트의 진행 상황을 확인해 봅시다.

Chúng ta sẽ gặp lại trong tuần tới để kiểm tra tiến độ của dự án.

다음 주 수요일에 같은 장소, 같은 시간에 또 회의를 하도록 하죠.

Chúng ta sẽ họp lại vào thứ tư tuần sau, ở cùng địa điểm, vào cùng thời gian.

또다시 회의를 개최하면 알려 드리죠.

Tôi sẽ cho anh/chị biết nếu chúng tôi tổ chức lại cuộc họp.

얘기는 충분히 했으니 이 계약서에 서명하도록 합시다.

Chúng ta đã nói chuyện đầy đủ rồi nên hãy ký vào hợp đồng này.

충분히 말했으니 회의를 마치도록 합시다.

Đã nói đầy đủ rồi nên chúng ta hãy kết thúc cuộc họp nào.

프레젠테이션

베트남 현지에서 근무하거나 베트남 업무를 담당하는 실무자라면 베트남어로 회사 및 상품을 소개하는 프레젠테이션을 할 기회가 있을 겁니다. 청중 앞에 서서 베트남어로 말해야 한다는 부담감 때문에 서면이나 대면 상담보다 어렵게 느껴질 텐데요. 이번 파트에서는 프레젠테이션 대본 작성에 꼭 필요한 표현들을 모았습니다. 이를 활용하여 좀 더 수월하게 발표 준비를 해 보세요.

Chapter 1

인사

안녕하세요.

Xin chào.
Chào anh/chị.

신사 숙녀 여러분, 안녕하세요.

Xin chào quý vị và các bạn.

Biz tip
격식 있는 자리에서 대부분 모르는 청중 앞에서 사용합니다.

오늘 이 자리에 오신 여러분 모두 안녕하셨습니까?

Hôm nay mọi người thế nào?

Biz tip
경쾌하고 편안한 분위기에서 인사할 때 사용합니다. 가깝게 지내는 동료나 상사와 함께 하는 자리에서 사용하기에
적절하죠.

잘 지내셨어요?

Anh/Chị có khoẻ không?

Biz tip
이미 안면이 있는 청중들과 오랜만에 만났을 때 사용합니다.

오늘 이 자리에 여러분과 함께 할 수 있어 기쁩니다.

Tôi rất vui vì tôi có thể ở đây cùng với các bạn ngày hôm
nay.

여러분과 함께 하게 되어 영광입니다.

Tôi thật vinh dự khi được ở đây với các bạn.

여러분 모두와 이 자리에 함께 하게 되어 기쁩니다!

Tôi rất vui khi được ở đây với tất cả các bạn!

와 주셔서 감사합니다.

Cảm ơn các bạn đã đến.

참석해 주셔서 감사합니다.

Cảm ơn bạn đã tham dự.

오늘 이 자리를 위해 바쁘신 와중에 시간 내어 참석해 주셔서 대단히 감사합니다.

Tôi rất cảm ơn các bạn đã dành thời gian đến tham dự vào ngày hôm nay.

GHI 인터내셔널에 오신 것을 환영합니다.

Chào mừng đến với GHI International.

GMT 코리아의 연례 회의에 오신 것을 환영합니다.

Chào mừng đến với cuộc họp thường niên của GMT Hàn Quốc.

*cuộc họp thường niên 연례 회의

모두들 환영합니다.

Hân hạnh chào đón tất cả các bạn.

착석해 주시길 바랍니다.

Xin vui lòng ngồi xuống.

간단히 주간 프레젠테이션을 하겠습니다.

Chúng tôi sẽ có một bài thuyết trình hàng tuần ngắn gọn.

오늘 이 프레젠테이션을 하게 되어 기쁩니다.

Hôm nay tôi rất vui được phát biểu bài thuyết trình này.
Tôi rất vui vì hôm nay có thể phát biểu bài thuyết trình này.

오늘 여러분 앞에서 말할 수 있게 되어 기쁩니다.

Hôm nay tôi rất vui có thể nói trước mặt các bạn.

발표할 기회를 주셔서 감사합니다.

Cảm ơn về cơ hội này.
Cảm ơn đã cho tôi cơ hội thuyết trình.

오늘 저녁 이 문제에 관해 발표할 기회를 주셔서 감사합니다.

Xin cảm ơn vì đã cho tôi cơ hội phát biểu liên quan đến vấn đề này vào tối hôm nay.

오늘 이 회의에 참석해 주셔서 감사드립니다.

Xin cảm ơn đã tham dự vào cuộc họp này ngày hôm nay.

오늘 제 발표에 참석해 주셔서 감사드립니다.

Xin cảm ơn các bạn đã tham dự vào bài thuyết trình của tôi ngày hôm nay.

오늘 여러분께 프레젠테이션을 할 기회를 갖게 되어 정말 기쁩니다.

Tôi rất vui mừng khi có cơ hội phát biểu cho các bạn ngày hôm nay.

자, 슬슬 시작해 봅시다.

Nào, chúng ta hãy bắt đầu.

시작하겠습니다.

Để tôi bắt đầu.

이 프레젠테이션 동안 여러분이 졸지 않길 바랍니다.

Tôi hy vọng các bạn không ngủ gật trong bài phát biểu này.

오늘 여러분 모두 별일 없으시길 바랍니다.

Hy vọng tất cả các bạn đều vui vẻ ngày hôm nay.

자기소개

간단히 제 소개를 하고 시작하죠.

Tôi xin tự giới thiệu ngắn gọn và bắt đầu.

우선 간단히 제 소개를 하고 시작하겠습니다.

Trước tiên tôi xin tự giới thiệu bản thân mình một cách ngắn gọn.

제 소개를 하겠습니다.

Tôi xin tự giới thiệu về bản thân.
Để tôi tự giới thiệu bản thân mình.

저를 모르시는 분들을 위해 제 소개를 하죠. 저는 김지수입니다.

Tôi xin tự giới thiệu bản thân mình cho những người chưa biết đến tôi, tôi là Kim Ji Soo.

저를 이미 아시는 분들도 계시죠. 저는 마케팅부의 김지수입니다.

Chắc sẽ có người đã biết tôi rồi, tôi là Kim Ji Soo của bộ phận tiếp thị.

다들 저를 벌써 알고 계실 텐데, 혹시 기억 못 하실 수도 있으니 다시 말씀드리죠. 저는 제임스 김입니다.

Tôi nghĩ rằng hầu hết các bạn đã biết tôi nhưng cũng có thể bạn không nhớ, nên tôi xin phép được giới thiệu lại. Tôi là James Kim.

제가 누군지 말씀 안 드려도 다 아시죠?

Chắc tôi không cần nói tôi là ai phải không?
Dù không nói tôi là ai nhưng các bạn cũng biết mà đúng không?

여러분 대부분이 저를 아실 거라고 믿습니다.

Tôi tin rằng hầu hết các bạn đều sẽ biết tôi.

저는 김민수이고 ABC사 소속입니다.

Tôi là Kim Min Soo thuộc công ty ABC. ※thuộc ~에 속하다

저는 프로젝트 매니저입니다.

Tôi là người quản lý dự án.

저는 새로 온 프로젝트 매니저입니다.

Tôi là người quản lý mới của dự án.

저는 연구 개발 컨설턴트입니다.

Tôi là nhà tư vấn nghiên cứu và phát triển.

저는 수석 엔지니어입니다.

Tôi là kỹ sư cao cấp.

저는 기업 재무를 담당하고 있습니다.

Tôi đang phụ trách tài chính doanh nghiệp.

※ tài chính doanh nghiệp 기업 재무

저는 홍보 분야에 있습니다.

Tôi đang làm trong lĩnh vực quảng bá.

저는 기획부의 김수지입니다. 저는 현재 비즈니스 전략을 담당하고 있습니다.

Tôi là Kim Su Ji của bộ phận kế hoạch. Tôi hiện đang phụ trách chiến lược kinh doanh.

Biz tip

직책을 소개할 땐 본인의 직함과 함께 담당하고 있는 업무나 프로젝트, 소속 부서 등을 밝혀 주세요.

저는 새로운 관리 시스템의 실행 및 운영을 맡고 있는 신임 프로젝트 매니
저입니다.

Tôi là người quản lý dự án mới đang chịu trách nhiệm cho việc vận hành và điều hành hệ thống quản lý mới.

박 과장님, 저를 소개해 주셔서 감사합니다. 말씀하신 것처럼 저는 인사부 대리입니다.

Tôi rất cảm ơn anh Park đã giới thiệu tôi. Như anh đã nói trước tôi là đại diện của bộ phận nhân sự.

지난 몇 달간 저는 이 프로젝트를 담당해 왔습니다.

Trong vài tháng qua tôi đã chịu trách nhiệm cho dự án này.

저희 아웃소싱팀은 이 프레젠테이션을 정말 열심히 준비해 왔습니다. 오늘 발표에서 각 부서가 따라야 할 회사의 아웃소싱 정책에 관한 중요한 지침을 설명해 드릴 것입니다.

Nhóm thuê ngoài của chúng tôi đã chuẩn bị bài thuyết trình này rất chăm chỉ. Trong bài phát biểu hôm nay chúng tôi sẽ giải thích các hướng dẫn quan trọng cho chính sách thuê ngoài của công ty mà mỗi bộ phận phải tuân theo.

돌아와서 기쁩니다.

Tôi rất vui khi được trở lại đây.

Biz tip
이전에 프레젠테이션을 했던 장소에서 다시 발표를 하게 된 상황에서 사용할 수 있는 표현입니다.

그래요. 제가 돌아왔습니다.

Vâng. Tôi đã trở lại.

Biz tip
청중에게 인기 많은 발표자만이 사용할 수 있는 멘트입니다.

안면이 있는 사람들에게

Hôm nay mọi người thế nào? Hãy để tôi bắt đầu với lời giới thiệu bản thân mình. Như hầu hết các bạn đều biết, tôi là Kim Min Soo của bộ phận tiếp thị. Tôi đang phụ trách quảng cáo sản phẩm mới của hệ thống định vị không dây. Trong bài thuyết trình này, tôi sẽ giải thích ngắn gọn về chiến lược quảng cáo của công ty cạnh tranh. Mục đích của bài thuyết trình này là để xuất một chiến lược quảng cáo để tăng doanh số của sản phẩm mới chúng ta.

오늘 이 자리에 오신 여러분 모두 안녕하셨습니까? 제 소개를 하면서 시작하도록 하죠. 대다수의 여러분께서 아시다시피, 저는 마케팅부의 김민수입니다. 저는 무선 내비게이션 시스템 신제품의 광고를 담당하고 있습니다. 이 프레젠테이션에서 저는 저희 경쟁사의 광고 전략을 간단히 설명드리고자 합니다. 이 프레젠테이션의 목적은 저희 신제품의 매출을 높이기 위한 광고 전략을 제안하기 위해서입니다.

공식적인 자리에서

Xin chào quý vị và các bạn. Chào mừng đến với ABC Motors. Hôm nay tôi thật vinh dự khi được nói chuyện với các bạn ở đây. Tôi xin được bắt đầu với một vài lời giới thiệu về bản thân mình. Tôi là Phạm Thị Hoàng, giám đốc của bộ tài chính. Hôm nay tôi định tóm tắt báo cáo tài chính trong năm kế toán. Bài thuyết trình hôm nay được chuẩn bị để cung cấp thông tin hữu ích về kế hoạch đầu tư trong năm tài chính tiếp theo của quý vị.

신사 숙녀 여러분, 안녕하세요. ABC 모터스에 오신 것을 환영합니다. 오늘 이 자리에서 여러분께 이야기할 수 있게 되어 영광입니다. 제 소개를 몇 마디 하고 시작하겠습니다. 저는 재무부 이사 팜 티 호앙입니다. 오늘 저는 전 회계 연도의 재무 보고를 요약해 드리고자 합니다. 오늘 프레젠테이션은 여러분의 다음 회계 연도 투자 계획에 관한 유용한 정보를 제공해 드리기 위해 마련되었습니다.

프레젠테이션 서론

Chapter 2

프레젠테이션 주제 소개

오늘 프레젠테이션 주제는 저희의 효율성을 어떻게 개선하느냐입니다.

Chủ đề của bài thuyết trình hôm nay là làm thế nào để cải thiện tính năng suất của chúng ta.

오늘 프레젠테이션 주제는 국제 경제 안정에 있어 IMF의 역할입니다.

Chủ đề của bài thuyết trình hôm nay là vai trò của IMF trong việc ổn định nền kinh tế quốc tế.

ổn định 안정

반도체 산업의 최신 기술에 대해 설명드리고 싶습니다.

Tôi muốn giải thích công nghệ mới nhất trong ngành công nghiệp chất bán dẫn.

chất bán dẫn 반도체

저희 신제품의 특별한 특징에 관해 알려 드리고 싶습니다.

Tôi muốn giới thiệu cho các bạn biết về đặc trưng sản phẩm mới của chúng tôi.

여러분께 깜짝 놀랄 만한 결과를 발표해 드리고 싶습니다.

Tôi muốn trình bày với các bạn một kết quả đáng ngạc nhiên.

제 발표 주제는 연비 효율성입니다.

Chủ đề bài phát biểu của tôi là hiệu quả tiêu hao nhiên liệu.

tiêu hao nhiên liệu 연비

제가 오늘 말씀드리고자 하는 것은 석유 장치입니다.

Điều tôi muốn nói hôm nay là thiết bị xăng dầu.

그럼 주제가 뭐냐고요? 바로 조직 학습입니다.

Vậy chủ đề là gì? Đó chính là học tập tổ chức.

tổ chức 조직하다, 조직의

저는 최근의 지진 패턴에 대해 이야기하기 위해 이 자리에 서게 되었습니다.

Tôi đang đứng đây để nói về dạng mẫu động đất gần đây.

저희 사업 목표에 관해 말씀드리겠습니다.

Tôi sẽ nói về mục tiêu kinh doanh của chúng tôi.

이 프레젠테이션의 핵심은 여러분께 저희 마케팅 전략을 알려 드리는 것입니다.

Trọng tâm của buổi thuyết trình này là để cho các bạn biết chiến lược tiếp thị của chúng tôi.

※ trọng tâm 요점

이 발표를 통해 여러분께 전하고자 하는 중요한 메시지는 문화 차이가 고려되어야 한다는 것입니다.

Thông điệp quan trọng mà tôi muốn truyền tải đến các bạn thông qua bài phát biểu này là sự khác biệt về văn hóa cần được xem xét.

※ xem xét 고려하다, 검토하다

제가 말씀드리고자 하는 다음 사항을 잘 들어 주셨으면 합니다.

Tôi hy vọng các bạn lắng nghe những điều sau đây mà tôi muốn nói.

아동 학대 피해자들의 이야기를 들려 드리도록 하겠습니다.

Hãy để tôi kể cho các bạn nghe câu chuyện về những nạn nhân trẻ em bị ngược đãi.

옥스팜의 세 가지 철칙을 소개해 드리죠.

Tôi sẽ giới thiệu 3 phương châm của Oxfam.

※ phương châm 철칙, 모토

여러분은 오늘 국제 정치에 관한 새로운 관점을 배워 가실 겁니다.

Hôm nay các bạn sẽ học được một quan điểm mới về chính trị quốc tế.

※ quan điểm 관점

이 프레젠테이션을 통해 여러분은 그린 기술을 뒷받침하는 이론을 이해하실 수 있게 될 겁니다.

Bài trình bày này sẽ giúp các bạn hiểu được lý thuyết hỗ trợ công nghệ xanh.

Thông qua bài giảng này, các bạn có thể hiểu được lý thuyết hỗ trợ về công nghệ xanh.

※ hỗ trợ 보조하다

프레젠테이션 목적 제시

저희의 최근 국제 거래에 관한 정보를 업데이트해 드리는 것이 이 프레젠테이션의 목적입니다.

Mục đích của bài thuyết trình này là cập nhật thông tin liên quan đến giao dịch quốc tế gần đây của chúng tôi.

이 프레젠테이션의 목적은 저희의 새로운 고용 정책의 몇 가지 사항을 명확히 해 드리기 위해서입니다.

Mục đích của bài phát biểu này là để làm rõ một số hạng mục của chính sách tuyển dụng mới của chúng tôi.

이 프레젠테이션의 목적은 저희 최신 상품의 경쟁력을 높이는 몇 가지 방법을 제시하기 위해서입니다.

Mục đích của bài thuyết trình này là để trình bày một số phương pháp nâng cao khả năng cạnh tranh của các sản phẩm mới nhất của chúng tôi.

이 발표의 목적은 이번 분기에 대한 저희 사업 계획에 관해 토론하기 위해서입니다.

Mục đích của bài phát biểu này là để thảo luận về kế hoạch kinh doanh của chúng tôi trong quý này.

이 프레젠테이션은 여러분이 더 나은 투자 선택을 하시도록 돕기 위한 것입니다.

Bài thuyết trình này nhằm giúp các bạn lựa chọn đầu tư tốt hơn.

저희는 사업 전략을 검토하기 위해 오늘 이 자리에 나왔습니다.

Hôm nay chúng tôi đang ở đây để xem xét chiến lược kinh doanh.

저희 최신 기술에 대한 흥미로운 조사 결과를 발표해 드리고 싶습니다.

Tôi muốn công bố một kết quả điều tra thú vị về công nghệ mới nhất của chúng tôi.

이 발표로 여러분께 NGO 활동에 대한 기본 지식이 제공되길 바랍니다.

Tôi hy vọng bài trình bày này sẽ cung cấp cho các bạn kiến thức cơ bản về các hoạt động NGO.

즉, 여기서 제가 강조하고자 하는 점은 그 아이들에 대한 개별적 관심이 필요하다는 것입니다.

Tức là, điều tôi muốn nhấn mạnh ở đây là chúng ta cần quan tâm riêng đến các trẻ em đó.

본 발표는 임대 계약의 세금 관점을 부각시키기 위해 마련되었습니다.

Bài phát biểu này là nhằm làm nổi bật quan điểm thuế của hợp đồng cho thuê.

이 프레젠테이션에서 국내 철강 시장에서의 우리의 현황에 관한 최신 정보를 제공해 드릴 것입니다.

Trong bài phát biểu này, chúng tôi sẽ cung cấp thông tin mới nhất về tình trạng hiện tại của chúng tôi tại thị trường thép trong nước.

*tình trạng 현황

이 프레젠테이션은 저희 신규 사업의 간단한 개요를 보여 드리기 위해 마련되었습니다.

Bài trình bày này được thiết kế để cung cấp cho bạn một cái nhìn khái quát ngắn gọn về doanh nghiệp mới của chúng tôi.

프레젠테이션 시작 알리기

자, 여러분께 몇 가지 질문을 드리면서 프레젠테이션을 시작할까 합니다.

Bây giờ, hãy để tôi hỏi các bạn một số câu hỏi và bắt đầu bài thuyết trình.

여러분께 질문을 하나 드리면서 시작하고 싶습니다.

Tôi muốn bắt đầu với một câu hỏi cho các bạn.

저희 의사 일정을 소개하면서 시작하고 싶습니다.

Tôi muốn bắt đầu với sự giới thiệu lịch trình của chúng tôi.

저희 마케팅 전략에 관한 몇 가지 관찰 보고와 함께 시작하겠습니다.

Tôi sẽ bắt đầu với một số báo cáo quan sát về chiến lược tiếp thị của chúng tôi.

*quan sát 관찰

연구 개발에 관한 몇 가지 관찰 보고와 함께 시작하겠습니다.

Hãy để tôi bắt đầu với một số quan sát về nghiên cứu và phát triển.

발표의 간단한 개요를 보여 드리면서 바로 시작하겠습니다.

Tôi xin được bắt đầu với việc cho các bạn xem một cái nhìn khái quát ngắn gọn về bài thuyết trình.

자, 간단한 개요를 보여 드리면서 발표를 시작해 보죠.

Nào, tôi xin được bắt đầu với lời tóm tắt đơn giản của bài phát biểu.

자, 회사 정책의 개요를 설명드리면서 발표를 시작해 보죠.

Nào, tôi xin được bắt đầu với một cái nhìn khái quát về chính sách công ty của chúng tôi.

프레젠테이션을 간단히 요약해 드리면서 시작하죠.

Tôi xin được bắt đầu với việc tóm tắt đơn giản của bài thuyết trình.

프레젠테이션의 목차를 요약해 드리면서 시작하겠습니다.

Hãy để tôi bắt đầu với việc tóm tắt mục lục của bài thuyết trình.

이 수치에 관해 논의하는 것부터 시작하죠.

Tôi sẽ bắt đầu với việc thảo luận về số liệu này.

판매 수치를 살펴보면서 시작하겠습니다.

Hãy để tôi bắt đầu với việc xem xét các số liệu bán hàng.

자, 몇 가지 수치를 보여 드리면서 발표를 시작하겠습니다.

Bây giờ, hãy để tôi bắt đầu với việc trình bày một số số liệu cho các bạn.

이 프레젠테이션에서 다룰 사항들을 소개하면서 시작하겠습니다.

Hãy để tôi bắt đầu với việc giới thiệu một số điều mà tôi sẽ thảo luận trong bài trình bày này.

저희 마케팅 계획을 전체적으로 살펴보면서 시작하고 싶습니다.

Tôi muốn bắt đầu trong khi xem xét tổng thể kế hoạch tiếp thị của chúng tôi.

더 지체하지 않고 저희의 현 판매 전략을 요약해 드리죠.

Không trì hoãn thêm nữa tôi sẽ tóm tắt chiến lược bán hàng hiện tại của chúng tôi.

최근 조사 결과를 설명해 드리면서 바로 시작하겠습니다.

Tôi sẽ bắt đầu ngay với việc giải thích kết quả của điều tra gần đây.

필요한 몇 가지 배경 설명에 들어가기 전에, 프레젠테이션의 개요를 말씀드리고 싶습니다.

Trước khi tôi giải thích một số bối cảnh cần thiết, tôi muốn nói một cái nhìn khái quát về bài thuyết trình.

새 시스템의 장점을 살펴보면서 시작하죠.
Hãy bắt đầu với việc xem xét lợi ích của hệ thống mới.

프레젠테이션 개요 설명

모든 고전 연극이 그러하듯이, 오늘 저는 제 프레젠테이션을 3막으로 구성해 보았습니다.

Như tất cả các vở kịch cổ điển, hôm nay tôi đã làm bài thuyết trình của tôi với 3 hồi.
Như tất cả các vở kịch cổ điển đều như vậy, hôm nay tôi đã làm bài thuyết trình của tôi gồm 3 hồi.

모든 훌륭한 프레젠테이션처럼, 저도 제 발표를 세 가지 주제로 나눴습니다.
Giống như tất cả các bài thuyết trình xuất sắc, tôi cũng đã chia bài thuyết trình của mình thành 3 chủ đề.

대부분의 훌륭한 고전 음악회처럼, 제 프레젠테이션은 세 파트로 구성되어 있습니다.
Giống như hầu hết các buổi hòa nhạc cổ điển xuất sắc, bài thuyết trình của tôi gồm 3 phần.

제 발표의 주제인 "3단계 정보 수명 관리"와 같이 제 발표도 3단계로 나누어져 있습니다.
Giống như chủ đề bài phát biểu của tôi là "Quản lý tuổi thọ 3 giai đoạn", bài phát biểu của tôi cũng được chia thành 3 giai đoạn.

저는 제 프레젠테이션을 세 파트로 나눴습니다.
Tôi chia bài thuyết trình của tôi thành 3 phần.

첫째로, 이론적인 정의를 내리겠습니다. 둘째로, 저희의 설문 조사 결과와 그 의미를 점검해 보겠습니다. 셋째로, 각각의 시나리오에 대한 실질적인 조언을 제공해 드리겠습니다.

Đầu tiên, tôi sẽ đưa ra một định nghĩa lý thuyết. Thứ hai, sẽ xem xét kết quả khảo sát của chúng tôi và ý nghĩa của nó. Và thứ ba, chúng tôi sẽ cung cấp những lời khuyên thiết thực cho từng kịch bản.

프레젠테이션은 다음의 세 파트로 구성될 것입니다: 첫 번째는, 우리 상품에 대한 수요 창출 방법. 두 번째는, 우리 상품을 보다 효율적으로 유통시키는 방법. 그리고 세 번째는, 시장에서 가장 효과적으로 경쟁하는 방법입니다.

Bài thuyết trình sẽ bao gồm 3 phần sau đây: Thứ nhất, phương pháp tạo ra nhu cầu về sản phẩm của chúng ta, thứ hai, phương pháp phân phối sản phẩm hiệu quả hơn trên thị trường. Và thứ ba, là phương pháp cạnh tranh hiệu quả nhất trên thị trường.

저는 훌륭한 프레젠테이션의 다음과 같은 세 가지 요소에 대해 말씀드리겠습니다: 첫째, 콘텐츠, 둘째, 전달, 그리고 마지막으로 청중에 맞추고 청중과 교감할 수 있는 기술입니다.

Tôi sẽ nói về 3 yếu tố sau đây cho một bài thuyết trình xuất sắc: Thứ nhất, nội dung, thứ hai, truyền đạt, cuối cùng, đó là kỹ năng có thể được giao tiếp với khán giả.

제 프레젠테이션에는 세 가지 주요 사항이 있습니다: 첫째, 문화, 둘째, 전달 기술, 그리고 마지막으로 스피치 기술입니다.

Có 3 điểm chính trong bài thuyết trình của tôi: Thứ nhất, văn hóa, thứ hai, kỹ năng truyền tải, còn cuối cùng là kỹ năng nói.

제 프레젠테이션에는 세 가지 중요 사항이 담겨 있습니다. 그것들은 다음과 같습니다: 브랜드 사용료, 브랜드 이미지, 그리고 가격 책정입니다.

Bài thuyết trình của tôi bao gồm 3 điều quan trọng. Đó là: Phí bản quyền thương hiệu, hình ảnh thương hiệu và định giá.

※ bản quyền 로열티, 판권

저는 오늘 이것에 대해 세 가지를 말씀드리려고 합니다.

Tôi định nói 3 nội dung về điều này ngày hôm nay.

저는 이것을 다루는 데 있어 처음 몇 단계에 관해 말씀드리려고 합니다.

Tôi sẽ nói về một vài giai đoạn đầu tiên để xử lý vấn đề này.

먼저, 저희 시나리오에 대해 말씀드리겠습니다.

Trước tiên, tôi sẽ nói về kịch bản của chúng tôi.

프레젠테이션의 첫 번째 파트에서는 저희의 새로운 의류 제품의 샘플 사진을 보여 드리겠습니다.

Trong phần đầu tiên của bài thuyết trình, tôi sẽ cho các bạn xem hình mẫu sản phẩm quần áo mới của chúng tôi.

먼저, 저희 연구의 최근 조사 결과를 알려 드리겠습니다.

Đầu tiên, tôi sẽ cho các bạn biết kết quả điều tra gần đây nhất trong nghiên cứu của chúng tôi.

첫 번째로, 지금까지의 프로젝트 진행 상황에 관해 간략히 말씀드리겠습니다.

Thứ nhất, tôi sẽ nói một cách sơ lược về tiến độ của dự án cho đến nay.

그 후, 이 문제에 관한 저희 의견을 제시해 드리겠습니다.

Sau đó, chúng tôi sẽ đưa ra ý kiến về vấn đề này.

그러고 난 후, 저희의 5년 계획에 대해 말씀드리겠습니다.

Sau đó, tôi sẽ nói về kế hoạch trong 5 năm của chúng tôi.

다음으로, 12개월 프로젝트 계획과 일정을 검토해 보고 싶습니다.

Tiếp theo tôi muốn xem lại lịch trình và kế hoạch cho dự án trong 12 tháng.

그 다음으로, 저희 계획을 실천 가능하게 하는 방법에 대한 이야기로 넘어가겠습니다.

Tiếp theo, chúng tôi sẽ chuyển sang nội dung về phương pháp biến kế hoạch của chúng tôi thành hiện thực.

그리고 마지막으로, 저희 제안을 말씀드리며 마치겠습니다.

Và cuối cùng, tôi sẽ kết thúc với đề xuất của chúng tôi.

마지막으로, 저희의 구조 조정 계획에 대해 말씀드리겠습니다.

Cuối cùng, tôi sẽ nói về kế hoạch tái cơ cấu của chúng tôi.

✛ tái cơ cấu 구조 조정

마지막으로, 내년 매출 금액을 늘리기 위한 몇 가지 세부 전략을 제안할 것입니다.

Cuối cùng, chúng tôi sẽ đề xuất một số chiến lược cụ thể để tăng doanh thu trong năm tới.

◦ doanh thu 수입, 매출

마지막으로 중요한 얘기입니다만, 저희 회사의 구조 조정 계획에 대해 다루겠습니다.

Cuối cùng là nội dung quan trọng thì tôi sẽ nói về kế hoạch tái cơ cấu của chúng tôi.

프레젠테이션 소요 시간 알리기	이 프레젠테이션은 약 30분 정도 걸릴 겁니다.

이 프레젠테이션은 약 30분 정도 걸릴 겁니다.

Bài thuyết trình này sẽ mất khoảng 30 phút.
Bài thuyết trình này sẽ được diễn ra trong 30 phút.

10분이면 끝납니다.

Khoảng 10 phút là kết thúc.
Tôi sẽ nói trong khoảng 10 phút.

제 발표는 1시간 정도 걸릴 예정이지만, 중간에 10분간 휴식이 있을 겁니다.

Bài thuyết trình của tôi sẽ mất khoảng 1 tiếng, nhưng giữa chừng sẽ có 10 phút nghỉ giải lao.

간단히 설명할 예정입니다.

Tôi định giải thích ngắn gọn thôi.

1시간 정도 발표할 예정입니다.

Tôi sẽ phát biểu trong khoảng 1 tiếng.

저는 이 프레젠테이션에 약 15분을 할당받았습니다.

Tôi được phân bổ khoảng 15 phút cho bài thuyết trình này.

일반적 서론

Cảm ơn các bạn đã đến. Hãy để tôi bắt đầu với lời giới thiệu đơn giản tôi là ai. Tôi là Lee Min Hee của bộ phận tiếp thị thực phẩm CJO. Tôi đã làm việc trong lĩnh vực nghiên cứu thị trường trong 10 năm qua. Chủ đề của bài thuyết trình hôm nay là xu hướng gần đây của việc nghiên cứu thị trường. Thông qua bài thuyết trình này, tôi mong rằng nó sẽ giúp các bạn rõ ràng trong việc thực hiện các công cụ điều tra thị trường mà chúng ta có thể áp dụng. Tôi sẽ trình bày 3 phương diện của xu hướng nghiên cứu thị trường gần đây. Thứ nhất là hồ sơ doanh nghiệp, thứ hai là công cụ thu thập dữ liệu còn cuối cùng là thống kê tiếp thị. Các bạn xin đừng ngần ngại và hỏi nếu có câu hỏi. Tôi sẽ phát biểu một cách ngắn gọn.

와 주셔서 감사합니다. 먼저, 제가 누구인지 간단히 소개드리면서 시작하겠습니다. 저는 CJO푸드 마케팅부의 이민희입니다. 지난 10년간 시장 조사 분야에서 일해 왔습니다. 오늘 발표의 주제는 시장 조사의 최근 경향입니다. 이 발표를 통해 우리가 채택할 수 있는 시장 조사 도구를 명확히 하는 데 도움이 되길 바랍니다. 저는 최근 시장 조사 경향의 세 가지 측면에 대해 이야기할 것입니다. 첫째, 기업 프로파일링, 둘째, 자료 수집 도구, 그리고 마지막으로 마케팅 통계입니다. 질문이 있으시면 주저 마시고 해 주세요. 발표는 간단히 하겠습니다.

질의응답

질문이 있으시면 언제든지 말씀해 주세요.
Nếu anh/chị có câu hỏi thì hãy hỏi bất cứ lúc nào.

질문은 프레젠테이션이 끝난 후에 받겠습니다.
Tôi sẽ nhận câu hỏi sau bài phát biểu.

프레젠테이션이 끝난 후 질의응답 시간이 있겠습니다.
Sau khi phát biểu, sẽ có thời gian trả lời cho câu hỏi.

제 프레젠테이션이 끝난 후 10분 동안 질문받는 시간이 있겠습니다.
Sau khi kết thúc thuyết trình sẽ có thời gian nhận câu hỏi trong vòng 10 phút.

제 프레젠테이션 마지막에 어떤 질문이든 기꺼이 답해 드리겠습니다.
Tôi sẵn sàng trả lời bất cứ câu hỏi nào trong phần cuối bài thuyết trình của tôi.

본 프레젠테이션 마지막에 여러분의 모든 질문에 답해 드리겠습니다.
Tôi sẽ trả lời tất cả các câu hỏi của các bạn trong phần cuối bài trình bày này.

질문이 있으시면 끝날 때까지 기다려 주세요.
Nếu có câu hỏi thì xin hãy chờ đến khi kết thúc.

Tôi sẽ vui lòng trả lời bất cứ câu hỏi nào cho các bạn trong phần cuối bài thuyết trình.

기타 공지 사항

Trước khi phiên thứ hai bắt đầu chúng ta sẽ nghỉ ngơi một chút.

Sẽ có một khoảng thời gian ngắn để nghỉ trong 30 phút sau bài phát biểu này.

Chúng ta sẽ có thời gian nghỉ một chút trước khi trả lời câu hỏi.

Chúng ta sẽ có thời gian nghỉ một chút sau bài phát biểu của chị Thu.

Sau giờ nghỉ giải lao ngắn, ông nhóm trưởng Lee của bộ phận quản lý trí tuệ sẽ phát biểu ngắn gọn.

Nước giải khát sẽ được cung cấp trong giờ nghỉ giải lao.

Một bữa ăn trưa sẽ được cung cấp sau bài phát biểu.

Sau khi phát biểu sẽ có một cuộc thảo luận ngắn.

Sẽ có một vài bài thuyết trình của người tham gia sau bài phát biểu này.

프레젠테이션이 끝난 후 발표자가 최근 출간한 책을 구입하실 수 있습니다.

Các bạn có thể mua sách mới nhất được xuất bản bởi người thuyết trình sau bài phát biểu.

그럼 이제 자료물을 나눠 드리겠습니다.

Vậy thì bây giờ tôi sẽ phân phát tài liệu.

phân phát 나누다, 배포하다

그럼 여러분의 이해를 돕기 위해 소책자를 나눠 드리겠습니다.

Vậy thì, tôi sẽ phân phát tập sách để giúp bạn hiểu hơn.

그럼 이제 자료집을 나눠 드리겠습니다.

Vậy thì bây giờ tôi sẽ phân phát tập tài liệu.

이 자료집에는 여러분이 상황을 더 잘 이해하실 수 있는 추가 자료와 정보가 포함되어 있습니다.

Trong tập tài liệu này bao gồm các tài liệu và thông tin bổ sung mà bạn có thể hiểu rõ hơn về tình hình.

실전 회화

공지 사항

Bài phát biểu này sẽ mất khoảng 1 tiếng và giữa chừng sẽ có giờ nghỉ trong 10 phút. Nước giải khát đơn giản thì sẽ được cung cấp trong giờ nghỉ giải lao. Tôi sẽ trả lời tất cả câu hỏi của các bạn trong phần cuối bài trình bày này. Trong tập tài liệu mà chúng tôi đang phân phát bao gồm các tài liệu và thông tin bổ sung giúp bạn hiểu rõ hơn về tình hình. Để không chậm trễ, tôi sẽ chuyển sang nội dung đầu tiên.

이 발표는 1시간 정도 걸릴 예정이며, 중간에 10분간 휴식이 있겠습니다. 휴식 시간에는 간단한 다과가 제공될 겁니다. 본 프레젠테이션 마지막에 여러분의 모든 질문에 답해 드리겠습니다. 지금 나눠 드리는 이 자료집에는 여러분이 상황을 더 잘 이해하실 수 있는 추가 자료와 정보가 포함되어 있습니다. 그럼 더 이상 지체하지 않고 첫 번째 사항으로 넘어가도록 하겠습니다.

프레젠테이션 본론

본론의 도입

자, 몇 가지 수치를 보여 드리면서 발표를 시작하죠.

Bây giờ, hãy để tôi bắt đầu phát biểu với việc cho xem một số số liệu.

자, 몇 가지 질문을 드리면서 발표를 시작하겠습니다.

Bây giờ, tôi sẽ hỏi các bạn một số câu hỏi và bắt đầu bài phát biểu.

여러분께 질문을 하나 드리면서 시작하고 싶습니다.

Tôi muốn bắt đầu với một câu hỏi cho các bạn.

프레젠테이션을 간단히 요약해 드리면서 시작하죠.

Tôi sẽ bắt đầu với việc tóm tắt đơn giản cho bài thuyết trình của tôi.

현황을 살펴보면서 시작하죠.

Tôi sẽ bắt đầu trong khi xem xét tình hình hiện tại.

프레젠테이션의 목차를 요약해 드리면서 시작하겠습니다.

Tôi sẽ bắt đầu với việc tóm tắt mục lục của bài thuyết trình.

프레젠테이션의 주요 사항들을 살펴보면서 시작하겠습니다.

Tôi sẽ bắt đầu với việc xem xét những điểm chính của bài thuyết trình.

저희 마케팅 계획을 전체적으로 살펴보면서 시작하고 싶습니다.

Tôi muốn bắt đầu với việc xem xét kế hoạch tiếp thị của chúng ta một cách toàn thể.

저희 회사의 최근 프로젝트 결과부터 보도록 하죠.

Hãy bắt đầu xem kết quả dự án gần đây nhất của chúng tôi.

자, 가장 첫째로 드릴 말씀은, 자가용은 연료 효율이 좋아야 한다는 것입니다.

Nào, điều trước tiên tôi sẽ nói chính là hiệu suất nhiên liệu của chiếc xe phải tốt.

＊hiệu suất 효율

내용 연결

프레젠테이션의 첫 파트에서는 당사의 새 의류 라인의 견본을 몇 가지 보여 드리겠습니다.

Trong phần đầu tiên của buổi phát biểu, tôi sẽ cho các bạn xem một vài mẫu dòng quần áo mới của chúng tôi.

첫째로, 지금까지의 프로젝트 진행 상황에 관해 간략히 말씀드리겠습니다.

Đầu tiên, tôi xin nói một cách ngắn gọn về tiến độ của dự án cho đến bây giờ.

먼저, 이 연구의 최근 조사 결과를 알려 드리겠습니다.

Trước tiên tôi xin thông báo kết quả điều tra gần đây của nghiên cứu này.

그 후에 당사와 주요 경쟁업체 간의 품질 비교에 관해 발표하겠습니다.

Sau đó tôi sẽ phát biểu về nội dung so sánh chất lượng giữa các công ty cạnh tranh chính và công ty của chúng ta.

그 후에 현 지출 품의서 절차에 관한 내용을 여러분께 직접 전해 드리겠습니다.

Sau đó tôi sẽ trực tiếp chuyển cho các bạn một nội dung liên quan đến thủ tục đơn báo cáo chi phí hiện tại.

그 다음으로, 2018년도 재무보고를 살펴보도록 하겠습니다.

Tiếp theo, chúng ta cùng xem báo cáo tài chính năm 2018.

＊báo cáo tài chính 재무보고

그러고 나서, 향후 저희가 직면하게 될 어려움에 대해 집중적으로 살펴볼 것입니다.

Sau đó, chúng ta sẽ tập trung vào những thách thức phải đối mặt trong tương lai.

＊đối mặt 직면하다

다음으로, 12개월 프로젝트 계획과 일정을 검토해 보고자 합니다.

Tiếp theo, tôi muốn xem xét về kế hoạch và lịch trình của dự án trong 12 tháng.

문화에 관한 저의 두 번째 요지로 넘어가겠습니다.

Tôi sẽ chuyển sang nội dung thứ hai liên quan đến văn hóa.

여기서 제 프레젠테이션의 다음 파트로 넘어가도록 하겠습니다. 저희의 현재 전략 개요에 관한 것입니다.

Tôi sẽ chuyển sang phần tiếp theo của cuộc phát biểu. Đó là nội dung liên quan đến khái quát về chiến lược hiện tại của chúng tôi.

설명을 위해 이전 슬라이드로 돌아가도록 하죠.

Hãy quay trở lại slide trước để tôi giải thích. ※ giải thích 설명

즉, 점점 더 많은 사람이 친환경 제품에 관심을 보인다는 것입니다.

Nói cách khác, ngày càng có nhiều người quan tâm đến các sản phẩm thân thiện với môi trường.

청중을 내 편으로 만들기

이것은 중국 기업들과의 합작을 고려하시는 분께 도움이 될 것입니다.

Điều này sẽ giúp ích cho những người đang xem xét hợp tác với các doanh nghiệp Trung Quốc.

팀을 더 효율적으로 관리하는 방법에 대한 정보를 얻으실 것입니다.

Bạn sẽ nhận được thông tin về phương pháp quản lý cho nhóm một cách hiệu quả hơn.

오늘 프레젠테이션은 다가오는 회계 감사에 관련된 분께 꼭 필요한 것이라고 생각합니다.

Tôi nghĩ rằng cuộc phát biểu hôm nay sẽ rất cần thiết cho những người liên quan đến kiểm toán sắp tới. ※ kiểm toán 회계 감사

제 발표는 최근 예산 감축에 대처할 수 있는 하나의 지침이 될 것입니다. 여러분은 우리 신제품을 어떻게 마케팅하겠습니까?

Bài thuyết trình của tôi sẽ trở thành một trong những hướng dẫn để đối phó với việc cắt giảm ngân sách gần đây. Các bạn sẽ tiếp thị sản phẩm mới của chúng ta thế nào?

Các bạn sẽ làm thế nào để làm hài lòng khách hàng mới của chúng ta?

làm hài lòng 만족시키다

Chúng ta hãy suy nghĩ một chút về quản lý thời gian.

Chúng ta hãy suy nghĩ một chút về xu hướng của nền kinh tế hiện tại.

Chúng ta hãy suy nghĩ một chút về tương lai. Bạn có biết rằng sau 40 năm, chỉ 25% dân số thì làm việc còn đáng ngạc nhiên là 50% thì sẽ được hưởng lương hưu không?

Hãy suy nghĩ một chút về kinh doanh điện tử. Bạn có biết rằng trong số những người mua sắm trực tuyến, 84% chỉ đợi mất 10 giây cho đến khi trang web hiện lên không?

BIZ tip

Hãy ~ 다음에 có biết rằng ~?을 활용하여 놀랄 만한 수치나 통계 자료 등을 넣어 발표 주제를 소개하면 청중의 주의를 끌 수 있습니다.

Hãy thử nghĩ đến một thị trường thay đổi nhanh chóng.

Bao nhiêu người đang đồng ý với tôi về điều Internet có thể nguy hiểm cho trẻ em không?

Bạn có đồng ý rằng việc bắt đầu kinh doanh với quy mô nhỏ ngày càng trở nên khó hơn không?

Nếu bạn đồng ý rằng hệ thống nhân sự của bạn phải thay đổi thì xin vui lòng giơ tay lên.

경영진이 여러분께 인력의 절반을 해고하라고 요구했다고 가정해 보세요.

Hãy giả định rằng ban giám đốc đã yêu cầu các bạn sa thải một nửa số nhân lực.

일본인과 협상을 해야 했던 경험이 있습니까?

Bạn đã từng phải thương thuyết với người Nhật chưa?

저는 창의력이란 단어를 생각할 때마다 약 6000년 전에 화장품을 발명한 고대 이집트 사람들이 떠오릅니다.

Mỗi khi nghĩ đến từ sáng tạo, tôi lại nhớ đến người Ai Cập cổ đại đã phát minh ra mỹ phẩm khoảng 6000 năm trước.

십대 청소년들이 무엇 때문에 우리 상품을 구입하지 않는 것인지 보여 드린다면 발표 내용에 관심이 가시겠습니까?

Nếu tôi cho các bạn xem tại sao thanh thiếu niên không mua sản phẩm của chúng ta thì bạn sẽ quan tâm đến bài phát biểu chứ ạ?

임원들의 입장에서 생각해 보세요. 어떤 직원에게 호감을 느끼겠습니까?

Anh/Chị hãy thử nghĩ ở vào địa vị của ban lãnh đạo. Bạn sẽ thiện cảm với nhân viên như thế nào?

ở vào địa vị của ~의 입장이 되어 생각하다

CEO와 면접을 본다고 상상해 보세요. CEO가 여러분께 묻는 첫 번째 질문이 무엇일까요?

Hãy tưởng tượng bạn được phỏng vấn xin việc với CEO. Theo bạn, câu hỏi đầu tiên mà CEO sẽ hỏi các bạn là gì?

고위 간부급에 왜 여성들이 적은지 생각해 보신 적이 있으십니까?

Bạn đã bao giờ tự hỏi tại sao trong số các cán bộ cấp cao lại có ít phụ nữ chưa?

우리 고객들의 관심사에 대해 생각해 보셨습니까?

Bạn đã từng nghĩ về vấn đề mà các khách hàng của chúng ta quan tâm là gì chưa?

상사와 대립해야만 하는 상황에 처해 본 경험이 있으십니까?

Bạn đã bao giờ trải qua tình huống mà bạn phải đối lập với cấp trên chưa?

Anh/Chị đã từng đối mặt với tình huống mà anh/chị phải giữ thứ tự ưu tiên cho giá trị của công ty chưa?

작년 매출이 10년 만에 가장 높았다는 사실을 알고 계셨나요?

Bạn có biết doanh thu năm ngoái là cao nhất trong vòng 10 năm không?

인터넷이 TV보다 효과적인 광고 매체인 이유를 알고 계십니까?

Bạn có biết lý do tại sao Internet là phương tiện quảng cáo có hiệu quả hơn truyền hình không?

고객이 우리 상품에 충분히 만족하지 않는 이유를 짐작하실 수 있겠습니까?

Bạn có thể đoán được tại sao khách hàng không bao giờ hài lòng hoàn toàn với sản phẩm của chúng ta không?

이 문제를 해결하기 위해 우리가 할 수 있는 일이 무엇일까요?

Chúng ta có thể làm gì để giải quyết vấn đề này?

공해를 줄이기 위해 우리가 해야 할 일은 무엇일까요?

Chúng ta cần làm gì để giảm ô nhiễm môi trường?

여러분은 우리의 마케팅 전략을 어떻게 개선하시겠습니까?

Các bạn sẽ làm thế nào để cải thiện chiến lược tiếp thị của chúng ta?

순서대로 진행하기

첫 번째로, 저희의 투자 계획 현황에 대해 말씀드리겠습니다.

Đầu tiên, tôi sẽ nói về tình trạng kế hoạch đầu tư của chúng tôi.

두 번째로, 여러분의 파워포인트 프레젠테이션을 활기 있게 할 수 있는 방법으로 들어가 보겠습니다.

Thứ hai, tôi sẽ đi vào phương pháp làm cho bài phát biểu PowerPoint của bạn sống động.

다음으로, 이 수치들을 살펴보겠습니다.

Tiếp theo, chúng ta hãy xem những con số này.

마지막으로, 신상품에 관한 몇 가지 의견을 말씀드리겠습니다.

Cuối cùng, tôi xin nói một vài ý kiến về các sản phẩm mới.

제가 먼저 다루고 싶은 주제는 반품과 교환에 관한 규정입니다.

Điều đầu tiên tôi muốn đề cập đến là các quy định về hoàn trả và trao đổi.

*hoàn trả 반품 trao đổi 교환

이 내용은 다음 단계인, 신임 관리자들을 위한 경영 훈련 과정의 중요성으로 연결됩니다.

Nội dung này liên kết với bước tiếp theo là tầm quan trọng của quá trình đào tạo kinh doanh cho các nhà quản lý mới.

계속해서 미국 시장 문제로 넘어가면, 전망이 긍정적이라고 말씀드리겠습니다.

Tiếp theo, chúng ta đi qua vấn đề thị trường Mỹ, tôi sẽ nói về việc triển vọng là sự tích cực.

내용 보충

우리 영업 인력의 부족 문제뿐만 아니라 높은 이직률을 줄일 수 있는 대책을 강구해야 합니다.

Ngoài vấn đề thiếu nhân lực bán hàng của chúng ta, chúng ta còn phải nghiên cứu biện pháp để giảm tỷ lệ chuyển việc làm cao.

뿐만 아니라, 오늘 일본 엔화 대비 미 달러화가 급락했습니다.

Ngoài ra, hôm nay đồng đô la Mỹ đã giảm mạnh so với đồng yên Nhật Bản.

또한 대부분의 회사는 제공하는 제품과 서비스를 개선하여 시장 원리에 대응합니다.

Ngoài ra, hầu hết các công ty đối phó với nguyên tắc thị trường bằng việc cải thiện dịch vụ và các sản phẩm mà họ cung cấp.

반대 내용 제시

저희 회사는 직원들에게 자유 근무 시간 선택제를 제공합니다. 하지만 하계 근무 시간 자유 선택제는 부서마다 다를 것 같습니다.

Công ty chúng tôi đang cung cấp chế độ giờ làm việc linh hoạt cho các nhân viên. Tuy nhiên, giờ làm việc linh hoạt vào mùa hè thì tuỳ theo mỗi bộ phận lại khác nhau.

지난번 실시한 해결책에도 불구하고 우리 부서 내 의사소통 문제는 여전히 존재합니다.

Mặc dù lần trước chúng ta đã thực hiện các giải pháp, nhưng vấn đề giao tiếp vẫn tồn tại trong bộ phận của chúng ta.

많은 신기술이 개발되고 있지만, 우리 고객들은 변화의 속도를 따라가는 것에 불편해하는 것 같습니다.

Nhiều công nghệ mới đang được phát triển, nhưng khách hàng của chúng ta dường như khó chịu với việc theo kịp tốc độ biến đổi.

| 원인 및 결과
설명 | 회사에서 의사소통이 잘못되는 원인이 뭘까요? |

Nguyên nhân gây ra giao tiếp sai lệch ở công ty là gì?

주의 집중 부족이 잘못된 의사소통의 원인이 됩니다.

Thiếu chú ý là một nguyên nhân gây ra giao tiếp sai lệch.

그렇다면 허리 통증이나 부상을 예방하는 방법에는 어떤 게 있을까요?

Thế chúng ta có thể làm gì để ngăn ngừa chứng đau lưng hay chấn thương?

따라서 융자금을 상환하거나, 퇴직금을 모으거나, 혹은 인생의 기타 목적을 달성하기 위해 자금을 모을 수도 있습니다.

Vì thế bạn có thể gom tiền vốn để trả nợ, gom tiền trợ cấp thôi việc hoặc để đạt được các mục đích khác trong cuộc sống.

따라서 재무팀은 연구 개발 예산을 늘리는 것이 바람직합니다.

Vì thế, nhóm tài chính cần tăng ngân sách nghiên cứu và phát triển.

따라서 우리가 시장의 차기 선두 주자가 될 가능성이 매우 높습니다.

Vì thế khả năng chúng ta sẽ trở thành một công ty dẫn đầu tiếp theo trên thị trường là rất cao.

414

결과적으로, 노사간 협상을 해야 합니다.

Kết quả là phải đàm phán giữa lao động và quản lý.
Kết quả là, việc đàm phán giữa lao động và quản lý là cần thiết.

설명한 내용 마무리	

이것이 구조 조정 문제에 관해 제가 말씀드릴 수 있는 전부입니다.

Đây là tất cả những gì mà tôi có thể nói với các bạn về vấn đề tái cơ cấu.

이 주제에 관해서는 이게 전부입니다.

Đây là tất cả những gì về chủ đề này.

이것이 저소득층을 위한 주택 정책에 대해 제가 말씀드리고 싶었던 전부입니다.

Đây là tất cả những gì mà tôi muốn nói về chính sách nhà cửa dành cho tầng lớp thu nhập thấp.

이것으로 프레젠테이션의 이 부분은 결론에 이른 것 같습니다.

Đây dường như là kết luận của phần này trong bài phát biểu.

지금까지의 내용이 대체로 제 요지의 결말입니다.

Tôi nghĩ rằng nội dung đến đây nói chung là kết luận về quan điểm của tôi.

기간 대비 비교

지난 분기 이전에 당사 수익은 연간 20% 성장했습니다.

Trước quý trước, lợi nhuận của công ty chúng tôi đã tăng trưởng 20% mỗi năm.

1990년대 말에 우리와 같은 중소기업들은 한국 시장에서 어려움을 겪었습니다.

Vào cuối những năm 1990, các doanh nghiệp vừa và nhỏ như chúng tôi đã gặp khó khăn trên thị trường Hàn Quốc.

9월 이후 총 지수는 7개월째 줄곧 50을 밑도는 수준이었습니다.

Kể từ sau tháng 9, tổng chỉ số vẫn ở mức dưới 50 trong 7 tháng liên tục.

· liên tục 연속하는

그 후로 수익이 월 15% 정도 계속 감소하고 있습니다.

Kể từ đó, lợi nhuận tiếp tục giảm dần khoảng 15% một tháng.

올 한 해 동안 공장의 수는 수만 개로 증가할 것입니다.

Trong một năm nay số lượng nhà máy sẽ tăng lên hàng chục vạn.

그러는 동안, 우리는 수익을 증대시켜야 합니다.

Trong khi đó, chúng ta phải tăng lợi nhuận của chúng tôi.

그러는 동안, 우리는 새로운 변화에 대비해야 합니다.

Trong khi đó, chúng ta phải chuẩn bị đối phó với những thay đổi mới.

저희 목표는 향후 5년 내에 수익 1천억 원을 달성하는 것입니다.

Mục tiêu của chúng tôi là đạt được 100 tỷ won lợi nhuận trong vòng 5 năm tới.

일본 정부는 지난 10년 동안 새로운 일자리 창출에 힘써 왔습니다.

Chính phủ Nhật Bản đã cố gắng để tạo ra công ăn việc làm mới trong 10 năm qua.

＊công ăn việc làm 일자리

지난 10년간 우리 수익은 매년 두 자리 수로 증가했습니다.

Trong 10 năm qua, lợi nhuận của chúng tôi đã tăng lên hai chữ số mỗi năm.

작년 총 매출이 20% 올랐습니다. 그럼에도 불구하고, 우리는 여전히 중국에서 고전했습니다.

Tổng doanh thu năm ngoái đã tăng 20%. Mặc dù vậy, chúng tôi vẫn gặp nhiều khó khăn ở Trung Quốc.

올해 국내 경기가 침체되었지만, 우리는 3년 연속 15%의 연간 성장률을 유지할 수 있었습니다.

Mặc dù nền kinh tế trong nước đã bị đình trệ trong năm nay, nhưng chúng tôi đã có thể duy trì tốc độ tăng trưởng 15% hàng năm liên tục trong 3 năm.

＊đình trệ 침체된

**다른 내용
소개**

여기서 잠시 이 자료를 보여 드리죠.

Ở đây tôi sẽ cho các bạn xem tài liệu này một chút.

잠시 본론에서 벗어나 융통성 있는 정책이 무엇인지 설명하고자 합니다.

Tôi ra khỏi vấn đề thảo luận một lát và sẽ giải thích chính sách linh hoạt là gì.

ra khỏi 벗어나다

참고로 이 그래프를 보여 드리죠.

Tôi sẽ cho các bạn xem đồ thị này để tham khảo.

잠깐 옆길로 새서, 우리가 취할 수 있는 다른 옵션에 대해 이야기해 봅시다.

Bên lề một chút, chúng ta hãy nói chuyện về những lựa chọn khác mà chúng ta có thể áp dụng.

잠깐 옆길로 새서, 영화 검열 절차에 대해 설명해 드리죠.

Bên lề một chút, tôi sẽ giải thích về trình tự kiểm duyệt phim.

불법 노동자 문제로 돌아갑시다.

Chúng ta hãy trở về vấn đề của người lao động bất hợp pháp.

기업 합병 문제로 되돌아가서 말씀드리면, 저희는 선택의 여지가 없다고 봅니다.

Quay trở lại về vấn đề sáp nhập, chúng ta không có lựa chọn nào khác.

또 다른 가능성은 저희의 인터넷 사업 영역을 확장하는 것입니다.

Một khả năng khác là mở rộng lĩnh vực kinh doanh Internet của chúng ta.

여기서 잠깐 멈추고 우리 회사의 설립 철학을 되새겨 봅시다.

Chúng ta hãy tạm dừng ở đây và xem lại triết lý thành lập của công ty chúng ta.

제가 앞서 말씀드렸던 부분으로 돌아가겠습니다.

Tôi sẽ quay lại với phần mà tôi đã nói trước.

본론 내용 전개

**중요 내용
강조 및
요점 전달**

제가 강조하고 싶은 요지는 저희 경영진을 개편할 필요가 있다는 것입니다.

Điều tôi muốn nhấn mạnh là chúng ta cần tổ chức lại ban điều hành.

제가 강조하고 싶은 점은 우리가 협상 가이드라인을 제시해야 한다는 것입니다.

Điều tôi muốn nhấn mạnh là chúng ta phải đưa ra nguyên tắc chỉ đạo cho cuộc đàm phán.

제가 강조하고 싶은 점은 우리가 영업 교육 워크숍을 준비할 필요가 있다는 것입니다.

Điều tôi muốn nhấn mạnh là chúng ta cần phải chuẩn bị hội thảo đào tạo kinh doanh.

제가 집중적으로 살펴보고자 하는 것은 바로 이 22인치 LED 모니터입니다.

Điều mà tôi định tìm hiểu một cách tập trung chính là màn hình LED 22 inch này.

제가 여기서 강조하고 싶은 점은 우리에게 구조 조정이 필요하다는 것입니다.

Điều tôi muốn nhấn mạnh ở đây là chúng ta cần tái cơ cấu.

당면한 문제는 우리가 시장 선두 주자가 아니라는 것입니다.

Vấn đề trước mắt là chúng ta không phải là người dẫn đầu trên thị trường.

여기서 쟁점은 한국 학생들에겐 창의력과 혁신이 부족하다는 것입니다.

Điểm tranh luận ở đây là học sinh Hàn Quốc thiếu sáng tạo và đổi mới.

중요한 사실은 우리가 중국의 경제력 증가를 경계해야 한다는 것입니다.

Điều quan trọng là chúng ta phải cảnh giác sự tăng trưởng kinh tế của Trung Quốc.

cảnh giác 경계하다

418

여러분이 자신의 일을 즐기는 것이 특히 중요합니다.

Điều quan trọng đặc biệt là việc các bạn tận hưởng công việc của mình.

저희가 여기서 제안하는 가이드라인은 많습니다. 특히 세 번째 사항은 제가 오늘 강조해 드리고 싶은 점입니다.

Có nhiều hướng dẫn mà chúng tôi đề xuất ở đây. Đặc biệt là điều thứ ba là một điều tôi muốn nhấn mạnh hôm nay.

이 프로젝트의 성과에 대해 우리는 매우 흥분해 있습니다.

Chúng tôi rất phấn khích về thành quả của dự án này.

> thành quả 성과

비용을 걱정하시는 건 아주 당연한 일입니다.

Việc bạn đang lo về chi phí là việc rất đương nhiên.

간단히 말하면, 우리는 가격을 내려야 합니다.

Nói một cách đơn giản thì phải hạ giá xuống.

근본적으로, 우리는 해결책이 필요하며, 바로 지금 필요합니다.

Về cơ bản, chúng ta cần giải pháp và đó chính là bây giờ.

대체로, 우리는 경쟁사가 예상했던 것보다 훨씬 더 잘해 왔습니다.

Nói chung, chúng tôi đã làm tốt hơn rất nhiều so với những dự đoán của công ty cạnh tranh.

간단히 말하자면, 6시그마 도입이 생산성 증가에 도움이 되었습니다.

Nói một cách đơn giản, việc áp dụng 6 Sigma giúp tăng gia năng suất.

무엇보다도, 우리 회사는 5년 이상 흑자를 유지했습니다.

Hơn hết, công ty chúng tôi đã duy trì lãi trong hơn 5 năm.

달리 말하면, 시에서는 올해 판매세 수입이 7% 감소할 것으로 추정하고 있습니다.

Nói cách khác, thu nhập thuế bán hàng của thành phố trong năm nay sẽ giảm 7%.

방금 제가 한 말을 바꿔 표현하면, 광고의 본질은 특정 제품을 사도록 사람들을 설득하는 것입니다.

Nói một cách khác thì, bản chất của quảng cáo là thuyết phục người ta mua một sản phẩm nhất định.

달리 표현하면, 올해는 전세금이 급등할 것입니다.

Nói một cách khác, tiền thuê nhà sẽ tăng vọt vào năm nay.

*tăng vọt 급등하다

좀 더 엄밀한 의미에서, 미디어에 관한 견해는 사람마다 다릅니다.

Với ý nghĩa nghiêm túc hơn, mỗi người có một quan điểm về phương tiện truyền thông.

국내 경제 여건에서 보면, 국제 시장에서의 우리의 위치는 최상입니다.

Với điều kiện kinh tế trong nước, vị trí của công ty chúng ta trên thị trường quốc tế thì không thể tốt hơn được nữa.

우리 회원들은 런던 증권 거래소의 운영 상황을 아주 상세히 듣는 것에 특히 관심이 갈 것입니다.

Các thành viên của chúng tôi sẽ đặc biệt quan tâm đến việc lắng nghe chi tiết về tình hình hoạt động của sở giao dịch chứng khoán London.

북부 악어 가죽 제품은 여러 나라에서 호평을 받아 왔는데, 특히 동유럽의 신흥 부유층 사이에서 그렇습니다.

Các sản phẩm da cá sấu nhận được sự đánh giá cao ở nhiều nước, đặc biệt là giữa các tầng lớp nhà giàu mới nổi ở Đông Âu.

무엇보다도 인수합병은 사업을 확장하는 데 가장 효과적입니다.

Trên hết, việc sáp nhập và mua lại là có hiệu quả nhất trong việc mở rộng kinh doanh.

보다 중요한 건, 우리의 주 목적은 새로운 네트워크 시스템을 구축하는 것입니다.

Quan trọng hơn nữa, mục đích chính của chúng tôi là xây dựng một hệ thống mạng mới.

보다 중요한 건, 요지는 너무 많은 것을 너무 빨리 기대할 수 없다는 것입니다.

Điều quan trọng hơn là chúng ta không thể mong đợi quá nhiều thứ một cách quá nhanh.

저희 회사는 특히 인쇄물 광고 및 전자 광고 캠페인뿐만 아니라 국내외 마케팅 전략 기획에도 참여할 것입니다.

Công ty chúng tôi sẽ tham gia không chỉ vào các chiến dịch quảng cáo in và quảng cáo điện tử, mà còn vào việc kế hoạch các chiến lược tiếp thị trong nước và quốc tế.

불법 거래 문제에 관해서 증권사들은 좀 더 엄격한 통합 규정을 적용하기 시작했습니다.

Về vấn đề giao dịch bất hợp pháp, các công ty chứng khoán đã bắt đầu áp dụng các quy định hợp nhất nghiêm ngặt hơn. *giao dịch bất hợp pháp 불법 거래 công ty chứng khoán 증권사

저희는 무선 통신 유통과 관련된 문제 해결에 있어 SP텔레콤사의 역할 증대를 기대할 수 있습니다.

Chúng tôi có thể mong đợi vào việc tăng cường vai trò của SP Telecom trong việc giải quyết vấn đề liên quan đến phân phối truyền thông không dây.

고객 만족도에 관한 한, 우리는 누구한테도 지지 않습니다.

Về mức độ hài lòng của khách hàng, chúng tôi không thua với ai cả.

직원들을 해고하는 수밖에 없습니다.

Không có cách nào khác ngoài việc sa thải nhân viên.
*sa thải 해고하다

한 번 더 시도해 보는 수밖에 없습니다.

Không có lựa chọn nào khác ngoài việc thử lại một lần nữa.

그럼 제가 말하고자 하는 요점은 무엇일까요? 제 요점은 연구 개발부에 연구원을 더 채용해야 한다는 것입니다.

Vậy trọng tâm mà tôi định nói đến là gì? Ý chính của tôi là phải tuyển dụng thêm các nhà nghiên cứu nữa trong bộ phận nghiên cứu và phát triển.

그래서 우리의 주 목적이 무엇이냐고요? 우리의 주 목적은 환경오염을 줄이는 것입니다.

Vậy mục đích chính của chúng tôi là gì nào? Mục đích chính của chúng tôi là giảm ô nhiễm môi trường.

그 결과가 어땠을까요? 결과는 완전 실패였습니다.

Kết quả đã thế nào nhỉ? Kết quả đã thất bại hoàn toàn.

중요하지 않은 내용의 최소화

저희 경쟁사들도 저희 상품을 염두에 둔 것처럼 보입니다.

Các công ty cạnh tranh cũng đang suy nghĩ đến sản phẩm của chúng tôi.

Đối thủ của chúng tôi dường như cũng chú ý đến sản phẩm của chúng tôi.

약간 늦었습니다.

Hơi trễ một chút.

아마도 우리는 구조 조정을 고려해야 할 것 같군요.

Có lẽ chúng ta phải xem xét tái cơ cấu.

미국과 영국은 공통점이 거의 없다고 말하는 게 보다 정확할 것입니다.

Có lẽ sẽ chính xác hơn nếu, nói rằng Mỹ và Anh gần như có rất ít điểm chung.

뭔가 해결 방안이 있을 것입니다.

Sẽ có một giải pháp nào đó.

기업들은 경기 불황 때 방어적인 태도를 취하는 경향이 있습니다.

Các doanh nghiệp có khuynh hướng có thái độ phòng thủ trong thời kỳ suy thoái kinh tế.

어느 정도는, 그 회사는 고객을 끄는 데 실패했습니다.

Ở một mức độ nào đó, công ty đó đã thất bại trong việc thu hút khách hàng.

비교

비슷하게, 플라자 호텔과 힐튼 호텔 양쪽 다 저자극성 객실이 있습니다.

Tương tự như vậy, cả khách sạn Plaza và khách sạn Hilton đều có phòng không gây dị ứng.

마찬가지로, 수출 기업의 매출은 지난 분기의 2.1% 감소에 비해 2.1% 상승했습니다.

Tương tự, doanh thu xuất khẩu tăng 2,1% so với mức giảm 2,1% trong quý trước.

같은 방법으로, T폰은 수많은 무료 앱에 접속할 수 있습니다.

Theo cùng một cách, điện thoại di động T có thể nhận được rất nhiều ứng dụng miễn phí.

마찬가지로, T폰 2는 인터넷에 접속하기 위해 무선 연결을 사용합니다.

Giống như vậy, điện thoại T2 sử dụng kết nối không dây để truy cập Internet.

◦ kết nối không dây 무선 연결

또한 요리를 빨리 하기 위해 이 버튼을 누르면 됩니다.

Ngoài ra, để nấu ăn nhanh chỉ cần nhấn nút này là được.

아이폰 7과 갤럭시 7은 몇 가지 비슷한 점이 있습니다.

IPhone 7 và Galaxy 7 có một số điểm giống nhau.

토크준의 디스플레이는 아이폰의 디스플레이와 꽤 비슷합니다.

Màn hình của Talk Zune khá giống với màn hình của iPhone.

우리는 BMC사보다 교육면에서 더 전문적입니다.

Chúng tôi có chuyên môn hơn về mặt giáo dục so với BMC.

플랜 B는 플랜 A보다 덜 위험합니다.

Kế hoạch B ít rủi ro hơn kế hoạch A.

저희의 245 모델은 지난번 모델만큼이나 멋지죠.

Mẫu số 245 của chúng tôi tuyệt vời như mẫu lần trước.

저희의 새로운 전략은 지난번 전략과 많은 점에서 다릅니다.

Chiến lược mới của chúng tôi khác với chiến lược lần trước về nhiều điểm.

경제 불안정과 정치 불안정은 여러 면에서 다릅니다.

Sự bất ổn kinh tế và bất ổn chính trị khác nhau về nhiều mặt.

◦ bất ổn 불안정성

새로운 영업 전략은 저희의 과거 관행과 매우 유사합니다.

Chiến lược bán hàng mới rất giống với thói quen trước đây của chúng tôi.

이 새 기계는 저희가 사용했던 예전 기계와 유사합니다.

Máy mới này tương tự như máy cũ mà chúng tôi đã sử dụng.

우리 회사의 500기가바이트 저장 장치는 경쟁업체의 것과 몇 가지 공통점이 있습니다.

Thiết bị lưu trữ 500GB của công ty chúng tôi có một số điểm chung với các sản phẩm của đối thủ cạnh tranh.

우리의 새로운 소프트웨어는 지난번 것과 많은 면에서 유사합니다. 그래서 사용하시기엔 어려움이 없을 것입니다.

Phần mềm mới của chúng tôi rất giống với cái lần trước về nhiều mặt. Vì thế, bạn sẽ không thấy khó khăn khi sử dụng nó.

우리 회사의 전략은 몇 가지 점에서 경쟁사의 전략과 너무 흡사합니다.

Chiến lược của chúng tôi rất giống với chiến lược của đối thủ cạnh tranh về một số điểm.

중산층과 고소득층 사이에서는 우리 상품에 대한 의견에 유사점이 많습니다.

Giữa tầng lớp trung lưu và cao cấp, có nhiều ý kiến giống nhau về các sản phẩm của chúng tôi.

우리는 영업 전략 면에서 우리의 경쟁사와 다릅니다.

Chúng tôi khác với công ty cạnh tranh về mặt chiến lược bán hàng.

L사 스마트폰은 디자인이 특이하다는 점에서 S사 스마트폰과 다릅니다.

Điện thoại thông minh của công ty L khác với điện thoại thông minh của công ty S về điểm có thiết kế đặc biệt.

금년과 작년의 수치를 비교해 보면 탈세 건이 크게 증가했습니다.

So sánh các chỉ số năm nay và năm ngoái thì tình trạng trốn thuế đã tăng lên đáng kể.

*đáng kể 현저하게

2018년 2분기와 3분기 결과를 비교해 보면 매출이 크게 향상된 것으로 나타나 있습니다.

So sánh kết quả quý thứ hai và quý thứ ba trong năm 2018 cho thấy doanh thu đã được tăng trưởng đáng kể.

치솟는 물가와 비교했을 때 인건비는 같은 자리에 머물고 있습니다.

So với giá cả tăng cao thì chi phí nhân công vẫn đang nằm ở vị trí cũ.

4월에는 1년 전에 비해 광고 페이지가 15.9% 줄었습니다.

Vào tháng 4, các trang quảng cáo đã giảm 15,9% so với một năm trước.

제 판단으로는 우리 회사의 가격이 경쟁사들의 가격보다 더 비쌉니다.

Tôi nghĩ rằng giá của chúng tôi đắt hơn một chút so với giá của các công ty cạnh tranh.

장기 투자를 하기엔 중국보다 인도가 낫다고 생각합니다.

Theo tôi, để đầu tư dài hạn thì Ấn Độ sẽ tốt hơn Trung Quốc.

윈도우 XP와 윈도우 비스타는 비교가 안 됩니다.

Windows XP và Windows Vista không thể so sánh được.

저희 신상품을 경쟁사의 신상품과 단순히 비교할 수는 없습니다.

Bạn không thể so sánh một cách đơn giản các sản phẩm mới của chúng tôi với công ty cạnh tranh.

대조

반면, 예스피는 무료 음악과 영화 이용이 제한되어 있습니다.

Mặt khác, Yespi đã giới hạn quyền truy cập nhạc và phim miễn phí.

반면, 저희 제품은 3년 품질 보증 기간이 있습니다.

Mặt khác, các sản phẩm của chúng tôi có thời gian bảo hành chất lượng 3 năm.

이에 반해, 릴렌자는 흡입기를 사용해서 투여되어야 합니다.

Ngược lại, Relenza phải được tiêm bằng máy thở.

반면, K6는 월간 유지비가 20% 더 듭니다.

Mặt khác, K6 mất thêm 20% chi phí bảo trì hàng tháng.

하지만 저희 회사의 새로운 시스템은 2회 교육만 요구됩니다.

Tuy nhiên, hệ thống mới của chúng tôi chỉ yêu cầu 2 buổi đào tạo.

사실 이 새로운 시스템은 추가로 10만 달러가 더 듭니다.

Trên thực tế, hệ thống mới này có giá thêm 100 nghìn đô la.

비록 저희 상품은 다른 비슷한 상품보다 15%가량 값이 더 나가지만, 시장의 다른 어떤 상품보다 더 믿을 만하고 오래갑니다.

Mặc dù các sản phẩm của chúng tôi có giá cao hơn khoảng 15% so với các sản phẩm tương tự khác, nhưng nó đáng tin cậy hơn so với những sản phẩm khác trên thị trường.

현행 세법은 민간인에게 제공된 뇌물만을 과세 대상으로 포함시키고 있을 뿐, 정치인에게 제공된 정치적 뇌물에 대해서는 그러한 법이 적용되지 않습니다.

Luật thuế hiện hành chỉ bao gồm các khoản hối lộ được cung cấp cho dân thường là đối tượng nộp thuế chứ không được áp dụng cho các khoản hối lộ chính trị được cung cấp cho nhà chính trị.

의견 제시

제가 볼 때, 우리는 다른 회사들보다 기술 면에서 앞서 있습니다.

Theo tôi thấy, về mặt kỹ thuật chúng ta đi trước so với các công ty khác.

제가 아는 한, 우리 신제품은 점진적으로 시장 점유율을 장악하고 있습니다.

Theo tôi biết, các sản phẩm mới của chúng tôi đang dần chiếm được thị phần.

저는 자유무역협정이 한국의 장기적인 경제에 유리하다는 것을 확신합니다.

Tôi tin rằng hiệp định thương mại tự do chắc chắn có lợi cho nền kinh tế dài hạn của Hàn Quốc.

저는 우리가 프로그래머들을 추가 채용할 필요가 있다고 확신합니다.

Tôi tin rằng chúng ta cần phải tuyển dụng thêm các nhà lập trình.

저는 우리의 해외 생산을 확대하는 것이 좋겠다고 생각합니다.

Theo tôi, chúng ta nên mở rộng sản xuất ở nước ngoài.

조합원들은 그들의 현황을 확인해야만 합니다.

Các thành viên của tổ chức phải kiểm tra tình trạng của họ.

저는 각 교육 과정이 각각 독자적인 수업으로 활용될 수 있는 모듈로 구성되어야 한다고 주장합니다.

Tôi chủ trương rằng mỗi quá trình đào tạo phải được cấu thành bởi một mô đun có thể được áp dụng cho từng lớp học riêng biệt.

저는 새 회계 연도까지 기다리지 말고 프로그래머들을 더 고용해야 한다고 확신합니다.

Tôi chắc chắn rằng chúng ta phải tuyển dụng thêm các nhà lập trình chứ đừng chờ đợi đến năm tài chính mới.

저는 우리 신제품이 시장에서 굉장히 매력적일 거라고 확신합니다.

Tôi chắc chắn sản phẩm mới của chúng tôi sẽ rất hấp dẫn trên thị trường.

대부분의 농부는 자유무역협정이 농업에 치명적이라고 주장합니다.

Hầu hết nông dân cho rằng hiệp định thương mại tự do có ảnh hưởng trí mạng đến nông nghiệp.   ⸰trí mạng 치명적인

저는 이것이 단지 가격을 줄이기 위한 일시적 해결책임을 주장합니다.

Tôi chủ trương, đây chỉ là giải pháp tạm thời để giảm giá.

생산을 늘리기 위해서 우리는 이 계획을 진행해야 합니다.

Để tăng sản lượng, chúng ta phải tiến hành kế hoạch này.

정부의 새로운 법안은 철회되어야 합니다.

Dự thảo luật mới của chính phủ phải được rút lại.
⸰dự thảo luật 법안

협력업체들은 우리와 새로 계약하기 전에 자신들의 현 상황을 확인해야 합니다.

Các công ty hợp tác phải kiểm tra tình hình hiện tại của họ trước khi ký hợp đồng mới với chúng tôi.

일반적으로 우리의 브랜드 충성도가 중산층 소비자 사이에서 높다고 합니다.

Nhìn chung, lòng trung thành thương hiệu của chúng tôi khá cao trong tầng lớp người tiêu dùng trung lưu.

일반적으로 고객들은 우리의 소프트웨어 제품이 비싼 편이라고 생각한다고 합니다.

Nói chung, khách hàng thường nghĩ rằng các sản phẩm phần mềm của chúng tôi là đắt tiền.

아울러 말씀드리고 싶은 것은, 한국 어디를 가더라도 우리보다 더 좋은 가격은 없다는 사실입니다.

Tôi cũng muốn nói rằng dù đi bất cứ nơi đâu, không có mức giá nào tốt hơn chúng tôi tại Hàn Quốc.

부연 설명

불공평이 무엇을 의미하는 건지 더 설명해 드리도록 하죠.

Để tôi giải thích thêm sự bất công có nghĩa là gì.

⬦ sự bất công 불공평

예컨대, 러시아는 그 조약을 1990년에 비준했습니다.

Chẳng hạn, Nga đã phê chuẩn hiệp ước đó vào năm 1990.

⬦ phê chuẩn 비준하다

무엇보다도, 한국이 성장 속도를 회복하기 위해서는 보다 많은 투자가 관건입니다.

Trên hết, đầu tư nhiều hơn là chìa khóa cho Hàn Quốc để phục hồi tốc độ tăng trưởng.

⬦ tốc độ tăng trưởng 성장 속도

뿐만 아니라, 선물은 뇌물로 오해받을 수 있습니다.

Ngoài ra, quà tặng có thể bị hiểu nhầm là hối lộ.

게다가, GXP는 주주 가치를 개선했습니다.

Ngoài ra, GXP đã cải thiện giá trị cổ đông.

⬦ cổ đông 주주

특히 우리는 꼭 필요한 경우에만 우리 체제를 바꿀 것입니다.

Đặc biệt, chúng tôi sẽ chỉ thay đổi hệ thống của chúng tôi khi thực sự cần thiết.

이 통계에서 보시는 것처럼, 대부분의 아동학대 피해자는 소녀들입니다.

일자리 제의를 수락할 때 고려할 요소가 많은데, 예를 들면 안정성, 승진, 편한 출퇴근 등입니다.

Có nhiều yếu tố để xem xét khi chấp nhận đề nghị vào làm việc, chẳng hạn như sự ổn định, thăng tiến và đi lại thuận tiện.

예를 들어, 이자율이 16%일 경우 72를 16으로 나누면 4.5가 나오므로 돈이 두 배가 되는 데는 4년 반이 걸립니다.

Ví dụ, nếu lãi suất là 16%, chia 72 cho 16 sẽ được 4,5, theo đó, sẽ mất 4 năm rưỡi để làm số tiền tăng gấp đôi.

근거 제시

이 통계에서 보시는 것처럼, 대부분의 아동학대 피해자는 소녀들입니다.

Như các bạn đang nhìn thấy trong thống kê này, phần lớn nạn nhân của ngược đãi trẻ em là các thiếu nữ.

웰치 박사의 연구에 기술되어 있듯이, 약 80%의 임산부가 모유 수유를 계획합니다.

Như đã trình bày trong nghiên cứu của tiến sỹ Welch, khoảng 80 phần trăm phụ nữ mang thai có kế hoạch cho con bú.

유럽 자동차 협회에 따르면, 자동차 산업의 미래는 바로 녹색 기술 중심으로 돌아갑니다.

Theo hiệp hội xe ô tô châu Âu, tương lai của ngành công nghiệp ô tô chính là trọng tâm công nghệ xanh.

◦công nghệ xanh 녹색 기술

보도 자료에 의하면, 그 회사는 내년에 새로운 기계를 몇 대 도입할 계획입니다.

Theo tài liệu tin tức, công ty đó có kế hoạch sẽ sử dụng một số máy móc mới vào năm sau.

전문가들은 2030년쯤에는 한국에서도 열대 과일이 재배될 거라고 추정합니다.

Các chuyên gia ước tính rằng trái cây nhiệt đới sẽ được trồng ở Hàn Quốc vào khoảng năm 2030.

◦nhiệt đới 열대의

광범위한 연구 조사를 근거로, 저는 우리의 해외사업을 확장해야 한다고 주장합니다.

Dựa trên nghiên cứu phạm vi, tôi chủ trương là chúng ta phải mở rộng hoạt động kinh doanh ở nước ngoài.

최근 조사에 나타나 있듯이, 한국의 자살률이 증가하고 있습니다.

Như đã được thể hiện trong cuộc khảo sát gần đây, tỷ lệ tự tử ở Hàn Quốc đang tăng lên.

통계치가 시사하는 바에 의하면, 총 수익이 증가하고 있다는 것을 알 수 있습니다.

Theo số liệu thống kê được đưa ra, có thể thấy rằng tổng lợi nhuận đang tăng lên.

제 말의 요지를 사실과 수치로 설명해 보겠습니다.

Tôi sẽ giải thích trọng tâm lời nói của tôi bằng sự kiện và số liệu.

한 가지 예만 더 들자면, 경쟁사들은 저희 전략을 따라하기 시작했습니다.

Lấy một ví dụ nữa là các công ty cạnh tranh bắt đầu bắt chước chiến lược của chúng tôi.

시각 자료 활용

여러분께 보여 드릴 순서도가 있습니다.

Tôi có một sơ đồ cho các bạn xem.

□ sơ đồ 순서도 cf. biểu đồ hình tròn 원 그래프 đồ thị 도표

몇 가지 차트를 보면서 이 부분을 설명해 드리겠습니다.

Tôi sẽ giải thích phần này thông qua một vài bảng biểu.

이 점을 상세히 설명해 드리고자 몇 가지 시각 자료를 준비했습니다.

Tôi đã chuẩn bị một số tài liệu trực quan để giải thích điều này một cách chi tiết hơn.

이 표를 보면서 2017년 밀 소비량을 설명해 드리겠습니다.

Tôi sẽ giải thích lượng tiêu thụ lúa mì trong năm 2017 thông qua bảng này.

1/4분기의 판매 수치를 막대 그래프로 설명해 드리겠습니다.

Tôi sẽ giải thích các số liệu bán hàng vào quý đầu tiên bằng biểu đồ dạng cột.

이 그래프에 주목해 주시길 바랍니다.

Hãy chú ý đến biểu đồ này.

이 차트에 잠깐 집중해 봅시다.

Hãy tập trung vào biểu đồ này một lát.

자기 자본 수익률에 주목해 봅시다.

Chúng ta hãy chú ý đến tỷ lệ lợi nhuận vốn sở hữu.

tỷ lệ lợi nhuận vốn sở hữu 자기 자본 수익률

이 슬라이드에 주목해 봅시다.

Chúng ta hãy chú ý đến slide này.

이제 이쪽을 봐 주십시오.

Bây giờ xin hãy nhìn vào bên này.

가지고 계신 책자의 25페이지입니다.

Đây là trang 25 của quyển sách mà bạn đang có.

3페이지에 있는 재무제표를 봐 주시겠습니까?

Bạn có thể xem báo cáo tài chính trên trang 3 được không?

이 차트는 여러분이 전체적인 그림을 좀 더 잘 보는 데 도움이 될 것입니다.

Biểu đồ này sẽ giúp bạn nhìn rõ hơn bức tranh tổng thể.

여기서는 최근 판매 수치를 볼 수 있습니다.

Ở đây chúng ta có thể thấy số liệu bán hàng gần đây.

이 그래프는 최근 판매 경향을 명확히 보여 주고 있습니다.

Biểu đồ này cho thấy rõ xu hướng bán hàng gần đây.

이 그래프에서 볼 수 있듯이, 한국에서 이혼자 수가 증가하고 있습니다.

Như bạn có thể thấy từ biểu đồ này, số vụ ly hôn ở Hàn Quốc đang tăng lên.

이 그래프를 보시면 저희 매출이 하락하고 있다는 것을 알 수 있습니다.

Biểu đồ này cho thấy doanh thu của chúng ta đang giảm.

이 차트는 무료 콘텐츠가 인터넷에서 인기 있다는 것을 보여 줍니다.

Biểu đồ này cho thấy nội dung miễn phí được ưa chuộng trên Internet.

이 표는 제가 지금껏 말씀드리고 있는 것을 보여 줍니다.

Bảng này cho thấy những gì tôi đã nói cho đến thời điểm này.

지난 분기의 판매 수치가 나타나 있는 막대 그래프를 여러분께 보여 드리고 자 합니다.

Tôi muốn cho các bạn xem một biểu đồ dạng cột có chỉ số bán hàng trong quý trước.

여기 보시는 세 가지 색깔은 다른 연령 집단을 보여 줍니다.

3 màu sắc mà bạn nhìn thấy ở đây cho thấy các nhóm độ tuổi khác nhau.

이 통계 자료에 따르면, 고객들의 기대가 꽤 크고 수준 높아졌습니다.

Theo tài liệu thống kê này, sự kỳ vọng của khách hàng trở nên khá lớn và tiêu chuẩn cũng trở nên cao hơn.

가로축은 매출액을 나타내고, 세로축은 시간대를 나타냅니다.

Trục ngang biểu thị doanh thu, còn trục dọc biểu thị múi giờ.

trục ngang 가로축 trục dọc 세로축

가로줄에는 국가별 1인당 연간 석유 소비량이, 세로줄에는 연도가 나와 있 습니다.

Đường ngang là lượng tiêu thụ dầu hàng năm trên đầu người và đường thẳng đứng là năm.

trên đầu người 1인당

이윤이 19% 치솟았습니다.

Lợi nhuận tăng vọt 19%.

이윤이 11% 올라 27억 달러가 되었습니다.

Lợi nhuận tăng 11% lên 2,7 tỷ đô la.

작년 우리 사업이 10% 성장했습니다.

Kinh doanh của chúng tôi đã tăng trưởng 10% vào năm ngoái.

주식이 12달러에서 25달러로 올랐습니다.

Cổ phiếu tăng từ 12 đô la lên 25 đô la.

이윤이 20% 올라 순이익은 3만 5천 달러입니다.

Lợi nhuận đã tăng 20% nên lợi nhuận ròng là 35.000 USD.

연 매출이 100만 달러 감소했습니다.

Doanh thu hàng năm giảm 1 triệu đô la.

이윤이 하락하고 있습니다.

Lợi nhuận đang giảm dần.

1월에 매출이 곤두박질쳤습니다.

Doanh thu đã giảm mạnh trong tháng Giêng.

이직률이 9%에서 5.5%로 감소했습니다.

Tỷ lệ chuyển việc giảm từ 9 phần trăm xuống 5,5 phần trăm.

저희의 시장 점유율은 23% 감소되어 현재 약 15%입니다.

Thị phần của chúng tôi đã giảm 23 phần trăm và hiện tại là khoảng 15 phần trăm.

유가가 오르락내리락합니다.

Giá dầu liên tục lên xuống.

이번 주 코스피 지수가 많이 오르락내리락했습니다.

Chỉ số KOSPI trong tuần vừa qua đã lên xuống rất nhiều.

작년 이윤은 240만 파운드에 머물렀습니다.

Lợi nhuận năm ngoái dừng lại ở mức 2,4 triệu pounds.

저희 매출은 지난 몇 년간 변동이 없습니다.

Doanh thu của chúng tôi đã không thay đổi trong vài năm qua.

우리는 작년 매출 수준을 간신히 유지하고 있습니다.

Chúng tôi đang duy trì một cách khó khăn mức doanh số của năm ngoái.

재정적인 어려움에도 불구하고 저희는 올해 중국으로 2억 달러를 수출했습니다.

Mặc dù khó khăn về tài chính nhưng chúng tôi xuất khẩu đến Trung Quốc 200 triệu đô la trong năm nay.

비록 경쟁이 치열했지만 우리는 결국 이익을 냈습니다.

Mặc dù sự cạnh tranh rất khốc liệt, cuối cùng chúng ta đã kiếm được lợi nhuận.

＊khốc liệt 치열한, 격렬한

소주제 설명
마무리

바로 이것이 우리의 새로운 사업 전략에 관한 제 첫 번째 요지입니다.

Đây đúng là nội dung chính đầu tiên của chúng tôi về chiến lược kinh doanh mới.

정리하면, 이것은 지체 없이 우리의 초기 목표를 달성해야 한다는 것을 의미합니다.

Nói tóm lại, điều này có nghĩa là chúng ta cần phải đạt được mục tiêu ban đầu một cách êm xuôi.

다시 한 번, 여러분이 바로 지금 변화를 만들어야 한다는 것을 강조하고자 합니다.

Một lần nữa, tôi muốn nhấn mạnh rằng các bạn cần phải tạo ra sự thay đổi ngay bây giờ.

자, 이 내용은 저의 다음 요지로 넘어갑니다. 변화를 가져오기 위한 조치를 취하는 것에 관한 내용입니다.

Nào, nội dung này dẫn đến điểm tiếp theo của tôi. Đó chính là nội dung liên quan đến việc thực hiện biện pháp để mang lại sự thay đổi.

즉, 지금까지 제가 말씀드린 내용은 나노 기술의 효과에 관한 것입니다.

Tức là, nội dung mà tôi đã nói đến bây giờ là nội dung về hiệu quả của công nghệ nano.

＊hiệu quả 효과 công nghệ nano 나노 기술

제가 말씀드리는 건 기후 변화가 우리의 일상생활에 영향을 미친다는 것입니다.

Điều tôi đang nói là sự thay đổi khí hậu ảnh hưởng đến cuộc sống hàng ngày của chúng ta.

프레젠테이션 결론

마무리 단계 알리기

이제 발표의 마지막 부분이 되겠습니다.
Bây giờ là phần cuối cùng của bài phát biểu.

지금까지 오늘 제가 말씀드리고 싶은 부분을 전해 드렸습니다.
Cho đến bây giờ, tôi đã nói về những điều mà tôi muốn nói với các bạn.

자기요법에 관한 오늘 발표의 요점을 정리해 드리면서 마무리하겠습니다.
Tôi xin tổng kết lại vấn đề phát biểu trong ngày hôm nay về cách tự trị liệu và xin được kết thúc.

◦ cách tự trị liệu 자기요법

끝내기 전에, 변화는 지금, 바로 지금 여러분이 만들어야 한다는 점을 말씀드립니다.
Trước khi kết thúc, tôi muốn nói là sự thay đổi phải được thực hiện ngay bây giờ bởi các bạn.

중요 내용의 요약

제 결론의 핵심은 다음과 같습니다.
Điểm cốt lõi trong kết luận của tôi là như sau.

다시 한 번 요약해 드리면, 요점은 다음과 같습니다.
Để tóm tắt lại một lần nữa, trọng tâm là như sau.

◦ tóm tắt 요약하다

핵심 내용을 다시 한 번 정리해 보도록 하겠습니다.
Tôi sẽ sắp xếp lại nội dung trọng tâm một lần nữa.

요점을 다시 한 번 요약해 드리죠.
Tôi sẽ tóm tắt lại một lần nữa về điểm cốt lõi.

요약하면, 우리는 지금 변화를 만들어야 한다는 점을 강조해 드리고 싶습니다.
Tóm lại, điều mà tôi muốn nhấn mạnh chính là phải tạo ra sự thay đổi đó ngay bây giờ.

5 프레젠테이션 결론

요약하면, 우리의 생산을 증진시키기 위해 필요한 건 새로운 IBT50 기술입니다.

Nói tóm lại, điều cần thiết để tăng cường sản xuất của chúng ta chính là kỹ thuật IBT50 mới.

_{tăng cường 증진시키다}

요약하면, 우리의 경영 스타일에는 소프트 파워가 사용될 필요가 있습니다.

Tóm lại, sức mạnh mềm cần được sử dụng trong phong cách kinh doanh của chúng ta.

이 새로운 기술로 우리의 생산력을 증진시킬 수 있다는 점을 명심해 주시길 바랍니다.

Xin lưu ý rằng công nghệ mới này có thể làm tăng năng suất của chúng tôi.

간단히 말씀드리면, 저희는 곧 새로운 투자 선택을 해야 합니다.

Nói một cách đơn giản thì chúng ta cần sớm đưa ra lựa chọn đầu tư mới.

지금까지 제가 설명드린 것을 다시 요약해 드리겠습니다.

Tôi sẽ tóm tắt lại những gì tôi đã giải thích cho đến bây giờ.

새로운 정부 정책에 관한 제 요지를 요약해 드리겠습니다.

Tôi sẽ tóm tắt quan điểm của tôi về chính sách mới của chính phủ.

주요 안건을 간단히 요약하겠습니다.

Tôi xin tóm tắt ngắn gọn về các vấn đề chính.

요점들을 한 번 더 짚어 보도록 하겠습니다.

Tôi sẽ xem qua các điểm chính một lần nữa.

오늘 다뤘던 내용을 다시 보겠습니다.

Hãy xem lại những nội dung chúng ta đã thảo luận hôm nay.

강조 및 제안

끝으로 중요한 말을 더 하자면, 저는 우리의 미래가 밝다고 생각합니다.

Cuối cùng để nói thêm một điều quan trọng, tôi nghĩ tương lai của chúng ta sẽ rất tươi sáng.

마치기 전에, 이런 아동 학대 피해자들을 도울 수 있는 방법을 다시 한 번 강조해 드리고자 합니다.

Trước khi chúng tôi kết thúc, tôi muốn nhấn mạnh một lần nữa về cách có thể giúp đỡ những nạn nhân của ngược đãi trẻ em.

우리의 안보 수준을 강화해야 한다는 것을 제안하겠습니다.

Tôi đề nghị rằng chúng ta nên tăng cường tiêu chuẩn an ninh của chúng ta.

더 많은 돈이 연구 개발에 투자되어야 한다고 제안하고 싶습니다.

Tôi muốn đề xuất rằng nên đầu tư nhiều tiền hơn vào việc nghiên cứu và phát triển.

청중 여러분께서 인생에서 성공하고 싶으시다면 제 발표에서 설명해 드린 단계들을 기억하셔야 합니다.

Nếu bạn muốn thành công trong cuộc sống, bạn cần nhớ đến các bước mà tôi đã giải thích trong bài phát biểu của tôi.

끝으로 당부드리고 싶은 말씀은, 우리 회사는 IT 산업 성장에 공헌하기 위해 최선을 다한다는 것입니다.

Cuối cùng, điều tôi muốn nói là công ty chúng tôi đang cố gắng hết sức để đóng góp cho sự phát triển của ngành công nghệ thông tin.

*đóng góp 기여하다

제가 말씀드린 의견의 전반적인 의미를 명심해 주시길 바랍니다.

Xin vui lòng ghi nhớ ý nghĩa tổng thể của ý kiến mà tôi đưa ra.

이 프레젠테이션은 제 개인적인 견해를 바탕으로 한 것임을 잊지 마시길 바랍니다.

Xin lưu ý rằng buổi thuyết trình này đã dựa trên quan điểm cá nhân của tôi.

제가 오늘 여러분께 말씀드린 내용을 실생활에서 꼭 실천해야 한다는 점을 기억해 주시길 바랍니다.

Tôi mong các bạn hãy nhớ là nội dung mà tôi đã nói hôm nay nhất định phải thực hiện trong cuộc sống thực tế.

제 프레젠테이션을 요약해 줄 이야기로 마칠까 합니다.

Tôi sẽ kết thúc với một câu chuyện để tóm tắt bài thuyết trình của tôi.

제가 말씀드린 내용을 아주 잘 요약한 인용구로 마칠까 합니다.

Tôi sẽ kết thúc với một câu trích dẫn có thể tóm tắt khá tốt nội dung mà tôi đã nói về.

*câu trích dẫn 인용구

이 업종에 종사하는 우리 모두에게 적용되는 이야기로 마치겠습니다.

Tôi sẽ kết thúc với một câu chuyện có thể áp dụng cho tất cả chúng ta trong ngành này.

우리 회사를 창립하신 고(故) 정회장님에 관한 일화를 말씀드리며 마칠까 합니다.

Tôi sẽ kết thúc với một giai thoại về cố chủ tịch Chung, người đã thành lập công ty chúng tôi.

*giai thoại 일화

이것으로 제 프레젠테이션을 마치겠습니다.

Đến đây là tất cả những gì tôi muốn nói.
Tôi xin kết thúc buổi thuyết trình tại đây.
Đây là phần cuối bài thuyết trình của tôi.
Đến đây tôi sẽ hoàn thành bài thuyết trình của mình.

집중해 주셔서 감사합니다.

Cảm ơn các bạn đã tập trung lắng nghe.

시간 내 주셔서 감사합니다.

Cảm ơn vì bạn đã dành thời gian.

바쁘신 와중에 시간 내 주셔서 감사합니다.

Cảm ơn các bạn đã dành thời gian cho tôi trong lúc bận rộn như vậy.

와 주셔서 감사합니다.

Cảm ơn các bạn đã đến.

질의응답

질문받기

질문을 받도록 하죠.
Để tôi nhận câu hỏi của các bạn.

질문 있으세요?
Các bạn có câu hỏi gì không?

어떠한 질문이든 기꺼이 답해 드리도록 하겠습니다.
Tôi sẽ vui vẻ trả lời cho bất kỳ câu hỏi nào.

어떠한 질문이든 기꺼이 남아서 답해 드리겠습니다.
Tôi sẽ vui vẻ ở lại và trả lời bất kỳ câu hỏi nào.

의문 사항이 있으시면 질문해 주세요.
Nếu có câu hỏi gì, các bạn hãy hỏi tôi nhé.

의문 사항이 있으시면 이메일로 연락해 주세요.
Nếu bạn có bất kỳ câu hỏi gì, xin vui lòng liên hệ với chúng tôi qua email.

제가 방금 언급한 내용에 대해 질문 있으십니까?
Bạn có câu hỏi nào về nội dung mà tôi vừa đề cập không?

이제 여러분의 질문을 받도록 하겠습니다.
Từ bây giờ tôi sẽ nhận câu hỏi của các bạn.

질문을 위해 발언권을 부여해 드리죠.
Tôi sẽ cho các bạn quyền phát ngôn để hỏi.

한 번에 한 분씩만 질문받겠습니다.
Tôi sẽ nhận câu hỏi của từng bạn một.

이쪽 분 질문을 먼저 받고 나서 그쪽 분 질문을 받도록 하겠습니다.
Tôi sẽ nhận câu hỏi của anh/chị này trước, sau đó tôi sẽ trả lời cho anh/chị kia.

"유기적 경영"이라는 것이 무슨 말씀이신지요?

"Quản lý hữu cơ" có nghĩa là gì?

고등교육에서는 이 교수법이 효과가 없을 거라는 뜻입니까?

Có nghĩa là phương pháp giảng dạy này không có hiệu quả trong giáo dục cấp cao phải không?

제가 제대로 이해한 것이라면, 기술이 우리를 보다 인간적으로 만들어 준다는 말씀이시죠?

Nếu tôi hiểu chính xác thì ý bạn nói là kỹ thuật làm cho chúng ta trở nên mang tính con người hơn đúng không?

죄송하지만, 질문을 이해하지 못했습니다. 다시 한 번 말씀해 주시겠습니까?

Xin lỗi nhưng tôi chưa hiểu câu hỏi của anh/chị. Xin anh/chị nói lại được không?

제가 제대로 이해했는지 확실치는 않지만, 저희의 네트워크 시스템이 전부 업그레이드 돼야 한다는 말씀이십니까?

Tôi không chắc đã hiểu đúng chưa, nhưng có phải là tất cả hệ thống mạng của chúng tôi phải được nâng cấp đúng không?

질문을 좀 더 구체적으로 해 주시겠습니까?

Anh/Chị có thể hỏi cụ thể hơn được không?

질문하시는 내용이 정확히 무엇인가요?

Chính xác là anh/chị đang hỏi gì vậy?

말씀을 이해하지 못했습니다. 정확히 무슨 뜻입니까?

Tôi chưa hiểu được ý của anh/chị. Chính xác nó có nghĩa là gì?

무슨 말씀을 하시는지 잘 모르겠네요. 다시 한 번 말씀해 주시겠습니까?

Tôi không hiểu rõ anh/chị nói gì. Anh/Chị nhắc lại một lần nữa được không?

죄송하지만 집중하지 못했습니다. 무슨 말씀이셨습니까?

Xin lỗi nhưng tôi đã không thể tập trung được. Anh/Chị nói gì vậy?

더 천천히 말씀해 주시겠습니까?

Anh/Chị có thể nói chậm hơn được không?

죄송합니다. 조금만 더 천천히 다시 한 번 말씀해 주시겠습니까?

Xin lỗi. Anh/Chị có thể nói chậm lại một lần nữa được không?

죄송합니다. 잘 들리지가 않네요. 조금만 더 크게 말씀해 주시겠어요?

Xin lỗi. Tôi không nghe rõ ạ. Anh/Chị có thể nói to hơn được không?

좋은 질문에 대한 대답

아주 좋은 질문이네요.

Đó là một câu hỏi rất hay.

매우 중요한 질문입니다.

Đó là một câu hỏi rất quan trọng.

제가 추가 예시를 드릴 수 있기 때문에 그 질문은 좋은 질문입니다.

Câu hỏi đó là một câu hỏi rất hay vì tôi có thể thêm ví dụ cho anh/chị.

그 점을 제기해 주셔서 기쁩니다.

Tôi rất vui vì anh/chị đã nêu ra điểm đó.

흥미로운 질문이군요.

Đó là một câu hỏi thú vị.

답변하기 힘든 질문에 대한 대답

지금은 그 정보에 대해 밝힐 수 없습니다.

Tôi không thể nói ra về thông tin đó tại thời điểm này.

죄송하지만, 그건 기밀 정보입니다.

Xin lỗi nhưng đó là thông tin bí mật.

그건 제 분야가 아닌 것 같군요.

Hình như cái đó không phải là lĩnh vực của tôi.

그 질문에 대한 명확한 답이 지금은 없습니다만, 추후에 이메일로 논의하면 좋겠습니다.

Bây giờ tôi không có câu trả lời chính xác cho câu hỏi đó nhưng tôi sẽ thảo luận qua email sau.

그 점은 나중에 얘기해도 좋을 것 같군요.

Có lẽ chúng ta nên nói về điều đó sau.

여러분 중 이 질문에 대한 의견을 가지고 계신 분이 있습니까?

Có người nào có ý kiến về câu hỏi này không?

김 선생님이 그 질문에 답해 주실 거라고 확신합니다.

Tôi chắc chắn ông Kim sẽ trả lời câu hỏi đó.

답변에 대한 이해 및 만족도 확인

명확한 답이 되었는지요?

Đó có phải là một câu trả lời rõ ràng không?

이제 명확하십니까?

Bây giờ anh/chị đã rõ chưa?

제 답변이 만족스러우신가요?

Bạn có hài lòng với câu trả lời của tôi không?

질문에 답이 되었나요?

Câu trả lời đó có đáp ứng được câu hỏi của anh/chị không?

질문에 답이 되었길 바랍니다.

Tôi hy vọng anh/chị đã nhận được câu trả lời cho câu hỏi của mình.

질의응답 종료

다른 질문이 없으시면 여기서 마무리 짓죠.

Nếu các bạn không có câu hỏi nào khác, tôi sẽ kết thúc ở đây.

더 이상 질문이 없으시면 여기까지 하는 게 좋겠습니다.

Nếu các bạn không có thêm câu hỏi nào, chúng ta dừng lại ở đây nhé.

더 이상 질문이 없으시면 여기서 마치죠.

Nếu các bạn không có câu hỏi gì nữa, chúng ta kết thúc tại đây.

계약 및 협상

비즈니스의 최종 목표는 협상을 통해 계약을 따 내는 일입니다. 조건 등에서 타협을 이끌어 내려면 협상 능력이 필요한데요. 중요 사항을 전달하고 조건 협상에 필요한 표현들을 자유롭게 구사하려면 전략적으로 준비할 필요가 있습니다. 이번 파트에서는 협상 시작 단계인 인사 및 내용 정리부터 협상 마무리 단계인 계약 체결까지 필요한 표현들을 정리했습니다.

협상의 시작

상호 소개

흐엉 씨, 들어오셔서 앉으세요.

Chị Hương ơi, xin mời chị vào đây ngồi nhé.

Biz tip

협상 자리에서는 방문객을 먼저 환영하고 안내하는 것이 예의입니다. 조금 어색하더라도 베트남어를 구사하면서 상대를 맞이하면 협상 분위기를 더욱 화기애애하게 만들 수 있습니다.

안녕하세요, 쭝 씨. 들어오세요.

Chào anh Trung. Xin mời vào.

앉으셔서 마실 것 좀 드세요.

Xin mời ngồi và dùng đồ uống ạ.

환영합니다! 먼 걸음 하셨네요. 들어오셔서 앉으세요.

Chào mừng anh/chị! Anh/Chị đã đi một chặng đường dài rồi. Xin mời vào ngồi.

저는 응우옌 반 쭝이고, 이쪽은 제 동료인 밍입니다.

Tôi là Nguyễn Văn Trung còn đây là Minh, đồng nghiệp của tôi.

Biz tip

자기소개와 함께 옆 동료나 회사 관계자를 상대에게 소개할 때 đây là ~(이분은 ~입니다)를 사용합니다.

A   Xin lỗi đã để chị chờ đợi. Chắc chị là chị Su A phải không ạ? **Tôi là Nguyễn Văn Trung còn đây là Minh, đồng nghiệp của tôi.**
기다리게 해서 죄송합니다. 수아 씨이시죠? 저는 응우옌 반 쭝이고, 이쪽은 제 동료인 밍입니다.

B   Rất vui được gặp anh Trung và anh Minh. Đây là anh Min Ho, đối tác của tôi.
만나서 반가워요, 쭝 씨, 밍 씨. 이쪽은 제 파트너인 민호 씨입니다.

이분은 투이 씨입니다. ABC 프로젝트를 담당하고 계세요.

Đây là chị Thuỷ. Chị ấy đang phụ trách dự án ABC.

카잉 팀장님을 만나 뵌 적이 있으신가요? 최근 기획팀의 팀장 업무를 맡으셨습니다.

Chị đã bao giờ gặp ông Khanh chưa? Gần đây ông ấy phụ trách nhóm trưởng của phòng lập kế hoạch rồi.

새로 오신 이민수 과장님께 소개해 드리죠.

Tôi sẽ giới thiệu chị với ông trưởng phòng Lee Min Soo.

전에 우리, 통화한 적 있죠?

Chúng ta đã nói chuyện qua điện thoại rồi phải không?

Biz tip

초면인 경우라도 이메일이나 전화 통화를 나눴던 사이라면 이런 점을 언급하여 친근한 공감대를 형성할 수 있습니다.

드디어 만나 뵙게 되어 반갑습니다.

Tôi rất vui vì cuối cùng cũng được gặp anh/chị.
Tôi rất hân hạnh vì cuối cùng cũng được gặp anh/chị.

Biz tip

'결국'이란 뜻의 cuối cùng을 넣어 말하면 만남을 기다려 오다가 마침내 만나게 되니 반갑다는 뉘앙스를 전할 수 있습니다.

A   Chị Thu, **chúng ta đã nói chuyện qua điện thoại rồi phải không?**
     투 씨, 전에 우리, 통화한 적 있죠?

B   Vâng, **tôi rất vui vì cuối cùng cũng được gặp anh.**
     네, 드디어 만나 뵙게 되어 반갑습니다.

우리, 빈 떠이 회사의 연례 연회에서 만난 것 같은데요.

Tôi nghĩ rằng chúng ta đã gặp nhau tại bữa tiệc thường niên của công ty Vinh Tây.

민호 씨에게 말씀 많이 들었습니다.

Tôi đã nghe nhiều về anh từ anh Min Ho rồi.

우리, 이메일로 연락한 적 있죠?

Chúng ta đã liên lạc qua email rồi, phải không?

만나서 반갑습니다.

Rất vui được gặp anh/chị.

다시 만나서 반갑습니다.

Rất vui được gặp lại anh/chị.

잘 지내고 계시죠?

Mọi thứ ổn chứ?
Anh/Chị có khoẻ không?

Biz tip

협상 시작 전에 인사와 안부를 나누면서 우호적인 분위기를 조성할 수 있습니다.

Công việc trong bộ phận của anh/chị thế nào rồi?

Công việc của anh/chị thế nào rồi?

Anh/Chị và nhân viên của anh/chị làm việc thế nào rồi?

Đại diện cho công ty BNX, chào mừng anh/chị đến thăm trụ sở chính của chúng tôi.

BIZ tip

회사를 대표하여 정식으로 협상이나 회의를 시작할 때 đại diện cho 다음에 회사나 소속 단체 이름을 말하면 자연스럽습니다.

Tôi sẽ tiến hành cuộc họp này thay mặt cho ông Hoàng tổng giám đốc.

Tôi sẽ thay mặt cho nhóm của chúng tôi giới thiệu các thành viên trong nhóm.

Thay mặt công ty SBC, chúng tôi hoan nghênh tất cả các bạn.

Cảm ơn anh/chị đã vượt đường xa đến đây.

Xin cảm ơn anh/chị đã đến tham dự cuộc họp hôm nay.

Cảm ơn anh/chị đã đến đúng giờ.

Xin cảm ơn anh/chị đã tham dự.

Chị Thu ơi, chị đến đây mà không thấy mệt mỏi lắm sao?

시차로 고생을 겪으시는 건 아닌지요?

Anh/Chị có gặp khó khăn vì sự chênh lệch múi giờ không?

협상 전에, 서로 공감대를 형성하기 위해 가벼운 대화를 나누게 됩니다. 주로 날씨, 교통, 뉴스 등의 이야기를 주고받는 경우가 많죠.

좋은 여행 되셨나요?

Anh/Chị đã có một chuyến du lịch vui vẻ không?

호찌밍은 이번이 처음이신가요?

Đây là lần đầu tiên anh/chị đến thành phố Hồ Chí Minh à?

교통 체증이 대단하더군요.

Ùn tắc giao thông ghê lắm.

여기 날씨는 참 좋군요!

Thời tiết ở đây tuyệt vời lắm!

저희 방은 전망이 참 좋군요.

Phong cảnh từ phòng chúng tôi đẹp lắm.

이곳 커피맛이 좋습니다.

Cà phê ở đây ngon lắm.

잘 지내시죠? 가족들도 안녕하시고요?

Anh/Chị có khoẻ không? Gia đình của anh/chị cũng khoẻ chứ?

A   **Chị có khoẻ không? Gia đình của chị cũng khoẻ chứ?**
    잘 지내시죠? 가족들도 안녕하시고요?

B   Vâng, tôi khoẻ. Cảm ơn anh. Thật ra, con trai út của tôi đã rời khỏi nhà để đi học đại học cho nên bây giờ chỉ có chồng và tôi ở nhà thôi.
    네, 잘 있어요. 감사합니다. 사실 막내아들이 대학 진학으로 집을 떠나서 지금은 집에 남편하고 저만 있어요.

자, GRP 프로젝트는 잘 되고 있어요? 끄엉 부장님은 잘 지내시죠?

Nào, dự án GRP làm thế nào rồi? Còn sếp Cương có khoẻ không?

여기서 nào는 '자'와 같은 뜻인데, 화제를 전환할 때 사용하는 표현입니다.

그간 잘 지내셨어요? 오랜만이네요.

Anh/Chị có khoẻ không? Lâu quá không gặp anh/chị.

잘 지내시죠? 여전히 일 때문에 바쁘세요?

Anh/Chị khoẻ không? Anh/Chị vẫn bận rộn với công việc à?

비행기와 숙박시설은 어떠셨어요? 모든 게 만족스러우셨나요?

Chuyến bay và chỗ ở thế nào anh/chị? Mọi thứ có vừa ý không?

Biz tip

안부와 함께 숙박시설, 여행 일정 등이 만족스러운지 등 상대를 배려하는 질문도 필요합니다.

서울이 도쿄와 많이 다르다고 생각하세요?

Anh/Chị thấy Seoul và Tokyo có khác nhau nhiều không?

모든 게 당신 취향에 맞았나요?

Tất cả mọi thứ hợp với sở thích của anh/chị không?

우리는 많은 것을 이룰 거라고 생각합니다.

Tôi nghĩ là chúng ta sẽ đạt được nhiều thứ.

우리는 오늘 분명 많은 것을 할 거라고 믿습니다.

Tôi tin rằng chúng ta chắc chắn có thể làm được nhiều thứ ngày hôm nay.

이 회의에서 우리가 의제를 얼마나 많이 다룰 수 있다고 생각하세요?

Theo anh/chị, chúng ta có thể xử lý bao nhiêu vấn đề thảo luận trong cuộc họp này?

이해할 만합니다. 저희도 비슷한 문제를 겪고 있죠.

Điều đó có thể hiểu được. Chúng tôi cũng đang trải qua vấn đề tương tự.

° trải qua 겪다, 경험하다

그 점이 저희에게도 영향을 끼치기에 이해합니다.

Tôi hiểu điều đó vì nó cũng ảnh hưởng đến chúng tôi.

저희 모두의 상황입니다.

Đó là tình hình của tất cả chúng ta.

저희도 마찬가집니다.

Chúng tôi cũng như vậy.

우리는 비슷한 제약에 직면하고 있어요.

Chúng tôi đang phải đối mặt với những hạn chế tương tự.

문 좀 닫아 주시겠어요?

Anh/Chị có thể đóng cửa được không?

여기서는 금연해 주시겠습니까?

Anh/Chị có thể không hút thuốc ở đây được không?

협상 개시 알림

갑자기 이렇게 오늘 아침 찾아 뵐 수 있게 해 주셔서 감사합니다.

Cảm ơn anh/chị đã đồng ý gặp tôi vào sáng nay dù thông báo gấp như vậy.

시간, 노력, 장소에 대한 배려에 감사의 뜻을 전하면서 협상을 시작하면 좋아요.

이렇게 빨리 만나는 데 동의해 주셔서 감사합니다.

Cảm ơn anh/chị đã đồng ý gặp tôi sớm như vậy.

이 시간에 만날 수 있게 해 주셔서 감사합니다.

Cảm ơn anh/chị đã cho tôi gặp anh/chị vào thời gian này.

오늘의 토론으로 넘어가도록 하죠. 오늘 좋은 결실을 맺는 회의가 되길 기대합니다.

Chúng ta hãy chuyển sang cuộc thảo luận hôm nay. Tôi mong muốn cuộc họp này đạt được kết quả tốt.

초반에 회의, 만남에 대한 기대를 갖고 있음을 표현할 때 mong muốn을 활용하세요. Hy vọng도 비슷한 표현입니다.

우리 모두 이 새로운 합작투자가 시작되길 고대하고 있습니다.

Chúng tôi đều mong muốn việc hợp tác đầu tư mới này sẽ bắt đầu.

처리해야 할 논제가 몇 가지 있습니다. 시작하는 게 어떻겠습니까?

Có một vài chủ đề cần được giải quyết. Nào chúng ta bắt đầu thì thế nào?

어느 정도 공감대를 형성했다면 협상 주제로 넘어가세요. ~ thì thế nào?는 '~합시다'의 뜻을 가진 hãy ~ đi보다 상대의 의향을 물어보는 느낌인데, 더 정중한 의미를 나타냅니다.

우리는 처리해야 할 문제가 많습니다.

Chúng ta có nhiều vấn đề cần xử lý.

자, 그럼 지난번 보내 주신 제안서를 살펴보면서 시작해 볼까요?

Nào chúng ta bắt đầu với việc xem xét bản đề nghị mà anh/chị đã gửi lần trước thì thế nào?

좋습니다. 그럼 토론으로 넘어가 볼까요?

Tốt rồi, thế chúng ta chuyển qua phần thảo luận thì thế nào?

자, 먼저 핵심 사항으로 들어가 볼까요?

Nào trước hết chúng ta đi vào nội dung trọng tâm thì thế nào?

좋습니다. 우리 목표를 소개하면서 시작해 볼까요?

Tốt rồi, chúng ta bắt đầu bằng cách giới thiệu mục tiêu của chúng ta thì thế nào?

괜찮으시다면, 현재 상황의 개요를 말씀드리면서 시작해도 될까요?

Nếu không phiền thì tôi có thể bắt đầu với bài trình bày khái quát về tình hình hiện tại được không?

Biz tip

공식적인 협상 자리에서는 너무 단도직입적으로 부탁하거나 제안하는 것이 어려울 수 있습니다. 이때 개인적으로 양해를 구하는 의미로 nếu không phiền(실례가 되지 않는다면)을 넣어 말하면 좋아요.

A Nào, chúng ta có nội dung gì hôm nay? Chúng ta bắt đầu thì thế nào?
자, 오늘 무슨 건이 있나요? 시작할까요?

B **Nếu không phiền thì tôi có thể bắt đầu với bài trình bày khái quát về tình hình hiện tại được không?**
괜찮으시다면, 현재 상황의 개요를 말씀드리면서 시작해도 될까요?

괜찮으시다면, 먼저 귀사의 프로젝트 일정에 관해 소개해 주실 수 있을까요?

Nếu không phiền, anh/chị có thể giới thiệu về lịch trình dự án của công ty anh/chị được không?

괜찮으시다면, 이 협상을 오후 4시 전에 마칠 수 있을까요?

Nếu không phiền, chúng ta có thể kết thúc cuộc đàm phán này trước 4 giờ được không?

괜찮으시다면, 제 비서와 함께 이 회의에 참석해도 될까요?

Nếu không phiền, thì thư ký của tôi cùng tham dự cuộc họp này với tôi được không?

오늘 안건이 꽉 차 있어서 지금 시작해야 할 것 같습니다.

Vì dự thảo hôm nay đã kín hết rồi nên chúng ta nên bắt đầu ngay bây giờ.

Biz tip

가벼운 대화가 어느 정도 오갔다면 회의나 협상 진행자는 본론으로 넘어갈 수 있도록 이끌어야 합니다.

시간이 부족하니 시작하죠.

Vì thiếu thời gian nên chúng ta hãy bắt đầu.

분위기 푸는 대화는 충분히 나눈 것 같습니다. 본론으로 돌아가죠.

Cuộc trò chuyện dường như là đủ rồi. Chúng ta quay trở lại vấn đề chính đi.

좋습니다. 모두 본론으로 돌아가실 준비가 되셨는지요?

Tốt rồi. Mọi người đã sẵn sàng quay trở lại vấn đề chính chưa?

귀사의 물품 정보를 검토해 보았습니다.

Chúng tôi đã xem xét về thông tin hàng hoá của công ty anh/chị rồi.

기계를 구입하는 것에 관심이 있습니다.

Chúng tôi có quan tâm đến việc mua máy móc.

제일 먼저 전하고 싶은 건 결제 문제입니다.

Điều thứ nhất tôi muốn nói là vấn đề thanh toán.

Biz tip

Điều thứ nhất은 '첫 번째로 ~할 점'이란 뜻인데, 가장 우선순위를 둬야 하는 업무나 안건을 설명할 때 유용합니다.

시간은 어느 정도 있으신지요?

Anh/Chị có bao nhiêu thời gian?

필요하다면 이 점들에 관해 논의하고 협상할 수 있길 바랍니다.

Tôi hy vọng chúng ta có thể thảo luận và thoả thuận được về những điều này nếu cần thiết.

전에 제안하셨듯이, 덤핑 요금 조건에 관해 시작해 봅시다.

Như anh/chị đã đề nghị trước đó, chúng ta hãy bắt đầu về vấn đề điều kiện cho chi phí bán phá giá.

무엇에 관한 건지 기억나게 다시 말씀해 주시겠어요?

Anh/Chị có thể nhắc lại cho tôi biết nó liên quan đến việc gì không?

Biz tip

다시 상기해야 할 사항을 정리하면서 시작할 때 nói lại(다시 말하다)를 사용하는데요. 좀 더 구체적인 표현인 nhắc lại(다시 상기시키다)를 사용하기도 합니다.

그 사항에 관해 다시 한 번 말씀해 주시겠습니까?

Anh/Chị có thể nói lại về vấn đề đó được không?

문제들을 요약해 주시겠습니까?

Anh/Chị có thể tóm tắt các vấn đề được không?

문제들을 다시 한 번 말씀해 주시겠습니까?

Anh/Chị có thể nói lại các vấn đề được không?

협상 시작 시 의견 교환

의견이 어떠하신지요?

Anh/Chị có ý kiến thế nào?
Ý kiến của anh/chị thế nào?

Biz tip

협상에서 상대의 의견을 묻는 것이 말하는 것보다 중요합니다.

A Chúng ta bắt đầu thì thế nào?   시작할까요?
B Vâng, **ý kiến của chị thế nào?**   네, 의견이 어떠하신지요?

무슨 생각을 하셨는지 말씀해 주세요.

Anh/Chị hãy cho tôi biết anh/chị đã nghĩ gì.

입장이 어떠세요?

Lập trường của anh/chị thế nào?

우리 고객의 허락이 있으면 거래를 잘 성사시킬 수 있다고 믿습니다.

Tôi tin rằng chúng ta có thể giao dịch thành công nếu có sự cho phép của khách hàng.

저희 측의 예산 범위에 있는 한, 그건 문제 되지 않을 듯합니다.

Nó sẽ không thành vấn đề miễn là nó nằm trong phạm vi ngân sách của chúng tôi.

Biz tip

어떤 조건을 제시할 때 '~하기만 한다면'의 뜻을 가진 miễn là를 사용합니다.

공급업체가 가격을 너무 많이 올리지 않는 한, 저희는 그들과 파트너 관계를 계속 유지할 수 있습니다.

Chúng tôi có thể giữ mối quan hệ đối tác với họ miễn là nhà cung cấp của chúng tôi không tăng giá quá nhiều.

quan hệ đối tác 파트너 관계

그 점은 좀 모호하게 들리네요. 명확하게 설명해 주실 수 있나요?

Điều đó nghe hơi mơ hồ. Anh/Chị có thể giải thích rõ hơn được không?

그건 큰 일인 듯합니다.

Đó dường như là một việc lớn.

그건 정말 일이 많아 보이네요.

Cái đó nhìn có vẻ như có rất nhiều việc.

양측의 필요를 충족시킬 수 있도록 협상을 마무리할 수 있을 겁니다.

Tôi tin rằng chúng ta có thể thoả thuận để đáp ứng cả hai nhu cầu của chúng ta.

Biz tip

가능해 보이는 사항은 확실하게 허락하거나 동의하는 게 좋습니다. 협상 테이블에서 우유부단한 태도는 피하세요.

회사 입장의 관철 노력

모든 계약에 이 금액을 적용시키는 것이 당사 정책입니다.

Việc áp dụng số tiền này cho tất cả các hợp đồng là chính sách của chúng tôi.

Biz tip

회사 규정 등을 제시하여 입장을 알리거나 무례하지 않게 거절할 수 있습니다.

A   Dù nhỏ hay lớn thì **việc áp dụng số tiền này cho tất cả các hợp đồng là chích sách của chúng tôi.**
계약이 작든 크든 모든 계약에 이 금액을 적용시키는 것이 당사 정책입니다.

B   Thế à. Nó sẽ không thành vấn đề miễn là nó nằm trong phạm vi ngân sách của chúng tôi.   그렇군요. 저희 측의 예산 범위에 있는 한, 그건 문제 되지 않을 겁니다.

각 문건을 일일이 검토하는 것이 당사 정책입니다.

Việc xem xét từng tài liệu riêng lẻ là chính sách của chúng tôi.

이 조건은 조절 가능하기에 귀사의 개별적인 필요에 맞춰 거래해 드리겠습니다.

Điều khoản này thì có thể điều chỉnh được nên chúng tôi sẽ sẵn sàng thực hiện thoả thuận tuỳ thuộc vào nhu cầu riêng lẻ của công ty anh/chị.

Biz tip
상대를 배려하는 듯한 표현을 협상 중간중간에 넣어 주는 화술을 활용하세요.

A **Điều khoản này thì có thể điều chỉnh được nên chúng tôi sẽ sẵn sàng thực hiện thoả thuận tuỳ thuộc vào nhu cầu riêng lẻ của công ty anh.**
이 조건은 조절 가능하기에 귀사의 개별적인 필요에 맞춰 거래해 드리겠습니다.

B Vâng. Chúng tôi rất cảm ơn.   그렇군요. 감사합니다.

귀사의 필요에 맞출 수 있도록 인도 조건은 변경 가능합니다.

Điều kiện giao hàng có thể được thay đổi cho phù hợp với nhu cầu của anh/chị.

이 조건들은 협상 가능합니다.

Những điều khoản này thì có thể thương lượng.

이 인도 조건은 완전히 정해진 게 아니기 때문에 필요에 따라 협상할 수 있습니다.

Vì điều khoản giao hàng này chưa được xác định nên chúng ta có thể thương lượng theo nhu cầu của anh/chị.

그건 저희가 해 드릴 수 있겠군요.

Điều đó dường như nằm trong khả năng của chúng tôi.

Biz tip
'~할 듯하다'는 뜻의 dường như는 확실하지 않은 의견을 표현할 때 유용합니다. 비슷한 표현으로 '~로 보이다'는 뜻의 có vẻ가 있습니다.

불합리해 보입니다.

Nó có vẻ không hợp lý.

안건 정리

🎧 09-2.mp3

안건 제시

그럼 안건의 첫 번째 사항부터 시작할까요?

Vậy chúng ta bắt đầu với mục đầu tiên của dự thảo được không?

보내 주신 서류를 읽어 보았으나 주요 문제들을 명확히 해 주시면 더 좋을 것 같습니다. 시작할 준비가 되셨습니까?

Tôi đã đọc các tài liệu mà anh/chị gửi cho tôi rồi nhưng tôi nghĩ nếu anh/chị làm rõ các vấn đề chính thì sẽ tốt hơn. Anh/Chị đã chuẩn bị để bắt đầu chưa?

저희 안건을 준비해 왔습니다.

Tôi đã chuẩn bị dự thảo của chúng tôi rồi.

프레젠테이션 후에 저희가 몇 가지 제안을 드리고, 있을 수 있는 차이점을 풀어 나가겠습니다.

Sau bài phát biểu, chúng tôi sẽ đưa ra một số gợi ý và cố gắng giải quyết những khác biệt có thể tồn tại.

오늘 회의에 관해, 그리고 저희가 이루고자 하는 사항에 관해 간단히 말씀드리면서 시작하고 싶습니다.

Về buổi họp hôm nay, tôi muốn nói đơn giản về các hạng mục mà chúng ta muốn đạt được và xin được bắt đầu.

먼저 회의 진행 순서의 개요를 말씀드리죠.

Trước tiên tôi xin được trình bày khái lược về thứ tự tiến hành của cuộc họp.

Biz tip

우선적으로 진행되어야 할 사항에 대해 설명할 때 '우선', '먼저'라는 뜻을 가진 trước tiên, trước hết, trên hết 등의 표현을 문장 맨 앞에 넣어 말합니다.

먼저 제가 이 회의에 관해 설명드리고 난 후 토론으로 들어가겠습니다.

Trước hết tôi sẽ giải thích về cuộc họp này rồi sẽ đi vào thảo luận.

이 프로젝트를 함께 할 가장 좋은 회사를 찾고 있던 중입니다.

Chúng tôi đang tìm một công ty thích hợp nhất để cùng tiến hành dự án này.

현재까지는 귀사가 이 합작투자사업의 가장 강력한 후보입니다.

Cho đến hiện tại, quý công ty là ứng cử viên mạnh nhất cho dự án đầu tư hợp tác này.

우리는 이 프로젝트를 위해 우리와 같은 비전을 가진 회사를 찾고 있습니다.

Chúng tôi đang tìm kiếm một công ty có cùng tầm nhìn với chúng tôi cho dự án này.

오늘 우리가 바라는 건 귀사와 공동사업을 함께 할 수 있을지 충분히 확신할 만한 공감대를 찾는 것입니다.

Điều chúng tôi hi vọng hôm nay là tìm đủ điểm chung để cùng hợp tác kinh doanh với quý công ty. ○ điểm chung 공통점

프로젝트를 시작하기 전에 세부 사항들을 철저하게 토의하고 싶습니다.

Tôi muốn thảo luận kỹ lưỡng các hạng mục chi tiết trước khi bắt đầu dự án. ○ kỹ lưỡng 세심하게, 면밀히

함께 사업을 시작하기로 결정하기 전에 공통 분모를 찾아봅시다.

Chúng ta hãy tìm ra những điểm chung trước khi quyết định hợp tác kinh doanh.

합작사업에 대해 같은 목표와 비전을 공유하면 귀사와 함께 사업하는 것이 훨씬 수월합니다.

Việc kinh doanh của chúng tôi với quý công ty sẽ trở nên dễ dàng hơn nếu như cả hai cùng chia sẻ những mục tiêu và tầm nhìn với nhau.

먼저 여기 보시다시피, 귀사의 제안서에 관한 간략한 프레젠테이션을 부탁합니다.

Trước hết, như anh/chị có thể thấy ở đây, tôi mời anh/chị trình bày ngắn gọn về đề xuất của quý công ty.

Biz tip

안건 및 회의 순서대로 진행하고 있음을 수시로 알리세요.

토론을 시작하기 전에 이 점을 먼저 상세히 설명해 드리죠.

Trước khi bắt đầu thảo luận, tôi sẽ giải thích chi tiết về điều này.

좋습니다. 가격 책정에 관한 간단한 프레젠테이션으로 시작하는 게 어떨까요?

Tốt đấy. Chúng ta bắt đầu với một bài thuyết trình đơn giản về giá cả thì thế nào?

나머지 사안을 상세히 설명해 놓은 보고서부터 보죠.

Chúng ta hãy bắt đầu xem bản báo cáo đã giải thích chi tiết về các vấn đề còn lại.

상세한 토론이 필요한 중요 안건을 확인하는 데 도움이 되겠군요.

Điều đó sẽ giúp chúng tôi xác định các vấn đề quan trọng cần thảo luận chi tiết.

Biz tip
상대의 제안에 동의하며 도움이 될 만한 사항을 언급하세요.

이 프레젠테이션은 이 사안을 더 잘 이해할 수 있도록 해 줄 겁니다.

Bài phát biểu này sẽ giúp bạn có thể hiểu rõ hơn về vấn đề này.

직면한 문제를 먼저 파악합시다.

Trước hết chúng ta hãy cùng nắm bắt vấn đề mà chúng ta đang đối mặt.

이것은 우리가 이 프로젝트의 원리를 이해하는 데 필요한 주요 개념을 명확히 하는 데 도움이 될 겁니다.

Điều này sẽ giúp chúng ta làm rõ các khái niệm chính mà chúng ta cần hiểu về nguyên tắc của dự án này.

∘nguyên tắc 원칙, 원리

동의한다고 가정했을 때, 저희 프로젝트 이행 방식에 관해 자세히 설명하는 사업 계획을 세울 수 있을 겁니다.

Giả định rằng chúng ta đồng ý với nhau, chúng ta có thể tạo ra một kế hoạch kinh doanh để giải thích chi tiết về phương thức thực hiện của dự án.

Biz tip
협상 시작 단계에서는 아무것도 확실히 약속할 필요가 없습니다. 조건을 제시하면서 협상이 긍정적으로 진행되어 목적을 달성하길 바란다는 메시지를 전달하는 것이 좋습니다.

우리가 공감대를 찾을 수 있다면, 당장 다음 달부터 이 계획을 진행시킬 수 있을 듯합니다.

Nếu chúng ta tìm ra sự đồng thuận, chúng ta có thể bắt đầu kế hoạch này ngay từ tháng tới.

아무도 반대하지 않는 한, 이 프로젝트는 제시간에 예산 범위 내에서 완수될 겁니다.

Nếu không có ai phản đối, dự án này sẽ được hoàn thành đúng lúc trong phạm vi ngân sách.

이 계획의 대안을 마련해야겠습니다.

Chúng ta cần phải chuẩn bị cho đề án kế hoạch này.

안건 요약

자, 아시다시피, 저희는 귀사의 제공 조건을 읽어 보고 오늘 협상의 안건을 준비해 보았습니다.

Nào, như anh/chị biết chúng tôi đã đọc các điều kiện đề nghị của quý công ty rồi và đã chuẩn bị các dự thảo cho cuộc đàm phán hôm nay.

어떻게 생각하세요?

Anh/Chị nghĩ thế nào ạ?

네, 좋아 보이는군요.

Vâng, có vẻ hay đấy.

우리 모두 알다시피, 오늘 우리는 합작투자사업 협정에 관한 합의에 도달하고자 모였습니다.

Như chúng ta đã biết, hôm nay chúng ta tụ họp ở đây để đạt được thỏa thuận về hiệp định kinh doanh đầu tư hợp tác của chúng ta.

아시다시피, 오늘 우리는 합의 내용의 대안을 브레인스토밍하고자 합니다.

Như các bạn đã biết, hôm nay chúng ta sẽ suy nghĩ về đề án cho nội dung thoả thuận của chúng ta.

Biz tip

Bạn đã biết은 격식 있는 자리에서는 다소 무례하게 들릴 수 있습니다. Như các bạn đã biết을 사용하면 알고 있는 사항에 대해 언급할 때 공감대를 형성할 수 있어요.

우리 모두 알다시피, 우리는 서로 공통점을 찾기 위해 이 자리에 모였습니다.

Như chúng ta đều biết, chúng ta đang ở đây để tìm ra điểm chung với nhau.

오늘 우리가 이루고자 하는 것은 세 가지 주요 부품의 공급에 관한 1년간의 계약을 체결하는 일입니다. 계약이 성공적으로 실행되면 1년마다 연장이 될 겁니다.

Điều chúng ta muốn đạt được hôm nay là ký kết hợp đồng trong vòng 1 năm về việc cung cấp 3 phụ tùng chủ yếu. Nếu hợp đồng được thực hiện thành công thì nó sẽ được gia hạn hàng năm.

Biz tip

이 문장은 điều chúng ta muốn đạt được hôm nay를 주어 자리에 두어 ký kết hợp đồng trong vòng 1 năm ~ 부분을 강조하고 있습니다. 주어 자리의 단어가 강조되는 경향이 크기 때문에 비즈니스상에서 개인이 아닌 대상을 강조해야 하는 경우 주어 중심으로 문장 구조를 바꿔 말하면 좋습니다.

우리가 찾고 있는 건 믿을 만한 하청업체입니다.

Cái chúng ta đang tìm kiếm là một nhà thầu phụ đáng tin cậy.

오늘 안건은 세 가지 주요 쟁점을 다룹니다. 가격, 지불 조건, 그리고 품질 보증입니다.

Dự thảo hôm nay bao gồm 3 vấn đề chính. Đó là giá cả, điều khoản thanh toán và đảm bảo chất lượng.

Biz tip

협상의 주제를 미리 정하고, 가능하면 안건의 범위를 벗어나지 않게 미리 언급, 요약하며 목표 설정을 하는 것이 중요합니다. 상대가 이미 알고 있는 내용이더라도 그냥 넘어가기보다는 한 번 더 각인시켜 주는 것이 협상 목표에 도달하는 데 보다 효과적입니다.

우리의 안건은 이 협상을 위한 주요 쟁점을 포함합니다. 갱신 조건과 프로젝트 일정이 그것이죠.

Dự thảo của chúng tôi bao gồm các vấn đề chính cho cuộc đàm phán này. Đó chính là lịch trình của dự án và điều kiện đổi mới.

오늘 협상은 우리가 당면한 핵심 사항을 다루겠습니다. 다름 아닌 위약 조항입니다.

Cuộc đàm phán hôm nay sẽ xử lý vấn đề cốt lõi mà chúng ta đang đối mặt. Đó chính là điều khoản về vi phạm hợp đồng.

그럼 귀사의 가격 제안을 살펴보도록 하죠.

Vậy, chúng ta hãy xem xét giá cả mà quý công ty đã đề
xuất.

그럼 귀사의 제안서를 살펴보도록 하죠.

Vậy, hãy xem xét bản đề xuất của quý công ty.

Biz tip

먼저 전반적인 협상 내용을 살펴본 후, 첫 번째 안건부터 순서대로 다루도록 합니다. 이때 '그러면'이란 뜻을 가진
vậy나 thế를 문장 앞에 붙이면 대화의 흐름을 자연스럽게 연결할 수 있어요.

좋아요, 그럼 당신 제안에 대한 몇 가지 대안을 살펴봅시다.

Được rồi, vậy chúng ta hãy xem xét một vài lựa chọn thay
thế cho đề nghị của anh/chị.

Biz tip

Được은 '가능하다'는 뜻이지만, 여기서는 상황이나 상대의 의견에 어느 정도 동조한다는 뉘앙스로 쓰였어요.

**본격 협상
전개**

다음 단계는 뭐죠?

Bước tiếp theo là gì?
Giai đoạn tiếp theo là gì?
Bước tiếp theo của chúng ta là gì?

Biz tip

협상의 시작은 안건이나 사항을 단계별로 풀어 나가는 것임을 기억하세요.

다음 안건은 뭐죠?

Dự thảo tiếp theo là gì nhỉ?

다음 사항은 뭔가요?

Điểm tiếp theo là gì?

자, 우리는 이 공동사업 프로젝트의 중요한 이정표의 윤곽을 그릴 필요가 있
습니다.

Bây giờ, chúng ta cần phác thảo một cột mốc quan trọng
cho dự án kinh doanh chung này.

Biz tip

Bây giờ는 '자', '먼저', '이제'라고 말하면서 대화를 이어갈 때 사용하세요.

좋아요. 이제 중대한 프로젝트 목적을 논의해야 합니다.

Được rồi. Bây giờ chúng ta cần thảo luận về mục đích cho
dự án quan trọng.

자, 우리는 전체 절차 중 주요 단계의 윤곽을 그릴 필요가 있습니다.

Bây giờ, chúng ta cần phác thảo các bước chính trong toàn bộ thủ tục.

이제 우리는 제시되어야 할 요점의 개요를 정리해야 합니다.

Bây giờ chúng ta phải sắp xếp khái quát về điểm chính sẽ được trình bày.

그럼 벤처 프로젝트가 설계되어야겠군요!

Thế, chắc là dự án đầu tư mạo hiểm nên được thiết kế nhì!

네, 제 생각에, 첫 번째 단계는 최대한 한 달 정도가 좋을 것 같군요.

Vâng, theo tôi, bước đầu tiên nên được tiến hành tối đa trong một tháng.

제 견해로는, 두 번째 단계에서는 세 가지 작업을 완수해야 합니다.

Theo ý kiến của tôi, trong giai đoạn thứ hai phải hoàn thành được 3 nhiệm vụ.

Biz tip

'제 견해로는', '제 입장에서는'이라고 본인의 생각을 정중하게 표현할 때 theo ý kiến của tôi를 사용합니다. Theo tôi, tôi cho rằng 등도 비슷한 표현이죠.

A Và **theo ý kiến của tôi, trong giai đoạn thứ hai phải hoàn thành được 3 nhiệm vụ.** Đầu tiên, chúng ta cần đảm bảo nguồn vốn cần thiết, và thứ hai, chúng ta cần nhận tất cả giấy phép cần thiết từ chính phủ. Thứ ba, chúng ta phải tìm và mua đất để xây dựng nhà máy sản xuất.
그리고 제 견해로는, 두 번째 단계에서는 세 가지 작업을 완수해야 합니다. 첫째, 필요한 자본을 확보해야 합니다. 둘째, 정부로부터 필요한 모든 허가를 받아야 합니다. 셋째, 제조 공장을 세울 땅을 찾아서 구매해야 합니다.

B Đúng như vậy.   그렇습니다.

제 견해로는, 애초에 그 거래에 서명하지 말았어야 했습니다.

Theo ý kiến của tôi, lúc đầu chúng ta không nên ký kết giao dịch đó.

제 견해로는, 대부분의 다른 대행업체는 우리의 요구를 들어줄 만한 전문 기술이 없습니다.

Theo ý kiến của tôi, hầu hết các đại lý khác không có kỹ thuật chuyên môn để đáp ứng yêu cầu của chúng ta.

제 견해로는, 비용을 줄여야 합니다.

Theo ý kiến của tôi, chúng ta phải giảm chi phí.

언제 공장을 열 수 있다고 생각하십니까?

Anh/Chị nghĩ khi nào chúng ta có thể mở nhà máy?

시장 분석 결과를 언제쯤 받을 수 있다고 생각하십니까?

Anh/Chị nghĩ khi nào chúng ta có thể nhận được kết quả phân tích thị trường?

언제쯤 우리가 이 계약을 체결할 수 있을까요?

Khi nào chúng ta có thể ký hợp đồng này?

하지만 그 점에 대해 아직 말할 단계는 아니라고 생각합니다.

Tuy nhiên, tôi nghĩ là chúng ta vẫn chưa chuẩn bị gì để nói về điều đó.

죄송하지만, 너무 앞질러 가고 싶지 않습니다.

Tôi xin lỗi nhưng tôi không muốn đi quá mức.

속단하지 맙시다.

Chúng ta đừng vội vàng kết luận.

너무 앞질러 생각하지 맙시다.

Chúng ta đừng đi quá mức.　　　　　　　　⁕ quá mức 정도를 넘는

풀어 나가야 할 세부 사항이 많습니다.

Chúng ta có nhiều vấn đề chi tiết phải được giải quyết.

> A　Nhưng mà **chúng ta đừng đi quá mức. Chúng ta có nhiều vấn đề chi tiết phải được giải quyết.**
> 하지만 너무 앞질러 생각하지 맙시다. 풀어 나가야 할 세부 사항이 많습니다.
>
> B　Tôi đồng ý.　동의합니다.

우선 양측이 관계를 형성해야 한다고 생각합니다.

Trước hết, tôi nghĩ hai bên nên xây dựng một mối quan hệ.

언제쯤 투자 수익을 보기 시작할 수 있을까요?

Từ khi nào chúng tôi có thể bắt đầu có lợi nhuận đầu tư?

⁕ lợi nhuận đầu tư 투자 수익

3~5년 뒤에 이득을 기대할 수 있을 거라고 봅니다.

Tôi nghĩ rằng chúng ta có thể mong đợi có lợi nhuận sau 3 đến 5 năm.

우리가 좋은 계획을 세운 것 같습니다.

Chúng ta có vẻ như đã thực hiện được một kế hoạch tốt.

가격 협상

**가격 및 옵션
제시**

저희에게 좋은 가격을 제시해 주시길 바랍니다.

Mong anh/chị đưa ra một mức giá tốt cho chúng tôi.

어느 정도의 할인을 제시할 수 있습니까?

Anh/Chị có thể đưa ra mức giảm giá nào cho chúng tôi?

5%는 어떻습니까?

5 phần trăm thì thế nào?

10%가 훨씬 좋을 것 같은데요.

10 phần trăm chắc sẽ tốt hơn nhiều.

죄송하지만, 그렇게는 힘듭니다.

Xin lỗi, nhưng như vậy thì không được.

만약 저희 측에서 모든 설치 비용을 댄다면 10% 인하에 동의하시겠습니까?

Anh/Chị có đồng ý giảm 10 phần trăm nếu chúng tôi chịu tất cả các chi phí lắp đặt không?

그럼 확인하자면, 저희가 가격을 8% 인하하면 모든 발송비를 지불하시고 설치를 알아서 해 주신다는 거군요.

Vậy xác nhận lại là, nếu chúng tôi giảm giá 8 phần trăm thì bên anh/chị sẽ thanh toán tất cả các chi phí vận chuyển và cài đặt luôn cho nhỉ.

가격을 좀 내려 주실 수 있습니까?

Anh/Chị có thể hạ giá được không?
Có cách nào chúng tôi có thể được giảm giá không?

Biz tip
일반적으로 가격 인하를 요구하는 것이 아니라 예의를 갖춰 물어보는 것이 중요합니다.

발송비를 부담하신다면 가격 인하가 가능합니다.

Nếu bên anh/chị chịu chi phí vận chuyển thì có thể giảm giá được.

A Giá ban đầu mà anh đưa ra đắt hơn giá mà chúng tôi có thể trả. **Có cách nào chúng tôi có thể được giảm giá không?**
처음 제시한 가격은 저희가 낼 수 있는 가격보다 비싸군요. 가격을 좀 내려 주실 수 있습니까?

B **Nếu bên chị chịu chi phí vận chuyển thì có thể giảm giá được.**
발송비를 부담하신다면 가격 인하가 가능합니다.

할인받을 수 있나요?

Chúng tôi có thể được giảm giá không?

저희에게 추가 할인을 해 주실 수 있을까요?

Bên anh/chị có thể giảm giá cho chúng tôi thêm được không?

Biz tip

항상 조건을 같이 제시합니다. 협상에서 그냥 주는 건 없습니다.

발송비를 부담하시는 한, 가격 인하를 해 드릴 수 있습니다.

Chúng tôi có thể giảm giá miễn là bên anh/chị chịu chi phí vận chuyển.

만약 3일간의 예상 판매량에 기초한 보상금 지불에 동의하신다면 15%의 로열티가 가능할 것 같습니다.

Nếu anh/chị đồng ý trả tiền bồi thường dựa trên lượng bán hàng dự tính trong 3 ngày thì chúng tôi sẽ đồng ý 15% cho phí sử dụng sản phẩm.   ⁕tiền bồi thường 보상금

좀 더 엄격한 계약 조건에 응하신다면, 고객 서비스 요금 포기는 가능할 것 같습니다.

Nếu anh/chị đáp ứng các điều kiện khắt khe hơn của hợp đồng, chúng tôi sẽ có thể từ bỏ phí dịch vụ khách hàng.

⁕từ bỏ 포기하다

10%는 무리입니다. 하지만 8% 인하는 어떻게든 해 볼 수 있을 것 같습니다.

10 phần trăm thì khó lắm. Nhưng dù thế nào chúng tôi cũng có thể giảm giá cho anh/chị đến 8 phần trăm.

A **10 phần trăm thì khó lắm. Nhưng dù thế nào chúng tôi cũng có thể giảm giá cho anh đến 8 phần trăm.**
10%는 무리입니다. 하지만 8% 인하는 어떻게든 해 볼 수 있을 것 같습니다.

B Vâng, tôi sẽ chấp nhận đề nghị đó. Thế khi nào chúng tôi có thể nhận được hàng hoá?   알겠습니다. 그 제의에 응하도록 하죠. 그럼 언제 물품을 받을 수 있나요?

유감스럽게도 10% 인하에는 동의할 수 없지만, 8% 인하는 어떻게든 해 볼 수 있습니다.

Xin lỗi, chúng tôi không thể đồng ý giảm 10 phần trăm, nhưng chúng tôi có thể giảm đến 8 phần trăm.

안타깝게도 10%는 너무 높습니다. 이 경우 8%는 가능할 것 같아요.

Tiếc là 10 phần trăm thì quá cao. Trong trường hợp này, 8 phần trăm chắc là được.

그럼 그 제의에 응하겠습니다.

Vậy chúng tôi sẽ chấp nhận đề nghị đó.

동의합니다.

Đồng ý.
Tôi đồng ý.
Tôi cũng nghĩ thế.

전적으로 동의합니다.

Tôi hoàn toàn đồng ý.

좋은 생각이군요.

Ý tưởng hay đấy.

그 제의를 받아들이죠.

Tôi sẽ chấp nhận đề nghị đó.

합당해 보이는군요.

Điều đó có vẻ hợp lý.

Biz tip
협상 중간마다 상대가 제시하는 조건에 대해 동의 또는 반대 의사를 확실하게 표현해 주세요.

그건 정말 말도 안 되는군요.

Điều đó thật là vô lý.

그건 많은 공을 들인 것 같군요.

Cái đó có vẻ như đã tốn rất nhiều công sức rồi.

일리 있군요.

Điều đó có lý.

그럼 상품 주문서를 작성합시다.

Thế chúng ta hãy viết đơn đặt hàng đi.

모든 지원 업무는 정액제로 실시하고, 대신 추가로 프로젝트 업무량을 최소화하는 건 어떨까요?

Tất cả công việc hỗ trợ sẽ được tiến hành trên cơ sở khoản tiền cố định, thay vào đó chúng ta sẽ giảm thiểu khối lượng công việc dự án thì sao nhỉ?

그냥 월정액으로 하는 게 더 좋지 않을까요?

Cứ tính theo khoản tiền cố định hàng tháng không phải là sẽ tốt hơn sao?

우선 저희는 귀사가 가격 문제에 대해 염려하고 계시다는 점을 충분히 이해하고 있습니다.

Trước hết, chúng tôi hoàn toàn hiểu rằng bên anh/chị đang lo ngại về vấn đề giá cả.

Biz tip
우선순위별로 안건을 나눠 설명하세요.

제가 먼저 말씀드리면, 저희는 당신이 가격 문제에 대해 고심하고 있다는 점을 충분히 인식하고 있습니다.

Xin nói trước, chúng tôi cũng đã nhận thức được rằng bên anh/chị đang suy xét về vấn đề giá cả.

하지만 제가 지적하고 싶은 건 저희도 가격 문제에 대해 관심을 갖고 있다는 점입니다.

Nhưng điều tôi muốn chỉ ra là chúng tôi cũng rất quan tâm đến vấn đề giá cả.

옵션 A는 약간 비싸고 옵션 B는 너무 많은 위험 요소를 포함하고 있어요.

Lựa chọn A thì hơi đắt còn lựa chọn B thì có quá nhiều rủi ro.

저희는 옵션 A와 옵션 B 사이에 어느 정도의 지원을 제안합니다.

Chúng tôi đề nghị hỗ trợ với một mức độ nào đó giữa lựa chọn A và B.

Biz tip
동사 đề nghị, đề xuất은 '제안하다'는 뜻인데, 공식적인 자리, 협상, 회의 등에서 새로운 의견을 제시할 때 유용한 표현입니다.

저희는 옵션 A와 옵션 B를 혼합하는 방식을 제안합니다.

Chúng tôi đề xuất một phương án kết hợp cả lựa chọn A và B.

그래서 저희는 옵션 A와 옵션 B의 조합을 제안합니다.

Vì vậy, chúng tôi đề nghị kết hợp lựa chọn A và B.

옵션 A와 옵션 B의 차이에 대해 자세히 설명해 주실 수 있겠습니까?

Anh/Chị có thể giải thích chi tiết sự khác biệt giữa lựa chọn A và B được không ạ?

그래요, 이론상으론 그럴 듯하지만, 이것과 당신이 애초 제시했던 것 사이에 차이점이 많아 보이진 않는군요.

Vâng, về mặt lý thuyết nghe có vẻ hợp lý, nhưng tôi không thấy nhiều sự khác biệt giữa điều này và điều mà anh/chị đã đề xuất ban đầu.

*sự khác biệt 차이점

그래요, 좋은 생각인 것 같지만, 애초 제안과 비교해 볼 때 새 제안도 별다른 차이점이 없군요.

Vâng, có vẻ là một ý tưởng hay nhưng tôi thấy đề án mới cũng không có sự khác biệt nào với đề án đầu tiên.

그래요, 이론상으론 그럴 듯한 제안일지 모르지만, 애초 제안과 별다르지 않군요.

Vâng, về mặt lý thuyết nó có thể là một đề nghị hay, nhưng nó không khác nhiều so với đề nghị đầu tiên.

*so với ~와 비교하여

**본격 가격
협상 단계**

첫 2개의 안건 주제를 처리하게 되어 다행이군요.

Tôi rất vui có thể xử lý 2 chủ đề đầu tiên trong dự thảo.

이 부분에서 긴 논의가 필요할 것 같군요.

Tôi thấy chúng ta cần một cuộc thảo luận dài trong phần này.

한 가지 질문이 있는데요. 여기 가격 견적에 관해서요.

Tôi có một câu hỏi, về báo giá ở đây.

가격에 관련된 사항으로 넘어가 볼까요?

Chúng ta chuyển sang vấn đề giá cả thì thế nào?

계약 및 협상

▼ 3 가격 협상

Part 9 계약 및 협상 · 469

저희가 보내 드린 자료와 견적서를 살펴보셨을 거라고 생각합니다.

Tôi nghĩ rằng anh/chị đã xem các tài liệu và bảng báo giá mà chúng tôi đã gửi cho anh/chị rồi. _ⓔ bảng báo giá 견적서

그렇다면 저희가 어떻게 지불할지를 결정해야 하는 거네요, 그렇죠?

Thế thì chúng tôi phải quyết định sẽ chi trả như thế nào, phải không?

물론 운영비도 여기 포함되어 있는 거죠.

Dĩ nhiên chi phí vận chuyển được bao gồm ở đây.

옵션 A는 월정액 4,500달러로 모든 기술 컨설팅과 시장 조사를 위해 실시하는 고객 설문을 포함합니다.

Lựa chọn A bao gồm khảo sát khách hàng cho tất cả các tư vấn kỹ thuật và nghiên cứu thị trường với mức phí hàng tháng cố định là 4.500 đô la.

옵션 B는 10시간짜리 프로젝트당 1,500달러를 지불하는 겁니다.

Lựa chọn B, anh/chị trả 1.500 đô la cho mỗi dự án trong 10 tiếng.

저희는 주로 장기 프로젝트를 다룰 거라서 옵션 A가 사실 더 경제적이죠.

Lựa chọn A thực sự kinh tế hơn vì chúng tôi thường sẽ thực hiện dự án dài hạn.

저희는 옵션 A로 결정했습니다.

Chúng tôi đã quyết định lựa chọn A.

당사 컨설턴트들은 담당 업무에 전문가이며, 저희 서비스에 대해 고객들이 작성한 설문 조사 결과가 의심할 여지 없이 이를 입증하고 있습니다.

Các nhà tư vấn của công ty chúng tôi là chuyên gia trong công việc của họ và kết quả khảo sát mà khách hàng của chúng tôi đã đánh giá đối với dịch vụ của chúng tôi chắc chắn đang chứng minh điều này.

저희가 직접 시장 조사를 좀 해 봤습니다.

Chúng tôi đã thử điều tra thị trường trực tiếp rồi.

그런데 귀사의 컨설팅 비용은 좀 비싼 편이더군요.

Nhưng chúng tôi nghĩ rằng chi phí tư vấn của bên anh/chị khá cao.

Biz tip

Đất을 sử dụng trực tiếp으로 가격이나 비용이 비싸다고 말하면 그다지 설득력이 없습니다. '시장 조사를 해서 평균 비용을 알고 있는데 그에 비해 귀사의 가격이 좀 비싼 편이더라' 식으로 말하면서 협상을 진행해 나가는 게 좋습니다. 다른 회사도 고려하고 있다는 식의 부연 설명까지 덧붙이면 상대가 협상 조건에 응하도록 하는 결정적인 테크닉이 될 수 있죠.

흠, 귀사의 가격은 귀사의 주요 경쟁사의 가격에 비해 비싸더군요.

Ừm, giá của công ty anh/chị cao hơn so với các công ty cạnh tranh chính của công ty anh/chị.

글쎄요, 귀사의 서비스 비용은 시장 평균가에 비해 약간 비싸군요.

Ừm, chi phí dịch vụ của công ty anh/chị cao hơn một chút so với mức trung bình của thị trường.

저희 비용이 약간 높다는 말씀이시군요.

Ý anh/chị là giá của chúng tôi có hơi cao.

저희 가격이 터무니없다는 말씀이십니까?

Ý anh/chị đang nói là giá cả của chúng tôi vô lý phải không?

저희 상품이 시대에 뒤떨어진다는 말씀이시군요.

Ý của anh/chị là sản phẩm của chúng tôi đã lỗi thời.

어느 정도 맞는 말씀이긴 한데, 질적인 관점에서 보시길 바랍니다.

Mặc dù nó có phần đúng, nhưng anh/chị hãy xem xét nó từ quan điểm về mặt chất lượng.

Biz tip

상대의 말에 그대로 순응하는 게 아니라 논리적으로 가격의 합리성을 설명해야 합니다. 위 문장은 다른 경쟁사보다 가격이 비싼 이유를 서비스의 질적인 면을 강조하며 설명하고 있습니다. Từ quan điểm về mặt ~은 '~의 측면에서'라는 뜻인데, 근거 자료 등을 중심으로 상황 설명을 할 때 효과적인 표현입니다.

그런 관점에서는 맞는 말씀이긴 한데, 마케팅 측면에서 보시길 바랍니다.

Xét từ quan điểm đó thì có phần đúng, nhưng anh/chị hãy xem xét về mặt tiếp thị.

어느 정도 맞는 말씀이긴 한데, 소비자 관점에서 보시길 바랍니다.

Mặc dù nó có phần đúng, nhưng anh/chị hãy xem xét từ quan điểm của người tiêu dùng.

동의해 드리고 싶습니다. 물론 가격을 약간 내려 주신다면요.

Tôi sẽ đồng ý. Tất nhiên, nếu anh/chị giảm giá một chút.

조건을 제시하며 동의 의사를 내비치면, 상대의 의견을 존중하되 우리 쪽에서도 조건이 있음을 확실히 보여 주게 됩니다. '만약 ~하면'의 뜻을 가진 nếu 가정법을 사용해 우리 쪽의 조건을 제시하며 가격 흥정을 할 수 있죠.

그 조건을 받아들이고 싶네요. 물론 대량 구입에 대한 할인을 적용해 주신다면요.

Tôi muốn chấp nhận điều kiện đó. Tất nhiên, miễn là bên anh/chị áp dụng giảm giá cho chúng tôi về việc mua với số lượng lớn.

이 계약을 체결하고 싶습니다. 몇 가지 조건에 더 응해 주신다면요.

Tôi muốn ký hợp đồng này. Miễn là anh/chị đáp ứng thêm một số điều kiện nữa.

가격 제안

이런 유형의 컨설팅 서비스의 시장 가격은 평균 3,000달러입니다.

Giá thị trường trung bình cho loại dịch vụ tư vấn này là 3.000 đô la.

그럼 귀사는 시장 평균가 선에서 생각하고 계신 건가요?

Thế thì quý công ty đang nghĩ trong mức giá trung bình của thị trường phải không?

그건 시장 평균가보다 약간 더 비싸군요. 하지만 4,500달러는 너무 비싸다고 생각해요.

Nó đắt hơn so với giá trung bình của thị trường một chút. Nhưng tôi nghĩ 4.500 đô la là quá đắt.

조금 더 조정해 주실 수 있을 거라고 생각합니다.

Tôi vẫn nghĩ anh/chị có thể điều chỉnh một chút nữa.

⁺điều chỉnh 조정하다

그 비용에 컨설팅과 운영 비용이 모두 포함돼 있다는 점을 기억하세요.

Anh/Chị hãy nhớ rằng chi phí đó đã bao gồm cả chi phí tư vấn và điều hành.

가격을 너무 내리셨습니다.

Anh/Chị đã hạ giá quá nhiều rồi.

다른 회사와 비슷한 서비스에 왜 50% 추가 비용을 지불해야 하는지 도무지 이해할 수 없군요.

Chúng tôi không thể hiểu tại sao chúng tôi phải trả thêm 50% cho dịch vụ tương tự với các công ty khác.

Biz tip

상대가 제시한 금액이나 비용에 강하게 이의를 제기할 때 위 문장처럼 표현할 수 있습니다. 개인적인 감정을 드러내지 않고 회사 입장을 나타내도록 주어 자리에 *chúng tôi*나 회사명을 넣으세요.

왜 물건 1개당 350달러를 추가로 지불해야 하는지 이해할 수 없습니다.

Chúng tôi không thể hiểu tại sao chúng tôi cần trả thêm 350 đô la cho mỗi món hàng.

왜 대량 구매 할인이 제공되지 않는지 이해할 수 없군요.

Tôi không hiểu tại sao chúng tôi không được giảm giá cho việc mua với số lượng lớn.

왜 4,000달러를 추가로 지불해야 하는지 이해할 수 없네요.

Tôi không thể hiểu tại sao chúng tôi phải trả thêm 4 nghìn đô la.

그 견적은 저희의 최저 서비스 비용에 기초한 것입니다.

Báo giá đó được dựa trên chi phí dịch vụ thấp nhất của chúng tôi.

Biz tip

상대가 가격이 너무 높다고 할 경우 견적 비용이 최저 비용에 기초한 것임을 알립니다. 가격에 거품이 없음을 단도직입적으로 설명하는 거죠.

저희 견적은 평균 시장가를 기준으로 한 것입니다.

Báo giá của chúng tôi đã dựa trên giá thị trường trung bình.

이 견적은 변경 불가능합니다.

Báo giá này không thể thay đổi được.

Chúng tôi đang xem xét trả 3.500 đô la cố định mỗi tháng.

Biz tip

고려하고 있는 기대치를 제시합니다. 어차피 가격 협상이 쉽게 이뤄지지 않을 테니 단계별로 양보하는 것을 염두에 두고 구입하는 입장이라면 협상 가격을 목표치보다 낮게 제시합니다.

Tôi nghĩ khoảng 450 đô la một cái.

Chúng tôi đang xem xét trả 100 đô la chi phí dịch vụ cho một tiếng.

Nếu chúng tôi cung cấp giảm giá 10 phần trăm từ tháng thứ sáu thì thế nào?

Biz tip

받아들이기 무리한 요구임을 상대에게 밝힌 후 새로운 조건을 제시하거나 제안을 하도록 합니다. 상대의 조건을 무작정 들어주기보단 가격차를 조금씩 좁히는 것이 중요해요.

Nếu chúng tôi cung cấp thời gian có thể dùng thử trong 15 ngày thì thế nào?

Nếu chúng tôi giảm giá 10 phần trăm mỗi khi bên anh/chị mua 100 cái thì thế nào?

가격 합의 도출

Vậy từ tháng thứ sáu thì 4.000 đô la một tháng hả?

Dù giá của chúng tôi đắt hơn một chút so với các đối thủ chính, nhưng chúng tôi đứng trước về mặt chất lượng và công nghệ.

그럼 매달 250달러의 할인이 적용되어 계약 기간 동안 총 4,250달러가 되는 거네요.

Điều đó có nghĩa là chúng tôi được giảm giá 250 đô la mỗi tháng và tổng cộng là 4.250 đô la trong thời gian hợp đồng nhỉ?

만약 6개월 임대 계약을 하면 가격이 어떻게 되나요?

Nếu ký hợp đồng thuê trong 6 tháng thì giá cả như thế nào?

독점 계약을 하면 기간이 어떻게 되나요?

Nếu ký hợp đồng độc quyền thì thời hạn thế nào?

độc quyền 독점의

2,000개를 추가로 구입하면 어떤 가격으로 주실 수 있나요?

Nếu mua thêm 2 nghìn cái thì anh/chị có thể đưa cho tôi với mức giá nào?

저희 예산과 프로젝트 규모를 봐서는 여전히 비싼 것 같습니다.

Nếu xem xét quy mô dự án và ngân sách của chúng tôi thì nó vẫn đắt.

BIZ tip

단순히 가격이 비싸다고 하면 감정적인 불만으로 들릴 수 있습니다. Nếu xem xét ~은 '~을 검토하면', '~을 고려하면'의 뜻인데요. 협상에서 반대를 하거나 제안을 거부할 경우 어떤 측면에서 고려하여 내린 결과라는 것을 자세히 설명할 때 활용하면 좋습니다.

저희가 투자한 시간을 고려하면 그건 여전히 부당하다고 생각합니다.

Tôi nghĩ nó vẫn không chính đáng nếu xem xét thời gian mà chúng tôi đã đầu tư.

품질을 고려하면 여전히 비싸다고 생각해요.

Xem xét về chất lượng thì tôi nghĩ nó vẫn đắt.

솔직히 말씀드려, 책정한 예산을 넘어서는군요.

Nói thật, nó vượt quá ngân sách mà tôi đã phân bổ.

phân bổ 배분하다, 할당하다

BIZ tip

가격 협상 시 제시할 수 있는 타당한 이유 중 하나는 책정한 예산보다 가격이 높다고 설명하는 겁니다. 예산 범위를 제시해 가격을 맞출 수 있도록 하는 것도 좋은 방법이죠.

솔직히 말씀드려, 월 1,400달러의 임대료를 예산으로 세웠습니다.

Thành thật mà nói, tôi đã lập ngân sách với giá 1.400 đô la mỗi tháng cho tiền thuê.

솔직히 말씀드려, 제가 예상한 것보다 훨씬 비싸군요.

Nói thật thì nó đắt hơn nhiều so với tôi đã dự đoán.

계약 기간을 연장하면 가격이 어떻게 되나요?

Nếu gia hạn thời gian hợp đồng thì giá cả sẽ thế nào?

만일 6개월치 임대료를 선불로 내면 가격이 어떻게 됩니까?

Nếu trả trước tiền thuê trong 6 tháng thì giá cả sẽ thế nào?

제게는 아직 조금 비싼 것 같아요.

Đối với tôi, giá đó vẫn hơi cao.

훨씬 낫긴 합니다만, 조금 더 깎아 주실 수 있을까요?

Nó tốt hơn nhiều, nhưng anh/chị có thể giảm cho tôi thêm một chút được không?

좋긴 한데, 조금 더 내려갈 수 있을 것 같아요.

Tốt thôi, nhưng tôi nghĩ chắc có thể giảm xuống một chút nữa.

만일 잘된다면, 운영비를 절감해 주실 수 있겠죠.

Nếu làm tốt, anh/chị có thể cắt giảm chi phí vận hành cho tôi chứ.

가격이 올랐다는 것을 저희는 몰랐습니다.

Chúng tôi không biết rằng giá cả đã tăng lên.

저희 대금이 늦게 수령되고 있다는 사실을 몰랐습니다.

Chúng tôi không nhận ra rằng khoản thanh toán của chúng tôi đã được nhận muộn.

최종 가격 결정

하지만 한 달에 1만 달러 이하로 비용을 유지하고 싶어요.

Nhưng tôi muốn giữ chi phí dưới 10.000 đô la một tháng.

Biz tip

우리 쪽의 예산 범위를 알려 주며 추가 예산 절약을 위한 협조를 요청하면 효과적입니다.

하지만 제 예산은 월 2,000달러 이하입니다.

Nhưng ngân sách của tôi là dưới 2.000 đô la một tháng.

제가 15% 할인해 드리면 어떨까요?

Nếu tôi giảm giá 15% thì thế nào?

6개월 임대차 계약을 하는 건 어떨까요?

Làm hợp đồng thuê trong 6 tháng thì thế nào?

그렇게 좋은 제안을 거절할 자신이 없군요.

Tôi không thể từ chối đề nghị tốt như vậy.

Biz tip
좋은 제안이라 받아들이겠다고 할 때 위 문장처럼 표현할 수 있습니다.

사실 저의 최저선은 1만 5백 달러였으니, 이제 그 제안을 분명히 받아들일 수 있겠군요.

Thực ra, mức thấp nhất của tôi đã là 10.500 đô la nên bây giờ tôi chắc chắn sẽ chấp nhận đề nghị đó.

Biz tip
협상 마지막 단계에서는 본인의 최저선을 제시하고 협상 가능한 범위에서 거래 금액을 협의, 결정합니다.

사실 저의 최저선은 거의 4,000달러였으니, 당신이 제안하는 가격이 괜찮겠습니다.

Thực ra, mức thấp nhất của tôi là gần 4.000 đô la nên giá mà anh/chị đã đề nghị thì được.

사실 대략 400달러를 생각하고 있었으니, 그 총액을 받아들일 수 있겠습니다.

Thật ra, tôi đã nghĩ tầm khoảng 400 đô la nên tôi có thể chấp nhận được số tiền đó.

가격 협상 마무리

한 단계 더 양보해 주실 수 있으세요?

Anh/Chị có thể nhường tôi thêm một bước nữa được không?

만일 우리 측이 계약 기간을 최초 1년에서 2년으로 연장해 드린다면 세 번째 달부터 10% 할인을 적용해 주실 수 있습니까?

Nếu chúng tôi kéo dài thời hạn đầu tiên của hợp đồng là từ 1 sang 2 năm thì anh/chị có thể áp dụng giảm giá 10% từ tháng thứ ba không?

저희가 그 정도는 해 드릴 수 있다고 생각합니다.

Mức đó thì chúng tôi nghĩ rằng có thể làm được.

그런 조건을 계약서에 추가하도록 하겠습니다.

Tôi sẽ thêm điều kiện đó vào hợp đồng.

오늘 우리가 논의한 세부 사항을 확인하기 위해 다음 주 중에 만나면 어떨까요?

Chúng ta gặp nhau trong tuần sau để xác nhận những điều chi tiết đã thảo luận hôm nay thì thế nào?

이번 주 말까지 계약서를 준비하도록 하겠습니다.

Tôi sẽ chuẩn bị bản hợp đồng đến cuối tuần này.

그쪽 생각만 하시며 협상을 진행하시는군요.

Anh/Chị tiến hành đàm phán mà chỉ suy nghĩ về bên anh/chị thôi.

당신은 협상하기 힘든 사람이군요.

Thương lượng với anh/chị thật khó.

하지만 독점 계약이어야 합니다. 귀사의 기술 컨설팅을 받는 회사는 저희 회사뿐이어야 한다는 뜻이죠.

Nhưng nó phải là hợp đồng độc quyền. Có nghĩa là chỉ công ty chúng tôi mới được tư vấn công nghệ từ công ty anh/chị.

Biz tip

앞에 언급한 내용을 뒤에서 다시 강조하며 구체적으로 말할 땐 '~라는 의미죠'라는 뜻을 가진 có nghĩa là ~를 사용합니다.

하지만 계약에는 모든 조건이 자세히 포함되어야 합니다.

Tuy nhiên, hợp đồng phải bao gồm tất cả các điều kiện chi tiết.

하지만 이 계약 조건들은 상호 배타적이어야 합니다.

Tuy nhiên, các điều kiện của hợp đồng này phải là hợp đồng đặc quyền với nhau.

하지만 계약은 협상 불가합니다. 계약 기간 동안에는 어떠한 변경도 할 수 없습니다.

Nhưng hợp đồng không thể thương lượng được. Không thể thay đổi bất kỳ điều gì trong thời hạn của hợp đồng.

모든 조건은 우리가 확인하고 서명한 이후엔 협상 불가합니다. 그러니 마지막으로 요청 사항이 있으시면 지금 말씀해 주세요.

Tất cả các điều kiện không thể được thương lượng sau khi chúng tôi xác minh và ký kết. Vì vậy, xin hãy nói cho tôi biết bây giờ anh/chị có yêu cầu nào cuối cùng không.

Biz tip

보통 계약서에 서명을 하면 조건이나 내용을 추가하거나 삭제할 수 없습니다. 협상을 마치고 계약하기 전에 마지막으로 전할 사항이 있는지 재확인하세요.

계약서에 서명하면 모든 조건은 협상 불가합니다.

Tất cả các điều kiện không thể thương lượng sau khi anh/chị ký hợp đồng.

마지막으로 요청하실 일이 있으면 알려 주세요.

Xin vui lòng cho tôi biết nếu anh/chị có yêu cầu cuối cùng.

필요한 건 모두 다룬 것 같습니다. 협상이 아주 잘 이루어진 것 같군요.

Theo tôi chúng ta đã xử lý tất cả những gì cần thiết. Tôi tin rằng chúng ta đã có một cuộc đàm phán tuyệt vời.

Biz tip

협상을 마무리 지으면서 긍정적인 코멘트를 건네도록 합니다. 만일 협상을 체결하지 못한 경우라면 Tôi hy vọng chúng tôi có thể tìm ra một giải pháp tốt hơn.(다음번엔 더 좋은 해결 방안을 찾을 것을 희망합니다.) 이라고 말하면서 다음 협상 미팅 약속을 정합니다.

필요한 모든 사항을 다룬 것 같습니다. 성공적인 협상이었어요.

Hình như chúng ta đã xử lý hết tất cả nội dung cần thiết rồi. Tôi rất vui chúng ta đã có một cuộc đàm phán thành công.

우리에게 필요한 모든 사항을 다룬 것 같아요. 여기서 마치고 같이 저녁 식사하시는 게 어떠세요?

Dường như chúng ta đã xử lý tất cả nội dung cần thiết. Chúng ta kết thúc ở đây và cùng ăn tối thì thế nào?

제안할 때

**제안 내용
확인**

저희가 그 제안을 받아들이기 위해서는, 저희의 추가 조건을 받아 주실 수
있는지 여쭤 봐야겠습니다.

Để chấp nhận đề nghị đó, chúng tôi muốn hỏi rằng anh/chị
có thể chấp nhận những điều khoản bổ sung của chúng tôi
hay không.

시작은 좋군요. 무슨 조건인지 먼저 알 수 있을까요?

Khởi đầu tốt đấy. Trước tiên, tôi có thể biết có những điều
kiện gì không?

우선 저희는 귀사가 제안하신 가격에 융통성이 있는지 알고 싶습니다.

Trước hết, chúng tôi muốn biết giá đề xuất mà quý công ty
đề nghị có linh hoạt hay không.

새로운 계약이 진척되고 있는 건가요?

Bản hợp đồng mới có đang được tiến hành không?

재계약 단계는 어떻게 돼 가고 있죠?

Hợp đồng tái ký đang được diễn ra thế nào?

hợp đồng tái ký 재계약

그렇게 하세요.

Cứ làm như thế đi.

잘 듣고 있습니다.

Tôi đang lắng nghe.

말씀하시는 사항의 중요성을 알겠습니다.

Tôi hiểu sự quan trọng của điều mà anh/chị nói.

무슨 말씀이신지 알겠습니다.

Tôi hiểu được ý anh/chị nói.

재계약을 하려면 가격 인하가 필요합니다.

Chúng tôi cần giảm giá để tái kí hợp đồng.

저희가 할인을 받기만 한다면 재계약을 할 수 있습니다.

Chúng tôi có thể tái kí hợp đồng nếu chúng tôi được giảm giá.

중요 내용을 다시 한 번 말씀해 주시겠습니까?

Anh/Chị có thể nói lại những nội dung quan trọng được không?

타당한 제안입니다.

Đó là một đề nghị thoả đáng.

‹thoả đáng 타당한

당신의 제안은 그럴 듯하군요.

Đề nghị của anh/chị có vẻ hợp lý.

고려해 볼 만한 가치가 있는 제안입니다.

Đó là một đề nghị đáng xem xét.

양측에게 가장 적절한 해결 방안을 내기 위해 우리는 지금 이 대안들을 논의하는 게 좋겠습니다.

Có lẽ bây giờ chúng ta nên thảo luận về các đề án này để đưa ra được phương án giải quyết phù hợp nhất cho cả hai bên.

우리는 그 내용을 고려할 준비가 돼 있습니다.

Chúng tôi đã sẵn sàng để xem xét nội dung đó.

그 점은 좀 고려해 보겠습니다.

Để tôi xem xét điểm đó.

그것을 하나의 선택 사항으로 생각할 준비가 되었습니다.

Tôi đã chuẩn bị để nghĩ điều đó như là một sự lựa chọn.

그것을 생각해 보도록 하겠습니다.

Để tôi suy nghĩ về điều đó.

문제점 지적

실례지만, 첫 제안서는 기한이 지났습니다.

Xin lỗi nhưng bản đề án đầu tiên đã hết hạn rồi.

말씀드리기 쉽지 않으나, 귀사의 대행사는 첫 제안서를 늦게 제출했습니다.

Thật khó để nói nhưng đại lý của công ty anh/chị đã nộp muộn bản đề án đầu tiên.

단순히 의사소통이 잘못된 문제였다고 생각합니다.

Tôi nghĩ đó chỉ đơn giản là vấn đề giao tiếp thôi.

우리의 문제는 단순히 의사소통이 잘못된 것이었다고 믿고 싶군요.

Tôi muốn tin rằng vấn đề của chúng ta chỉ đơn giản là thiếu giao tiếp.

인타깝지만, 그건 단지 오해였던 것 같습니다.

Thật đáng tiếc nhưng dường như đó chỉ là sự hiểu lầm.

아직 이 문제에 대해 합의에 이르지 못한 듯합니다.

Tôi nghĩ chúng ta vẫn chưa đạt được thỏa thuận về vấn đề này.

이 사항에 아직 동의하지 못했습니다.

Chúng tôi vẫn chưa đồng ý được về điều này.

이 문제에 관해 회의가 별로 진행되고 있지 않는 것 같아 보입니다.

Có vẻ như cuộc họp không được tiến hành nhiều lắm về vấn đề này.

이 점은 나중에 다시 살펴보는 게 좋을 듯합니다.

Có lẽ chúng ta nên xem lại điều này sau.

문제의 진상을 알아내기 위해 이 문제를 좀 더 깊게 분석해 봅시다.

Chúng ta hãy phân tích sâu hơn để tìm hiểu tình hình thực tế của vấn đề.

문제를 해결할 수 있을지 구체적인 반대 이유들과 사안들을 검토하면서 이 문제를 다시 평가해 봅시다.

Chúng ta hãy đánh giá lại điều này cùng với việc xem xét những lý do phản đối và vấn đề cụ thể để xem chúng ta có thể giải quyết vấn đề này không.

⁕đánh giá lại 재평가하다 giải quyết 해결하다

무슨 말씀이신지는 알겠지만, 당장 시급한 추가 작업은 어떻게 하나요?

Tôi hiểu được ý chính của anh/chị nhưng những công việc phụ khẩn cấp ngay bây giờ thì sẽ làm thế nào?

⁕khẩn cấp 시급한

당신 생각은 알겠지만, 시급한 추가 작업은 어떻게 처리해야 할까요?

Tôi hiểu được ý anh/chị nhưng việc bổ sung khẩn cấp phải xử lý như thế nào?

Biz tip
Tôi hiểu được ý anh/chị는 '상대의 말을 이해한다'는 뜻입니다. 하지만 뒤에는 그보다 더 중요한 사항을 전달하거나 질문하는 내용을 덧붙이죠.

결과적으로 저희는 신상품 출시일을 놓쳤습니다.

Kết quả là chúng tôi đã bỏ lỡ ngày ra mắt các sản phẩm mới.

이 때문에, 저희는 신상품 출시일을 놓쳤는데 저희로서는 당혹스러운 일이었습니다.

Do đó, chúng tôi đã bỏ lỡ ngày ra mắt sản phẩm mới, nhưng đối với chúng tôi, đó đã là một việc rất bối rối.

이번 지연 때문에 매우 중요한 신상품 출시일을 놓쳤습니다.

Do sự trì hoãn này, chúng tôi đã bỏ lỡ ngày ra mắt của sản phẩm mới rất quan trọng.

문제의 주요 부분을 요약해 주시겠습니까?

Anh/Chị có thể tóm tắt các phần chính của vấn đề được không?

문제 있는 부분을 다시 한 번 말씀해 주시겠습니까?

Anh/Chị có thể nói lại phần nào có vấn đề được không?

다음으로, 이 문제에 대한 가장 좋은 접근 방법을 결정하기 위해 우리의 대안을 얘기해야 합니다.

Tiếp theo, chúng ta cần nói về các lựa chọn thay thế để quyết định cách tiếp cận tốt nhất cho vấn đề này.

확신을 주고자 할 때

이 프로젝트를 일본으로 가져가고 싶지만, 우리는 건실한 회사와 파트너 관계를 맺을 필요가 있습니다.

Chúng tôi muốn đưa dự án này đến Nhật Bản, nhưng chúng tôi sẽ cần hợp tác với một công ty vững chắc.

Biz tip
A와 B를 비교해 가며 더 중요한 점이 있다는 것을 설명합니다. Chúng tôi muốn A 부분엔 '원하는 것'을, nhưng chúng tôi sẽ cần B 부분엔 '꼭 이행될 필요가 있는 사항'을 언급합니다.

저는 제 경력을 다음 단계로 끌어올리고 싶습니다. 하지만 그러려면 더 많은 교육을 받아야 합니다.

Tôi muốn nâng cao kinh nghiệm của tôi lên giai đoạn sau. Nhưng, nếu muốn như vậy tôi cần phải được đào tạo nhiều hơn nữa.

그들은 자신들의 웹사이트를 더 개발하길 원합니다. 하지만 그들은 많은 돈을 지출해야 할 겁니다.

Họ muốn phát triển thêm các trang web của họ. Nhưng chắc là họ sẽ phải trả rất nhiều tiền.

우리가 그 기술을 고수하고 그 분야의 회사와 합작 제휴를 하게 되면, 우리는 그 거래에서 더 많은 것을 얻을 거라고 확신합니다.

Nếu chúng tôi giữ công nghệ đó và hợp tác với các công ty trong lĩnh vực đó, chúng tôi tin rằng chắc chắn sẽ nhận được nhiều thứ hơn trong giao dịch đó.

Biz tip

회사가 확신을 줄 수 있는 부분을 강조하세요.

우리는 이것이 그 회사에 가장 좋다고 확신합니다.

Chúng tôi chắc chắn đây là điều tốt nhất cho công ty đó.

귀사가 저희 서비스에 만족하실 거라고 확신합니다.

Chúng tôi chắc chắn anh/chị sẽ hài lòng với dịch vụ của chúng tôi.

이것은 혁신적인 기술입니다. 귀사는 분명 저희와 함께 하고 싶어 할 겁니다.

Đây là một công nghệ cách tân. Công ty của anh/chị chắc chắn sẽ muốn cùng làm với chúng tôi.

Biz tip

합작사업의 기회를 언급하며 사업 파트너가 되길 원한다는 것을 간접적으로 언급하세요.

귀사는 분명 이 새 개발에 관한 소식을 계속 듣길 원할 겁니다.

Anh/Chị chắc chắn sẽ muốn tiếp tục nghe thông tin về sự phát triển mới này.

우리의 경쟁력 있는 봉급과 복리후생 제도에 대해 듣고 나면 우리 회사에서 일하고 싶어 하게 될 겁니다.

Anh/Chị sẽ muốn làm việc ở công ty của chúng tôi sau khi nghe về mức lương và chế độ phúc lợi có sức cạnh tranh.

> 🔹 chế độ phúc lợi 복리후생 제도

다시 말씀드리면, 협의해서 변경할 부분은 덤핑 요금, 배송 조건, 그리고 계약 갱신에 관한 추가 조건입니다.

Nói tóm lại, những điều chính mà chúng ta cần thảo luận và sửa đổi là phí bán phá giá, điều kiện vận chuyển và điều kiện bổ sung về gia hạn hợp đồng.

추가 조건 제안

한 가지 더 제안하겠습니다.

Tôi sẽ đưa thêm một đề nghị nữa.

저희 측에서 이 문제를 검토하겠습니다.

Chúng tôi sẽ xem xét về vấn đề này.

주신 제안을 윗분들과 확인하겠습니다.

Tôi sẽ xác nhận đề nghị của anh/chị với cấp trên.

귀사의 제안서는 훌륭해 보이며, 우리는 그 내용을 고려할 준비가 되었습니다.

Bản đề xuất của quý công ty có vẻ rất tuyệt vời nên chúng tôi đã sẵn sàng xem xét nó.

귀사의 제안서가 그럴 법하니 고려해 보겠습니다.

Bản đề xuất của quý công ty có khả thi nên chúng tôi sẽ xem xét nó.

그것을 하나의 선택 사항으로 생각할 준비가 되었습니다.

Tôi đã chuẩn bị để suy nghĩ đó như là một lựa chọn.

귀사의 제안서는 고려해 볼 만한 가치가 있더군요. 한번 생각해 보도록 하겠습니다.

Bản đề xuất của anh/chị có giá trị đáng xem xét. Chúng tôi sẽ suy nghĩ thử xem sao.

당신이 우리와 함께 합작했으면 하는 첨단 기술 프로젝트가 있습니다.

Chúng tôi có dự án kỹ thuật tiên tiến mà chúng tôi muốn anh/chị hợp tác với chúng tôi.

Biz tip
함께 할 수 있는 사업 영역을 제시하며 공동사업 기회에 대한 여지를 남기세요.

하지만 그 제안을 받아들이려면, 저희가 먼저 추가 조건을 제시하고 귀사의 피드백을 받을 필요가 있죠.

Tuy nhiên, nếu chúng tôi chấp nhận đề nghị đó, trước tiên chúng tôi cần đưa ra các điều kiện bổ sung và nhận phản hồi của quý công ty.

＊phản hồi 피드백

Biz tip
아무리 마음에 드는 조건이어도 무작정 받아들이기보단 협상 기회를 호시탐탐 노리는 자세로 추가 요구 사항을 제시하세요. 상대가 받아들이지 않는다면 양보하거나 추가 협상을 하겠지만, 의외로 쉽게 받아들이는 경우가 생길 수도 있습니다.

하지만 당신의 제안을 고려하기 위해, 저는 당신이 저의 제안에 동의하시는지를 확실히 해야겠습니다.

Nhưng để xem xét đề xuất của anh/chị, tôi phải chắc chắn rằng anh/chị đồng ý với đề xuất của tôi hay không.

귀사와 함께 하기 위해, 저희에게 필요한 것을 귀사가 공급해 주실 수 있는지 여쭤 봐야겠습니다.

Để cùng đi với công ty anh/chị, chúng tôi cần phải hỏi xem quý công ty có thể cung cấp những gì chúng tôi cần hay không.

양측의 통화 위험 부담에 대한 방지책을 고려하는 게 어떨까요?

Chúng ta xem xét các biện pháp để đối phó với rủi ro tiền tệ của cả hai bên thì thế nào?

＊đối phó 대처하다

Biz tip
~ thế nào?(~는 어때요?)는 뭔가를 제안할 때 매우 유용한 표현입니다.

VIP 고객을 위한 특별 할인이 있습니까?
Có giảm giá đặc biệt cho khách hàng VIP không?

다음 주까지 보증금을 납부해 주시길 바랍니다.
Vui lòng trả tiền đặt cọc cho đến tuần sau.

486

우리는 보통 임대차 계약에 서명할 때 임차인에게 보증금을 납부하도록 요청합니다.

Chúng tôi thường yêu cầu người thuê trả tiền đặt cọc khi ký hợp đồng thuê.

임차료가 1일이 아닌 5일에 징수되도록 해 주실 수 있나요?

Tôi có thể yêu cầu rằng tiền thuê được chi trả vào ngày 5 thay vì ngày 1 không?

Biz tip
임차료, 임대료에 관한 지불 선호 방법이 있다면 계약서에 확정일자를 받기 전에 다시 한 번 확인하세요.

저희가 제시할 수 있는 최선은 30%입니다.

Giá tốt nhất mà chúng tôi có thể cung cấp là 30 phần trăm. Chúng tôi có thể đưa cung cấp anh/chị tối đa là 30 phần trăm.

저희가 제공해 드릴 수 있는 최선은 무료 배송과 설치입니다.

Điều tốt nhất chúng tôi có thể cung cấp cho bạn là cài đặt và vận chuyển miễn phí.

저희가 할 수 있는 최선은 10% 급여 인상과 함께 유급 휴가를 주는 겁니다.

Điều tốt nhất chúng tôi có thể làm là cho các bạn một kỳ nghỉ có lương cùng với tăng lương 10 phần trăm.

또한 유지 보수와 배송을 추가하는 건 어떻습니까?

Hơn nữa thêm việc bảo trì và vận chuyển thì thế nào?

Biz tip
협상 내용을 추가하거나 덧붙일 땐 hơn nữa로 문장을 시작하세요.

3개월 할부로 납부할 수 있나요?

Tôi có thể trả góp khoản tiền đó trong 3 tháng được không?

ᵒtrả góp 분할 지불하다

자동이체를 신청할 수 있나요?

Tôi có thể đăng ký ghi nợ trực tiếp không?

ᵒ ghi nợ trực tiếp 자동이체

중개수수료와 세금에서 좀 더 절약할 수 있는 게 있나요?

Có gì có thể tiết kiệm hơn trong chi phí môi giới và thuế không?

추가로 비용을 절약할 수 있는 조건을 제시해 주실 수 있을까요?

Anh/Chị có thể cho tôi biết thêm điều kiện để có thể tiết kiệm chi phí được không?

제시하는 가격에 곧바로 계약을 맺는 경우는 흔치 않습니다. 부동산 시장에서는 "부르는 게 값"이 될 수 있기 때문에 협상만 잘하면 비용을 줄일 수 있는 방법이 많습니다. 중개인이나 건물주에게 추가로 비용을 절약할 수 있는 방법이 있는지 물어보세요.

서로 공감하는 점을 찾을 수 있어 기쁘군요.

Tôi vui mừng vì chúng ta có thể tìm thấy điểm đồng cảm với nhau.

오늘 서로 공통된 의견에 도달해서 기쁘군요.

Tôi thật vui vì chúng ta đã đạt được một ý kiến chung ngày hôm nay.

조건을 확인할 때

새로운 사업에 가장 먼저 견적을 내실 기회를 드리겠습니다.

Chúng tôi sẽ cho anh/chị cơ hội để báo giá đầu tiên cho dự án mới.

무슨 말씀인지 알겠습니다. 그런데 그게 실제로 어떻게 이행되죠?

Tôi hiểu ý anh/chị rồi. Nhưng thực tế chuyện đó được tiến hành như thế nào?

저희가 견적을 요청드리겠죠.

Chúng tôi sẽ yêu cầu anh/chị báo giá.

만약 우리가 만족하지 않는다면, 다른 공급업체에 견적을 묻겠죠.

Nếu chúng tôi không hài lòng, chúng tôi sẽ yêu cầu báo giá cho một nhà cung cấp khác.

만약 그들이 더 좋은 조건을 내놓는다면, 귀사에게 거기에 맞추실 기회를 드리겠습니다.

Nếu họ đưa ra một điều kiện tốt hơn, chúng tôi sẽ cho anh/chị một cơ hội có thể đáp ứng với điều kiện đó.

총회전율에 의거하여 월별 계산서의 금액을 줄이는 범위를 제시해 드리도록 하죠.

Dựa vào tổng tỷ lệ quay vòng, chúng tôi sẽ đề xuất một phạm vi để giảm tiền của hóa đơn theo tháng.

매력적으로 들리는군요.

Nó nghe có vẻ hấp dẫn.

귀사를 저희의 우선 공급업체로 지정해 드린다면, 저희에게 뭘 제공해 주실 수 있습니까?

Anh/Chị có thể cung cấp gì nếu chúng tôi chỉ định công ty anh/chị là nhà cung cấp ưu tiên?

개당 75달러로 해 주신다면, 3년간의 지원 계약에 서명하겠습니다.

Nếu là 75 đô la cho mỗi cái thì chúng tôi sẽ ký hợp đồng hỗ trợ trong 3 năm.

계약 기간을 2년으로 연장한다면, 어떤 가격 조건을 제공해 주시겠습니까?

Anh/Chị sẽ ra điều kiện với giá như thế nào nếu chúng tôi gia hạn hợp đồng 2 năm?

당신은 우리의 우선 협상 대상자가 될 겁니다.

Anh/Chị sẽ trở thành người đấu thầu ưu tiên của chúng tôi.

무슨 말씀인지 잘 모르겠습니다.

Tôi chưa hiểu ý anh/chị nói.

다시 한 번 요점을 정리해 주시겠습니까?

Anh/Chị có thể nói rõ ý chính một lần nữa được không?

무슨 의도로 말씀하시는 건지 잘 모르겠습니다.

Tôi không biết rõ anh/chị nói với ý đồ gì.

확실하게 정리합시다.

Chúng ta hãy làm một cách chắc chắn đi.

빙빙 얘기 돌리지 마세요. 요점으로 들어갑시다.

Đừng có đi vòng vòng như vậy. Chúng ta hãy đi vào trọng tâm nào.

＊trọng tâm 중심

귀사가 요청하는 가격에 저희가 만족한다면, 귀사와 계약을 할 겁니다.

Nếu chúng tôi hài lòng với mức giá anh/chị yêu cầu, chúng tôi sẽ ký hợp đồng với công ty của anh/chị.

저희 엔지니어 5명이 그 프로젝트를 맡을 수 있다면, 계약을 체결하겠습니다.

Chúng tôi sẽ ký hợp đồng nếu 5 kỹ sư của chúng tôi có thể đảm nhận dự án đó.

적절하다고 생각하시는 가격대를 말씀해 주세요.

Anh/Chị hãy nói cho tôi biết giá cả mà anh/chị nghĩ là phù hợp.

협상 조건으로 회전율 관련 할인을 제공해 드릴 수 있습니다.

Chúng tôi có thể cung cấp giảm giá liên quan đến tỷ lệ quay vòng với điều kiện đàm phán.

Biz tip

상대의 조건에 응해 협상 의지를 보이며 새로운 조건이나 대안을 제시하세요.

당신이 염두에 두고 계신 것을 고려해 볼 의사가 있습니다.

Tôi có ý định xem xét những điều anh/chị đang nghĩ.

저희가 20개 이상 구입할 때마다 10% 할인을 해 주시고, 그렇지 않을 경우 엔 5% 할인을 해 주시면 어떨까요?

Mỗi khi chúng tôi mua trên 20 cái thì giảm 10 phần trăm, còn nếu không thì giảm 5 phần trăm thì sao?

양보할 때

**원활하지
않은 협상
상황**

이런 (업무) 관계가 무너지는 것을 보고 싶지 않습니다.

Tôi không muốn thấy mối quan hệ này bị sụp đổ.

만일 저희에게 단일 주문이 아닌 연간 계약을 제시해 주신다면, 저희도 1% 할인을 제공해 드릴 수 있습니다.

Nếu anh/chị đề nghị chúng tôi ký hợp đồng hàng năm mà không phải chỉ đơn thuần là một đơn hàng, chúng tôi cũng có thể cung cấp chiết khấu cho anh/chị 1 phần trăm.

A **Nếu anh đề nghị chúng tôi ký hợp đồng hàng năm mà không phải chỉ đơn thuần là một đơn hàng, chúng tôi cũng có thể cung cấp chiết khấu cho anh 1 phần trăm.**
만일 저희에게 단일 주문이 아닌 연간 계약을 제시해 주신다면, 저희도 1% 할인을 제공해 드릴 수 있습니다.

B Chị nói hợp lý đấy. Tốt lắm. Chúng tôi sẽ xem xét.
합당한 말씀이시네요. 좋습니다. 살펴보겠습니다.

상사에게 이 내용에 관해 말씀드려 보겠습니다. 그 이후에 전화드리죠.

Tôi sẽ nói với sếp của tôi về điều này. Sau đó tôi sẽ gọi cho anh/chị.

계속 같은 자리에서 나아가지 못하고 있군요.

Chúng ta chỉ vẫn xoay quanh ở đây.

아무것도 하지 못하는 상태군요.

Chúng ta đang ở tình trạng không thể làm gì cả.

우리는 답보 상태입니다.

Chúng tôi đang trong tình trạng đình trệ.

＊đình trệ 정체하다, 침체하다

진척되는 사항이 없어요.

Không có điều gì được tiến triển.

저희에게 필요한 건 귀사 측의 일종의 양보입니다.

Điều chúng tôi cần là sự nhượng bộ của quý công ty.

우리는 타협을 해야 합니다.

Chúng ta phải thỏa hiệp.

*thỏa hiệp 타협하다

양측이 조금씩 양보해야 한다고 생각해요.

Tôi nghĩ rằng cả hai bên nên nhượng bộ lẫn nhau một chút.

조금씩 양보하지 않으면 우리는 오랫동안 교착 상태에 빠지게 됩니다.

Chúng ta không thể làm gì hết nếu không thỏa hiệp một chút nào cả.

계속 합의를 보지 못하면 이러지도 저러지도 못하게 돼요.

Chúng ta sẽ bị mắc kẹt, nếu chúng ta tiếp tục không thể thoả thuận với nhau.

월정액에 약간의 할인을 제공해 드릴 수 있습니다. 물론 특정 조건하에서요.

Chúng tôi có thể giảm giá một chút về tiền mặt hàng tháng. Tất nhiên là dưới điều kiện riêng biệt.

Biz tip
양보하는 조건을 제공할 때 지나치게 서둘러 최저 금액을 제시하지 않도록 하세요.

계약 기간을 1년에서 3년으로 연장한다면 할인해 드릴 수 있습니다.

Nếu anh/chị gia hạn hợp đồng từ 1 năm lên 3 năm, chúng tôi có thể giảm giá cho anh/chị.

만일 그들이 우리의 조건에 동의한다면, 우리는 그 거래를 받아들일 겁니다.

Nếu họ đồng ý với điều kiện của chúng tôi thì chúng tôi sẽ chấp nhận giao dịch đó.

이걸 나중에 고려해 봐도 될까요?

Tôi có thể xem xét điều này sau được không?

생각하고 계신 사항이 있으신가요?

Anh/Chị có ý kiến gì không?
Suy nghĩ của anh/chị thế nào ạ?

Biz tip
상대의 의견을 물어 그 의견을 고려할 융통성이 있음을 보여 주세요.

대체 우리에게 뭘 하라고 제안하시는 거죠?

Anh/Chị đang đề nghị chúng tôi làm gì nhỉ?

중간 지점을 찾으려고 노력합시다.

Chúng ta hãy cố gắng tìm địa điểm ở khu vực trung gian.

중간 지점으로 정하면 어떨까요?

Chúng ta quyết định là địa điểm ở khu vực trung gian thì thế nào?

Biz tip
양측의 양보가 없는 경우 중간 지점을 권유합니다.

**협상 타결을
위한 노력**

이 프로젝트를 완수하기 위해 우리가 정확히 뭘 해야 하나요?

Chúng ta chính xác phải làm gì để hoàn thành dự án này?

귀사에서 이 프로젝트를 저희에게 주시도록 하려면 저희가 정확히 뭘 해야 하나요?

Chúng tôi chính xác cần làm gì để quý công ty cho chúng tôi dự án này?

결정 내릴 사항이 뭔가요?

Điều anh/chị sẽ quyết định là gì?

타당하군요.

Nghe có vẻ hợp lý.

Biz tip
상대의 협상 조건에 찬성인지 반대인지를 확실하게 표현하세요.

고려해 볼 가치가 있는 타협인 것 같군요.

Dường như đó là một thoả hiệp đáng xem xét.

공평하군요.

Thật công bằng.

무슨 말씀인지 알겠습니다.

Tôi hiểu ý anh/chị nói rồi.

사실 이제 더 알아보러 다니지 않아도 될 것 같아 기쁘군요.

Thực ra bây giờ tôi rất vui vì không cần đi tìm hiểu nữa.

Biz tip
다른 협상과 달리 임대 계약 등의 협상에서는 공인중개사나 대리인들이 확실히 계약할 것 같은 고객에게 더 호의적이고 더 좋은 정보를 제공하는 경향이 있습니다. 그냥 가격만 알아보러 다니는 듯한 태도보다는 실제 계약을 할 것 같은 태도를 보이면 더 나은 가격에 거래할 수 있어요.

사실 좋은 중개소를 찾아 기쁘네요.

Thật ra tôi rất vui đã tìm được một đại lý tốt.

간단히 말해 이 회사가 제가 찾던 곳이에요. 이곳에 투자하고 싶군요.

Nói đơn giản đây là công ty mà tôi đang tìm kiếm. Tôi muốn đầu tư vào đây.

그가 쏟은 노력을 생각하면 여전히 불공평하다고 생각해요.

Tôi nghĩ rằng vẫn còn sự không công bằng khi xem xét những nỗ lực của anh ấy/chị ấy.

저도 압니다만, 요즘 상황이 좋지 않아 저희도 가격을 고려해야 합니다.

Tôi cũng biết rồi nhưng dạo này tình hình không tốt nên chúng tôi cũng phải xem xét về giá cả.

Biz tip

가격 조정을 다시금 언급할 경우 내부적으로 해결할 수 없는 외적 요인들을 설명하면서 상대의 뜻은 이해하나 어쩔 수 없는 상황임을 강조하세요.

당신 뜻을 이해합니다만, 요즘 상황에서는 경기 침체로 인해 저희도 예산을 축소해야 해서요.

Tôi hiểu ý của anh/chị rồi, nhưng dạo này, do suy thoái kinh tế, chúng tôi cũng phải giảm ngân sách.

＊suy thoái kinh tế 경기 침체

무슨 말씀이신지 이해합니다만, 요즘 상황이 상황인지라 제시하신 가격을 감당할 수 없습니다.

Tôi hiểu ý anh/chị nói rồi nhưng do tình hình hiện nay, chúng tôi không thể chấp nhận giá cả mà anh/chị đề nghị.

만약 일이 잘 안 되면, 우리 프로젝트를 모두 취소해야 합니다.

Nếu không được việc thì chúng ta phải hủy bỏ tất cả dự án.

만일 저희 현 경영진이 동의한다면, 저희가 추가 할인을 제공해 드릴 수 있을 겁니다.

Nếu ban điều hành hiện tại đồng ý thì chúng tôi sẽ có thể giảm giá thêm.

만일 실패하면, 제가 모든 책임을 지겠습니다.

Nếu thất bại thì tôi sẽ chịu trách nhiệm hết.

Hãy tin vào lời chúng tôi.

Chúng tôi đã cài đặt hệ thống thanh toán điện tử để tránh những vấn đề có thể xảy ra trong tương lai.

Đối với sản phẩm này, quý công ty sẽ trở thành một nhà cung cấp độc quyền của chúng tôi.

Tôi sẽ cố gắng hết sức cho dự án này.

예산 및 경비의 타협

Như tôi đã nói hôm qua, có những lo ngại về ngân sách cho dịch vụ mới của chúng tôi.

Hôm qua anh/chị nói rằng có thể có một số vấn đề tiềm ẩn.

Tôi đã hoàn thành báo cáo trước và mang đến đây cho anh/chị xem xét.

Tôi hiểu rõ tình hình. Nhưng trước khi tôi đưa tiền vốn cho anh/chị, tôi muốn xem dự thảo ngân sách và bản báo cáo đã được chỉnh lý để xem tiền vốn này sẽ được sử dụng như thế nào.

※ dự thảo ngân sách 예산안

Hoặc là họ cũng có thể chỉ "trả tiền đến mức mà họ đã sử dụng cho số ngày thêm này.

아니면 추가 일수 동안 그들의 방식대로 지불할 수 있겠습니다.

Hoặc là họ có thể trả tiền theo cách của họ cho số ngày thêm.

아니면 이 3일간의 경비는 총 금액에 포함시키지 않고, 고객은 각자 이 비용을 우리에게 지불할 수 있습니다.

Hoặc là chi phí cho 3 ngày này không được tính vào tổng số tiền và mỗi khách hàng có thể trả cho chúng tôi chi phí này.

이 프로젝트의 자금을 늘리기 위해 쓸 수 있는 추가 금액이 얼마인지에 관한 수치도 포함시켰습니다.

Chúng tôi cũng đã quy định về con số liên quan đến số tiền bổ sung có thể dùng để tăng vốn cho dự án này.

25만 달러가 사용 가능하군요.

Có thể dùng 250 nghìn đô la.

그럼 이 금액을 융통시켜 드리죠.

Tôi sẽ cung cấp cho anh/chị số tiền này.

이 사업을 1월까지 운영해 보고, 그 다음 사업을 성공적으로 이끌기 위한 금전적 실현 가능성과 필요 조건을 다시 평가해 보죠.

Trước tiên, chúng tôi sẽ vận hành dự án này đến tháng 1, sau đó sẽ đánh giá lại điều kiện cần thiết và khả năng thực hiện về mặt tiền tệ để dẫn dắt dự án tới thành công.

※ khả năng thực hiện 실현 가능성

어떻습니까?

Anh/Chị thấy thế nào?

돈을 잃는 상황에 도달하고 싶지 않습니다.

Tôi không muốn rơi vào tình trạng bị mất tiền.

경영진이 경비를 절약하여 예산이 많이 줄었습니다.

Vì ban điều hành tiết kiệm kinh phí nên ngân sách đã giảm đi rất nhiều.

예산은 가장 수월하고 가장 값싼 상황에 대처하도록 설계되었습니다.

Ngân sách được thiết kế để đối phó với tình huống dễ dàng nhất và rẻ tiền nhất.

예산은 회사 고객의 요구를 반영하지 않는 것 같아요.

Ngân sách không phản ánh yêu cầu của khách hàng.

예산은 회사의 표적 시장을 고려하지 않습니다.

Ngân sách không xem xét thị trường mục tiêu của công ty.

고객이 정말 무엇을 원하는지에 대한 생각이 예산에는 고려되지 않았습니다.

Ý tưởng mà khách hàng thực sự muốn thì không được xem xét trong ngân sách.

적절한 수준의 서비스를 제공하기에 적합지 않군요.

Nó không thích hợp để cung cấp dịch vụ theo tiêu chuẩn.

현 예산은 융통성이 떨어집니다.

Ngân sách hiện tại đang thiếu tính linh hoạt.

◦ linh hoạt 유연한, 변통성 있는

기금 적립금은 필요한 경우에 사용될 겁니다.

Tiền gửi quỹ sẽ được sử dụng khi cần thiết.

우리는 제시간에 프로젝트를 마치기 위해 추가 자원을 이용했습니다.

Chúng tôi đã sử dụng các nguồn lực bổ sung để hoàn thành dự án đúng hạn.

설득 노력

만일 우리가 계약을 무효로 하면, 우리는 위약금을 내고 그쪽은 다른 계약 상대를 찾아야 한다는 점을 말씀드리고자 합니다.

Tôi muốn nhắc lại cho anh/chị là nếu chúng tôi làm vô hiệu hợp đồng, thì chúng tôi sẽ trả tiền phạt còn bên anh/chị phải tìm một đối tác hợp đồng khác.

물론 프로젝트의 마지막 단계에서 포기하길 원하시는 건 아니겠죠?

Tất nhiên là anh/chị không muốn từ bỏ trong giai đoạn cuối của dự án chứ?

Biz tip

상대의 의견을 확인하듯 '물론 ~는 아닐 것이다'고 말할 때 Tất nhiên là anh/chị không muốn ~을 사용할 수 있습니다. 문장 끝에 chứ를 붙이면 질문 형태가 되는데, 화자가 어느 정도 확신을 가진 채 물어보는 뉘앙스를 가집니다.

물론 저희와의 계약 취소를 원하시는 건 아니죠?

Tất nhiên là anh/chị không muốn hủy hợp đồng với chúng tôi, phải không?

제가 틀렸다면 정정해 주세요. 근데 저희와의 계약 취소를 원하시는 것 같네요.

Nếu tôi sai thì anh/chị sửa giúp tôi nhé. Nhưng tôi nghĩ có vẻ như anh/chị muốn hủy hợp đồng với chúng tôi thì phải.

계산을 해 보니, 귀사에서 그 프로젝트를 정말로 철회하시면 저희의 비용 충당에 필요한 금액보다 위약금이 훨씬 적다는 것을 알았습니다.

Sau khi tính toán, chúng tôi biết được rằng tiền phạt sẽ thấp hơn nhiều so với chi phí cần thiết để bổ sung nếu quý công ty rút khỏi dự án đó.

○ rút khỏi 철회하다

Biz tip
상대가 계약을 거부할 경우 수치 · 비용 등의 근거 자료를 바탕으로 상대가 거절할 수 없는 논리적 이유를 제시합니다.

저희가 귀사에 비용을 더 내는 것을 고려해 보도록 저희를 설득하실 기회를 드리죠.

Chúng tôi sẽ cho bên anh/chị một cơ hội để thuyết phục chúng tôi xem xét việc chúng tôi sẽ trả chi phí nhiều hơn cho quý công ty.

Biz tip
협상에서 상대에게 뭔가를 허락할 때 「Chúng tôi sẽ cho bên anh/chị + 동사」 또는 「Chúng tôi sẽ cho bên anh/chị cơ hội có thể + 동사」를 활용하세요.

서로 뭔가 노력할 수 있다는 것을 이해하실 거라고 확신합니다.

Tôi tin chắc rằng anh/chị sẽ hiểu ra rằng chúng ta có thể cố gắng làm điều gì đó cho nhau.

Biz tip
확신하는 사항을 전달할 때 chắc rằng ~을 활용하세요.

새로 온 경영팀이 좋은 성과를 올릴 거라고 확신합니다.

Tôi tin chắc rằng nhóm kinh doanh mới đến sẽ làm nên thành quả tốt.

반대 · 동의 · 거절

🎧 09-6.mp3

반대

왜 원 계약서에 추가 비용이 계산돼 있지 않았나요?

Tại sao chi phí bổ sung không được tính trong hợp đồng ban đầu?

귀사의 총액 계산 착오에 대해 왜 저희가 책임을 져야 하는지 이해할 수 없군요.

Tôi không thể hiểu tại sao chúng tôi phải chịu trách nhiệm cho việc tính toán sai lầm của công ty anh/chị.

저희 예산이 허용하는 것보다 추가 비용이 확실히 더 크겠죠.

Chi phí bổ sung chắc chắn sẽ lớn hơn ngân sách cho phép của chúng tôi.

전적으로 동의해 드릴 수 없군요.

Tôi hoàn toàn không thể đồng ý.

저희는 이것을 하자고 요구하지 않았습니다.

Chúng tôi đã không yêu cầu làm việc này.

저희는 계약이 무효화돼야 한다고 요구하는 게 아닙니다.

Chúng tôi không yêu cầu là hợp đồng phải bị vô hiệu hóa. Việc vô hiệu hóa hợp đồng không phải là yêu cầu của chúng tôi.

⟶ vô hiệu hóa 무효화하다

프로젝트 마감일이 연기돼야 한다고 주장하는 게 아닙니다.

Chúng tôi không chủ trương rằng thời hạn dự án nên được hoãn lại.

맞는 말씀입니다만, 리콜되는 어떤 불량품에 대해서든 지방 법률은 감독 위원회가 모든 조사 결과를 검토하고 보고하도록 돼 있습니다.

Anh/Chị nói đúng, nhưng đối với bất kỳ sản phẩm lỗi nào được thu hồi thì luật địa phương đều yêu cầu ủy ban giám sát kiểm tra và báo cáo tất cả về kết quả điều tra đó.

'맞는 말씀입니다만, ~' 하면서 부분적으로 동의하며 반대 의견을 전할 땐 anh/chị nói đúng, nhưng ~ 또는 đó/đây là thật, nhưng ~ 또는 đó là đúng, nhưng ~ 또는 tôi hiểu ý anh/chị nói, nhưng ~ 등의 표현을 사용할 수 있습니다.

맞는 말씀입니다만, 수출되는 어떤 제품에 대해서든 미국법은 추가 안전성 테스트가 실시돼야 한다고 규정하고 있습니다.

Anh/Chị nói đúng, nhưng đối với bất cứ sản phẩm nào, nếu muốn xuất khẩu thì luật của Mỹ đều quy định là phải tiến hành thử nghiệm an toàn bổ sung.

Điều đó là đúng, nhưng sự thật là đối với bất kỳ sản phẩm nào được xuất khẩu, thì luật pháp Mỹ đều yêu cầu là thử nghiệm an toàn bổ sung phải được tiến hành.

 quy định 규정하다

맞는 말씀입니다만, 저희가 ABC 아울렛과 합병하려면 이사회의 전적인 승인이 필요합니다.

Điều đó là đúng, nhưng chúng tôi cần sự chấp thuận toàn diện của hội đồng quản trị nếu sáp nhập với ABC Outlet.

sự chấp thuận 승인

음, 만일 다른 도급업자를 찾으셔야만 한다면 당신의 일정이 완전 깨지게 될 겁니다.

Ừm, nếu phải tìm ra một nhà thầu khác thì lịch trình của anh/chị sẽ hoàn toàn bị phá vỡ.

고민하듯이, 하지만 상대가 거절하지 못할 히든 카드를 내놓으며 협상의 중요성을 인식시키세요.

글쎄요, 그렇게 하면 당신의 일정이 완전 무너질 텐데요.

Ôi, nếu làm như thế lịch trình của anh/chị sẽ hoàn toàn bị phá vỡ.

재정적으로 가능한 얘기가 아닙니다.

Đó không phải là việc có thể làm về mặt tài chính.

불가능하다는 것을 전할 땐 적절한 이유를 설명해야 합니다. Về mặt tài chính은 재정적인 관점을 뜻해요.

시장 동향의 측면에서 그건 실행 가능하지 않습니다.

Nó không khả thi về mặt xu hướng thị trường.

 khả thi 실행 가능한

500

올해 책정된 현 예산을 고려하면 그건 가능하지 않습니다.

Nếu xem xét ngân sách hiện tại được dự tính năm nay, nó không thể thực hiện được.

마케팅 측면에서 볼 때, 요구하시는 부분은 불가능합니다.

Về mặt tiếp thị điều mà anh/chị yêu cầu thì không thể thực hiện được.

저희의 현 재정 상황을 고려하면 귀사의 요구 사항을 받아들일 수 없습니다.

Chúng tôi không thể chấp nhận yêu cầu của anh/chị nếu xem xét đến tình hình tài chính hiện tại.

평균 시장가를 고려해 볼 때, 그건 너무 비싼 편입니다.

Khi xem xét giá thị trường trung bình, nó quá đắt.

부분적인 동의

저희 제안을 어떻게 생각하십니까?

Anh/Chị nghĩ sao về đề nghị của chúng tôi?

양측 모두에게 어려운 조건임을 감안하면, 저희는 미래의 기회를 위해 좋은 조건으로 관계를 유지하고 싶습니다.

Nếu xem xét thấy đây là một điều kiện khó khăn cho cả 2 bên, chúng tôi muốn duy trì mối quan hệ với điều kiện tốt vì cơ hội trong tương lai.

이것이 매우 도전적인 프로젝트임을 고려하면, 저희는 귀사의 기술적인 도움을 요청드리고 싶습니다.

Khi xem xét thấy đây là một dự án rất mang tính thách thức, tôi muốn đề nghị sự giúp đỡ của quý công ty về mặt kỹ thuật.

네, 동의합니다.

Vâng, chúng tôi có thể chấp nhận điều đó.

당신의 제안은 그럴 듯합니다.

Đề xuất của anh/chị là hợp lý. ⊳hợp lý 타당성 있는, 합리적인

당신의 제안은 실현 가능합니다.

Đề xuất của anh/chị là khả thi.

당신의 제안은 검토할 만한 가치가 있습니다.

Đề xuất của anh/chị có giá trị đáng xem xét.

당신의 제안은 고려해 볼 만한 가치가 있습니다.

Đề nghị của anh/chị đáng có giá trị xem xét.

그럼 새 계약서를 작성해야겠군요.

Vậy chắc là chúng ta cần phải viết hợp đồng mới.

Biz tip

조건에 대한 이행 사항이나 결과를 보여 주세요.

그럼 저희는 이 점에 대해 좀 더 자세히 얘기 나눌 필요가 있겠군요.

Thế thì chúng tôi cần nói chuyện chi tiết hơn về điểm này.

이 건에 대해 결국 서로 합의할 수 있을 거라고 생각했습니다.

Tôi đã nghĩ rằng thế nào thì cuối cùng chúng ta cũng sẽ có thể thỏa thuận được về vấn đề này.

Biz tip

궁극적으로 처리된 사안에 대해서는 긍정적인 코멘트로 마무리합니다.

이 문제에 관한 저희 제안을 결국엔 받아들이실 거라고 생각했습니다.

Tôi đã nghĩ rằng thế nào thì cuối cùng anh/chị cũng sẽ chấp nhận đề nghị của chúng tôi về vấn đề này.

이 거래의 적정선을 찾을 수 있을 거라고 생각했습니다.

Tôi đã nghĩ rằng thế nào thì chúng ta cũng có thể tìm được mức hợp lý cho thỏa thuận này.

거절

그건 말도 안 됩니다.

Nhưng điều đó là vô lý.

Biz tip

위 표현은 상대의 제안을 확고하게 거절할 때 사용합니다. 좀 더 유연하게 표현하고 싶을 땐 không hợp lý(타당하지 않은)가 적절하죠.

그건 제가 협상하려고 준비한 선을 넘는 얘기군요.

Điều đó đã vượt qua giới hạn mà tôi đã chuẩn bị để đàm phán.

그건 이룰 수 없겠는데요.

Điều đó không thể đạt được.

그 조건에는 응할 수 없습니다.

Chúng tôi không thể đồng ý với điều kiện đó.

유감이지만 40% 이하의 금액이면 파업한다고 위협할 우려가 있어요.

Rất tiếc nhưng tôi e là họ có thể đe doạ đình công nếu số tiền dưới 40%.

Biz tip
가격·금액 등에 대한 협상을 할 땐 수치를 이용해 조건 제시를 분명히 하세요.

만일 그들의 조건을 고려할 준비가 되지 않으셨다면, 그들은 그 이상의 행동을 취할지도 모릅니다.

Nếu anh/chị chưa chuẩn bị để xem xét điều kiện của họ, họ còn có thể hành động hơn thế nữa.

20% 인상 요구를 고려해 주지 않으시면 직원들이 그만둘 수 있어요.

Các nhân viên có thể bỏ việc nếu anh/chị không xem xét sự yêu cầu tăng 20% lương.

이것이 이 시점에서 제가 협상을 하기 위해 준비한 겁니다. 따라서 대략 제 입장과 그들의 입장 사이에서 제안을 하고 싶군요.

Đây là những điều tôi đã chuẩn bị để đàm phán tại thời điểm này. Vì thế tôi muốn đề xuất sơ lược giữa lập trường của họ và lập trường của tôi.

중간 지점을 찾고 싶습니다.

Tôi muốn tìm điểm địa điểm ở khu vực trung gian.

우리가 논의하고 있는 두 수치 사이에서 양측 모두에게 만족스러운 수치를 찾도록 합시다.

Chúng ta hãy tìm số liệu thoả đáng cho cả hai bên giữa 2 con số mà chúng ta đang thảo luận.

돌아가서 그들에게 25%가 제공될 거라고 알리고 거기서부터 시작하죠.

Chúng ta hãy quay lại để báo cho họ biết là sẽ cung cấp 25% và chúng ta hãy bắt đầu từ đó.

Biz tip
오해가 생기지 않도록 전달 내용을 다시 한 번 확인하세요.

당신의 제안을 고려하여 저희 직원과 좀 더 그 문제를 논의하고 거기서부터 시작하겠습니다.

Tôi sẽ xem xét đề nghị của anh/chị, rồi thảo luận thêm vấn đề đó với nhân viên của chúng tôi và sẽ bắt đầu từ đó.

저희 측에서 그 조건들을 받아들이는 건 무리일 것 같습니다.

Có vẻ như hơi khó để chúng tôi chấp nhận những điều kiện đó.

추후에 필요한 사항이 있으시면 저희 측에 연락하시길 바랍니다.

Xin vui lòng liên hệ với chúng tôi nếu bạn cần thêm thông tin.

이 건에 관해 연락을 주고받도록 하죠.

Chúng ta hãy liên lạc với nhau về vấn đề này.

Biz tip

어떤 사항 등을 확정 짓지 못한 경우 추가로 연락을 취하며 확인할 것을 언급하세요.

죄송하지만, 그렇게는 별 차이가 없을 것 같습니다.

Tôi xin lỗi, nhưng có vẻ như vậy sẽ không có gì khác biệt lắm.

죄송합니다만, 그렇게는 별로 바뀔 게 없군요.

Xin lỗi, nhưng có vẻ như vậy cũng sẽ không có gì thay đổi nhiều lắm.

안타깝게도, 여전히 위험 부담을 정당화할 수는 없어요.

Thật không may, nó vẫn không thể biện minh cho rủi ro.

＊biện minh 정당화시키다

우리는 이 자리에서는 공감대를 찾을 수 없는 듯합니다.

Chúng ta dường như không thể tìm thấy sự đồng thuận ở đây.

제안해 주신 사항을 따를 수 없는 듯합니다.

Chúng tôi dường như không thể làm theo đề nghị của anh/chị.

전화상으론 효과적으로 대화를 나눌 수 없는 듯합니다.

Chúng ta dường như không thể nói chuyện một cách hiệu quả qua điện thoại được.

당신의 제안에 대한 그들의 생각을 듣고 다시 연락드리겠습니다.

Tôi sẽ liên lạc lại với anh/chị sau khi nghe suy nghĩ của họ về đề nghị của anh/chị.

당신의 입장을 밝히셨으니, 저는 그 상황을 그들과 더 논의한 후 결과를 다시 알려 드리겠습니다.

Vì anh/chị đã làm rõ lập trường của anh/chị nên tôi sẽ thảo luận thêm về tình hình đó với họ và cho anh/chị biết kết quả lại sau.

정보가 더 들어오면 이 사항에 대해 좀 더 이야기하겠습니다.

Chúng tôi sẽ nói nhiều hơn về điều này khi có thêm thông tin.

| **불만 사항 전달** | 뭐가 문제인 것 같나요? |
| | Điều gì có vẻ là vấn đề? |

Biz tip

Vấn đề là gì?(문제가 뭐죠?)는 너무 단도직입적으로 들리기 때문에 có vẻ (~로 보이다)를 사용해 보다 완곡하게 표현합니다.

네, 제가 불만 사항을 조사하죠.

Được rồi, tôi sẽ điều tra những điều không hài lòng.

뭣 때문에 문제가 생기는 거죠?

Vì điều gì mà vấn đề đã xảy ra?

불평하는 이유가 뭔가요?

Lý do bất bình là gì?

불만 사항이 뭔가요?

Điều bất mãn là gì?

새로운 계약 때문에 좀 술렁거리네요.

Hợp đồng mới đã gây ra xáo trộn một chút.　　　※xáo trộn 술렁대다

그 문제를 저희 입장에서 정리해 드리죠.

Tôi sẽ chỉnh lý lại vấn đề đó dựa theo lập trường của chúng tôi ạ.

저희 입장에서 그 문제를 검토해 볼까요?

Tôi có thể xem qua vấn đề đó ở lập trường của chúng tôi không?

저희 입장에서 그 문제가 어떻게 보이는지 말씀드리죠.

Tôi sẽ cho anh/chị biết vấn đề đó được thấy như thế nào ở lập trường của chúng tôi.

제가 말씀드렸듯이, 새로운 계약에 대해 저희 직원들이 몇 가지 불만이 있는 것 같아요.

Như tôi đã nói, tôi nghĩ rằng nhân viên của chúng tôi có một số điều bất mãn về hợp đồng mới.

잘 듣고 있습니다.

Tôi đang lắng nghe.

또 다른 특별한 얘기가 있습니까?

Còn có vấn đề nào khác đặc biệt không?

이 불만 사항은 직원 전체로부터 나오는 건가요, 아니면 몇 명의 직원으로부터 나오는 건가요?

Những điều bất mãn nổi lên là từ toàn bộ nhân viên, hay chỉ từ một số nhân viên?

Biz tip

소수의 문제인지, 다수의 문제인지에 따라 해결 방법에 차이가 생길 수 있습니다. 몇 명의 선동자로 인해 문제가 생기지 않도록 확인할 필요가 있어요.

이 불만 사항들이 고객들의 전반적인 감정을 반영하는 겁니까?

Những điều bất mãn này có phản ánh cảm xúc nói chung của khách hàng không?

이것이 관련된 사람들의 일치된 의견입니까?

Đây có phải là một ý kiến được nhất trí từ những người liên quan không?

전반적인 감정이라고 그들이 확실하게 말해 주더군요.

Họ bảo rõ ràng, đó là cảm xúc nói chung.

음료수 좀 드시고 계세요. 몇 분 후에 돌아오겠습니다.

Mời anh/chị uống chút nước đi. Tôi sẽ quay lại sau vài phút.

잠깐 쉬도록 하죠.

Có lẽ chúng ta nên nghỉ giải lao một chút.

＊giải lao 휴식하다

지금 쉬는 게 좋을 듯합니다.

Có lẽ chúng ta nên nghỉ ngơi ngay bây giờ.

우리 안건의 세 번째 사항을 토론하기 전에 5분 쉬는 게 어떨까요?

Chúng ta nghỉ 5 phút trước khi thảo luận phần thứ ba của dự thảo thì thế nào?

만찬을 위해 그랜드 볼룸으로 가실까요?

Chúng ta cùng nhau đến phòng Grand Ballroom cho bữa tiệc thì thế nào?

다리 스트레칭도 하고 기분 전환도 하기 위해 회의 중 잠깐 쉬는 시간을 갖는 게 좋겠네요.

Tôi nghĩ chúng ta nên nghỉ ngơi một chút trong cuộc họp để thả lỏng chân tay và thư giãn.

자, 이제 휴식을 취했으니 이 사항을 좀 더 자세히 살펴보고 문제를 해결할 수 있는지 봅시다.

Nào, cả hai chúng ta đều đã nghỉ ngơi rồi nên bây giờ hãy xem xét vấn đề này chi tiết hơn và thử xem liệu chúng ta có thể giải quyết nó được không.

계약 재확인

아주 좋은 거래라고 생각합니다.

Tôi nghĩ đây là một thỏa thuận rất tốt.

이달 말까지 좀 더 상세한 배송 계획을 원한다는 것을 추가하고 싶었습니다.

Tôi muốn thêm một điều là chúng tôi muốn một kế hoạch vận chuyển chi tiết hơn đến cuối tháng này.

그럼 다시 한 번 훑어보죠.

Để tôi xem lướt qua lại.   ※ lướt qua 대강 훑어보다

Biz tip
협상에서 이미 결정된 사항은 항상 확인하는 습관을 갖도록 하세요. 이미 확정된 사항에 관해 다른 얘기를 하거나 오해하는 일이 생기지 않도록요. 다음 안건으로 넘어가는 데도 도움이 됩니다.

지금까지 동의한 사항을 확인해 봅시다.

Được rồi, hãy xác nhận những gì chúng ta đã thỏa thuận cho đến giờ.

계약 조건을 다시 한 번 훑어보는 게 어떨까요?

Chúng ta xem qua lại các điều kiện trong hợp đồng thì thế nào?

다음으로 넘어가기 전에 세부 사항을 요약해 드리죠.

Trước khi chuyển qua phần tiếp theo, tôi sẽ tóm tắt những điều chi tiết.

내년에는 주요 제품에 2% 할인을 적용하기로 동의했습니다.

Chúng tôi đã đồng ý áp dụng giảm giá 2% cho các sản phẩm chính vào năm tới.

Biz tip
동의한 내용 중 핵심이 되는 부분을 요약해 확인합니다.

우리의 계약 기간을 6개월에서 1년으로 연장하는 것에 동의했습니다.

Chúng ta đồng ý gia hạn thời gian hợp đồng từ 6 tháng sang 1 năm.

2년간 연구원들을 교환하기로 타협했습니다.

Chúng ta đã thỏa hiệp sẽ trao đổi các nhà nghiên cứu trong 2 năm.

저희의 차이점을 좁혀 계약서 초안을 내놓았습니다.

Chúng tôi đã thu hẹp sự khác biệt của chúng ta và đưa ra bản thảo hợp đồng.

배송 시간은 이전과 동일할 것으로 예상합니다.

Chúng tôi dự kiến là thời gian vận chuyển sẽ giống như trước đây.

Biz tip

언급해야 할 내용, 변경 사항, 조건 등을 정리해 전하세요.

A Chị có muốn nói thêm gì nữa không?　그 밖에 하실 말씀이 있으신가요?

B **Chúng tôi dự kiến là thời gian vận chuyển sẽ giống như trước đây** còn thời gian thanh toán thì sẽ được kéo dài một chút là trong vòng 30 ngày.
배송 시간은 이전과 동일하고 지불 기간은 조금 당겨서 앞으로는 30일 안에 지불할 것으로 예상합니다.

배송 일정은 이전과 동일할 것으로 예상합니다.

Chúng tôi dự kiến là lịch trình giao hàng sẽ giống như trước đây.

전체 진행 과정은 약 3년이 소요될 것으로 예상합니다.

Chúng tôi dự kiến là tất cả quá trình tiến hành sẽ mất trong khoảng 3 năm.

서면으로 원하세요?

Anh/Chị muốn xác nhận bằng văn bản không?

Biz tip

구두 또는 문서로 협상 조건을 확인하세요. 정식 계약의 경우라면 서면 합의서를 작성하는 게 좋습니다.

구두 확인으로 충분합니다.

Xác nhận bằng lời nói là đủ rồi.

초안을 수정합시다.

Chúng ta hãy sửa bản thảo.

문서를 교환하지 않으시겠습니까?

Chúng ta trao đổi văn bản với nhau thì thế nào?

저희 자원을 공유하는 좋은 방법일 겁니다.

Đó sẽ là một cách tốt để chia sẻ tài nguyên của chúng ta.

 Biz tip

제안을 하면서 상대에게도 이득이 된다는 점을 언급하세요.

A **Đó sẽ là một cách tốt để chia sẻ tài nguyên của chúng ta.**
저희 자원을 공유하는 좋은 방법일 겁니다.

B Tốt rồi. Tôi sẽ nói với Thuỷ để gửi cho anh một bản tóm tắt chi tiết.
좋습니다. 투이에게 상세한 요약본을 보내 드리라고 말할게요.

계약서에 몇 가지 조건을 추가하길 원합니다.

Chúng tôi muốn thêm một số điều kiện vào hợp đồng.

당신과 함께 검토했으면 하는 계약이 몇 건 있습니다.

Tôi có một vài hợp đồng muốn cùng xem xét với anh/chị.

당신에게 소개해 주고 싶은 업체가 있습니다.

Chúng tôi có một nhà thầu muốn giới thiệu với anh/chị.

저희 법무팀은 항시 준비되어 있습니다. 시간은 언제가 좋으세요?

Đội ngũ pháp lý của chúng tôi luôn sẵn sàng. Khi nào thì tốt cho anh/chị?

저희 쪽 계약 변호사도 이 건에 서명하기 위해 대기 중입니다.

Luật sư hợp đồng của chúng tôi cũng đang chờ để ký vào hồ sơ này.

내일 양측이 모이면 어떨까요?

Ngày mai hai đội của chúng ta cùng họp mặt thì thế nào?

A **Ngày mai hai đội của chúng ta cùng họp mặt thì thế nào?**
내일 양측이 모이면 어떨까요?

B Hay đấy. Chúng ta không thể lãng phí thời gian.   그럽시다. 시간을 낭비하면 안 되죠.

**서류 및
계약서 정리**

좋습니다. 자, 우선 첫 번째로 계약서에 서명을 해야겠군요.

Tốt quá. Nào, trước tiên chúng ta cần ký vào hợp đồng.

모두 계약서 사본을 가지고 계십니까?

Tất cả đều đang giữ bản sao hợp đồng không?

모두 사본을 가지고 있습니다.

Mọi người đều có một bản sao.

자, 그럼 1페이지부터 봅시다.

Nào, chúng ta hãy bắt đầu từ trang 1.

지금까지 질문 있으십니까?

Đến đây có câu hỏi gì không?

지금까지는 모든 게 좋아 보입니다.

Đến bây giờ mọi thứ có vẻ tốt.

세 번째 부분으로 넘어갑시다. 여기엔 호앙 비엣사에 대한 요구 사항이 있습니다.

Chúng ta hãy chuyển sang phần thứ 3. Dưới đây là yêu cầu đối với công ty Hoàng Việt.

그걸 좀 검토해 보도록 하죠.

Chúng ta hãy dành thời gian một chút để xem xét nó.

이 요구 조건은 우리가 합의한 지불 건에 관한 조항입니다.

Yêu cầu này là một điều khoản về thanh toán mà chúng ta đã thoả thuận.

저희는 호앙 비엣사와 MIK사 간의 계약을 검토하고 서명할 목적으로 회의를 열었습니다.

Chúng tôi mở cuộc họp này với mục đích xem xét và ký hợp đồng giữa công ty Hoàng Việt và MIK.

오늘 회의 목적은 카 파츠 주식회사와 APEX 건강보험회사 간의 계약을 검토하고 서명하는 것입니다.

Mục đích của cuộc họp hôm nay là xem xét và ký hợp đồng giữa công ty cổ phần Car Parts và công ty bảo hiểm sức khoẻ APEX.

오늘 달성하고자 하는 사항은 ABC사와 XYZ사 간의 계약을 검토하고 서명하는 것입니다.

Điều chúng tôi muốn đạt được ngày hôm nay là xem xét và ký hợp đồng giữa công ty ABC và XYZ.

시작하기 전에 말씀드리고 싶은 건, 이 서류에 호앙 비엣사는 '공급자', MIK사는 '공급받는 자'로 표기됩니다.

Trước khi bắt đầu, điều tôi muốn chỉ ra rằng, trong tài liệu này, Hoàng Việt sẽ được viết là 'nhà cung cấp' còn MIK sẽ được viết là 'bên được cung cấp'.

Biz tip

계약서상에 구체적으로 표기되는 회사명이나 서류상 표기 사항을 먼저 확인하면서 진행하세요.

시작하기 전에, 이 계약서에서 암코사는 '공급자'로, 카 파츠 주식회사는 '공급받는 자'로 언급하고 있다는 점에 유의하셔야 합니다.

Trước khi bắt đầu, anh/chị nên lưu ý rằng trong hợp đồng này, Amco là 'nhà cung cấp' còn công ty cổ phần Car Parts là 'bên được cung cấp'.

첫 번째 조항은 계약 조건을 규정하고 있습니다.

Điều khoản đầu tiên quy định các điều kiện của hợp đồng.

Biz tip

계약서의 내용을 순서대로 언급하되, 모든 내용을 일일이 읽으면서 시간을 소모할 필요는 없습니다. 읽고 내부적으로 파악하는 단계는 이미 지났다고 보면 됩니다.

첫 번째 부분에서 계약 조건을 보실 수 있습니다.

Trong phần đầu tiên, anh/chị có thể thấy các điều kiện của hợp đồng.

보시다시피, 첫 번째 조항이 계약 조건입니다.

Như anh/chị có thể thấy, điều khoản đầu tiên là điều kiện của hợp đồng.

※ điều khoản 조항, 항목

두 번째 조항을 보시면, 자라이 주식회사에 대한 요구 사항이 요약되어 있는 것을 보실 수 있습니다.

Anh/Chị xem điều khoản thứ hai thì có thể thấy nội dung tóm tắt của hạng mục yêu cầu đối với công ty cổ phần Gia Lai.

그 다음 세 번째 조항으로 넘어갑시다.

Tiếp theo chúng ta hãy chuyển sang điều khoản thứ ba.

자라이 주식회사에 관한 요구 사항은 제 2항에 요약되어 있습니다.

Những điều yêu cầu đối với công ty cổ phần Gia Lai được tóm tắt trong điều khoản thứ hai.

그래프에서 보시다시피, 지난 분기의 매출 수치가 7% 줄었습니다.

Như anh/chị có thể thấy trong biểu đồ, chỉ số doanh thu trong quý vừa qua đã giảm 7 phần trăm.

Biz tip

사진, 그림, 도표 또는 인쇄물을 참고해서 설명할 때「Như anh/chị có thể thấy trong + 자료」로 표현할 수 있습니다. Thấy 대신 nhìn, xem 등을 넣어 말해도 좋아요.

다음은 요구 사항입니다. 좀 검토해 보도록 하죠.

Sau đây là các yêu cầu. Chúng ta hãy xem xét chúng.

이 계약은 2년간 유효합니다. 다시 말해, 2021년 5월 30일에 만료됩니다.

Hợp đồng này có hiệu lực trong 2 năm. Nói tóm lại, nó sẽ hết hạn vào ngày 30 tháng 5 năm 2021.

보시다시피, 이 계약은 금년 9월 1일부터 시행됩니다.

Như anh/chị có thể thấy, hợp đồng này sẽ có hiệu lực từ ngày 1 tháng 9 năm nay.

Biz tip

계약의 중요 항목 중 하나인 기간에 대해 서로 동의하는지 또는 착오는 없는지 구두로도 꼭 확인해야 합니다.

이 계약서는 금년 5월 1일부터 유효합니다.

Hợp đồng này có hiệu lực từ ngày 1 tháng 5 năm nay.

hiệu lực 유효한

이 계약서는 금년 5월 1일부터 구속력이 있습니다.

Hợp đồng có giá trị ràng buộc từ ngày 1 tháng 5 năm nay.

이 계약서는 2년간 유효합니다.

Hợp đồng này có hiệu lực trong 2 năm.

이 계약서는 2년 기간 동안 법적 구속력을 유지합니다.

Hợp đồng này sẽ có giá trị ràng buộc về mặt pháp lý trong thời gian 2 năm.

어느 한 쪽이 계약을 종료할 경우 45일 전에 통보해야 합니다.

Nếu một trong hai bên chấm dứt hợp đồng, phải thông báo trước 45 ngày.

※ chấm dứt 결론짓다, 끝내다

양측이 계약을 종료해야 할 경우 적어도 45일 전에 통보해야 합니다.

Nếu cả hai bên phải chấm dứt hợp đồng, ít nhất cần thông báo trước 45 ngày.

계약을 종료하려면 양측은 최소 45일 전에 통보해야 합니다.

Để chấm dứt hợp đồng, cả hai bên phải thông báo tối thiểu trước 45 ngày.

Biz tip
계약 기간 및 종료 방식에 관한 사항을 꼭 짚고 넘어가세요.

여기 보면 MIK사가 계약을 갱신하고 싶을 경우 호앙 비엣사에 현 계약 만료일 30일 전에 통보해야 합니다.

Trong trường hợp, khi MIK muốn gia hạn hợp đồng, phải thông báo cho Hoàng Việt trước 30 ngày tính từ ngày hết hạn hợp đồng.

계약 내용 최종 확인 및 서명

페이지를 넘기시면 네 번째 부분이 조항의 갱신 및 종료에 관한 것입니다.

Nếu lật sang trang, phần thứ tư là điều khoản liên quan đến việc gia hạn và kết thúc.

서명하시고 이 줄에 날짜를 적어 주세요.

Hãy ký tên và ghi ngày tháng vào dòng này.

저는 그 밑에 서명하죠.

Tôi sẽ ký tên ở dưới đó.

그 정도면 됐군요.

Tầm đó là đủ rồi.

좋아 보이는데요.

Điều này có vẻ tốt.

만일 지불이 되지 않은 경우 호앙 비엣사는 계약을 즉시 종료할 수 있는 권리를 보유합니다.

Hoàng Việt có quyền chấm dứt hợp đồng ngay lập tức nếu thanh toán không được thực hiện.

저희 요구를 계속 무시하실 경우 저희는 다른 공급업체를 선택할 권리를 가지고 있습니다.

Chúng tôi có quyền chọn nhà cung cấp khác nếu bên anh/chị tiếp tục coi thường yêu cầu của chúng tôi.

서명하기 전에 질문 없으신가요?

Anh/Chị có câu hỏi gì trước khi ký tên không?

다른 주제로 넘어가기 전에 질문 없습니까?

Trước khi chuyển sang chủ đề khác anh/chị có câu hỏi gì không?

오늘 순서를 마치기 전에 질문 없습니까?

Trước khi kết thúc trình tự của ngày hôm nay anh/chị có câu hỏi gì không?

하드카피를 만들어 우편으로 보내 드리죠.

Chúng tôi sẽ làm một bản sao cứng và gửi nó cho anh/chị bằng bưu điện.

Biz tip

계약서는 직접 전달하거나 우편으로 보냅니다. Bản sao cứng은 원본과 같은 문서를 의미해요.

오늘 오후에 계약서를 이메일로 보내 드리도록 하죠.

Tôi sẽ gửi bản hợp đồng qua email vào chiều nay.

기록 보관을 위해 한 부를 보관하시길 바랍니다.

Anh/Chị nên giữ một bản sao để lưu trữ hồ sơ.

시간 내 주셔서 감사드리며 양사 간에 좋은 비즈니스 관계를 만들어 가길 기대합니다.

Cảm ơn anh/chị đã dành thời gian và hy vọng rằng chúng ta sẽ tạo được mối quan hệ kinh doanh tốt đẹp.

➤ hy vọng rằng ~하길 고대하다[희망하다]

시간 내 주셔서 감사드리며 추후에 함께 일하길 고대합니다.

Cảm ơn anh/chị đã dành thời gian và tôi hy vọng sẽ làm việc với anh/chị trong tương lai.

시간 내 주셔서 감사드리며 내일 전화하시길 기대합니다.

Cảm ơn anh/chị đã dành thời gian và, mong là anh/chị sẽ gọi điện cho chúng tôi ngày mai.

다른 쟁점이나 문제가 없다면, 거래를 확정 짓죠.

Nếu không có vấn đề gì hay tranh luận khác, chúng ta hãy xác định giao dịch.

Biz tip

추가로 다뤄야 할 사항이 없다면 계약서에 서명하고 거래를 확정 짓습니다.

더 이상 질문이 없다면, 계약서에 서명합시다.

Nếu anh/chị không có câu hỏi gì nữa, chúng ta hãy ký hợp đồng.

이 양식 아래에 서명하시고 날짜를 써 주세요. 그리고 귀사 측의 기록 보관을 위해 제가 사본 한 부를 만들겠습니다.

Anh/Chị hãy ký tên và viết ngày tháng vào dưới mẫu này. Và tôi sẽ làm một bản sao để lưu giữ tại công ty anh/chị.

Biz tip

계약서에 서명한 후 양측 모두 사본 한 부씩을 보관합니다.

여기 서명해 주시고, 승인 후에 제가 계약서를 귀사의 사무실 주소로 우편 송부하겠습니다.

Vui lòng ký vào đây và tôi sẽ gửi bản hợp đồng đến văn phòng của anh/chị sau khi được phê duyệt.

표시된 이 양식의 아래에 서명하시고 날짜를 써 주세요. 그리고 보증금은 오늘 오후까지 여기 이 계좌로 송금하시면 됩니다.

Vui lòng ký tên và viết ngày tháng vào bên dưới trong mẫu được đánh dấu này. Và anh/chị có thể gửi tiền đặt cọc vào tài khoản này trong chiều nay.

다른 질문이 없으시면, 여기 서명하시고 오늘 오후까지 보증금을 송금해 주세요.

Nếu anh/chị không có câu hỏi gì khác, vui lòng ký tên vào đây và chuyển tiền đặt cọc trong chiều nay.

어디에 서명하죠?

Tôi ký tên ở đâu ạ?

계약이 성사된 것 같군요.

Tôi nghĩ rằng chúng ta đã có một thỏa thuận thành công.

협상 종결

09-8.mp3

협상 마무리

좋습니다. 우리의 협상에 진척이 있었다고 봅니다.

Tốt rồi. Tôi nghĩ rằng chúng ta đã có sự tiến bộ trong cuộc đàm phán.

서명하기 전에 다른 질문 더 없습니까?

Anh/Chị có câu hỏi gì khác trước khi ký tên không?

질문이나 문의 사항이 있으시거나 추가할 내용이 있으신 분들은 지금 말씀해 주십시오.

Nếu anh/chị nào có câu hỏi, thắc mắc hoặc nội dung gì muốn thêm thì hãy cho chúng tôi biết ngay bây giờ.

이로써 오늘 회의를 마무리할 때가 된 것 같습니다.

Đã đến giờ kết thúc cuộc họp hôm nay.

이번 거래는 향후 이익을 증진시킬 수 있는 좋은 시작점입니다.

Giao dịch này sẽ là một điểm khởi đầu tốt có thể nâng cao lợi nhuận của chúng ta trong tương lai.

이 회의는 저희 관점을 이해하는 데 큰 도움이 될 겁니다.

Cuộc họp này sẽ giúp ích rất nhiều để hiểu được quan điểm của chúng tôi.

드디어 계약을 체결하게 되는군요.

Cuối cùng chúng ta đã ký được hợp đồng.

Biz tip
협상 후 대화에서는 정감 있으면서 프로다운 어조를 유지하는 것이 좋습니다. '~할 수 있다', '~할 수 있게 되다'의 뜻을 가진 「동사 + được」을 사용하여 노력을 통해 결실을 맺게 되었다는 의미를 나타낼 수 있습니다.

우리의 협상이 좋은 성과를 거둬서 기쁘군요.

Tôi rất vui vì cuộc đàm phán của chúng ta đã đạt được kết quả tốt.

Biz tip
협상이 체결되었다면 감사의 뜻, 기쁜 마음, 개인적인 견해를 밝히되, 감정적이 되지 않도록 사실 중심으로 전하세요. Tôi rất vui vì ~, tôi rất vui vì mừng ~ 등이 사용되기 무난한 표현입니다. 개인적인 입장보다 회사의 입장을 전하고 싶을 땐 tôi 대신 chúng tôi를 주어로 해서 말하면 효과적입니다.

저희는 귀사와 함께 하는 이번 합작사업을 위한 조건을 협의할 수 있었기에 매우 기쁩니다.

Chúng tôi rất vui vì thỏa thuận được các điều kiện cho việc hợp tác đầu tư cùng với công ty anh/chị lần này.

양측이 함께하는 미래가 기대되는군요.

Chúng tôi cũng mong đợi tương lai cả hai bên cùng nhau hợp tác.

저희 측은 거래를 성사시킬 수 있게 되어 기쁩니다.

Chúng tôi rất vui vì giao dịch đã thành công.

합의에 이를 수 있게 되어 정말 좋군요.

Chúng tôi rất vui vì chúng ta đã thực hiện được một thỏa thuận.

Biz tip

협상에 관한 긍정적인 멘트로 마무리 지으세요.

이것이 우리에게 좋은 사업 관계의 시작이 되길 바랍니다.

Tôi mong rằng đây sẽ trở thành bước đầu tiên cho mối quan hệ kinh doanh tốt đẹp đối với chúng ta.

저희는 귀사와의 좋은 비즈니스를 기대합니다.

Chúng tôi mong đợi mối quan hệ làm ăn tốt đẹp với quý công ty.

회의는 성공적이었습니다.

Cuộc họp đã thành công.

알찬 회의가 되도록 협조해 주셔서 감사합니다.

Cảm ơn anh/chị đã hỗ trợ để có một cuộc họp đầy ý nghĩa này.

제가 저희 법인 변호사께 연락드려 이 건을 논의하면 어떨까요?

Tôi liên lạc với luật sư công ty để thảo luận vấn đề này thì thế nào?

지금 문서를 작성해서 30분 후에 서명하실 수 있게 해 드리겠습니다.

Bây giờ chúng tôi sẽ soạn thảo văn bản rồi để anh/chị có thể ký sau 30 phút.

계약서를 준비하는 데 소요되는 시간을 미리 알리고 양해를 구하세요.

지금 바로 제가 문서를 작성할 거라서 오늘 계약을 체결할 수 있습니다.

Bây giờ tôi đang soạn thảo văn bản nên chúng ta có thể ký hợp đồng ngày hôm nay.

제가 30분 후에 계약서 한 부를 가져오면, 거기에 서명하시면 됩니다.

30 phút sau tôi sẽ mang 1 bản hợp đồng đến, lúc đó anh/chị có thể ký tên.

모든 부속 서류를 작성해 올 테니, 20분 정도 여기서 기다려 주시겠습니까?

Tôi sẽ soạn thảo tất cả các giấy tờ cần thiết khác nên anh/chị có thể đợi ở đây trong 20 phút được không?

협상 조건의 변경 요구

이메일과 전화로 짧게 연락을 받았는데 추가 비용이 계약에 첨가돼야 한다고요?

Chúng tôi đã được nghe ngắn gọn qua email và điện thoại rồi nhưng phải thêm chi phí vào hợp đồng à?

그래서 저희가 방문한 겁니다. 그에 따라 적절하게 재협상을 할 수 있을까 해서요.

Đó là lý do chúng tôi đến đây. Theo đó chúng tôi muốn đàm phán lại cho phù hợp.

저희가 아직은 변경 사항을 고려하여 가격을 재협상할 수 있는 법적 테두리 안에 있다고 생각합니다.

Tôi nghĩ rằng chúng ta vẫn nằm trong khuôn khổ của pháp luật để có thể đàm phán lại giá cả sau khi xem xét lại các hạng mục thay đổi.

물론 사실입니다만, 협상은 가격 조건에 관해서 명확했습니다.

Tất nhiên là đúng nhưng cuộc đàm phán đã rõ ràng về điều kiện giá cả.

저희는 예산 내로 비용을 유지할 필요가 있습니다.

Chúng tôi cần phải duy trì chi phí trong ngân sách.

하지만 저희가 그 제안을 받아들이려면, 귀사가 몇 가지 추가 조건을 받아 주실 수 있는지 여쭤 볼 필요가 있습니다.

Thế nhưng, để chấp nhận đề án đó, chúng tôi cần hỏi xem bên anh/chị có thể đáp ứng được mấy điều kiện bổ sung hay không.

만약 저희가 그것을 승인하면, 귀사는 저희 조건의 일부에 동의하셔야 할 겁니다.

Nếu chúng tôi chấp thuận, anh/chị sẽ phải đồng ý với một số điều khoản của chúng tôi.

먼저 귀사가 저희의 조건 일부에 동의하시는 게 아니라면 저희는 그것을 승인할 수 없습니다.

Chúng tôi không thể chấp thuận nếu bên anh/chị không đồng ý với một số điều kiện của chúng tôi trước.

저희가 그것을 받아들이려면 몇 가지 조건이 포함돼야 합니다.

Phải bao gồm một số điều kiện nếu chúng tôi chấp nhận nó.

저희는 이 문제를 즉시 해결하길 원합니다.

Chúng tôi rất muốn giải quyết vấn đề này ngay lập tức.

Biz tip
어떤 것을 간절히 원하는 감정을 전할 땐 강조 부사 rất을 써서 rất muốn ~으로 표현하세요. 상황의 긴박함을 알릴 땐 부사 ngay lập tức이 제격입니다.

빠른 시일 안에 귀사의 조건을 받아들이고 싶습니다.

Tôi muốn chấp nhận điều kiện của quý công ty trong thời gian ngắn.

세부 사항을 논의하기 위해 직접 만나 뵀으면 합니다.

Tôi muốn gặp anh/chị trực tiếp để thảo luận chi tiết.

이 기회를 통해 저희 입장을 확실히 하고 싶었습니다.

Thông qua cơ hội này, chúng tôi muốn làm chắc chắn lập trường của chúng tôi.

Biz tip
특별한 기회를 빌려 입장을 확실히 전하고 싶을 땐 thông qua cơ hội ~(~의 기회를 통해)를 활용하세요.

Thông qua cơ hội này, chúng tôi muốn đàm phán lại các điều kiện hợp đồng với Bosch.

Chúng tôi đã tin là anh/chị sẽ hài lòng với đề án đầu tiên của chúng tôi.

Anh/Chị không nghĩ rằng đây là một quyết định hơi gay gắt nếu xem xét về việc chúng tôi cung cấp cả những dịch vụ bổ sung không có trong hợp đồng à?

Một lần nữa cảm ơn anh/chị đã chấp nhận sửa đổi hợp đồng lần này.

Chúng tôi hy vọng sự thay đổi này sẽ giúp ích cho cả hai bên.

Xin mời anh/chị thưởng thức đồ uống và bánh snack trong khi chúng tôi chỉnh sửa lại các điều kiện mới trong hợp đồng để anh/chị ký tên.

Vậy tất cả đều đã sẵn sàng rồi nhỉ.

Cảm ơn anh/chị về tất cả mọi thứ.

출장

해외 출장을 가서 베트남어 때문에 불편했던 기억이 있으신 가요? 이번 파트에서는 출장 시 베트남어를 사용해야 하는 다양한 상황을 소개하고 각 상황에 적절한 맞춤 답변도 제시해 두었습니다. 출장 전 필요한 절차에 대한 표현은 물론 현지에서 필요한 여행 베트남어 표현, 출장 후 보고할 때 필요한 표현들까지 정리해 봅시다.

Chapter 1

출장 전

🎧 10-1.mp3

출장 계획 보고

회의차 부산에 다녀오겠습니다.

Tôi sẽ đi Busan.
Em sẽ đi Busan để họp.
Tôi sẽ đi Busan để dự hội nghị.

A Em muốn gặp anh để làm gì?   뭐 때문에 날 보자고 했어요?

B Liên quan đến họp. **Em sẽ đi Busan để họp.** Em nghĩ rằng nó sẽ có lợi cho chúng ta.   회의에 관한 겁니다. 회의차 부산에 다녀오겠습니다. 저희에게 이득이 될 것 같아요.

A Nếu em gửi tài liệu cuộc họp cho tôi qua email thì tôi sẽ xem xét nó.
회의 자료를 이메일로 보내면 내가 검토해 보도록 하죠.

상하이에 다녀오도록 하세요.

Chúng tôi muốn em đi Thượng Hải.
Anh/Chị nghĩ em nên đi Thượng Hải.

직접 상하이 회의에 가는 게 어떻겠어요?

Em trực tiếp đi họp ở Thượng Hải thì thế nào?

A Làm thế nào chúng ta có thể cho các nhà đầu tư thấy rằng họ rất quan trọng đối với chúng ta?   투자자들이 우리에게 얼마나 중요한지를 어떻게 보여 줄 수 있을까요?

B **Em trực tiếp đi họp ở Thượng Hải thì thế nào?**
직접 상하이 회의에 가는 게 어떻겠어요?

A Vâng ạ.   알겠습니다.

이번엔 당신이 갈 차례군요.

Lần này đến lượt anh/chị đi công tác.

(출장은) 언제 다녀올까요?

Anh/Chị nên đi khi nào?
Anh/Chị định ngày nào đi?
Khi nào tôi nên đi (công tác)?
Khi nào sẽ là thời điểm tốt để đi công tác?

뉴욕은 언제 다녀올까요?

Khi nào tôi nên đi New York?

저는 다음 주에 출장을 갑니다.

Tôi sẽ đi công tác vào tuần tới.
Tuần sau tôi sẽ vắng mặt vì đi công tác.

A	Tôi sẽ gọi điện trong tuần sau để kiểm tra tình hình thỏa thuận hợp đồng của chúng ta. 저희의 계약 협상 상황을 확인하러 다음 주 중에 전화드리겠습니다.
B	Chị có số điện thoại di động của tôi không? **Tôi sẽ đi công tác vào tuần tới.** Tôi muốn chắc chắn rằng chị có thể liên lạc trong khi tôi đi công tác. 제 휴대폰 번호를 가지고 계십니까? 저는 다음 주에 출장을 갑니다. 출장 중에도 연락 가능하도록 확실히 해 두고 싶군요.
A	Dạ, không. Tôi không có số của anh. Anh hãy cho tôi biết. 아뇨. 휴대폰 번호는 없습니다. 알려 주시는 게 좋겠네요.

저는 다음 주에 출장을 가서 사무실에 없을 거예요.

Tôi sẽ không có ở văn phòng vì đi công tác.

등록 및 예약

회의에 등록하고 싶습니다.

Tôi muốn đăng ký vào cuộc họp.

A	Chào chị. **Tôi muốn đăng ký vào cuộc họp.** 안녕하세요. 회의에 등록하고 싶습니다.
B	Được. Anh cho tôi biết tên của anh nhé. 좋습니다. 성함을 알려 주세요.

회의에 등록하기에 너무 늦었나요?

Tôi có quá muộn để đăng ký họp không?

회의에 자리 하나를 예약하고 싶습니다.

Tôi muốn đặt một chỗ trong cuộc họp.

박람회에 부스 하나를 예약하고 싶습니다.

Tôi muốn đặt một gian hàng tại hội chợ.　　　　*gian hàng 부스

5월에 열리는 취업 박람회에 저희 회사를 등록하고 싶습니다.

Tôi muốn đăng ký công ty của chúng tôi tại hội chợ việc làm được tổ chức vào tháng 5.

A   Xin chào. **Tôi muốn đăng ký công ty của chúng tôi tại hội chợ việc làm được tổ chức vào tháng 5.**
안녕하세요. 5월에 열리는 취업 박람회에 저희 회사를 등록하고 싶습니다.

B   Được ạ. Vui lòng truy cập trang web của chúng tôi và nộp đơn đăng ký.
좋습니다. 저희 웹페이지에 가셔서 신청서를 제출해 주세요.

박람회에 부스가 있습니까?

Có gian hàng nào có sẵn trong hội chợ không?

박람회에 자리가 있습니까?

Có chỗ nào có sẵn trong hội chợ không?

방을 예약하고 싶습니다.

Tôi muốn đặt phòng.

방이 있습니까?

Anh/Chị có phòng nào trống không?

A   Khách sạn Rex xin nghe. Tôi cần giúp gì cho anh?
렉스 호텔입니다. 무엇을 도와 드릴까요?

B   Chào chị. **Chị có phòng nào trống không?**   안녕하세요. 방이 있습니까?

A   Anh muốn ở vào ngày nào ạ?   언제 머물고 싶으신가요?

전망 좋은 방으로 주실 수 있나요?

Có thể cho tôi phòng có phong cảnh đẹp không?

전망 좋은 방을 원합니다.

Tôi muốn một căn phòng có cảnh đẹp.
Tôi muốn một phòng với phong cảnh đẹp.

A   **Tôi muốn một phòng với phong cảnh đẹp.**   전망 좋은 방을 원합니다.

B   Có phòng nhìn ra biển và có phòng nhìn thấy núi. Anh thích phòng nào hơn?
바다가 보이는 방과 산이 보이는 방이 있습니다. 어떤 게 더 마음에 드세요?

회사 차량을 예약하고 싶은데요.

Tôi muốn đặt xe ô tô của công ty.

이용 가능한 회사 차량이 있습니까?

Có xe công ty nào có thể sử dụng không?

이번 주 목요일 15일에 회사 차가 필요한데요.

Tôi cần một chiếc xe của công ty vào thứ năm ngày 15 tuần này.

A Chào anh. **Tôi cần một chiếc xe của công ty vào thứ năm ngày 15 tuần này.** 안녕하세요. 이번 주 목요일 15일에 회사 차가 필요한데요.

B Vâng, tôi có thể đặt bằng tên của ai ạ?　알겠습니다. 어느 분 성함으로 예약해 드릴까요?

A Nguyễn Văng Dũng ạ.　응우옌 반 줌입니다.

렌터카를 예약하고 싶습니다.

Tôi muốn đặt xe cho thuê.

렌터카가 필요해요.

Tôi cần xe cho thuê.

예약에 필요한 정보를 주실 수 있나요?

Anh/Chị có thể cho tôi thông tin cần thiết để đặt được không?

A Chào anh. **Anh có thể cho tôi thông tin cần thiết để đặt được không?** 안녕하세요. 예약에 필요한 정보를 주실 수 있나요?

B Vâng, chị muốn biết những gì?　네, 무엇을 알고 싶으신가요?

A Thuê một chiếc xe sedan sang trọng trong một tuần thì bao nhiêu tiền ạ? Và anh có thể cho tôi biết về chính sách bảo hiểm không? 고급 세단을 일주일 동안 대여하는 비용이 얼마죠? 그리고 보험 정책에 대해서도 말씀해 주시겠어요?

소형차나 세단으로 예약하고 싶습니다.

Tôi muốn đặt một chiếc xe ô tô nhỏ hoặc xe sedan.

저녁 7시에 하는 수상인형극 티켓 2장이 필요해요.

Tôi cần 2 vé múa rối nước diễn lúc 7 giờ tối.

수상인형극 공연 티켓을 어떻게 구입할 수 있나요?

Làm thế nào tôi có thể mua được vé múa rối nước?

수상인형극 티켓을 어떻게 구입할 수 있는지 궁금합니다.

Tôi muốn biết làm thế nào tôi có thể mua được vé múa rối nước.

A Tổng cục du lịch Việt Nam xin nghe. Tôi là Mai.   베트남 관광청, 마이입니다.

B Chào chị. **Tôi muốn biết làm thế nào tôi có thể mua được vé múa rối nước.**   안녕하세요. 수상인형극 티켓을 어떻게 구입할 수 있는지 궁금합니다.

A Anh nên hỏi nhà hát múa rối nước Thăng Long. Tôi sẽ cho anh biết số điện thoại.   탕롱 수상인형극장에 문의하시면 됩니다. 전화번호를 알려 드리죠.

현지 정보 문의

요즘 그곳 날씨가 어떤가요?

Dạo này thời tiết ở đó thế nào?

이맘때 그곳 날씨는 어떤가요?

Vào tầm này thời tiết ở đó thế nào?

A **Vào tầm này thời tiết ở đó thế nào?**   이맘때 그곳 날씨는 어떤가요?

B Bây giờ miền Bắc Việt Nam là mùa đông. Chị mang theo áo khoác nhé!
   지금 베트남 북부지역은 겨울이에요. 재킷을 가져오세요!

어떤 옷을 챙겨 가야 할까요?

Tôi nên mang theo quần áo gì?
Tôi nên chuẩn bị quần áo gì để mặc?

이맘때는 어떤 날씨를 예상해야 할까요?

Tôi phải dự đoán thế nào về thời tiết tầm này nhỉ?

호찌밍은 어떤가요?

Thành phố Hồ Chí Minh thế nào?

호찌밍은 어떤 게 인기 있나요?

Ở thành phố Hồ Chí Minh có gì nổi tiếng không?

호찌밍에서 할 일이 뭐가 있나요?

Ở thành phố Hồ Chí Minh có việc gì đáng để làm không?

호찌밍은 뭐가 좋죠?

Ở thành phố Hồ Chí Minh có gì hay?

A **Ở thành phố Hồ Chí Minh có gì hay?** 호찌밍은 뭐가 좋죠?

B Đó là một thành phố có rất nhiều thứ tận hưởng cả ngày lẫn đêm.
낮과 밤 모두 즐길거리가 많은 도시예요.

호찌밍은 어떤가요?

Thành phố Hồ Chí Minh thế nào?

도쿄에서 볼 만한 곳을 추천해 주시겠어요?

Anh/Chị có thể giới thiệu một nơi đáng để tham quan ở Tokyo không?

도쿄의 주요 관광명소는 어디죠?

Điểm tham quan chính của Tokyo là ở đâu?

도쿄에서 인기 있는 관광지는 어딘가요?

Các điểm du lịch nổi tiếng của Tokyo là ở đâu?

도쿄에서 어딜 가 보라고 추천해 주시겠어요?

Anh/Chị có thể giới thiệu cho tôi nên đi đâu ở Tokyo không?

도쿄에서 어딜 가 봐야 할까요?

Tôi nên đi đâu ở Tokyo?

A **Tôi nên đi đâu ở Tokyo?** 도쿄에서 어딜 가 봐야 할까요?

B Chị nên đi Shibuya và Ginza. Chị có thể thấy nhiều thứ thú vị.
시부야와 긴자에 쇼핑하러 가세요. 재밌는 것들을 보실 수 있을 겁니다.

비자 및 항공권 예약

비자 인터뷰

비자 인터뷰를 예약하고 싶은데요.

Tôi muốn đặt một cuộc phỏng vấn visa.

Tôi muốn đặt một cuộc hẹn để phỏng vấn xin visa.

A A lô. **Tôi muốn đặt một cuộc phỏng vấn visa.**
   안녕하세요. 비자 인터뷰를 예약하고 싶은데요.

B Anh dự định khi nào đến? 언제 방문하실 예정입니까?

A Khoảng 9 giờ sáng thứ ba tuần sau, được không chị?
   다음 주 화요일 오전 9시쯤 가능할까요?

취업 비자를 신청해야 합니다.

Tôi phải đăng ký visa làm việc.

비자 인터뷰를 취소할 수 있나요?

Tôi có thể hủy cuộc phỏng vấn visa của tôi được không?

비자 인터뷰를 취소하고 싶은데요.

Tôi muốn hủy cuộc phỏng vấn visa của tôi.

A A lô. **Tôi muốn hủy cuộc phỏng vấn visa của tôi.**
   안녕하세요. 비자 인터뷰를 취소하고 싶은데요.

B Khi nào là ngày phỏng vấn theo lịch trình của anh?
   예정된 인터뷰 날짜가 언제입니까?

A 9 giờ sáng thứ ba tuần sau ạ. 다음 주 화요일 오전 9시입니다.

B Anh có muốn đặt lại ngày không? 날짜를 다시 잡으시겠어요?

A Tôi sẽ liên lạc lại sau khi kiểm tra lịch trình của tôi.
   일정 확인 후에 다시 연락드리겠습니다.

인터뷰를 연기해도 될까요?

Tôi có thể hoãn cuộc phỏng vấn được không? • hoãn 연기하다

비자 인터뷰를 취소하게 되어 사과드립니다.

Tôi xin lỗi vì hủy cuộc phỏng vấn visa của tôi.

이번엔 비자 허가가 되지 않습니다.

Lần này không được phép cấp thị thực.

2 비자 및 항공권 예약

저는 비자 신청을 위해 고용 증명서가 필요해요.
Tôi cần một giấy chứng nhận việc làm để xin visa.

비자 신청을 위한 고용 증명서를 어떻게 받아야 합니까?
Làm thế nào tôi nhận được giấy chứng nhận việc làm để xin cấp visa?

A **Làm thế nào tôi nhận được giấy chứng nhận việc làm để xin cấp visa?**
비자 신청을 위한 고용 증명서를 어떻게 받아야 합니까?

B Rất đơn giản. Anh gọi cho chị Thuỷ của phòng nhân sự theo số nội bộ 5435.
간단합니다. 내선번호 5435번으로 인사부의 투이 씨와 통화하세요.

A Vâng, cảm ơn ạ. 네, 감사합니다.

고용 확인서를 요청하려고 전화드립니다.
Tôi gọi điện để yêu cầu giấy xác nhận việc làm.

제 이름은 배지우입니다.
Tôi là Bae Ji Woo.
Tên tôi là Bae Ji Woo.
Tôi tên là Bae Ji Woo.

A Xin vui lòng giới thiệu bản thân giúp tôi. 자기소개를 해 주시죠.

B **Tôi tên là Bae Ji Woo.** 제 이름은 배지우입니다.

제 이름은 준우이고 성은 이입니다.
Tên tôi là Jun Woo và họ là Lee.

저는 비엣콤 은행에 다닙니다.
Tôi làm cho ngân hàng Vietcom.
Tôi làm việc ở ngân hàng Vietcom.

저는 비엣콤 은행의 투자자 관리부에서 근무합니다.
Tôi làm việc tại phòng quản lý nhà đầu tư của ngân hàng Vietcom.

A Xin vui lòng giới thiệu bản thân giúp tôi. 자기소개를 부탁합니다.

B Tôi là Phạm Thị Thuỷ. **Tôi làm việc tại phòng quản lý nhà đầu tư của ngân hàng Vietcom.** 저는 팜 티 투이입니다. 저는 비엣콤 은행의 투자자 관리부에서 근무합니다.

저는 세 자녀를 둔 기혼자입니다.

Tôi đã kết hôn và có 3 con rồi.

A Xin vui lòng giới thiệu bản thân giúp tôi. 자기소개를 부탁합니다.

B Tôi là Phạm Thị Thuỷ. **Tôi đã kết hôn và có 3 con rồi.**
저는 팜 티 투이입니다. 세 자녀를 둔 기혼자입니다.

저는 아내와 세 아이가 있으며 강남에 거주하고 있습니다.

Tôi sống ở Gangnam với vợ và 3 con.

Tôi đã kết hôn rồi và sống ở Gangnam với vợ và 3 con.

비즈니스 회의차 출장을 갈 예정입니다.

Tôi đi du lịch vì có cuộc họp kinh doanh.

Tôi sẽ đi công tác vì có cuộc họp kinh doanh.

Tôi sẽ đi công tác để tham dự cuộc họp kinh doanh.

A Anh đi du lịch Việt Nam để làm gì? 베트남 여행을 가는 목적이 무엇입니까?

B **Tôi sẽ đi công tác vì có cuộc họp kinh doanh.**
비즈니스 회의차 출장을 갈 예정입니다.

제 여행 목적은 비즈니스 회의에 참석하기 위해서입니다.

Mục đích chuyến đi của tôi là tham dự cuộc họp kinh doanh.

비자를 찾으러 왔습니다.

Tôi đến đây để lấy visa của tôi.

어디서 비자를 찾아야 하는지 말씀해 주시겠습니까?

Anh/Chị có thể cho tôi biết tôi phải lấy visa ở đâu không?

여기서 비자를 받는 게 맞습니까?

Tôi nhận visa ở đây phải không?

A **Tôi nhận visa ở đây phải không?** 여기서 비자를 받는 게 맞습니까?

B Vâng, chị cho tôi biết tên và đưa chứng minh thư thì tôi sẽ mang đến cho chị.
네, 성함을 알려 주시고 신분증을 주시면 가져다 드리겠습니다.

항공권 예약

항공편을 확인하려고 전화드립니다.

Tôi gọi điện thoại để xác nhận chuyến bay của tôi.

항공편을 확인하고자 합니다.

Tôi cần xác nhận chuyến bay của tôi.

1213편 비행기 예약을 확인하고 싶습니다.

Tôi muốn xác nhận đặt chuyến bay 1213.

A   Xin cảm ơn chị đã gọi đến Vietnam Airline. Tôi có thể giúp gì cho chị?
    베트남 에어라인에 전화해 주셔서 감사합니다. 어떻게 도와 드릴까요?

B   **Tôi muốn xác nhận đặt chuyến bay 1213.**   1213편 비행기 예약을 확인하고 싶습니다.

A   Vui lòng cho tôi biết tên của chị.   성함을 알려 주세요.

하노이행 항공편을 예약하고자 합니다.

Tôi định đặt chuyến bay đến Hà Nội.
Tôi muốn đặt chuyến bay đến Hà Nội.

A   **Tôi muốn đặt chuyến bay đến Hà Nội.**   하노이행 항공편을 예약하고자 합니다.

B   Khi nào anh định đi du lịch anh?   언제 여행하실 예정입니까, 고객님?

하노이행 비행기를 예약하려고 전화드립니다.

Tôi gọi điện thoại để đặt chuyến bay đi Hà Nội.

하노이행 항공편이 있습니까?

Có chuyến bay nào đi Hà Nội không?

하노이까지 요금이 얼마입니까?

Giá vé đi Hà Nội là bao nhiêu?

A   **Giá vé đi Hà Nội là bao nhiêu?**   하노이까지 요금이 얼마입니까?

B   Vé sẽ khác nhau tùy theo ngày anh đi.   언제 가실지에 따라 달라져요.

하노이행 왕복티켓을 예약하고 싶습니다.

Tôi muốn đặt vé khứ hồi đi Hà Nội.

※vé khứ hồi 왕복티켓(= vé hai chiều) cf. vé một chiều 편도티켓

왕복티켓으로 부탁합니다.

Cho tôi vé khứ hồi.
Tôi muốn vé hai chiều.

A   Chị cần vé một chiều hay vé khứ hồi?   편도티켓이십니까, 왕복티켓이십니까?

B   **Tôi muốn vé hai chiều.**   왕복티켓으로 부탁합니다.

8월 1일에 떠나서 9일에 돌아올 예정입니다.

Tôi sẽ đi vào ngày 1 tháng 8 và dự định trở lại vào ngày 9.
Tôi có kế hoạch đi vào ngày 1 tháng 8 và trở lại vào ngày 9.

7월 18일에 떠나서 30일 후에 돌아올 예정입니다.

Tôi sẽ đi vào ngày 18 tháng 7 và sẽ trở lại 30 ngày sau.

A   Khi nào chị muốn đi?   언제 떠나십니까?

B   **Tôi sẽ đi vào ngày 18 tháng 7 và sẽ trở lại 30 ngày sau.**
   7월 18일에 떠나서 30일 후에 돌아올 예정입니다.

8월 1일자 티켓 1장과 9일에 돌아오는 티켓 1장 부탁드립니다.

Cho tôi 1 vé đi ngày 1 tháng 8 và 1 vé trở lại vào ngày 9.

5일 출발이면 어떤 항공편도 괜찮습니다.

Bất kỳ chuyến bay nào cũng được miễn là vào ngày 5.

7일 출발이면 어떤 시간도 괜찮습니다.

Thời gian nào cũng được, miễn là khởi hành vào ngày 7.

A   Vào ngày 7 thì chỉ có chuyến bay đêm thôi, có được không anh?
   7일에는 밤 비행기뿐인데, 괜찮으시겠습니까?

B   Vâng, **thời gian nào cũng được, miễn là khởi hành vào ngày 7.**
   네, 7일 출발이면 어떤 시간도 괜찮습니다.

그날 어떤 시간이든 괜찮습니다.

Vào ngày đó thì lúc nào cũng được.

아무 때나 괜찮습니다.

Lúc nào cũng được.

하노이행 직항편이 있나요?

Có chuyến bay thẳng đến Hà Nội không?
Xin hỏi, có chuyến bay thẳng đến Hà Nội không?
Có chuyến bay nào bay thẳng đến Hà Nội không?

A **Xin hỏi, có chuyến bay thẳng đến Hà Nội không?**
하노이행 직항편이 있나요?

B Vâng, nhưng giá thì cao hơn. 네, 하지만 가격이 높습니다.

방콕을 경유해서 하노이로 가고 싶습니다.

Tôi muốn bay đi Hà Nội quá cảnh ở Bangkok.
Tôi muốn đi Hà Nội quá cảnh ở Bangkok mấy ngày.
Tôi muốn quá cảnh ở Bangkok mấy ngày rồi đến Hà Nội.

A Anh muốn đi đâu? 어디로 가시려고요?

B **Tôi muốn bay đi Hà Nội quá cảnh ở Bangkok.**
방콕을 경유해서 하노이로 가고 싶습니다.

일반석으로 부탁합니다.

Cho tôi ghế hạng thường.
Tôi sẽ đi ghế hạng thường.
Ghế hạng thường là được rồi.
◦ghế hạng thường 일반석 cf. ghế hạng nhất 1등석 ghế hạng thương gia 2등석

A Chị muốn ghế hạng nào? 어떤 좌석으로 해 드릴까요?

B **Ghế hạng thường là được rồi.** 일반석으로 부탁합니다.

통로 쪽 좌석을 주실 수 있나요?

Anh/Chị có thể đặt cho tôi ghế gần lối đi được không?
◦ghế gần lối đi 통로 쪽 좌석 cf. ghế gần cửa sổ 창가석

통로 쪽 좌석으로 주세요.

Nếu được tôi thích ghế gần lối đi.
Nếu có thể hãy cho tôi ghế gần lối đi.

A Anh muốn ngồi chỗ nào? 좌석은 어디를 원하세요?

B **Nếu được tôi thích ghế gần lối đi.** 통로 쪽 좌석으로 주세요.

A Vâng, được. 네, 그러죠.

채식주의자 식단으로 주실 수 있습니까?

Anh/Chị cho tôi thực đơn ăn chay được không?

채식주의자 식단으로 부탁드립니다.

Tôi muốn một bữa ăn chay.

Tôi muốn yêu cầu một bữa ăn chay.

A **Tôi muốn yêu cầu một bữa ăn chay.** 채식주의자 식단으로 부탁드립니다.

B Tôi sẽ điền thông tin này vào nội dung đặt.
예약 내용으로 이 사항을 기입해 드리겠습니다.

**공석 대기
확인**

대기자 명단에 올려 주세요.

Hãy cho tôi vào danh sách đợi.

대기자 명단에 올려 주실래요?

Anh/Chị có thể đưa tôi vào danh sách đợi được không?

A **Anh có thể đưa tôi vào danh sách đợi được không?**
대기자 명단에 올려 주실래요?

B Vâng, em làm rồi ạ. Nếu có chỗ nào huỷ thì tôi sẽ cho anh biết.
네, 그렇게 해 드렸습니다. 취소되는 좌석이 생기면 말씀드릴게요.

만일의 경우를 대비하여 다음 비행기 대기자 명단에 제 이름을 올려 주시겠습니까?

Nếu có thể, anh/chị đưa tên tôi vào danh sách chờ cho chuyến bay tiếp theo được không?

제 공석 대기 상황이 어떻게 됐는지 알려 주시겠습니까?

Anh/Chị có thể cho tôi biết tình trạng đợi chỗ của tôi thế nào rồi không?

Xin vui lòng cho tôi biết tôi đang ở đâu trong danh sách chờ được không?

A **Xin vui lòng cho tôi biết tôi đang ở đâu trong danh sách chờ được không?** Tôi tên là Kim Min Soo.
제 공석 대기 상황이 어떻게 됐는지 알려 주시겠습니까? 제 이름은 김민수입니다.

B Tên anh đang đứng đầu nên anh có thể được đảm bảo chỗ ngồi trên chuyến bay này. 리스트의 첫 번째로 있으셔서 이 비행기의 좌석을 확보하실 수 있을 것 같습니다.

A Cảm ơn chị. 감사합니다.

공항 및 기내

 10-3.mp3

탑승 수속

서울행 아시아나 1132 항공편입니다.

Đây là chuyến bay Asiana 1132 đến Seoul.

체크인하려고요.

Tôi muốn làm thủ tục.

서울행 비행기 체크인하러 왔습니다.

Tôi đến đây để làm thủ tục cho chuyến bay đến Seoul.

> **A** **Tôi đến đây để làm thủ tục cho chuyến bay đến Seoul.**
> 서울행 비행기 체크인하러 왔습니다.
>
> **B** Cho tôi xem hộ chiếu của anh.   여권 주세요.

(부칠) 가방이 2개 있습니다.

Tôi có 2 hành lý.
Tôi cần gửi 2 hành lý.
Tôi có 2 hành lý để gửi.   › hành lý 짐, 수하물

> **A** Anh có hành lý để gửi không?   부칠 짐이 있으십니까?
>
> **B** Vâng, **tôi có 2 hành lý.**   네, 가방이 2개 있습니다.

기내에 이걸 가져가고 싶습니다.

Tôi muốn mang túi này lên máy bay.

기내에 이걸 가지고 들어갈 수 있나요?

Tôi có thể mang túi này lên máy bay không?
Tôi mang theo túi này lên máy bay được không?

> **A** Chị đã gửi tất cả hành lý của chị chưa?   짐을 모두 부치셨나요?
>
> **B** Vâng, chỉ trừ cái này. **Tôi mang theo túi này lên máy bay được không?**
> 네, 이 짐은 제외하고요. 기내에 이걸 가지고 들어갈 수 있나요?

가능하면 통로 쪽 좌석으로 주실 수 있을까요?

Anh/Chị có thể cho tôi ghế gần lối đi được không?
Anh/Chị có thể đặt ghế gần lối đi cho tôi được không?

가능하면 통로 쪽 좌석으로 부탁드려요.

Nếu được thì tôi muốn ghế gần lối đi.
Tôi muốn ngồi ghế gần lối đi, nếu được.

A Bây giờ chị đã đặt ghế gần cửa sổ rồi. Chị có muốn đổi không?
   현재 창가석으로 예약되어 있습니다. 변경해 드릴까요?
B **Nếu được thì tôi muốn ghế gần lối đi.** 가능하면 통로 쪽 좌석으로 부탁드려요.
A Vâng, chúng tôi có thể đặt như thế cho chị. 네, 그렇게 해 드릴 수 있습니다.

통로 쪽 자리를 받을 수 있을까요?

Tôi có thể đặt ghế gần lối đi không?

통로 쪽 자리로 바꿀 수 있을까요?

Tôi có thể đổi sang ghế gần lối đi được không?

A **Tôi có thể đổi sang ghế gần lối đi được không?** 통로 쪽 자리로 바꿀 수 있을까요?
B Tiếc là ghế gần lối đi đã hết rồi. 유감이지만 통로 쪽 자리는 모두 찼습니다.

이 항공편 좌석 등급을 올리고 싶습니다.

Tôi muốn được nâng cấp hạng ghế trên chuyến bay này.

이 항공편 좌석 등급을 올릴 수 있을까요?

Tôi có thể nâng cấp hạng ghế trên máy bay này được không?
Tôi có thể được nâng cấp hạng ghế trên chuyến bay này được không?

A **Tôi có thể được nâng cấp hạng ghế trên chuyến bay này được không?**
   이 항공편 좌석 등급을 올릴 수 있을까요?
B Ghế hạng nhất thì chưa đặt hết, nên chúng tôi có thể đặt được cho anh. Anh
   có muốn đưa tên của anh vào danh sách không?
   1등석은 예약이 꽉 차지 않아서 가능할 것 같습니다. 목록에 이름을 넣어 드릴까요?
A Vâng, cảm ơn chị. 네, 감사합니다.

비행기 지연

항공편 1347의 현재 상황이 어떻습니까?

Tình hình hiện tại của chuyến bay 1347 thế nào?

Anh/Chị có thông tin nào mới về chuyến bay 1347 không?

A **Chị có thông tin nào mới về chuyến bay 1347 không?**
항공편 1347의 현재 상황이 어떻습니까?

B Tôi được thông báo rằng các kỹ sư bảo trì đã gần làm xong và chúng ta sẽ cất cánh 45 phút sau.
정비사들의 작업이 거의 끝나서 45분 뒤에 이륙하게 된다고 전달받았습니다.

A Vâng, cảm ơn ạ.   알겠습니다. 감사합니다.

1시간 내로 이륙할 것 같습니까?

Theo anh/chị, chúng ta có thể cất cánh trong vòng một tiếng được không?

탑승 시간은 언제입니까?

Khi nào là giờ lên máy bay?

Giờ lên máy bay là mấy giờ vậy?

Khi nào chúng ta có thể lên máy bay?

A **Khi nào là giờ lên máy bay?**   탑승 시간은 언제입니까?

B Khoảng 1 tiếng sau.   약 1시간 후입니다.

비행기가 지연되었습니다.

Chuyến bay bị trì hoãn.

서울발 비행기가 지연되었습니다.

Chuyến bay từ Seoul bị trì hoãn.

안타깝게도 이륙하려면 몇 시간 더 걸릴 것 같군요.

Thật không may là sẽ mất thêm vài tiếng nữa để cất cánh.

A Thu ơi, có chuyện gì vậy? Khi nào chuyến bay của chị đến?
투, 무슨 일이죠? 언제 비행기가 도착하나요?

B **Thật không may là sẽ mất thêm vài tiếng nữa để cất cánh.**
안타깝게도 이륙하려면 몇 시간 더 걸릴 것 같군요.

A Vâng, tôi sẽ sắp xếp cuộc họp lại vào sáng mai.
알겠습니다. 내일 아침으로 회의 일정을 다시 잡도록 하죠.

**도착 예정
알리기**

비행기는 TSN 공항에 오후 8시 도착 예정입니다.

Chuyến bay của tôi sẽ đến sân bay TSN vào lúc 8 giờ tối.
Chuyến bay của tôi dự định đến sân bay TSN lúc 8 giờ tối.

저는 TSN 공항에 오후 8시 도착 예정입니다.

Tôi sẽ đến sân bay TSN lúc 8 giờ tối.

A Khi nào anh đến?　언제 도착하세요?
B **Tôi sẽ đến sân bay TSN lúc 8 giờ tối.**　저는 TSN 공항에 오후 8시 도착 예정입니다.

저는 대한항공 704편을 타고 갑니다.

Chuyến bay của tôi là Korean Air 704.
Tôi sẽ có mặt trên chuyến bay 704 của Korean Air.

저는 대한항공 704편으로 도착할 거예요.

Tôi sẽ đến bằng chuyến bay 704 của Korean Air.

A Chuyến bay nào vậy?　어떤 항공편이시죠?
B **Tôi sẽ đến bằng chuyến bay 704 của Korean Air.**
　　저는 대한항공 704편으로 도착할 거예요.

제가 공항으로 마중 나갈게요.

Tôi sẽ đợi anh/chị tại sân bay.
Tôi sẽ ra sân bay đón anh/chị.
Tôi sẽ gặp anh/chị tại sân bay.

제 비서인 호아 씨가 공항으로 마중 나갈 겁니다.

Chị Hoa, thư ký của tôi sẽ ra sân bay đón anh/chị.

A Chuyến bay của tôi sẽ đến vào ngày mai. Ai sẽ ra sân bay đón tôi?
　　제 비행기가 내일 도착합니다. 누가 마중 나오시나요?
B Vâng, **chị Hoa, thư ký của tôi sẽ ra sân bay đón chị.**
　　네, 제 비서인 호아 씨가 공항으로 마중 나갈 겁니다.

제 자리는 어디죠?

Chỗ của tôi ở đâu vậy ạ?
Anh/Chị có thể giúp tôi tìm chỗ ngồi được không?
Anh/Chị có thể tìm chỗ ngồi giúp tôi được không?
Anh/Chị có thể cho tôi biết chỗ ngồi của tôi ở đâu không ạ?

A **Chỗ của tôi ở đâu vậy ạ?** 제 자리는 어디죠?

B Để tôi xem. Anh đi thẳng sẽ thấy ở bên phải.
확인해 볼게요. 쭉 가셔서 오른쪽에 있습니다.

실례지만, 자리 좀 바꿔 주실 수 있을까요? <승무원에게>

Xin lỗi anh/chị, tôi có thể đổi chỗ được không?
Xin lỗi, tôi có thể yêu cầu đổi chỗ được không?
Xin lỗi anh/chị, có cách nào tôi có thể đổi chỗ ngồi không ạ?

A Anh cần gì ạ? 뭐가 필요하십니까?

B **Xin lỗi, tôi có thể yêu cầu đổi chỗ được không?** Có chỗ nào còn lại ở ghế
sau không ạ? 실례지만, 자리 좀 바꿔 주실 수 있을까요? 뒤쪽에 남은 자리가 있나요?

A Để tôi kiểm tra cho anh. 확인해 드리겠습니다.

실례지만, 저와 자리 좀 바꿔 주시겠습니까?

Xin lỗi, anh/chị đổi chỗ ngồi với tôi được không?

실례지만, 동료 옆에 앉을 수 있게 저와 자리 좀 바꿔 주시겠습니까?
<다른 승객에게>

Xin lỗi, anh/chị có thể đổi chỗ ngồi với tôi để tôi có thể
ngồi bên cạnh đồng nghiệp của tôi được không?

A **Xin lỗi, anh có thể đổi chỗ ngồi với tôi để tôi có thể ngồi bên cạnh đồng
nghiệp của tôi được không?**
실례지만, 동료 옆에 앉을 수 있게 저와 자리 좀 바꿔 주시겠습니까?

B Vâng, cũng được. 네, 그렇게 하죠.

A Cảm ơn anh nhiều. 정말 감사합니다.

번거롭게 해 드려 죄송하지만, 저와 자리 좀 바꿔 주시겠습니까?

Xin lỗi đã làm phiền anh/chị nhưng anh/chị có thể đổi chỗ
ngồi với tôi được không ạ?

제 친구들과 함께 앉을 수 있을까요?

Chúng ta có thể ngồi với nhau được không?
Tôi có thể ngồi với bạn bè của tôi được không?

A **Tôi có thể ngồi với bạn bè của tôi được không?**
제 친구들과 함께 앉을 수 있을까요?

B Để tôi kiểm tra nếu chúng tôi còn có chỗ trống.　빈 좌석이 있는지 확인해 보겠습니다.

다른 사람과 함께 여행하는데, 그 사람 옆에 앉고 싶습니다.

Tôi đang đi du lịch với bạn khác và tôi muốn ngồi cạnh bạn ấy.

(죄송하지만,) 여기는 제 자리인데요.

Đây là chỗ của tôi mà.
Tôi nghĩ anh nhầm chỗ rồi.
(Xin lỗi,) nhưng đây là chỗ của tôi.

A Xin lỗi, nhưng chỗ 7A, là chỗ của tôi ạ.
죄송하지만, 여기 7A석은 제 자리인 것 같습니다.

B 7A hả? **Đây là chỗ của tôi mà.** Chị có thể kiểm tra lại vé của chị được không?
7A요? 여기는 제 자리인데요. 표를 다시 확인해 보시겠어요?

죄송하지만, 자리를 다시 한 번 확인해 보시겠어요?

Xin lỗi, anh/chị có thể kiểm tra lại vé của anh/chị được không?

제 가방 좀 올려 주시겠어요?

Anh/Chị có thể nâng giúp túi của tôi lên được không?

제 가방 좀 올려 주세요.

Làm ơn đặt túi này lên kệ.

제 가방 올리는 것 좀 도와 주시겠어요?

Anh/Chị có thể giúp tôi đặt hành lý của tôi lên giá được không?

A Xin lỗi, **anh có thể giúp tôi đặt hành lý của tôi lên giá được không?**
실례지만, 제 가방 올리는 것 좀 도와 주시겠어요?

B Vâng, không sao cả.　네, 그러죠.

544

맥주 주세요.

Tôi muốn uống bia.
Cho tôi một lon bia.

A   Chào chị. Chị cần gì ạ?   안녕하세요. 뭘 드릴까요?
B   **Cho tôi một lon bia.**   맥주 주세요.
A   Vâng, tôi sẽ chuẩn bị cho chị.   네, 곧 준비해 드리겠습니다.

마실 것 좀 주시겠습니까?

Anh/Chị có thể cho tôi đồ uống gì không?

물 주세요.

Cho tôi nước suối.

어떤 맥주가 있습니까?

Anh/Chị có loại bia gì?

333 (맥주) 주세요.

Cho tôi bia 333.

닭고기 주세요.

Cho tôi thịt gà.
Tôi sẽ chọn thịt gà.
Tôi muốn ăn thịt gà.

A   Anh sẽ chọn món gì? Thịt bò hay thịt gà?
     무엇으로 하시겠습니까, 손님? 소고기로 하시겠어요, 아니면 닭고기로 하시겠어요?
B   **Cho tôi thịt gà.**   닭고기 주세요.

의자를 똑바로 세워 주세요.

Vui lòng dựng ghế của anh/chị thẳng lên.

의자를 똑바로 세워 주시겠습니까?

Anh/Chị dựng thẳng chỗ ngồi của anh/chị lên được không?
Anh/Chị có thể dựng chỗ ngồi của anh/chị lên một chút
được không?

A Xin lỗi chị, bữa ăn đang được phụ vụ. **Chị dựng thẳng chỗ ngồi của chị lên được không?** 죄송하지만 손님, 식사가 나오고 있습니다. 의자를 똑바로 세워 주시겠습니까?

B Vâng. 네, 그러죠.

헤드폰을 주시겠습니까?

Cho tôi tai nghe được không?

헤드폰을 새로 주시겠습니까? 제 것이 작동하지 않네요.

Anh/Chị cho tôi tai nghe mới được không? Cái của tôi lại không được.

A Anh cần gì ạ? 뭐가 필요하신가요?

B **Chị cho tôi tai nghe mới được không? Cái của tôi lại không được.** 헤드폰을 새로 주시겠습니까? 제 것이 작동하지 않네요.

A Vâng, đợi một chút anh. 네, 잠시만요.

실례지만, 제 헤드폰이 작동하지 않아요.

Xin lỗi, tai nghe của tôi lại không hoạt động.

춥네요! 담요 한 장 더 갖다 주실래요?

Lạnh quá! Anh/Chị có thể lấy cho tôi một cái chăn nữa được không?

Tôi thấy lạnh quá! Anh/Chị có thể thêm một cái chăn cho tôi được không?

A **Tôi thấy lạnh quá! Chị có thể thêm một cái chăn cho tôi được không?** 춥네요! 담요 한 장 더 갖다 주실래요?

B Vâng, tôi sẽ tìm xem còn một cái nữa hay không. 네, 한 장이 더 있는지 찾아보겠습니다.

세관 신고서를 주시겠습니까?

Anh/Chị có tờ khai hải quan không ạ?

Cho tôi tờ khai hải quan được không?

Anh/Chị có thể cho tôi tờ khai hải quan được không?

Anh/Chị có thể lấy tờ khai hải quan cho tôi được không?

세관 신고서를 한 장 더 주시겠습니까?

Anh/Chị có thể cho tôi một tờ khai hải quan nữa được không?

A   Xin lỗi, nhưng tôi đã viết nhầm ở đây rồi. **Chị có thể cho tôi một tờ khai hải quan nữa được không?**
죄송하지만, 여기 실수를 했어요. 세관 신고서를 한 장 더 주시겠습니까?

B   Vâng, tôi sẽ lấy lại cho anh một tờ.   네, 한 장 갖다 드리겠습니다.

목적지 공항 도착

지금 막 게이트에 도착했습니다.

Chúng tôi vừa đến cửa ra rồi.

도착했습니다!

Tôi đến rồi!

막 착륙했습니다.

Tôi vừa hạ cánh rồi.
Tôi mới hạ cánh rồi.
Tôi vừa mới hạ cánh rồi.

A   Chào anh Min Soo. Anh đã đến chưa?   안녕하세요, 민수 씨. 도착 상황이 어떤가요?

B   **Tôi vừa mới hạ cánh rồi.** Tôi sẽ gọi cho chị hỏi về hướng đi sau khi chúng tôi nhận xe cho thuê.   막 착륙했습니다. 렌터카를 받으면 가는 방향에 관해 전화드리죠.

A   Vâng, tôi sẽ đợi cuộc gọi của anh.   네, 전화 기다리겠습니다.

입국 심사

(베트남에) 얼마 동안 체류할 예정인가요?

Anh/Chị sẽ ở đây đến khi nào?
Anh/Chị ở lại (Việt Nam) trong bao lâu?
Anh/Chị sẽ lưu trú (ở Việt Nam) trong bao lâu?
Anh/Chị dự định ở lại (Việt Nam) trong bao lâu?
Anh/Chị có kế hoạch ở lại (Việt Nam) trong bao lâu?

A   **Chị ở lại Việt Nam trong bao lâu?**   베트남에 얼마 동안 체류할 예정인가요?

B   Tôi sẽ ở trong 4 ngày.   4일간 있을 예정입니다.

일주일간 메리어트 호텔에 머물 예정입니다.

Tôi sẽ ở tại khách sạn Marriott trong 1 tuần.
Tôi dự định ở lại khách sạn Marriott trong 1 tuần.
Tôi có kế hoạch ở lại khách sạn Marriott trong 1 tuần.

A Anh định ở lại đâu?   어디에 머무르실 건가요?
B **Tôi sẽ ở tại khách sạn Marriott trong 1 tuần.**
   일주일간 메리어트 호텔에 머물 예정입니다.

2주간 머물 겁니다.

Tôi sẽ ở lại trong 2 tuần.
Tôi dự định ở đây trong 2 tuần.

A Anh dự định ở lại Việt Nam trong bao lâu?   베트남에는 얼마 동안 머물 예정입니까?
B **Tôi sẽ ở lại trong 2 tuần.**   2주간 머물 겁니다.
A Chúc anh có thời gian vui vẻ.   좋은 시간 보내세요.

2주입니다.

2 tuần ạ.

제 예정 체류 기간은 딱 2주입니다.

Thời gian lưu trú của tôi chỉ đúng 2 tuần.

업무차 2주간 있을 겁니다.

Tôi sẽ ở đây trong 2 tuần vì mục đích công việc.

방문 목적이 무엇입니까?

Anh/Chị đến đây để làm gì?
Mục đích chuyến thăm của anh/chị là gì?

A **Mục đích chuyến thăm của chị là gì?**   방문 목적이 무엇입니까?
B Tôi đến đây để tham dự hội chợ.   박람회 참석차 왔습니다.

사업차 왔습니다.

Tôi đến đây vì công việc.

A   Mục đích chuyến thăm của chị là gì?   방문 목적이 무엇입니까?

B   **Tôi đến đây vì công việc.**   사업차 왔습니다.

세관 검사

신고할 물품이 없습니다.

Không có gì cả.

Không có gì để khai báo.

Không có đồ để khai báo.

A   Chị có đồ nào cần khai báo không?   신고하실 물품이 있습니까?

B   Không, **không có gì để khai báo.**   아뇨, 신고할 물품이 없습니다.

A   Vâng, cảm ơn ạ.   네, 감사합니다.

신고할 물품이 있습니다.

Tôi có đồ để khai báo.

Có một số đồ cần khai báo.

Đây là những đồ cần được khai báo.

A   Anh có đồ nào cần khai báo không?   신고하실 물품이 있습니까?

B   Vâng, **có một số đồ cần khai báo.**   네, 신고할 물품이 있습니다.

A   Anh có những gì?   뭘 가지고 계시죠?

(짐은) 이게 다입니다.

Đây là tất cả.

Đây là tất cả hành lý của tôi.

A   Ngoài túi này, còn có hành lý nào nữa không?   이 가방 외에 짐이 더 있으세요?

B   Không, **đây là tất cả.**   아뇨, 이게 다입니다.

부친 짐은 없습니다.

Tôi đã không gửi hành lý.

Tôi không có hành lý nào đã gửi.

기내 가방이 전부입니다.

Túi xách mà tôi mang lên máy bay là toàn bộ.

공항
빠져 나가기

제 가방 하나가 없어졌습니다.

Tôi bị mất một chiếc túi hành lý.

Tôi không thể tìm được một chiếc túi hành lý của tôi.

A **Tôi bị mất một chiếc túi hành lý.** 제 가방 하나가 없어졌습니다.

B Ôi, xin lỗi. Chiếc túi trông như thế nào? 오, 유감이군요. 그 가방은 어떻게 생겼나요?

A Đó là hành lý màu nâu cỡ trung bình với viền màu đỏ.
빨간색 테두리가 있는 중간 크기의 갈색 여행 가방입니다.

잃어버린 가방을 어디에 신고하나요?

Tôi khai báo hành lý bị mất ở đâu?

환전을 해야 합니다.

Tôi phải đổi tiền.

환전은 어디서 합니까?

Đổi tiền ở đâu ạ?

Tôi có thể đổi tiền ở đâu?

A **Tôi có thể đổi tiền ở đâu?** 환전은 어디서 합니까?

B Đi xuống theo lối này thì sẽ thấy cửa sổ đầu tiên ở bên trái của bạn.
이 통로 아래로 내려가시면 왼쪽 첫 번째 창구입니다.

A Vâng, cảm ơn. 네, 감사합니다.

이곳이 환전할 수 있는 곳인가요?

Tôi có thể đổi tiền ở đây không?

시내에 돈을 환전할 수 있는 곳들이 있나요?

Có nơi nào có thể đổi tiền ở trung tâm thành phố không?

공항버스를 타려면 어디로 가야 하나요?

Tôi nên đi đâu để bắt xe buýt sân bay?

공항버스 정거장이 어디에 있죠?

Trạm xe buýt sân bay ở đâu?

공항버스는 어디서 타죠?

Tôi bắt xe buýt sân bay ở đâu ạ?

택시 기다리는 곳이 있나요?

Có chỗ nào đợi tắc xi không?

택시는 어디서 잡을 수 있나요?

Tôi bắt tắc xi ở đâu?

Tôi có thể bắt tắc xi ở đâu?

A   Xin lỗi, **tôi có thể bắt tắc xi ở đâu?**   실례지만, 택시는 어디서 잡을 수 있나요?

B   Anh ra cửa ra số 8, có trạm lên taxi.   8번 출구로 나가시면 택시 승강장이 있습니다.

손님맞이 및 배웅

공항에 저를 데리러 나와 주세요.

Tôi cần một người nào đó đến đón tôi tại sân bay.

오전 6시 10분에 도착하는데요. 누군가 저를 데리러 나오실 수 있나요?

Tôi sẽ đến lúc 6 giờ 10 phút sáng. Có người nào có thể đón tôi không ạ?

A   **Tôi sẽ đến lúc 6 giờ 10 phút sáng. Có người nào có thể đón tôi không ạ?**
오전 6시 10분에 도착하는데요. 누군가 저를 데리러 나오실 수 있나요?

B   Vâng, tôi sẽ gửi người nào đó và đợi chị.   네, 나가서 기다릴 사람을 보내겠습니다.

한국에 오신 것을 환영합니다.

Chào mừng anh/chị đến Hàn Quốc.

A   Xin chào. Anh là anh Cường đến từ Việt Nam phải không ạ?
안녕하세요. 베트남에서 오신 끄엉 씨입니까?

B   Vâng, chị Kim Sun Hee à?   네, 김선희 씨인가요?

A   Vâng, đúng rồi. **Chào mừng anh Cường đến Hàn Quốc.**
네, 그렇습니다. 끄엉 씨, 한국에 오신 것을 환영합니다.

한국에 와 주셔서 기쁩니다.

Tôi rất vui vì anh/chị đến Hàn Quốc.

비행은 편하셨나요?

Chuyến bay của anh/chị thế nào?

Chuyến bay của anh/chị có thoải mái không?

3 공항 및 기내

A **Chuyến bay của anh thế nào?** 비행은 편하셨나요?

B Tốt ạ. Đã là hạng nhất mà. Không thể không hài lòng.
네. 1등석이었습니다. 불만이 있을 수 없죠.

제가 배웅해 드리겠습니다.

Tôi sẽ tiễn anh/chị.

제가 공항까지 모셔다 드릴게요.

Tôi sẽ đưa anh/chị ra sân bay.
Tôi muốn đưa anh/chị ra sân bay.

A **Tôi sẽ đưa anh ra sân bay.** 제가 공항까지 모셔다 드릴게요.

B Không sao ạ. Tôi biết đường đi đến sân bay.
아뇨, 괜찮습니다. 공항까지 가는 길을 압니다.

배웅 나와 주셔서 감사합니다.

Tôi cảm ơn vì anh/chị đã ra tiễn tôi.
Tôi rất cảm ơn vì anh/chị đã ra tiễn tôi.
Cảm ơn anh/chị đã đến đây để tiễn tôi.

A Đến thời gian làm thủ tục rồi. **Cảm ơn anh đã đến đây để tiễn tôi.**
이제 체크인할 시간이군요. 배웅 나와 주셔서 감사합니다.

B Chị hãy thường xuyên liên lạc nhé. 계속 연락해 주세요.

한국에 꼭 다시 오시길 바랍니다.

Chúng ta hẹn gặp lại ở Hàn Quốc.
Tôi hy vọng có thể gặp lại anh/chị ở Hàn Quốc.
Tôi hy vọng anh/chị lại đến Hàn Quốc trong thời gian sớm.

A **Tôi hy vọng có thể gặp lại chị ở Hàn Quốc.** 한국에 꼭 다시 오시길 바랍니다.

B Tôi chắc chắn sẽ đến lại đây. Chúng tôi thật sự muốn mở rộng kinh doanh tại
đây. 반드시 다시 올 거예요. 여기서 우리 사업을 정말 확장하려고 합니다.

이제 작별 인사를 드릴 때로군요.

Đến thời gian tạm biệt rồi.

이제 탑승 수속을 밟아야 할 것 같아요.

Tôi nên đi làm thủ tục lên máy bay bây giờ.

Đến thời gian làm thủ tục để lên máy bay rồi.

A Máy bay cất cánh lúc mấy giờ?   비행기가 몇 시에 이륙하나요?

B Đúng 12 giờ ạ. **Tôi nên đi làm thủ tục lên máy bay bây giờ.**
   12시에요. 이제 탑승 수속을 밟아야 할 것 같아요.

출장

▼ 3 공항 및 기내

Chapter 4 호텔

 10-4.mp3

예약 및 체크인

방을 예약할 수 있나요?
Tôi đặt phòng được không?

방을 예약하려고 합니다.
Tôi muốn đặt phòng.

A **Tôi muốn đặt phòng.** 방을 예약하려고 합니다.
B Vâng, đợi một chút ạ. 네, 잠시만 기다리세요.

금연실로 부탁드려요.
Cho tôi phòng cấm hút thuốc.
Tôi muốn ở phòng cấm hút thuốc.

금연실로 주실 수 있습니까?
Có phòng nào cấm hút thuốc không?
Anh/Chị có thể cho tôi phòng cấm hút thuốc được không?

A **Anh có thể cho tôi phòng cấm hút thuốc được không?**
금연실로 주실 수 있습니까?
B Vâng, được chị ạ. 네, 드릴 수 있습니다.

3일간 머물 예정입니다.
Trong 3 ngày ạ.
Tôi sẽ ở lại 3 ngày.
Tôi dự định ở 3 ngày.
Tôi sẽ ở đây trong 3 ngày.

A Chị sẽ ở lại mấy ngày? 얼마나 있다 가십니까?
B **Trong 3 ngày ạ.** 3일간 머물 예정입니다.

싱글룸을 예약했습니다.
Tôi đã đặt phòng đơn rồi.

제 이름으로 예약이 되어 있습니다.

Tôi đã đặt phòng dưới tên của tôi.
Tôi đặt phòng bằng tên của tôi rồi.

A Chào chị. **Tôi đã đặt phòng dưới tên của tôi.**
안녕하세요. 제 이름으로 예약이 되어 있습니다.

B Vâng, anh tên là gì ạ? 네, 성함이 어떻게 되시죠?

A Tên tôi là Kim Sung Ho. Chữ viết là K-I-M và S-U-N-G-H-O.
김성호입니다. 철자는 K-I-M 그리고 S-U-N-G-H-O입니다.

조장수라는 이름으로 예약이 되어 있습니다.

Ở đây có đặt trước dưới tên là Jo Jang Soo.
Tôi đã kiểm tra đặt phòng với tên là Jo Jang Soo.

조장수입니다. 체크인할게요.

Tôi là Jo Jang Soo. Tôi muốn nhận phòng.

실례지만, 오늘 밤 빈방이 있습니까?

Xin lỗi, có phòng trống vào đêm nay không?
Xin lỗi, có phòng nào trống vào đêm nay không?

A **Xin lỗi, có phòng trống vào đêm nay không?** 실례지만, 오늘 밤 빈방이 있습니까?

B Xin lỗi, không có ạ. Hôm nay hết phòng rồi.
죄송하지만, 없습니다. 오늘은 예약이 다 찼어요.

A Vâng, cảm ơn chị. 네, 감사합니다.

오늘 밤 방 2개를 구하고 있습니다.

Chúng tôi đang tìm 2 phòng cho đêm nay.

근처에 있는 다른 호텔을 추천해 주시겠습니까?

Anh/Chị có thể giới thiệu khách sạn khác ở gần đây không?

A Xin lỗi, đêm nay chúng tôi hết phòng rồi ạ. 죄송하지만, 오늘 밤 예약이 다 찼어요.

B **Anh có thể giới thiệu khách sạn khác ở gần đây không?**
근처에 있는 다른 호텔을 추천해 주시겠습니까?

A Vâng, khách sạn kết nghĩa của chúng tôi nằm ở ngay bên dưới một lô đất. Để tôi gọi thử giúp chị. 네, 저희 자매 호텔이 바로 한 블록 아래에 있습니다. 전화를 해 드리죠.

근처에 빈방이 있을 법한 다른 호텔을 아시나요?

Anh/Chị có biết một khách sạn nào khác có phòng trống gần đây không?

인근에 있는 다른 호텔에 연락해 주시겠습니까?

Tôi nhờ anh/chị gọi điện cho khách sạn khác xung quanh được không?

어디를 추천해 주시겠습니까?

Anh/Chị sẽ giới thiệu cho tôi khách sạn nào?

서비스 문의

호텔까지 가는 셔틀 버스가 있습니까?

Có xe buýt đưa đón đến khách sạn không?

공항 오가는 셔틀 서비스가 있나요?

Khách sạn có cung cấp dịch vụ đưa đón sân bay không?

공항에서 셔틀 버스를 탈 수 있나요?

Tôi có thể bắt xe đưa đón tại sân bay không ạ?

공항에서 호텔까지 교통편을 이용할 수 있을까요?

Tôi có thể sử dụng phương tiện giao thông nào đó từ sân bay về khách sạn không?

A **Tôi có thể sử dụng phương tiện giao thông nào đó từ sân bay về khách sạn không?** 공항에서 호텔까지 교통편을 이용할 수 있을까요?

B Tất nhiên rồi anh. Mỗi 15 phút có xe buýt sân bay ở bên ngoài khu vực nhận hành lý. 물론입니다, 손님. 수화물 찾는 곳 밖에서 15분마다 떠나는 공항 버스가 있어요.

302호 룸 서비스 부탁합니다.

Tôi muốn đặt dịch vụ phòng cho phòng số 302.

제 방으로 룸 서비스를 받을 수 있을까요?

Tôi có thể nhận dịch vụ phòng cho phòng tôi được không?

A Xin chào, đây là quầy lễ tân. Tôi có thể giúp gì cho anh? 안녕하세요, 프런트 데스크입니다. 무엇을 도와 드릴까요?

B **Tôi có thể nhận dịch vụ phòng cho phòng tôi được không?** 제 방으로 룸 서비스를 받을 수 있을까요?

A Dĩ nhiên là được. Anh muốn gì ạ? 물론이죠. 어떤 메뉴를 원하세요?

556

룸 서비스를 제공해 주시나요?

Ở đây có dịch vụ phòng không?

2201호실 세탁 서비스를 요청하고 싶습니다.

Tôi muốn dùng dịch vụ giặt quần áo cho phòng số 2201.

세탁이 필요한 옷이 있습니다.

Tôi có một số quần áo cần giặt.

A Xin chào, đây là quầy lễ tân. Tôi có thể giúp gì cho anh?
   안녕하세요. 프런트 데스크입니다. 무엇을 도와 드릴까요?

B **Tôi có một số quần áo cần giặt.**   세탁이 필요한 옷이 있습니다.

A Vâng, tôi sẽ cho người đến lấy.   네. 수거해 가도록 하겠습니다.

세탁 서비스를 제공해 주시나요?

Anh/Chị có dịch vụ giặt quần áo không?
Ở đây có cung cấp dịch vụ giặt quần áo không?

제 옷을 세탁해 주세요.

Tôi cần giặt quần áo của tôi.

이 바지를 세탁실에 보내 주세요.

Anh/Chị gửi cái quần này đến phòng giặt giúp tôi.

A **Chị gửi cái quần này đến phòng giặt giúp tôi.**   이 바지를 세탁실에 보내 주세요.

B Ngoài quần, còn gì nữa không ạ?   바지 외에 다른 건 없으세요?

이 셔츠를 다림질해 주세요.

Cái áo này cần ủi.
Làm ơn ủi cái áo sơ mi này.

이 셔츠를 다림질해 주시겠습니까?

Anh/Chị có thể ủi cái áo sơ mi này được không?

A **Chị có thể ủi cái áo sơ mi này được không?**   이 셔츠를 다림질해 주시겠습니까?

B Dĩ nhiên là được. Tôi sẽ ủi trong 1 tiếng.
   물론이죠. 1시간 내에 다림질해 드리겠습니다.

415호실에 모닝콜을 해 주실 수 있을까요?

Anh/Chị có thể gọi báo thức cho phòng 415 được không?

A   Xin chào, đây là quầy lễ tân. Tôi có thể giúp gì cho anh?
    안녕하세요. 프런트 데스크입니다. 어떻게 도와 드릴까요?

B   Anh có thể gọi báo thức cho phòng 415 được không?
    415호실에 모닝콜을 해 주실 수 있을까요?

A   Tất nhiên là được. Chị muốn mấy giờ?   물론이죠. 몇 시가 좋으세요?

오전 6시 30분에 모닝콜 부탁드립니다.

Tôi nhờ gọi báo thức lúc 6 giờ rưỡi sáng.

메시지를 전해 주시겠어요?

Anh/Chị có thể chuyển lời nhắn giúp tôi được không?

A   Chào chị. Chị cần gì ạ?   안녕하세요. 무엇을 도와 드릴까요?

B   Anh có thể chuyển lời nhắn giúp tôi được không?   메시지를 전해 주시겠어요?

A   Dĩ nhiên, không vấn đề. Chị muốn gửi lời nhắn cho ai?
    물론이죠. 문제없습니다. 어느 분께 메시지를 전해 드리면 될까요?

제 동료에게 메시지를 남기고 싶습니다.

Tôi muốn để lại lời nhắn cho đồng nghiệp của tôi.

제 동료에게 메시지를 남길 수 있을까요?

Tôi có thể để lại lời nhắn cho đồng nghiệp không?

이 호텔에 묵고 있는 제 동료에게 이 메시지를 전해 주시겠어요?

Anh/Chị có thể chuyển tin nhắn này cho đồng nghiệp của tôi đang ở khách sạn này được không?

제게 메시지 온 거 없습니까?

Có lời nhắn nào cho tôi không ạ?

여기로 제게 메시지가 오기로 돼 있는데요.

Chắc sẽ có một lời nhắn cho tôi ở đây.

상사의 중요한 소포를 기다리고 있습니다.

Tôi đang đợi bưu phẩm quan trọng mà cấp trên của tôi gửi.

A **Tôi đang đợi bưu phẩm quan trọng mà cấp trên của tôi gửi.** Tôi nghe nói anh ấy để nó ở quầy lễ tân rồi.
상사의 중요한 소포를 기다리고 있습니다. 여기 프런트 데스크에 맡겨 놓으실 거라고 하셨어요.

B Vâng, anh ấy đã đến khoảng 1 tiếng trước. Đây anh ạ.
네, 약 1시간 전에 오셨어요. 여기 있습니다, 손님.

프런트 데스크에 누군가 제게 메시지를 남기지 않았나요?

Ai đó để lại lời nhắn cho tôi ở bàn tiếp tân không ạ?

팩스를 보내야 해요.

Tôi cần gửi fax.

이 번호로 팩스를 보낼 수 있을까요?

Tôi có thể gửi fax đến số này không?

팩스 서비스를 제공하시나요?

Ở đây có cung cấp dịch vụ fax không?

팩스를 보낼 방법이 있나요?

Có cách nào để gửi fax không?
Có cách nào tôi có thể gửi fax không?

A **Có cách nào tôi có thể gửi fax không?** 팩스를 보낼 방법이 있나요?

B Vâng, trung tâm thương mại của chúng tôi ở tầng 2.
네, 저희 비즈니스 센터가 2층에 있습니다.

A Cảm ơn chị. 감사합니다.

귀중품을 보관할 곳이 있나요?

Có nơi nào bảo quản đồ quý giá không?

방에 금고가 있나요?

Trong phòng có két sắt không?

A **Trong phòng có két sắt không?** 방에 금고가 있나요?

B Có hộp bảo quản ở quầy lễ tân. 프런트에 보관함이 있습니다.

숙박객이 이용할 수 있는 귀중품 보관함이 있나요?

Có hộp bảo quản đồ quý giá mà khách có thể sử dụng không?

302호 시설에 문제가 있습니다.

Có vấn đề về trang thiết bị trong phòng 302.
Trong phòng số 302 có vấn đề về trang thiết bị.
Tôi muốn báo về vấn đề trang thiết bị trong phòng số 302.

A Quầy lễ tân xin nghe. Anh cần gì?   프런트 데스크입니다. 어떻게 도와 드릴까요?

B **Tôi muốn báo về vấn đề trang thiết bị trong phòng số 302.**
302호 시설에 문제가 있습니다.

여기 문제가 있는 것 같습니다.

Ở đây hình như có vấn đề.

여기 물이 샙니다.

Ở đây có vấn đề rỉ nước.

세면대에서 물이 샙니다.

Bồn rửa mặt trong phòng bị rỉ nước.
Bồn rửa mặt trong phòng tắm bị rỉ nước.

(최대한 빨리) 누구 좀 보내 주시겠어요?

Anh/Chị có thể cho ai đó đến đây không?
Anh/Chị hãy gửi ai đó (nhanh nhất có thể) đến đây được
không?

A Chào chị, quầy lễ tân xin nghe. Chị cần gì?
안녕하세요, 프런트 데스크입니다. 무엇을 도와 드릴까요?

B **Bồn rửa mặt trong phòng tắm bị rỉ nước. Anh hãy gửi ai đó nhanh nhất
có thể đến đây được không?**
세면대에서 물이 샙니다. 최대한 빨리 누구 좀 보내 주시겠어요?

A Vâng chị ạ. Tôi sẽ gửi kỹ sư lên.   물론입니다, 손님. 수리공을 올려 보내겠습니다.

302호 세면대에서 물이 샙니다.

Trong phòng 302, bồn rửa mặt bị rỉ nước.

세면대가 막혔어요.

Bồn rửa mặt trong phòng tắm bị tắc.

A **Bồn rửa mặt trong phòng tắm bị tắc.** 세면대가 막혔어요.

B Xin lỗi, tôi sẽ gửi người lên. 죄송합니다. 바로 사람을 올려 보내겠습니다.

불이 들어오지 않습니다.

Cái đèn không hoạt động.

Cái đèn trong phòng không bật được.

A Quầy lễ tân xin nghe. Anh cần gì ạ? 프런트 데스크입니다. 무엇을 도와 드릴까요?

B **Cái đèn trong phòng không bật được.** 불이 들어오지 않습니다.

A Xin lỗi anh, tôi sẽ gửi người lên. 죄송합니다, 손님. 바로 사람을 올려 보내겠습니다.

전구가 없어요.

Không có bóng đèn.

(여기) 뜨거운 물이 안 나와요.

Tôi không thể dùng nước nóng.

(Ở đây,) nước nóng không dùng được.

A **Tôi không thể dùng nước nóng.** 뜨거운 물이 안 나와요.

B Chị đã bật máy sưởi chưa? Để làm nước nóng chị phải bật máy sưởi.
히터를 키셨나요? 물을 데우려면 히터를 먼저 키셔야 합니다.

이 방이 너무 춥습니다.

Ở đây quá lạnh.

Phòng này quá lạnh.

이 방이 너무 덥습니다.

Ở đây quá nóng.

Phòng này quá nóng.

에어컨 작동이 안 되는 듯합니다.

Ở đây máy điều hoà không hoạt động.

A **Ở đây máy điều hoà không hoạt động.** 에어컨 작동이 안 되는 듯합니다.

B Chị tắt rồi bật lại được không? 껐다가 다시 켜 보시겠습니까?

A Vâng, tôi đã làm rồi nhưng vẫn không được. 네, 해 봤는데 작동이 되지 않아요.

히터 작동이 안 되는 듯합니다.

Ở đây máy sưởi không hoạt động.

문이 잠겼어요.

Cửa bị khóa rồi.

A **Cửa bị khóa rồi.** 문이 잠겼어요.

B Chị đang ở phòng số mấy? 몇 호실에 계신가요?

열쇠를 안에 두고 나왔는데 문이 잠겼어요.

Tôi để chìa khóa trong phòng rồi ra ngoài mà cửa bị khóa rồi.

체크아웃 및 정산

105호 체크아웃 부탁합니다.

Cho tôi trả phòng 105.
Tôi muốn trả phòng 105.

전자 체크아웃 서비스가 있나요?

Ở đây có dịch vụ trả phòng điện tử không?

내일 아침 일찍 떠나는데, 오늘 밤 체크아웃할 수 있나요?

Vì sáng mai tôi đi rất sớm, nên tôi có thể trả phòng đêm nay được không?

A **Vì sáng mai tôi đi rất sớm, nên tôi có thể trả phòng đêm nay được không?** 내일 아침 일찍 떠나는데, 오늘 밤 체크아웃할 수 있나요?

B Vâng, phòng của chị là phòng số mấy? 네, 몇 호실이시죠?

신용카드로 결제하겠습니다.

Đây là thẻ tín dụng của tôi.
Tôi sẽ tính tiền bằng thẻ tín dụng.
Toi sẽ thanh toán bằng thẻ tín dụng.
Tôi muốn thanh toán bằng thẻ tín dụng.

신용카드로 결제해도 될까요?

Tôi có thể tính tiền bằng thẻ tín dụng được không?
Tôi có thể thanh toán bằng thẻ tín dụng được không?

A **Tôi có thể tính tiền bằng thẻ tín dụng được không?**
신용카드로 결제해도 될까요?

B Dĩ nhiên là được. 물론이죠.

다른 카드로 반을 지불해도 될까요?

Tôi có thể trả một nửa bằng thẻ khác được không?

가능하면, 비용을 나눠서 결제하고 싶어요.

Nếu được, tôi muốn chia ra rồi thanh toán.

A **Nếu được, tôi muốn chia ra rồi thanh toán.**
가능하면, 비용을 나눠서 결제하고 싶어요.

B Vâng, anh sẽ thanh toán bao nhiêu tiền bằng thẻ Master?
네, 마스터카드로는 얼마를 결제하시겠어요?

비용을 나눠서 카드 2개로 결제해도 될까요?

Tôi có thể chia ra để thanh toán bằng 2 thẻ riêng được không?

공항행 셔틀 버스를 탈 수 있나요?

Tôi có thể bắt xe đưa đón đến sân bay không?
Tôi có thể dùng xe đưa đón đến sân bay không?

공항행 셔틀이 언제 출발하죠?

Khi nào xe đưa đón đến sân bay khởi hành?
Xe đưa đón đến sân bay khởi hành lúc mấy giờ?

A **Khi nào xe đưa đón đến sân bay khởi hành?** 공항행 셔틀이 언제 출발하죠?

B Từ lúc 5 giờ sáng mỗi 30 phút sẽ có một chuyến.
새벽 5시 반부터 30분마다 출발합니다.

팁을 받으세요?

Anh/Chị có nhận tiền boa không?

A Xin lỗi, **anh có nhận tiền boa không?** 실례지만, 팁을 받으세요?

B Tất nhiên, thưa cô. Cảm ơn cô đã quan tâm.
물론입니다, 부인. 신경 써 주셔서 감사합니다.

Chapter 5

식당

 10-5.mp3

식당 추천

좋은 레스토랑을 추천해 주시겠어요?

Anh/Chị có thể giới thiệu một nhà hàng tốt không?

Anh/Chị có thể giới thiệu nhà hàng nào ngon không?

이 근처에 있는 조용하고 괜찮은 식당을 추천해 주시겠어요?

Anh/Chị có thể giới thiệu một nhà hàng vừa tốt vừa ngon không?

A **Chị có thể giới thiệu một nhà hàng vừa tốt vừa ngon không?**
이 근처에 있는 조용하고 괜찮은 식당을 추천해 주시겠어요?

B Vâng, ngay dưới đường có nhà hàng Hoa Sen. Tôi sẽ gọi điện và đặt chỗ giúp anh. 네, 바로 길 아래에 호아쎈이 있어요. 전화를 걸어 예약해 드리죠.

정말 좋은 이탈리아 레스토랑을 찾고 있어요.

Chúng tôi đang tìm một nhà hàng Ý thật sang trọng.

여기서 멀지 않은, 괜찮은 이탈리아 레스토랑이 있나요?

Gần đây có nhà hàng Ý nào tốt không?

괜찮은 이탈리아 식당을 아시나요?

Anh/Chị có biết nhà hàng Ý nào tốt không?

A **Chị có biết nhà hàng Ý nào tốt không?** 괜찮은 이탈리아 식당을 아시나요?
B Vâng, món mì Ý ở Domingo thật ngon. 네, 도밍고의 파스타 요리가 좋아요.

여기가 음식을 잘해요.

Ở đây nấu ăn giỏi lắm.

Nhà hàng này rất ngon.

Ở đây có nhiều món ngon lắm.

Các món ở nhà hàng này thật sự ngon.

A Anh có biết nhà hàng nào ngon không?   괜찮은 식당을 아시나요?

B Để tôi cho chị xem danh sách nhà hàng ngon tại thành phố Hồ Chí Minh. Nhà
hàng Hoa Sen thế nào? **Ở đây nấu ăn giỏi lắm.**
호찌밍의 괜찮은 식당 목록을 보여 드리죠. 호아쎈 어떠세요? 여기가 음식을 잘해요.

예약 · 취소 · 자리 확인

저녁 식사를 하려면 예약해야 하나요?

Tôi có phải đặt chỗ để ăn tối không?
Tôi có phải đặt chỗ cho bữa tối không?

A **Tôi có phải đặt chỗ cho bữa tối không?**   저녁 식사를 하려면 예약해야 하나요?

B Như vậy sẽ tốt hơn. Ở đó luôn đông khách.
그러는 게 좋을 거예요. 거긴 항상 붐비거든요.

3명 테이블을 예약해야 하나요?

Chúng tôi cần đặt chỗ cho 3 người không?

오늘 저녁 자리 예약을 하고 싶습니다.

Tôi muốn đặt bàn vào buổi tối nay.

오늘 저녁 자리 예약이 가능한가요?

Tôi có thể đặt bàn cho bữa tối được không?
Tôi có thể đặt bàn vào buổi tối được không?

A **Tôi có thể đặt bàn cho bữa tối được không?**   오늘 저녁 자리 예약이 가능한가요?

B Dĩ nhiên, anh định đến mấy giờ ạ?   물론이죠, 몇 시가 좋으세요?

A 6 giờ chiều.   오후 6시요.

B Anh có mấy người?   일행이 몇 분이신가요?

A Có 5 người.   5명입니다.

오늘 저녁 7시에 3명 자리를 예약할 수 있을까요?

Tôi có thể đặt bàn cho 3 người vào lúc 7 giờ được không?
Anh/Chị có thể đặt cho tôi một bàn dành cho 3 người lúc 7
giờ được không?

오늘 저녁 7시에 3명 예약하고 싶은데요.

Tôi muốn đặt bàn cho 3 người vào lúc 7 giờ.

A **Tôi muốn đặt bàn cho 3 người vào lúc 7 giờ.**
오늘 저녁 7시에 3명 예약하고 싶은데요.

B Vâng, được ạ. Chị tên là gì ạ?   네, 가능합니다. 성함이 어떻게 되시죠?

예약을 취소하고 싶습니다.

Tôi muốn huỷ đặt bàn của tôi.

예약을 취소해야겠어요.

Tôi phải huỷ đặt bàn của tôi.

죄송하지만, 오늘 저녁 예약을 취소해야겠어요.

Xin lỗi, tôi phải huỷ đặt bàn cho bữa tối.

A **Xin lỗi, tôi phải huỷ đặt bàn cho bữa tối.**
죄송하지만, 오늘 저녁 예약을 취소해야겠어요.

B Vâng. Anh đã đặt bàn với tên của ai?   네. 어느 분 성함으로 예약하셨죠?

A Tôi đặt bàn với tên Kim Chul Soo vào lúc 6 giờ chiều.
오후 6시에 김철수 앞으로 돼 있어요.

7시에 예약되어 있습니다.

Tôi đã đặt bàn lúc 7 giờ tối rồi.
Tôi đã đặt một bàn lúc 7 giờ tối.

A Chào anh. **Tôi đã đặt bàn lúc 7 giờ tối rồi.** Tên tôi là Kim Min Ho.
안녕하세요. 7시에 예약되어 있습니다. 제 이름은 김민호입니다.

B Để tôi kiểm tra. Vâng, có đây ạ. Chị đặt 7 giờ tối phải không?
확인해 보죠. 네, 여기 있군요. 7시에 예약하신 거 맞죠?

A Vâng, đúng rồi ạ. Sẽ có thêm 3 người nữa ạ.   네, 그렇습니다. 3명이 더 올 거예요.

어제 전화로 예약했는데요.

Tôi đặt bàn hôm qua qua điện thoại rồi.
Tôi đã đặt một bàn qua điện thoại vào hôm qua.

A Chào anh. Tôi đã đặt bàn lúc 7 giờ tối rồi. Tôi tên là Shin Ji Hee.
안녕하세요. 7시에 예약되어 있습니다. 제 이름은 신지희입니다.

B Để tôi kiểm tra. Xin lỗi, tôi không thấy tên chị. Chị đặt khi nào ạ?
확인해 보죠. 죄송하지만, 성함이 안 보이네요. 언제 예약하셨죠?

A **Tôi đặt bàn hôm qua qua điện thoại rồi.**   어제 전화로 예약했는데요.

얼마나 기다려야 하나요?

Sẽ mất bao lâu nữa?

Tôi phải đợi bao lâu nữa?

A   Xin lỗi, bây giờ tất cả bàn được đặt hết rồi. Chúng tôi sẽ chuẩn bị bàn cho chị
    ngay.   죄송하지만, 지금은 모든 자리가 차 있습니다. 곧 테이블을 준비해 드리도록 하겠습니다.

B   **Tôi phải đợi bao lâu nữa?**   얼마나 기다려야 하나요?

A   Sẽ không mất lâu. Từ 5 phút đến 10 phút ạ.
    오래 걸리지 않을 겁니다. 5분에서 10분이요.

언제쯤 자리가 날까요?

Khi nào sẽ có bàn ạ?

Khi nào chúng ta có thể ngồi ạ?

대기자 명단에 제 이름을 올려 주시겠습니까?

Anh/Chị ghi tên tôi vào danh sách chờ được không?

대기자 명단에 제 이름을 올려 주세요.

Vui lòng ghi tên tôi vào danh sách chờ.

Tôi muốn ghi tên tôi vào danh sách chờ.

A   Anh phải đợi khoảng 20 đến 30 phút nữa. Anh có muốn ghi tên anh vào danh
    sách chờ không ạ?   20~30분 정도 기다리셔야 해요. 성함을 적어 넣을까요?

B   Vâng, **tôi muốn ghi tên tôi vào danh sách chờ ạ.**
    네, 대기자 명단에 제 이름을 올려 주세요.

창가 쪽 테이블을 부탁합니다.

Tôi muốn đặt một bàn bên cửa sổ.

창가 쪽 테이블에 앉을 수 있을까요?

Ở đây có chỗ nào phía cửa sổ không?

Chúng tôi có thể ngồi phía cửa sổ được không?

A   Chị đi lối này.   이쪽으로 오세요.

B   Nếu được, **chúng tôi có thể ngồi phía cửa sổ được không?**
    가능하다면, 창가 쪽 테이블에 앉을 수 있을까요?

전망 좋은 자리 있나요?

Có chỗ nào có cảnh đẹp không?

금연석으로 부탁합니다.

Cho tôi chỗ không hút thuốc.
Tôi muốn chỗ không hút thuốc.

A Chỗ hút thuốc hay không hút thuốc? 흡연석입니까, 금연석입니까?
B **Tôi muốn chỗ không hút thuốc.** Trong nhóm không có người nào hút thuốc.
금연석으로 부탁합니다. 일행 중 담배 피우는 사람이 없어요.

15명이 앉을 만한 큰 테이블이 있을까요?

Ở đây có bàn lớn dành cho 15 người không?
Anh/Chị có bàn lớn cho 15 người ngồi không?

15명을 위한 자리가 있나요?

Có chỗ ngồi dành cho 15 người không?

우리 모두 한 테이블에 앉을 수 있을까요? 모두 15명입니다.

Tất cả chúng tôi có thể ngồi trong một bàn được không?
Tất cả là 15 người.
Ở đây có chỗ nào tất cả chúng tôi ngồi chung được
không? Tất cả là 15 người.

A **Ở đây có chỗ nào tất cả chúng tôi ngồi chung được không? Tất cả là 15
người.** 우리 모두 한 테이블에 앉을 수 있을까요? 모두 15명입니다.
B Vâng, chúng tôi sẽ chuẩn bị cho anh ngay. 네, 준비해 드리죠.

다른 테이블로 옮길 수 있을까요?

Tôi có thể chuyển sang bàn khác không?

저쪽 테이블로 옮길 수 있을까요?

Chúng tôi có thể chuyển sang bàn kia được không?

A Chỗ này có được không anh? 이 자리 괜찮으세요?
B Ừm, tôi muốn ngồi chỗ khác. **Chúng tôi có thể chuyển sang bàn kia được
không?** 음, 다른 자리에 앉고 싶은데요. 저쪽 테이블로 옮길 수 있을까요?
A Xin lỗi, bàn kia thì đã đặt rồi. Còn bàn bên cửa sổ kia thì thế nào ạ?
죄송하지만, 저쪽 자리는 예약이 돼 있습니다. 창가 쪽 저 테이블은 어떠세요?
B Được ạ. Cảm ơn chị. 좋아요. 감사합니다.

저쪽에 앉고 싶어요.

Tôi muốn ngồi ở đằng kia.

일행이 있어요.

Có thêm người đi cùng.

2명이 더 올 겁니다.

2 người nữa sắp tới.
Sẽ có thêm 2 người nữa.
Thêm 2 người sẽ đến nữa.

A   Chị có muốn gọi món ngay bây giờ không?   지금 주문하시겠습니까?

B   **Sẽ có thêm 2 người nữa.**   2명이 더 올 겁니다.

A   Vậy khi họ đến, tôi sẽ đưa họ đến bàn của chị.
     그럼 그분들이 도착하시면 테이블로 안내해 드리죠.

주문

메뉴 좀 보여 주세요.

Cho tôi thực đơn.
Cho tôi xem thực đơn.
Chúng tôi muốn xem thực đơn.

메뉴 좀 볼 수 있을까요?

Tôi có thể xem thực đơn được không?

A   **Tôi có thể xem thực đơn được không?**   메뉴 좀 볼 수 있을까요?

B   Đây ạ. Anh xem từ từ và khi nào anh chọn thì gọi tôi nhé.
     여기 있습니다. 천천히 보시고 고르셨으면 불러 주세요.

잠깐 메뉴를 봐도 될까요?

Tôi có thể xem thực đơn một chút được không?

오늘의 특별 요리는 뭔가요?

Hôm nay có món đặc biệt gì?
Hôm nay có gì đặc biệt không?
Món đặc biệt của hôm nay là gì?

A **Hôm nay có món đặc biệt gì?** 오늘의 특별 요리는 뭔가요?

B Chúng tôi có món kết hợp. Chị có thể chọn 3 món trong các món ở đây.
모듬 요리가 있습니다. 여기서 세 가지 요리를 선택하실 수 있어요.

오늘의 주방장 추천 메뉴는 뭐죠?

Hôm nay bếp trưởng giới thiệu món gì vậy?

여기는 뭘 잘하나요?

Ở đây món gì đặc biệt?
Ở đây món nào nổi tiếng?

A **Ở đây món gì đặc biệt?** 여기는 뭘 잘하나요?

B Chúng tôi nổi tiếng với bún bò Huế. 저희는 후에 국수로 유명합니다.

A Được. Cho tôi món đó. 좋아요. 그걸로 주세요.

어떤 메뉴를 추천하시겠어요?

Anh/Chị muốn gợi ý món nào?

아직 결정 못했어요.

Tôi chưa quyết định.
Tôi chưa chuẩn bị gọi món.
Tôi vẫn chưa biết chọn món gì.

시간을 좀 더 주시겠어요?

Anh/Chị cho chúng tôi mấy phút nữa được không?

시간을 좀 더 주세요.

Chúng tôi cần một chút thời gian nữa.

A Anh sẽ gọi món gì ạ? 뭘 드시겠어요?

B **Chúng tôi cần một chút thời gian nữa.** 시간을 좀 더 주세요.

결정하면 부를게요.

Quyết định xong chúng tôi sẽ gọi anh/chị.
Chúng tôi sẽ gọi anh/chị sau khi quyết định.
Khi nào quyết định, chúng tôi sẽ gọi anh/chị.
Tôi sẽ cho anh/chị biết khi nào quyết định xong.

A   Chúng tôi vẫn chưa chuẩn bị gọi món. **Khi nào quyết định, chúng tôi sẽ gọi anh.**   아직 주문할 준비가 안 됐어요. 결정하면 부를게요.

B   Không sao đâu. Khi nào anh quyết định thì rồi gọi tôi nhé.
문제없습니다. 결정하시는 대로 불러만 주세요.

주문을 받아 주시겠습니까?

Bây giờ chúng tôi có thể gọi món được không?

주문 좀 받아 주세요.

Cho tôi gọi món.
Tôi muốn gọi món.

A   Anh ơi, **tôi muốn gọi món.**   여기요, 주문 좀 받아 주세요.

B   Vâng ạ.   네.

저는 해산물 볶음밥으로 할게요.

Tôi sẽ ăn cơm rang hải sản.
Tôi muốn ăn cơm rang hải sản.
Cho tôi một đĩa cơm chiên hải sản.   cơm rang, cơm chiên 볶음밥

A   Chị sẽ gọi món gì ạ?   무엇을 주문하시겠습니까?

B   **Cho tôi một đĩa cơm chiên hải sản.**   저는 해산물 볶음밥으로 할게요.

이걸로 할게요.

Tôi sẽ chọn món này.

비프 스테이크 주세요.

Cho tôi bò bít tết.
Tôi muốn ăn món bò bít tết.

약간 덜 익힌 비프 스테이크 주세요.

Cho tôi món bò bít tết tái vừa.
Tôi muốn ăn món bò bít tết tái vừa.

tái vừa 중간보다 덜 익힌

cf. tái 안 익힌   chín tới 중간 정도로 익힌   chín 중간보다 더 익힌   chín kỹ 완전히 익힌

5 식당

출장

A   Chị sẽ gọi món không ạ?   주문하시겠습니까?

B   Vâng, **cho tôi món bò bít tết tái vừa.**   네, 약간 덜 익힌 비프 스테이크 주세요.

고기는 완전히 익혀 주세요.

Tôi thích chín kỹ.

Vui lòng làm chín kỹ.

Tôi muốn thịt chín kỹ.

Tôi thích bò bìt tết được chín kỹ.

고기를 완전히 익혀 주시겠어요?

Anh/Chị nấu thịt chín kỹ được không?

Anh/Chị cho bò bít tết của tôi chín kỹ được không?

A   **Anh cho bò bít tết của tôi chín kỹ được không?**   고기를 완전히 익혀 주시겠어요?

B   Vâng ạ.   네, 알겠습니다.

바짝 구워 주세요.

Anh/Chị hãy nướng chín hết cho tôi.

주문을 바꿀 수 있을까요?

Tôi có thể đổi món được không?

주문을 바꿀 수 있을까요, 아님 너무 늦었나요?

Tôi có thể đổi món được không hay là đã quá muộn rồi ạ?

주방에 확인해 보겠지만 늦은 듯합니다.

Để tôi kiểm tra nhà bếp nhưng hình như đã quá muộn rồi.

메뉴를 다시 볼 수 있을까요?

Chúng tôi có thể xem thực đơn lại được không?

A   Anh có thêm gì nữa không?   뭐 더 필요하신 건 없으세요?

B   **Chúng tôi có thể xem thực đơn lại được không?** Chúng tôi muốn gọi thêm một vài món nữa.   메뉴를 다시 볼 수 있을까요? 음식을 좀 더 주문하고 싶은데요.

와인 한 잔 주세요.

Một ly rượu vang nhé.
Cho tôi một ly rượu vang.
Tôi muốn một ly rượu vang.

A Anh uống gì ạ?   무엇을 드릴까요, 손님?
B **Cho tôi một ly rượu vang.**   와인 한 잔 주세요.
A Vâng. Tôi sẽ cho anh xem danh sách rượu vang.
그러죠. 와인 목록을 보여 드리겠습니다.

와인 메뉴를 보여 주세요.

Cho tôi xem danh sách rượu vang.

와인 메뉴 있나요?

Ở đây có loại rượu vang gì?
Anh/Chị có danh sách rượu vang không?
Anh/Chị cho tôi xem danh sách rượu vang được không?

A **Chị có danh sách rượu vang không?**   와인 메뉴 있나요?
B Vâng, chúng tôi chuẩn bị nhiều loại rượu vang đa dạng. Xin đợi một chút.
네, 다양한 와인이 준비되어 있습니다. 잠시만 기다리세요.

와인 먼저 주세요.

Chúng tôi muốn bắt đầu với rượu vang trước.
Anh/Chị cho chúng tôi một chai rượu vang trước.

A Chị có muốn mang rượu vang đến bây giờ không ạ?   지금 와인을 가져다 드릴까요?
B Vâng, **anh cho chúng tôi một chai rượu vang trước.**   네, 와인 먼저 주세요.

식사 전에 와인 먼저 주세요.

Chúng tôi muốn bắt đầu với rượu vang trước khi ăn.

생맥주 한 잔 주세요.

Cho tôi một cốc bia hơi.   ▫ bia hơi 생맥주(= bia tươi)

맥주 한 잔 주세요.

Cho tôi một ly bia.
Tôi sẽ uống một cốc bia.
Tôi muốn uống một ly bia.   ＊ly, cốc 잔 cf. lon 캔 chai 병

A   **Cho tôi một ly bia.**   맥주 한 잔 주세요.
B   Anh có muốn bia tươi không?   생맥주로 드릴까요?
A   Vâng.   네.

위스키 한 잔 주세요.

Cho tôi một cốc rượu huýt ky.
Tôi sẽ uống một ly rượu huýt ky.
Tôi muốn uống một cốc rượu huýt ky.

A   Tôi sẽ uống một chai Hineken. Còn chị?   저는 하이네켄 맥주로 할게요. 당신은요?
B   **Cho tôi một cốc rượu huýt ky.**   위스키 한 잔 주세요.

얼음을 넣어 주실래요?

Anh/Chị bỏ thêm đá vào được không?

얼음을 넣어 주세요.

Anh/Chị hãy bỏ đá vào ly huýt ky.

A   Anh có thích uống rượu nguyên chất không?   스트레이트로 드릴까요?
B   Không, **chị hãy bỏ đá vào ly huýt ky.**   아뇨, 얼음을 넣어 주세요.

커피 주세요.

Cho tôi cà phê.
Tôi sẽ uống cà phê.

아이스 밀크커피 주세요.

Tôi muốn cà phê sữa đá.
    ＊cà phê sữa đá 아이스 밀크커피 cf. cà phê đen đá 아이스 블랙커피

뜨거운 블랙커피 주세요.

Cho tôi cà phê đen nóng.
    ＊cà phê đen nóng 뜨거운 블랙커피 cf. cà phê sữa nóng 뜨거운 밀크커피

A Chị sẽ uống gì? 음료는 뭘로 하시겠어요?

B **Cho tôi cà phê đen nóng.** 뜨거운 블랙커피 주세요.

커피 두 잔 주세요.

2 ly cà phê.

Cho tôi 2 ly cà phê.

후식은 치즈 케이크로 주시겠어요?

Tôi ăn bánh tráng nướng phô mai để tráng miệng được không?

후식은 치즈 케이크로 주세요.

Cho tôi bánh tráng nướng phô mai để tráng miệng.

Tôi sẽ ăn bánh tráng nướng phô mai để tráng miệng.

A Chị sẽ gọi món gì để tráng miệng? 후식은 뭘로 하시겠습니까?

B **Cho tôi bánh tráng nướng phô mai.** 치즈 케이크로 주세요.

불만 사항 전달

(실례지만,) 이건 제가 주문한 게 아닌데요.

Đây không phải là món mà tôi đã gọi.

(Xin lỗi,) đây không phải là món mà tôi đã gọi.

A **Đây không phải là món mà tôi đã gọi.** 이건 제가 주문한 게 아닌데요.

B Xin lỗi chị, tôi sẽ chuẩn bị lại cho chị. 죄송합니다, 손님. 다시 준비해 드리겠습니다.

저는 중간보다 더 익힌 비프 스테이크를 주문했는데 이건 덜 익은 것 같군요.

Tôi đã gọi bò bít tết hơi chín nhưng đây có vẻ như chưa chín.

주문에 문제가 있군요.

Hình như đặt món đã có vấn đề.

이 샐러드 맛이 이상해요.

Xà lách này có vị lạ.

출장

5식탁

A   Bữa ăn thế nào chị?   식사는 어떠세요?

B   Ưm, **xà lách này có vị lạ.** Anh có thể dọn cái này và mang cho tôi cái khác
    được không?   음, 이 샐러드 맛이 이상해요. 도로 가져가시고 다른 걸로 갖다 주실래요?

맛이 이상해요.

Món này dở.

상했어요.

Món này bị thiu rồi.

신선하지 않아요.

Món này không tươi.

시큼해요.

Có mùi chua.

부패했어요.

Món bị hư rồi.

식었는데 다시 데워 주시겠어요?

Món này nguội rồi, anh/chị có thể làm nóng lại được không?

A   **Món này nguội rồi, anh có thể làm nóng lại được không?**
    식었는데 다시 데워 주시겠어요?

B   Dĩ nhiên là được. Để tôi làm nóng cho anh.   물론이죠. 데워 드리겠습니다.

저희 주문 좀 확인해 주시겠어요?

Anh/Chị có thể kiểm tra lại món đã gọi của chúng tôi
không ạ?

A   **Chị có thể kiểm tra lại món đã gọi của chúng tôi không ạ?** Chúng tôi đã
    đợi hơn nửa tiếng rồi.   저희 주문 좀 확인해 주시겠어요? 기다린 지 30분이 넘었어요.

B   Xin lỗi anh, chắc là đã có vấn đề anh.   죄송해요. 문제가 좀 있었나 봅니다, 손님.

음식이 언제 준비되는지 알려 주시겠어요?

Anh/Chị có thể cho biết khi nào món của chúng tôi được
chuẩn bị không?

576

실례지만, 저희가 주문한 요리가 아직 안 나왔어요.

Xin lỗi, món chúng tôi gọi vẫn chưa ra.

왜 이렇게 오래 걸리는 거죠?

Sao mất lâu thế?

음식에 머리카락이 있어요.

Trong món của tôi có tóc đấy.

A   Anh xem đây! **Trong món của tôi có tóc đấy.**   이거 보세요! 음식에 머리카락이 있어요.

B   Xin lỗi chị. Tôi sẽ lấy cái khác cho chị. Cái đó sẽ được tính miễn phí ạ.
     죄송합니다, 손님. 다른 걸로 갖다 드릴게요. 서비스로 드리겠습니다.

여기서 이걸 발견했어요.

Tôi tìm ra cái này ở đây.

기타 서비스

물 한 잔 더 주세요.

Anh/Chị cho tôi một ly nước nữa.

물 좀 주시겠어요?

Anh/Chị lấy nước cho tôi được không?

물 좀 더 주세요.

Cho tôi thêm nước.
Tôi cần thêm nước.

A   Chị có cần thêm gì nữa không?   뭐 더 필요하신 거 있으세요?

B   **Tôi cần thêm nước.**   물 좀 더 주세요.

차 좀 더 주세요.

Cho tôi thêm trà.

차 좀 더 주시겠어요?

Cho tôi thêm trà được không ạ?
Anh/Chị cho tôi trà nữa được không?

A   Bữa ăn có ngon miệng không ạ? Có cần gì nữa không ạ?
     식사는 맛있게 하고 계십니까? 다른 거 더 필요하세요?

B   Vâng, **cho tôi thêm trà được không?**   네, 차 좀 더 주시겠어요?

커피 좀 더 주세요.

Vui lòng thêm cà phê.

음료수 좀 더 주세요.

Anh/Chị cho tôi thêm nước ngọt.

이 그릇들 좀 치워 주세요.

Anh/Chị hãy dọn mấy cái chén này nhé.

이 그릇들 좀 치워 주시겠어요?

Anh/Chị có thể dọn mấy cái chén này được không?
Anh/Chị có thể dọn mấy cái chén này đi được không?

A Chị đã ăn xong chưa? Chị có muốn món tráng miệng không?
   식사는 다 하셨어요? 디저트 드릴까요?

B Vâng, nhưng trước đó **chị có thể dọn mấy cái chén này được không?**
   네, 근데 그 전에 이 그릇들 좀 치워 주시겠어요?

테이블 좀 치워 주세요.

Vui lòng dọn bàn giúp tôi.

테이블 좀 치워 주시겠어요?

Anh/Chị có thể dọn bàn được không?

화장실은 어디 있나요?

Nhà vệ sinh ở đâu vậy?
Cho tôi biết nhà vệ sinh ở đâu?

실례지만, 손은 어디서 씻죠?

Xin lỗi, tôi có thể rửa tay ở đâu?

A **Xin lỗi, tôi có thể rửa tay ở đâu?** 실례지만, 손은 어디서 씻죠?
B Nhà vệ sinh nữ ở bên cạnh quầy tiếp tân. 여자 화장실은 카운터 옆입니다.

냅킨 좀 더 갖다 주실래요?

Anh/Chị lấy khăn giấy cho tôi được không?
Anh/Chị có thể cho tôi thêm khăn giấy nữa được không?

냅킨 좀 더 주세요.

Cho thêm khăn giấy.
Cho tôi khăn giấy nữa.
Tôi cần thêm khăn giấy.

 A   Xin lỗi, **cho tôi khăn giấy nữa.**   실례지만, 냅킨 좀 더 주세요.

B   Vâng, tôi sẽ lấy cho anh.   네, 갖다 드리겠습니다.

남은 음식 좀 싸 주세요.

Hãy gói thức ăn thừa này giúp tôi.
Xin hãy gói thức ăn còn dư lại giúp tôi.
Tôi muốn mang đồ ăn còn thừa về nhé.

남은 음식 좀 싸 주시겠어요?

Tôi có thể gói thức ăn còn thừa được không?

 A   **Tôi có thể gói thức ăn còn thừa được không?**   남은 음식 좀 싸 주시겠어요?

B   Vâng, không sao.   네, 문제없습니다.

계산

계산서 좀 갖다 주세요.

Cho tôi hoá đơn.
Cho tôi tính tiền.

식사가 끝난 것 같습니다. 계산서 주세요.

Tôi nghĩ chúng tôi ăn xong rồi. Cho tôi hoá đơn.

 A   Chị có cần gì nữa không?   뭐 더 필요한 거 있으세요?

B   **Tôi nghĩ chúng tôi ăn xong rồi. Cho tôi hoá đơn.**
식사가 끝난 것 같습니다. 계산서 주세요.

따로 계산해 주세요.

Tính tiền riêng nhé.
Tính riêng ra cho tôi.
Vui lòng tính tiền riêng ra.

출장

▼
5 식당

같이 계산해 주세요.

Tính chung vào cho tôi.
Cái này cũng tính cùng cho tôi.

전부 얼마입니까?

Bao nhiêu tiền?
Tất cả bao nhiêu tiền?

A	**Tất cả bao nhiêu tiền?** 전부 얼마입니까?
B	600 trăm nghìn đồng. 60만 동입니다.

(이번엔) 제가 살게요.

Tôi sẽ trả.
Tôi sẽ khao.
(Lần này) tôi sẽ mời.

A	Tôi sẽ đặt hoá đơn lên bàn. 계산서는 테이블 위에 놓겠습니다.
B	**Lần này tôi sẽ mời.** 이번엔 제가 살게요.

이건 서비스로 드리는 겁니다.

Cái này là miễn phí.

영수증을 받을 수 있을까요?

Tôi có thể nhận hoá đơn được không?

영수증 부탁드립니다.

Tôi cần hoá đơn.
Cho tôi hoá đơn nhé.

A	Tôi sẽ mang tiền thừa cho anh. 거스름돈을 가져다 드리겠습니다. 손님.
B	**Cho tôi hoá đơn nhé.** 영수증도 부탁드립니다.
A	Vâng, dĩ nhiên. 네, 물론이죠.

주차권 부탁드립니다.

Cho tôi vé đậu xe.
Tôi cần vé đậu xe.

Chapter 6

길 찾기 및 교통수단

 10-6.mp3

길 찾기

하노이 지도 있으세요?

Anh/Chị có bản đồ Hà Nội không?

이 지역의 지도를 어디서 구할 수 있을까요?

Tôi có thể lấy bản đồ của khu vực này ở đâu?

A   Xin chào. Anh cần gì ạ?   안녕하세요. 도와 드릴까요?

B   **Tôi có thể lấy bản đồ của khu vực này ở đâu?**
이 지역의 지도를 어디서 구할 수 있을까요?

A   Bản đồ ở ngay tại đây.   지도는 이쪽에 있습니다.

지도가 필요해요. 어디서 구할 수 있을까요?

Tôi cần bản đồ. Tôi có thể lấy bản đồ ở đâu?

사무실까지 찾아가는 방법을 알려 주시겠어요?

Anh/Chị cho tôi biết cách đến văn phòng của anh/chị được không?

Anh/Chị có thể hướng dẫn cách đến văn phòng của anh/chị được không?

거기까지 찾아가는 가장 쉬운 방법이 뭐죠?

Cách dễ nhất để tìm đến nơi đó là gì?

A   Chúng ta gặp nhau ở đây lúc 8 giờ sáng nhé.   내일 아침 여기서 8시에 뵙죠.

B   Tốt rồi. **Cách dễ nhất để tìm đến nơi đó là gì?**
좋습니다. 거기까지 찾아가는 가장 쉬운 방법이 뭐죠?

A   Anh đi dọc theo quốc lộ 22 sau đó đi vào đường Nguyễn Thị Rành.
22번 국도를 타고 오시다가 응우옌 티 잔 길로 들어서세요.

엑스포 센터가 어디에 있죠?

Trung tâm Expo nằm ở đâu?

실례합니다. 엑스포 센터까지 가는 길을 알려 주시겠습니까?

Xin lỗi, anh/chị cho tôi biết đi trung tâm Expo thế nào?

실례합니다. 엑스포 센터 찾는 것을 도와주시겠습니까?

Xin lỗi, anh/chị có thể giúp tôi tìm đường đến trung tâm Expo được không?

실례합니다. 엑스포 센터를 찾고 있는데요. 여기로 가면 되나요?

Xin lỗi, tôi đang tìm trung tâm Expo. Đi đường này phải không?

A **Xin lỗi, tôi đang tìm trung tâm Expo. Đi đường này phải không?**
실례합니다. 엑스포 센터를 찾고 있는데요. 여기로 가면 되나요?

B Vâng, chị đi qua hai ngã tư rồi quẹo trái thì sẽ thấy trung tâm Expo.
네, 사거리 두 개를 더 지나 왼쪽으로 돌면 엑스포 센터가 있습니다.

A Cảm ơn anh ạ.   감사합니다.

길을 잃은 것 같습니다. 지도상으로 현 위치가 어딘지 짚어 주시겠습니까?

Hình như tôi bị lạc đường. Anh/Chị có thể chỉ cho chúng tôi biết đang ở đâu trên bản đồ này được không?

죄송하지만, 다시 한 번 말씀해 주세요.

Xin lỗi, xin anh/chị nói lại.
Xin lỗi, xin anh/chị nhắc lại giúp tôi.

죄송하지만, 다시 한 번 천천히 말씀해 주시겠어요?

Xin lỗi, anh/chị nói chậm hơn một chút được không?

A Xin lỗi, tôi đang tìm bưu điện thành phố. Đi đường này phải không?
실례합니다. 중앙우체국을 찾고 있는데요. 여기로 가면 되나요?

B Vâng, chị đi qua ngã tư này rồi quẹo phải thì sẽ thấy bưu điện thành phố.
네, 이 사거리를 지나 오른쪽으로 돌면 중앙우체국이 있습니다.

A **Xin lỗi, chị nói chậm hơn một chút được không?**
죄송하지만, 다시 한 번 천천히 말씀해 주시겠어요?

이해가 잘 안 되네요. 약도를 그려 주시겠어요?

Tôi vẫn chưa hiểu ạ. Anh/Chị vẽ sơ đồ cho tôi được không?

(죄송한데,) 약도를 그려 주시겠어요?

Tôi nhờ anh/chị vẽ sơ đồ được không?
Anh/Chị có thể vẽ sơ đồ cho tôi được không?
(Xin lỗi,) anh/chị vẽ sơ đồ cho tôi được không?

A Xin lỗi, anh có biết chợ Bến Thành ở đâu không ạ?
실례합니다. 벤탄 시장이 어디에 있는지 아세요?

B Em đi thẳng khoảng 500 mét, đến ngã tư thứ hai thì rẽ phải.
500미터 정도 쭉 직진하시다가 두 번째 사거리에서 오른쪽으로 도세요.

A **Xin lỗi, anh vẽ sơ đồ cho tôi được không?** 죄송한데, 약도를 그려 주시겠어요?

직진하다가 우회전하라고요?

Anh/Chị nói rằng đi thẳng và quẹo phải, phải không?

사거리 두 개 지나 좌회전하라고요?

Đi qua hai ngã tư rồi quẹo trái phải không?

A **Đi qua hai ngã tư rồi quẹo trái phải không?** 사거리 두 개 지나 좌회전하라고요?

B Chính xác. 맞습니다.

A Cảm ơn chị ạ. 감사합니다.

조금 더 가면 이 길이 하이바쯩 거리와 교차하나요?

Đi một chút nữa thì đường này sẽ giao với đường Hai Bà Trưng phải không?

여기가 호안끼엠 호수 가는 길이죠?

Đây là đường đi hồ Hoàn Kiếm phải không?

A Xin lỗi, **đây là đường đi hồ Hoàn Kiếm phải không?**
실례지만, 여기가 호안끼엠 호수 가는 길이죠?

B Đúng rồi. Anh hãy đi thẳng thêm 5 dãy nhà nữa.
맞습니다. 다섯 블록 정도 더 직진하세요.

길을 잃었습니다. 여기가 어디죠?

Tôi bị lạc đường. Tôi đang ở đâu vậy?

저희가 어디에 있는지 알려 주세요.

Anh/Chị hãy cho tôi biết chúng tôi đang ở đâu.

(실례지만,) 여기가 어디죠?

Chúng tôi đang ở đâu đấy?
(Xin lỗi,) tôi đang ở đâu vậy ạ?

A **Xin lỗi, tôi đang ở đâu vậy ạ?** 실례지만, 여기가 어디죠?

B Đây là đường Trần Hưng Đạo. 여기는 쩐흥다오 길입니다.

저도 여기는 처음입니다.

Tôi cũng lần đầu tiên đến đây.

A Xin lỗi, tôi đang ở đâu vậy ạ? 실례지만, 여기가 어디죠?

B Xin lỗi, nhưng **tôi cũng lần đầu tiên đến đây.** 죄송한데, 저도 여기는 처음입니다.

이곳에 있는 사람을 방문한 거라서 저도 길을 모릅니다.

Tôi cũng không biết đường vì tôi chỉ đến thăm người ở đây thôi.

지하철 및 버스 이용

가장 가까운 지하철역이 어디죠?

Ga tàu điện ngầm gần nhất là ở đâu?

Biz tip

베트남에는 아직 지하철이 없지만, 현재 공사 중으로 2020년에는 완공될 예정입니다.

가장 가까운 버스 정거장이 어디죠?

Trạm xe buýt gần nhất là ở đâu?

A **Trạm xe buýt gần nhất là ở đâu?** 가장 가까운 버스 정거장이 어디죠?

B Rẽ qua góc này thì sẽ thấy ngay. 이 모퉁이를 돌면 바로 나와요.

이 근처에 지하철역이 있나요?

Gần đây có ga tàu điện ngầm không?

이 근처에 버스 정거장이 있나요?

Gần đây có trạm xe buýt không?

이 부근에서 지하철을 탈 수 있나요?

Tôi có thể đi bằng tàu điện ngầm gần đây không?

요금이 얼마죠?

Phí bao nhiêu?

Bao nhiêu tiền?

A **Bao nhiêu tiền?**   요금이 얼마죠?

B 30 ngàn đồng.   3만 동입니다.

벤탄 시장에 가려면 어디서 내려야 하나요?

Tôi phải xuống ở chỗ nào để đi chợ Bến Thành?
Đến trạm nào tôi phải xuống để đi đến chợ Bến Thành?
Cho tôi biết chỗ nào tôi phải xuống để tới chợ Bến Thành?

A **Đến trạm nào tôi phải xuống để đi đến chợ Bến Thành?**
벤탄 시장에 가려면 어디서 내려야 하나요?

B Anh lên xe buýt số 14 và xuống ở đường Lê Lợi.
14번 버스를 타고 레러이 길에서 내리세요.

A À, cảm ơn chị nhiều.   아, 감사합니다.

렉스 호텔로 가려면 몇 번 출구로 나가야 하나요?

Tôi phải đi cửa ra số mấy để đi đến khách sạn Rex?
Nếu tôi muốn đến khách sạn Rex, tôi nên đi cửa ra số mấy?

A **Nếu tôi muốn đến khách sạn Rex, tôi nên đi cửa ra số mấy?**
렉스 호텔로 가려면 몇 번 출구로 나가야 하나요?

B Tôi nghĩ là cửa ra số 2.   2번 출구 같습니다.

지하철 매표소가 어디에 있죠?

Tôi mua vé tàu điện ngầm ở đâu?
Quầy bán vé tàu điện ngầm ở đâu?
Tôi có thể mua vé tàu điện ngầm ở đâu?

A **Quầy bán vé tàu điện ngầm ở đâu?**   지하철 매표소가 어디에 있죠?

B Chị đi thẳng thì sẽ thấy quầy bán vé.   직진하시면 매표소가 나옵니다.

교통카드 주세요.

Cho tôi thẻ giao thông.

붕따우까지 가는 버스표 1장 주세요.

Cho tôi một vé đi Vũng Tàu.
Tôi cần một vé đi Vũng Tàu.

A **Cho tôi một vé đi Vũng Tàu.** 붕따우까지 가는 버스표 1장 주세요.

B Đây ạ. Xe buýt khởi hành sau 10 phút. 여기 있습니다. 버스는 10분 후에 출발합니다.

붕따우행 버스 타는 버스 터미널은 어느 쪽인가요?

Bến xe buýt đi Vũng Tàu nằm ở hướng nào?

붕따우행 버스는 어디서 타죠?

Tôi bắt xe buýt đi Vũng Tàu ở đâu?
Anh/Chị cho tôi biết tôi có thể bắt xe buýt đi Vũng Tàu ở đâu không?

A **Tôi bắt xe buýt đi Vũng Tàu ở đâu?** 붕따우행 버스는 어디서 타죠?

B Anh đi trạm xe số 14 nhé. 14번 승강장으로 가세요.

붕따우에 가려면 몇 번 버스를 타야 하나요?

Xe buýt nào đi Vũng Tàu?
Tôi phải bắt xe số mấy để đi Vũng Tàu?
Xe buýt nào tôi phải bắt để đi đến Vũng Tàu?

(실례지만,) 이 버스는 공항에 갑니까?

Xe buýt này đi sân bay không?
(Xin lỗi,) xe buýt này đến sân bay không?

A **Xin lỗi, xe buýt này đến sân bay không?** 실례지만, 이 버스는 공항에 갑니까?

B Anh phải lên xe buýt ở bên đường. 길 건너편에서 버스를 타셔야 합니다.

여기가 어디죠?

Đây là chỗ nào?
Đây là ở đâu vậy?

다음 역이 어딘지 알려 주세요.

Anh/Chị hãy cho tôi biết ga sau là ở đâu.

다음은 무슨 역이죠?

Ga sau là ga nào?
Ga kế tiếp là ga gì?
Tiếp theo là ga nào?

A **Tiếp theo là ga nào?**　다음은 무슨 역이죠?

B　Ga Bến Tre ạ.　벤쩨 역입니다.

**기차 및 선박
이용**

매표소가 어디 있나요?

Quầy bán vé ở đâu?
Tôi mua vé tàu ở đâu?
Tôi mua vé xe lửa ở đâu?

A **Quầy bán vé ở đâu?**　매표소가 어디 있나요?

B　Nó ở bên cạnh cửa hàng tiện lợi.　편의점 옆입니다.

어디서 자리를 예약할 수 있죠?

Tôi có thể đặt chỗ ở đâu?

다랏 기차표를 주세요.

Cho tôi vé đi Đà Lạt.

판티엣으로 가는 5성 기차표를 주세요.

Cho tôi vé tàu hoả 5 sao đi Phan Thiết.

오늘 다랏으로 가는 기차가 있나요?

Hôm nay có chuyến đi Đà Lạt không?

A **Hôm nay có chuyến đi Đà Lạt không?**　오늘 다랏으로 가는 기차가 있나요?

B　Vâng, chúng tôi có hai chuyến. Chuyến đi 1 giờ rưỡi và chuyến đi 5 giờ.
네, 두 개의 편이 있습니다. 오후 1시 반 출발과 5시 출발 기차가 있습니다.

A　Tôi muốn đặt vé đi 5 giờ chiều.　5시 기차표를 예약하고 싶습니다.

직행인가요?

Đó là xe lửa chạy thẳng à?
Đó là tàu hoả chạy thẳng à?

급행 열차인가요?

Đó là tàu tốc hành à?

A **Đó là tàu tốc hành à?** 급행 열차인가요?

B Vâng, chỉ mất 2 tiếng từ Hà Nội. 네, 하노이에서 2시간밖에 안 걸려요.

다음 열차는 몇 시에 있나요?

Khi nào có chuyến tàu sau?

Bao lâu nữa thì sẽ có chuyến sau?

Chuyến xe lửa sau sẽ có lúc mấy giờ?

Khi nào tôi có thể lên chuyến xe lửa sau?

A **Chuyến xe lửa sau sẽ có lúc mấy giờ?** 다음 열차는 몇 시에 있나요?

B Xin lỗi, chuyến cuối cùng vừa mới khởi hành rồi. Chuyến đầu tiên vào sáng mai sẽ khởi hành lúc 6 giờ.
죄송하지만, 막차가 방금 떠났어요. 내일 아침 첫 열차는 6시에 떠납니다.

실례지만, 흡연칸이 있나요?

Xin lỗi, tàu hoả này có chỗ hút thuốc không?

여기가 흡연칸인가요?

Đây là chỗ hút thuốc ạ?

침대칸 표가 있나요?

Tàu hoả này có vé giường nằm không?

A **Tàu hoả này có vé giường nằm không?** 침대칸 표가 있나요?

B Có chứ, có giường trệt và giường tầng 2. 그럼요, 1층 침대와 2층 침대 표가 있습니다.

다랏행 기차는 몇 번 승강장에서 출발하나요?

Tàu hoả đi Đà Lạt khởi hành ở sân ga nào?

Tàu hoả đi Đà Lạt xuất phát ở sân ga số mấy?

A **Tàu hoả đi Đà Lạt khởi hành ở sân ga nào?**
다랏행 기차는 몇 번 승강장에서 출발하나요?

B Chị đi sân ga số 9. 9번 승강장으로 가세요.

깟바섬까지 가는 다음 페리 표를 주세요.

Cho tôi một vé phà kế tiếp đi đảo Cát Bà.

A **Cho tôi một vé phà kế tiếp đi đảo Cát Bà.** 깟바섬까지 가는 다음 페리 표를 주세요.

B Vâng, 120 nghìn đồng ạ. 네, 12만 동입니다.

깟바섬까지 가는 왕복표를 주세요.

Cho tôi vé khứ hồi đi đảo Cát Bà.

렌터카 이용

차를 렌트하고 싶은데요.

Chúng tôi muốn thuê xe.

일주일간 차를 렌트해야 합니다.

Tôi cần thuê xe trong một tuần.

경차를 렌트할 수 있을까요?

Có xe hạng nhẹ nào cho thuê không?

Tôi có thể thuê xe ô tô hạng nhẹ được không?

A **Tôi có thể thuê xe ô tô hạng nhẹ được không?** 경차를 렌트할 수 있을까요?

B Để tôi kiểm tra. Chúng tôi còn có 2 chiếc. Một chiếc Escort của Ford và một chiếc Avante của Hyundai.
확인해 보죠. 차량 2대가 남았네요. 포드 에스코트와 현대 아반떼가 있어요.

김민수 앞으로 SUV를 예약해 두었습니다.

Tôi đặt chiếc SUV với tên Kim Min Soo rồi.

A Xin chào, anh cần gì ạ? 안녕하세요, 무엇을 도와 드릴까요?

B **Tôi đặt chiếc SUV với tên Kim Min Soo rồi.**
김민수 앞으로 SUV를 예약해 두었습니다.

A Để tôi xem. Vâng, anh đã đặt một chiếc SUV trong 3 ngày rồi.
한번 볼게요. 네, 3일간 SUV를 렌트하셨네요.

고급 세단을 빌리고 싶은데요.

Tôi muốn thuê chiếc sedan cao cấp.

Tôi muốn thuê chiếc sedan cao cấp nếu có.

고급 세단이 있나요?

Anh/Chị có xe ô tô sedan không?

Anh/Chị có xe ô tô sedan cao cấp không?

A **Anh có xe ô tô sedan cao cấp không?** 고급 세단이 있나요?

B Vâng, có xe Lexus. 네, 렉서스 차량이 있습니다.

A Thuê một ngày là bao nhiêu tiền? 하루 렌트 비용이 어떻게 되죠?

승용차를 빌리고 싶은데요.

Tôi muốn xe ô tô loại nhỏ nếu có.

승용차가 있나요?

Anh/Chị có xe ô tô loại nhỏ không?

자동차 보험을 들고 싶어요.

Tôi cần bảo hiểm ô tô.
Tôi muốn có bảo hiểm ô tô.

A **Tôi muốn có bảo hiểm ô tô.** 자동차 보험을 들고 싶어요.

B Chị phải thêm 50 đô la trong 3 ngày, có được không chị?
3일 동안 50만 동의 추가 요금이 드는데 괜찮으시겠어요?

차를 어디에 반납해야 할까요?

Tôi trả lại xe ở đâu?

A **Tôi trả lại xe ở đâu?** 차를 어디에 반납해야 할까요?

B Anh có thể trả lại ở sân bay. 공항에 반납하시면 됩니다.

차를 여기에 반납하는 건가요?

Tôi phải trả xe ở đây phải không?

제가 운전하는 차량의 유지 보수 문제에 관해 알릴 게 있어요.

Tôi cần báo cáo về vấn đề quản lý và sửa chữa của xe ô tô
mà tôi đang lái.

렌터카에 문제가 있어요.

Xe thuê của tôi có vấn đề.
Tôi muốn nói về vấn đề xe thuê.
Tôi muốn cho anh/chị biết vấn đề về xe thuê.

제 렌터카에 문제가 있어 연락드립니다.

Tôi gọi cho anh/chị vì xe thuê của tôi có vấn đề.

A   Xin chào. Sao Mai Rental xin nghe. Tôi có thể giúp gì cho anh?
안녕하세요. 싸오마이 렌탈에 전화해 주셔서 감사합니다. 무엇을 도와 드릴까요?

B   Tôi gọi cho anh vì xe thuê của tôi có vấn đề.
제 렌터카에 문제가 있어 연락드립니다.

A   Vâng, vấn đề chính xác là gì?   네, 정확히 문제가 뭔가요?

택시 이용

택시를 불러 주시겠어요?

Anh/Chị gọi tắc xi cho tôi được không?
Anh/Chị gọi tắc xi giúp tôi được không?

이곳으로 바로 택시를 보내 주시겠어요?

Anh/Chị có thể gửi tắc xi đến đây ngay được không?

공항까지 갈 택시가 필요해요.

Tôi cần tắc xi đi sân bay.

A   **Tôi cần tắc xi đi sân bay.**   공항까지 갈 택시가 필요해요.

B   Vâng, để tôi bắt tắc xi cho anh.   네, 택시를 잡아 드리겠습니다.

택시 타는 데가 어디예요?

Tôi bắt tắc xi ở đâu ạ?
Chỗ nào là chỗ tốt nhất để bắt tắc xi?

가장 가까운 택시 승차장이 어디예요?

Bến xe tắc xi gần nhất là ở đâu?

A   **Bến xe tắc xi gần nhất là ở đâu?**   가장 가까운 택시 승차장이 어디예요?

B   Anh đi thẳng thì sẽ thấy gần ga tàu điện ngầm.
곧장 가시면 지하철역 근처에 있습니다.

근처에 택시 승차장이 있나요?

Gần đây có bến xe tắc xi không?

리에우 쟈이 길 54번지로 가 주세요.

Cho tôi đến số 54 đường Liễu Giai.

리에우 쟈이 길 54번지에 있는 한국 대사관으로 가야 해요.

Tôi muốn đi đại sứ quán Hàn Quốc nằm ở số 54 đường Liễu Giai.

한국 대사관으로 가 주세요.

Cho tôi đến đại sứ quán Hàn Quốc nhé.

한국 대사관에 가는 길 좀 알려 주세요.

Cho tôi biết cách đi đại sứ quán Hàn Quốc.

한국 대사관에 어떻게 가는지 아세요?

Anh/Chị có biết đi đại sứ quán Hàn Quốc thế nào không?

A	Chị đi đâu ạ? 어디로 가세요?
B	**Anh có biết đi đại sứ quán Hàn Quốc thế nào không?** 한국 대사관에 어떻게 가는지 아세요?
A	Vâng, tôi biết chứ. 네, 압니다.

우회전해 주세요.

Anh/Chị rẽ phải nhé.

(여기서) 좌회전해 주세요.

Anh/Chị quẹo trái (ở đây) nhé.

A	Đi thẳng luôn à? 계속 직진할까요?
B	Không, **anh quẹo trái ở đây nhé.** 아뇨, 여기서 좌회전해 주세요.

빨리 가 주세요.

Hãy đi nhanh giúp tôi.

빨리 가 주시겠어요?

Anh/Chị đi nhanh hơn được không?

좀 밟으세요.

Anh/Chị hãy đạp mạnh lên đi.

제가 좀 늦어서요. 빨리 가 주세요.

Tôi hơi muộn rồi. Anh/Chị (hãy) đi nhanh giúp tôi.

A Chị đi đâu? 어디로 모실까요, 손님?

B Cho tôi đến quận Tân Bình nhé. **Tôi hơi muộn rồi. Anh hãy đi nhanh giúp tôi.** 떤빈으로 가 주세요. 제가 좀 늦어서요. 빨리 가 주세요.

여기서 내려 주세요.

Đây ạ.
Đến rồi ạ.
Để tôi xuống đây.
Tôi xuống đây nhé.

이 근처 아무데나 내려 주세요.

Để tôi xuống chỗ nào gần nhất.

여기 팁이오.

Tiền boa cho anh/chị ạ.
Đây là tiền boa của anh/chị ạ.

잔돈은 됐습니다.

Anh/Chị cứ cầm lấy tiền thừa đi ạ.
Không cần phải trả tiền thừa cho tôi đâu ạ.

A Bao nhiêu tiền ạ? 얼마죠?

B 280 nghìn đồng. 28만 동입니다.

A Đây, 300 nghìn ạ. **Anh cứ cầm lấy tiền thừa đi ạ.**
여기 30만 동입니다. 잔돈은 됐습니다.

관광 및 쇼핑

**관광 명소
추천 및 정보**

가 볼 만한 명소를 추천해 주시겠어요?

Anh/Chị có thể giới thiệu cho tôi những địa điểm đáng đi không?

여기 명소가 어딘가요?

Ở đây địa điểm nổi tiếng là ở đâu?

A Anh đã đến đây bao giờ chưa?   여기 와 보셨어요?

B Chưa, đây là lần đầu tiên tôi đến. **Ở đây địa điểm nổi tiếng là ở đâu?**
아뇨, 처음 와 봤어요. 여기 명소가 어딘가요?

A Có nhiều điểm trong trung tâm.   시내에 많습니다.

여기서 쇼핑하기 가장 좋은 장소가 어딘가요?

Đâu là nơi tốt nhất để mua sắm ở đây?
Gần đây có chỗ nào tốt nhất để đi mua sắm không?

뭔가 재밌고 흥미로운 일을 찾는데요. 추천해 주시겠어요?

Tôi đang tìm cái gì đó thú vị và hấp dẫn. Anh/Chị có thể giới thiệu cho tôi không?

관광 안내 정보를 어디서 구할 수 있나요?

Tôi có thể lấy thông tin hướng dẫn du lịch ở đâu?
Tôi có thể tìm thông tin hướng dẫn du lịch ở đâu?
Tôi nên đi đâu để lấy thông tin hướng dẫn du lịch?

A **Tôi có thể lấy thông tin hướng dẫn du lịch ở đâu?**
관광 안내 정보를 어디서 구할 수 있나요?

B Chị đến quầy thông tin thì họ sẽ cho chị biết các chương trình du lịch nội thành.   안내 데스크에 가시면, 여러 가지 시내 관광 프로그램을 알려 드릴 겁니다.

관광 안내 책자를 어디서 구할 수 있죠?

Tôi có thể lấy tập sách hướng dẫn du lịch ở đâu?

내일 뭐 하고 싶으세요?

Ngày mai anh/chị định làm gì?
Ngày mai anh/chị muốn làm gì?
Anh/Chị có kế hoạch gì vào ngày mai?

A Ngày mai tôi mới được nghỉ. Cuối cùng chúng ta cũng được tham quan.
내일 비로소 하루 쉬네요. 드디어 관광을 좀 할 수 있겠어요.

B Ngày mai chị muốn làm gì? 내일 뭐 하고 싶으세요?

A Tôi muốn đi viện bảo tàng chiến tranh. Ngoài đó ra thì chưa có kế hoạch gì đặc biệt. 전쟁 박물관에 가 보고 싶어요. 그거 말고는 딱히 정해 놓은 게 없어요.

미술관은 어떠세요?

Chúng ta đi bảo tàng mỹ thuật thì thế nào?

미술관에 갑시다.

Chúng ta hãy đi bảo tàng mỹ thuật.

여기 미술관은 꼭 가 봐야 한다고 들었어요.

Nghe nói bảo tàng mỹ thuật ở địa phương này nhất định
phải đến xem.

A Ngày mai chúng ta sẽ làm gì? 내일 뭐 할까요?

B Nghe nói bảo tàng mỹ thuật ở địa phương này nhất định phải đến xem.
여기 미술관은 꼭 가 봐야 한다고 들었어요.

A Vâng, đúng rồi. Ngày mai chúng ta đi đầu tiên nhé. 네, 맞아요. 내일 첫 번째로 가 봅시다.

미술관에 꼭 가 보고 싶어요.

Tôi rất muốn đi bảo tàng mỹ thuật.

A Ngày mai chúng ta sẽ làm gì? 내일 뭐 할까요?

B Tôi rất muốn đi bảo tàng mỹ thuật. 미술관에 꼭 가 보고 싶어요.

미술관에는 꼭 가 보고 싶은데, 거기 말고는 딱히 정해 놓은 곳이 없어요.

Tôi muốn đi bảo tàng mỹ thuật, ngoài ra thì chưa có kế
hoạch gì đặc biệt.

별로라고 들었어요.

Tôi nghe nói rằng ở đó không hay lắm.

솔직히 말해, 별로 가고 싶진 않아요.

Nói thật, tôi không muốn đến đó lắm.
Thành thật mà nói, tôi không có quan tâm đến chỗ đó.

다른 데 가는 게 어때요?

Chúng ta đi chỗ khác thế nào?

그건 제 취향이 아니라서요. 그 후에 만나면 어때요?

Đó không phải là sở thích của tôi. Thế chúng ta gặp nhau sau thì thế nào?

A   Ngày mai tôi định đi mua sắm. Anh có cùng đi với tôi không?
     내일 쇼핑 가려고 해요. 저와 함께 가실래요?

B   **Đó không phải là sở thích của tôi. Thế chúng ta gặp nhau sau thì thế nào?**   그건 제 취향이 아니라서요. 그 후에 만나면 어때요?

A   Vâng, không sao đâu. Được ạ.   네, 문제없어요. 좋습니다.

**관광 명소
방문**

호찌밍의 야경은 정말 환상적이군요.

Cảnh đêm của thành phố Hồ Chí Minh thật sự tuyệt vời.
Khung cảnh ban đêm của thành phố Hồ Chí Minh thật là tuyệt đẹp.

A   Thật là đẹp phải không?   정말 멋지죠?

B   Vâng, **cảnh đêm của thành phố Hồ Chí Minh thật sự tuyệt vời.**
     네, 호찌밍의 야경은 정말 환상적이군요.

호찌밍에는 볼거리가 참 많아요.

Ở thành phố Hồ Chí Minh có nhiều điểm du lịch.
Thành phố Hồ Chí Minh nổi tiếng về điểm du lịch.
Ở thành phố Hồ Chí Minh có nhiều điểm du lịch đáng tham quan.
Anh/Chị có thể tham quan nhiều nơi hấp dẫn ở thành phố Hồ Chí Minh.

A **Ở thành phố Hồ Chí Minh có nhiều điểm du lịch.**
호찌밍에는 볼거리가 참 많아요.

B Đúng rồi, thành phố này luôn có những thứ mới mẻ mỗi khi tôi đến.
맞아요, 여긴 매번 올 때마다 새로운 게 있어요.

입장료가 얼마죠?

Phí vào cửa là bao nhiêu?

Một vé vào cổng là bao nhiêu tiền?

Để đến đó tôi phải trả bao nhiêu tiền?

A **Phí vào cửa là bao nhiêu?** 입장료가 얼마죠?

B 150 nghìn đồng cho một người. 한 사람당 15만 동입니다.

몇 시에 문을 여나요?

Mấy giờ mở cửa ạ?

박물관은 몇 시에 문을 엽니까?

Bảo tàng mở cửa lúc mấy giờ?

A Xin lỗi, **bảo tàng mở cửa lúc mấy giờ?** 실례합니다. 박물관은 몇 시에 문을 엽니까?

B 10 giờ ạ. 10시요.

A Cảm ơn anh. 감사합니다.

지금 문을 열었습니까?

Bây giờ mở cửa chưa?

몇 시까지 문을 엽니까?

Mở cửa đến mấy giờ ạ?

일요일에 문을 엽니까?

Chủ nhật có mở cửa không?

저기 저 건물은 뭐죠?

Tòa nhà kia là gì?

A Nào, chúng ta đi vào khu vực lâu đời nhất của thành phố này.
자, 이제 이 도시의 가장 오래된 구역으로 들어갑니다.

B **Tòa nhà kia là gì?** 저기 저 건물은 뭐죠?

A Đó là uỷ ban nhân dân thành phố Hồ Chí Minh. 그건 호찌밍 인민청사위원회입니다.

저 건물은 얼마나 오래 됐죠?

Nhà đó được xây dựng bao lâu rồi?

저 건물은 언제 지어졌죠?

Nhà đó được xây dựng khi nào?

여기서 사진 찍어도 되나요?

Ở đây cho phép chụp hình không?
Tôi có thể chụp hình ở đây được không?

A **Ở đây cho phép chụp hình không?** 여기서 사진 찍어도 되나요?

B Vâng, nhưng đèn nháy thì không được cho phép. 네, 하지만 플래시는 안 됩니다.

A Vâng, cảm ơn chị ạ. 네, 감사합니다.

사진 좀 찍어 주세요.

Anh/Chị làm ơn chụp hình giúp tôi.

사진 좀 찍어 주시겠어요?

Anh/Chị chụp hình giúp tôi được không?
Anh/Chị có thể chụp hình cho chúng tôi được không?
Nếu không phiền thì anh/chị chụp hình giúp tôi được không?

A Xin lỗi, **chị chụp hình giúp tôi được không?** 실례지만, 사진 좀 찍어 주시겠어요?

B Vâng, chụp ở đâu ạ? 네, 어디서 찍을까요?

A Chính là chỗ này ạ. 여기서 부탁드려요.

이 버튼만 누르시면 돼요.

Chỉ cần ấn nút chụp ảnh.
Anh/Chị chỉ cần ấn nút này thôi.

A Xin lỗi, chị có thể chụp hình cho chúng tôi được không?
실례지만, 저희 사진 좀 찍어 주시겠어요?

B Vâng, cái này làm thế nào vậy? 그래요. 이걸 어떻게 하죠?

A **Anh chỉ cần ấn nút này thôi.** 이 버튼만 누르시면 돼요.

빨간 버튼을 누르세요.

Hãy ấn nút màu đỏ.

쇼핑하기

이건 얼마예요?

Cái này giá bao nhiêu?
Cái này bao nhiêu tiền?
Tôi cần trả bao nhiêu tiền?

A Chị có hàng nào quan tâm không ạ? 뭐 관심 있는 물건이 있으세요?

B Vâng, **cái này bao nhiêu tiền?** 네, 이건 얼마예요?

A 500 nghìn đồng anh. 50만 동입니다, 손님.

이게 마음에 드네요.

Tôi thích cái này.

이걸로 노란색 있나요?

Cái này có màu vàng không?

A Tôi cần giúp gì cho anh? 도와 드릴까요?

B Vâng, **cái này có màu vàng không ạ?** 네, 이걸로 노란색 있나요?

A Để tôi kiểm tra trong kho. Anh đợi một chút nhé.
창고에서 찾아볼게요. 잠시만 기다려 주세요.

다른 것 좀 보여 주세요.

Tôi muốn xem cái khác.

다른 것이 있나요?

Anh/Chị có cái khác không?
Anh/Chị có loại khác không?
Anh/Chị có cái khác nữa không?

다른 것 좀 보여 주실래요?

Tôi có thể xem cái khác không?

Anh/Chị có thể cho tôi xem cái khác được không?

A **Anh có thể cho tôi xem cái khác được không?** 다른 것 좀 보여 주실래요?

B Thế để tôi cho anh xem cái áo khoác giống như thế.
그럼 비슷한 재킷을 보여 드리죠.

(여기서) 기념품을 파나요?

(Ở đây) bán quà lưu niệm không?

Anh/Chị có bán đồ lưu niệm không?

A Anh cần gì ạ? 도와 드릴까요?

B **Chị có bán đồ lưu niệm không?** 기념품을 파나요?

A Có chứ. Mời anh vào. Tôi sẽ cho anh xem một vài đồ.
물론이죠. 들어오세요. 몇 가지 보여 드리겠습니다.

기념품은 어디 있나요?

Quà lưu niệm ở đâu?

마음에 드는 게 없네요.

Không có hàng nào tôi vừa ý.

Tôi không thể tìm được hàng nào vừa ý.

A Tôi có thể giúp gì cho chị? 도와 드릴까요?

B Thật ra, **không có hàng nào tôi vừa ý.** Tôi sẽ đến lại sau. Cảm ơn chị.
사실 마음에 드는 게 없네요. 다음에 또 올게요. 감사합니다.

찾고 있는 게 없네요.

Tôi không thể tìm thấy cái mà tôi muốn.

그냥 둘러보고 있습니다.

Chỉ nhìh quanh thôi.

Tôi chỉ đang xem quanh thôi.

도움이 필요하면 알려 드리죠.

Nếu cần giúp đỡ thì tôi sẽ nói.

Tôi sẽ cho anh/chị biết khi cần giúp đỡ.

Nếu tôi cần giúp đỡ thì tôi sẽ cho anh/chị biết.

좀 더 둘러볼게요.

Tôi sẽ xem xung quanh một chút nữa.

우선 좀 둘러볼게요.

Tôi sẽ xem xung quanh trước.

둘러보고 다시 올게요.

Tôi sẽ quay lại sau khi xem xung quanh nhé.

몇 군데 더 보고 다시 들를게요.

Để tôi đi xem mấy chỗ nữa rồi quay lại nhé.

계산해 주세요.

Tôi muốn trả tiền.

Tính tiền cho tôi nhé.

A **Chị tính tiền cho tôi nhé.** 계산해 주세요.

B Vâng, xin mời đi lối này. 네, 이쪽으로 와 주십시오.

어디서 계산하죠?

Tôi trả tiền ở đâu ạ?

이걸로 주세요.

Cho tôi cái này.

Tôi sẽ lấy cái này.

Tôi muốn mua cái này.

A Anh có muốn cái đó không? 그걸로 드릴까요?

B Vâng, **tôi sẽ lấy cái này.** 네, 이걸로 주세요.

둘 다 주세요.

Tôi sẽ lấy cả hai.

Tôi sẽ mua cả hai.

현금으로 계산하죠.

Tôi sẽ trả bằng tiền mặt.

카드로 계산하죠.

Để tôi trả bằng thẻ.
Trả bằng thẻ tín dụng nhé.
Tôi sẽ trả bằng thẻ tín dụng.

A **Tôi sẽ trả bằng thẻ tín dụng.** 카드로 계산하죠.
B Vâng ạ. 네.

여기 카드 있습니다.

Đây là thẻ của tôi.

카드 받으시나요?

Tôi có thể dùng thẻ tín dụng không?
Anh/Chị có nhận thẻ tín dụng không?

할부로 지불해도 되나요?

Tôi có thể trả góp được không?

※trả góp 분할 지불하다

A **Tôi có thể trả góp được không?** 할부로 지불해도 되나요?
B Chỉ được đến 3 tháng thôi ạ. 3개월까지만 가능합니다.

3개월 할부로 지불해도 되나요?

Tôi có thể trả góp trong 3 tháng được không?

할부로 구입할 수 있나요?

Tôi có thể mua trả góp được không?
Tôi có thể mua nó bằng cách trả góp được không?

출장 후

🔊 10-8.mp3

회사 복귀

기념품을 사 왔습니다.

Tôi đã mua một vài quà lưu niệm cho các bạn.

Tôi đã mua quà lưu niệm cho tất cả mọi người trong khi du lịch.

모두를 위해 기념품을 사 왔습니다.

Tôi đã mua quà lưu niệm cho mọi người.

A   Chị Thu ơi, chuyến du lịch của chị thế nào?   투, 여행 어땠어요?

B   Tốt lắm. **Tôi đã mua quà lưu niệm cho mọi người.**
  좋았어요. 모두를 위해 기념품을 사 왔습니다.

A   Ồi! Tôi thích quà tặng lắm.   와! 저, 선물 좋아해요.

(마침내) 출장에서 돌아왔습니다.

(Cuối cùng,) tôi trở về rồi.

Tôi vừa trở về từ chuyến công tác.

A   Chào anh chị. **Tôi vừa trở về từ chuyến công tác.**
  여러분, 안녕하세요. 출장에서 돌아왔습니다.

B   Chào mừng anh Minh trở lại. Chúng tôi đã nhớ anh lắm!
  밍 씨, 잘 돌아왔군요. 보고 싶었어요!

대만 출장에서 막 돌아왔습니다.

Tôi vừa mới trở lại từ chuyến công tác Đài Loan.

대만에서 돌아왔습니다.

Tôi mới trở lại từ Đài Loan.

(오늘) 처리할 일이 산더미군요.

(Hôm nay) tôi bận túi bụi.

Tôi có rất nhiều việc phải làm.

Công việc đang chất đống như núi.

túi bụi 혼란한   chất đống 쌓아올리다

A Chị Ja Young, khi nào chị sẽ gửi hoá đơn bán hàng cho khách hàng?
자영 씨, 매도 증서는 언제 고객에게 보내실 건가요?

B Bây giờ **tôi bận túi bụi**, nhưng nó cũng có trong danh sách phải làm.
지금 처리할 일이 산더미지만, 그 업무도 해야 할 일의 목록에 있긴 합니다.

A Vâng, thế làm xong rồi hãy cho tôi biết.   그래요, 마치면 말해 줘요.

출장 보고

출장 경비 중 교통비는 어떻게 청구해야 할까요?

Tôi đăng ký tiền giao thông trong chi phí công tác như thế nào?

이 보고서에 교통비는 어디에 넣어야 할까요?

Tôi phải đưa chi phí giao thông vào chỗ nào trong bản báo cáo này?

A Anh có hỏi gì về báo cáo chi phí không?   경비 보고서에 관해 질문 있습니까?

B Vâng, **tôi phải đưa chi phí giao thông vào chỗ nào trong bản báo cáo này?** 네, 이 보고서에 교통비는 어디에 넣어야 할까요?

'상세 내역'에는 무엇을 기재해야 할까요?

Tôi cần phải viết gì trong phần 'nội dung chi tiết'?

출장 중 모든 경비는 누구에게 보고하나요?

Tôi phải báo cáo cho ai về tất cả chi phí trong chuyến đi công tác?

회의는 굉장히 생산적이었습니다.

Cuộc họp đã thật sự có hiệu quả.

A Vậy em hãy nói về chuyến công tác của em đi.   그래, 출장에 관해 얘기 좀 해 봐요.

B **Em thấy cuộc họp đã thật sự có hiệu quả anh ạ.**
회의는 굉장히 생산적이었습니다.

A Đó là tin vui. Em đã học hỏi được gì?   그거 좋은 소식이군요. 뭘 배웠나요?

무역 박람회는 성공적이었어요.

Hội chợ thương mại đã thành công rồi.

＊ hội chợ 박람회(= cuộc triển lãm)

회의는 대단히 좋았어요.

Cuộc họp đã rất tuyệt vời.

결과가 만족스럽지 못합니다.

Chúng tôi không hài lòng về kết quả.

A	Hội chợ thương mại đã như thế nào?	무역 박람회는 어땠어요?
B	**Chúng tôi không hài lòng về kết quả.**	결과가 만족스럽지 못합니다.
A	Thế à? Anh đã có chuyện gì vậy?	그래요? 무슨 일 있었어요?

회의가 잘 되지 않았습니다.

Cuộc họp đã tiến hành không tốt lắm.

무역 박람회는 실패했어요.

Cuộc triển lãm đã thất bại rồi.

안타깝지만, 시간 낭비였던 것 같습니다.

Thật tiếc nhưng, tôi nghĩ rằng đã thật lãng phí thời gian.

8 출장 후

PART

11

사교
활동

비즈니스를 하다 보면 업무 외에 사교 모임이나 파티, 또는 세미나 및 포럼 등에 참석할 기회가 많습니다. 혹시 업무와 직접적으로 관련된 회의나 출장만 중요하다고 생각하시는 건 아니겠죠? 이런 업무 외 모임이야말로 사업상 중요한 사람을 만나거나 이미 알던 사람들과 친분을 쌓을 수 있는 절호의 기회입니다. 이번 파트에서는 모임에서 친분을 쌓고 관계를 돈독히 할 수 있는 다양한 표현을 알아 보겠습니다.

파티

🎧 11-1.mp3

복장

드레스 코드가 있나요?

Tôi nên mặc như thế nào?
Có quy định trang phục không?

A Tối nay chị có đến dự tiệc chứ?   오늘 저녁 파티에 오시는 거죠?

B Vâng, nhưng **có quy định trang phục không?**   네, 근데 드레스 코드가 있나요?

A Trang phục bình thường thôi. Không cần phải mặc lộng lẫy.
   그냥 캐주얼 차림입니다. 화려한 거 입으실 필요 없어요.

뭘 입어야 할까요?

Tôi nên mặc gì?

턱시도를 입어야 하나요?

Tôi có phải mặc bộ tuxedo không?

정장 차림 행사인가요?

Đó có phải là sự kiện phải mặc vest không?

어울리기

안녕하세요.

Xin chào.
Chào anh/chị.

좋은 저녁 시간 보내고 계신가요?

Anh/Chị có thấy buổi tối vui vẻ không?
Anh/Chị có thấy hài lòng với buổi tối không?

참 멋진 곳이죠?

Thật là một nơi tuyệt vời phải không?

실례지만, 이 자리에 누구 있나요?

Xin lỗi, có ai ở đây không?

아뇨, 앉으세요.

Không, mời anh/chị ngồi xuống.

같이 얘기 좀 할 수 있을까요?

Tôi có thể nói chuyện với anh/chị được không?

근데 쭘하고는 어떻게 아는 사이예요?

Nhưng anh/chị biết anh Trung như thế nào vậy?

A   Cảnh trí thật là tuyệt vời, phải không?   전망이 아주 좋네요, 그렇죠?

B   Đúng rồi. Tôi rất thích nơi này.   그러네요. 정말 마음에 드는 곳이에요.

A   Nhân tiện, tôi là Jin Woon. Rất vui được gặp chị.
    그건 그렇고, 저는 진운입니다. 만나서 반가워요.

B   Tôi là Thuỷ. Rất vui được gặp anh.   저는 투이예요. 만나서 반갑습니다.

A   **Nhưng anh biết anh Trung như thế nào vậy?**
    근데 쭘하고는 어떻게 아는 사이예요?

B   À, chúng tôi đã biết từ khi còn nhỏ. Trung và tôi đã học ở cùng trường trung
    học phổ thông.   오, 우리는 어릴 때부터 알았죠. 쭘과 저는 고등학교를 같이 다녔어요.

이 노래를 누가 부르는지 아세요?

Anh/Chị có biết ai đang hát bài hát này không?

뭐 마실 것 좀 갖다 드릴까요?

Tôi đem cho anh/chị đồ uống gì nhé?

혼자 오셨어요?

Anh/Chị đến một mình à?

우리 어디선가 만난 적 있지 않나요?

Anh/Chị đã từng gặp tôi ở đâu đó phải không?
Chúng ta đã từng gặp nhau ở đâu đó phải không?
Hình như tôi có gặp anh/chị ở đâu rồi phải không?

저와 춤추실래요?

Anh/Chị có thể nhảy với tôi không?
Anh/Chị có muốn nhảy với tôi không?

네, 좋아요.

Vâng, được ạ.

고맙지만, 좀 피곤해서요.

Cảm ơn anh/chị, nhưng tôi hơi mệt một chút.

상대방 칭찬하기

멋지네요!

Thật tuyệt!
Hấp dẫn quá!
Tuyệt vời lắm!

드레스가 예쁘네요!

Váy chị đẹp quá!
Chiếc váy thật đẹp!
Tôi thích váy của chị!

짝 빼 입으셨군요!

Anh/Chị ăn mặc tươm tất nhỉ!
Anh/Chị ăn mặc gọn gàng nhỉ!

가방이 드레스하고 잘 어울려요.

Túi xách của chị rất hợp với chiếc váy.

그 가방은 어디서 사셨어요?

Anh/Chị đã mua túi xách đó ở đâu vậy?

잘 사셨네요.

Anh/Chị mua khéo nhỉ.

그 양복이 당신과 잘 어울려요.

Bộ com lê đó rất hợp với anh.

구두가 드레스하고 잘 어울리네요.

Đôi giày rất hợp với váy của chị.

모자가 당신 머리 색깔과 정말 잘 어울리네요.

Cái mũ thực sự hợp với màu tóc của anh/chị.

A Ôi, cái mũ mới thật đẹp!   와, 새 모자가 멋지네요!

B Cảm ơn chị.   고마워요.

A Anh thật tuyệt với cái mũ đó! **Cái mũ thực sự hợp với màu tóc của anh.**
그거 쓰니까 정말 멋있어 보여요! 모자가 당신 머리 색깔과 정말 잘 어울리네요.

헤어스타일이 바뀌셨군요.

Anh/Chị đã thay đổi kiểu tóc rồi nhỉ.

나이에 비해 정말 젊어 보이세요.

Nhìn thực sự trẻ so với tuổi của anh/chị.

눈이 참 예쁘네요.

Mắt của chị đẹp quá.

어떻게 그렇게 날씬하세요?

Làm sao mà chị lại thon thả được như thế?

어떻게 그렇게 베트남어를 잘하세요?

Sao anh/chị nói tiếng Việt giỏi thế?

재밌네요!

Thật là thú vị!

지난번 발표가 아주 인상적이었습니다.

Bài phát biểu lần trước của anh/chị thật là ấn tượng.

대단하세요!

Thật tuyệt vời!

정말 잘하셨어요!

Anh/Chị giỏi lắm ạ!
Anh/Chị đã làm tốt rồi!

매우 좋은 취향을 가지고 계시네요!

Anh/Chị thực sự có sở thích rất hay!

A Ôi, chị đã trang trí nhà rất đẹp! **Chị thực sự có sở thích rất hay!**
와, 집을 정말 잘 꾸미셨어요! 매우 좋은 취향을 가지고 계시네요!

B Nghe vui quá. Cảm ơn anh.   듣기 좋은 말이네요. 감사합니다.

칭찬에
답하기

칭찬해 주셔서 감사합니다.

Cảm ơn anh/chị đã khen.
Cảm ơn anh/chị đã nói như thế.

과찬의 말씀이십니다.

Anh/Chị quá khen rồi.

A Hương, chị đã tự làm bánh nướng này hả? Chị nấu ăn giỏi thật!
흐엉, 이 파이 직접 만든 거예요? 요리를 정말 잘하는군요!

B **Anh quá khen rồi.** Tôi rất vui vì anh thích nó.
과찬의 말씀이십니다. 맛있다니 기분 좋네요.

A Tôi phải học công thức nấu ăn mới được!   요리법 좀 받아 가야겠어요!

너무 비행기 태우지 마세요.

Thôi đừng có khen tôi quá như thế.
Thôi đừng có cho tôi đi tàu bay giấy nữa.

그렇게 말씀해 주시니 기분 좋네요. 감사합니다.

Tôi rất vui vì anh/chị nói như thế. Cảm ơn anh/chị.

그렇게 말씀해 주시다니 정말 친절하세요.

Anh/Chị thật là thân thiện vì đã nói như vậy với tôi.

정말 친절하시네요!

Anh/Chị tốt bụng quá!
Thật là thân thiện quá!

화제 바꾸기

화제를 바꾸도록 하죠.

Chúng ta hãy đổi đề tài nhé.
Chúng ta hãy thay đổi chủ đề đi.

근데 그 문제를 일으키던 신규 고객은 어떻게 됐나요?

Nhưng vị khách hàng mới gây ra vấn đề đó thế nào rồi?

그 새 프로젝트 관련 얘긴데요. 너무 힘들어요!

Là chuyện về dự án mới đó. Nó vất vả quá!

그러고 보니 퇴근 후 자주 들르던 호프집이 생각나네요.

Cái đó làm cho tôi nhớ đến quán bar mà chúng ta thường
ghé sau khi tan sở.

그 냄새를 맡으니, 제가 살던 프랑스의 한 제과점이 생각나네요.

Ngửi thấy mùi đó là, tôi lại nhớ đến một tiệm bánh ở Pháp
mà tôi đã từng sống.

A Có mùi thơm quá! 좋은 냄새가 나는군요!

B Thu đang nướng bánh quy. 투가 쿠키를 굽고 있어요.

A **Ngửi thấy mùi đó là, tôi lại nhớ đến một tiệm bánh ở Pháp mà tôi đã từng sống.** 그 냄새를 맡으니, 제가 살던 프랑스의 한 제과점이 생각나네요.

이제 신규 사업에 대해 얘기합시다.

Bây giờ chúng ta hãy nói về kinh doanh mới.

다음 주제로 넘어갈까요?

Chúng ta chuyển sang chủ đề tiếp theo thì thế nào?

다음 주제로 넘어갑시다.

Chúng ta hãy chuyển qua chủ đề tiếp theo.

다른 것에 대해 얘기할까요?

Chúng ta nói về chuyện khác thì thế nào?

다른 것에 대해 얘기합시다.

Chúng ta hãy nói về chuyện khác đi.

술 마실 때

자, 건배합시다!

Nào, chúng ta cùng cạn chén!

건배!

Cạn ly!
Một hai ba yo!

A Cạn ly cho công việc mới của anh! 당신의 새로운 일을 위해 건배!

B Cảm ơn, **cạn ly!** 고마워요, 건배!

A Làm việc ở viện bảo tàng mới thế nào? 새 박물관에서 일하는 건 어때요?

B Cho đến bây giờ thì không sao, nhưng tháng này tôi có rất nhiều việc vì đang phải lên kế hoạch cho một triển lãm mới.
지금까지 괜찮은데, 이번 달에 새로운 전시를 기획하고 있어서 할 일이 좀 많아요.

A Chắc là sẽ vất vả lắm! Nhưng anh sẽ làm tốt mà!
그거 힘들겠군요! 하지만 당신은 잘할 거예요!

당신을 위하여!

Vì bạn!
Dành cho bạn!

Chúng ta cạn ly với lý do gì nhỉ?

Chúc sức khoẻ!

Rượu vang này có vị rất ngon. Xuất xứ ở đâu vậy?

Anh/Chị uống thêm một ly nữa không?

Tôi thì đủ rồi anh/chị.
Tôi sẽ dừng uống ở đây.

Tôi uống khá giỏi.
Tôi uống rượu khá giỏi.
Tửu lượng của tôi cao lắm.

A **Chị uống thêm một ly nữa không?** 한 잔 더 하실래요?

B **Tôi thì đủ rồi anh.** Vì ngày mai phải làm việc nên tôi không được say. Tôi có thể uống nước ngọt như coca hay nước chanh không?
그만 마실래요. 내일 일해야 해서 취하면 안 돼요. 그냥 콜라나 레모네이드 같은 음료수를 마실 수 있을까요?

A Chị thực sự không uống rượu hả? Rượu vang này rất ngon và tôi biết là chị uống rượu khá giỏi mà.
진짜 안 마실 거예요? 와인도 정말 괜찮고 당신도 술을 정말 잘 마시는 걸로 아는데요.

B À, **tôi uống khá giỏi**, nhưng tôi không muốn làm việc trong trạng thái nôn nao! 아, 술을 잘 마시긴 하는데 숙취에 시달리며 일하긴 싫어요!

Tôi hơi say rồi.

*say 술이 취한

Tửu lượng của anh/chị thế nào?
Tửu lượng của anh/chị ở mức nào thế?

*tửu lượng 주량

술을 잘하시는군요.

Anh/Chị uống rượu khá tốt nhỉ.

Anh/Chị uống rượu như hũ chìm.

저는 술을 마셔도 잘 안 취합니다.

Dù uống nhưng tôi ít khi say rượu.

제가 술을 좀 과하게 마시는 편이죠.

Tôi thường uống được nhiều hơn tôi có thể.

저는 술을 잘 못 마십니다.

Tôi không thể uống rượu tốt.

제 주량은 맥주 한 병 정도예요.

Tửu lượng của tôi là khoảng 1 chai bia.

술 취하셨군요.

Anh/Chị say rượu rồi.

너무 많이 드신 것 같아요.

Tôi nghĩ anh/chị uống rượu quá nhiều rồi.

술을 너무 많이 마셔서 필름이 끊겼습니다.

Tôi uống quá nhiều nên đứt phim rồi.

Tôi uống quá nhiều nên chẳng còn nhớ gì cả.

술을 적당히 마셔요.

Hãy uống rượu vừa phải thôi.

2차 갑시다.

Chúng ta hãy đi một tăng nữa.

2차 갈까요?

Chúng ta đi tăng 2 nhé?

시내로 2차 갑시다.

Chúng ta đi tăng 2 trong trung tâm thành phố đi.

이곳이 제 단골 술집입니다.

Đây là quán quen của tôi.

제가 어젯밤 많이 취했어요.

Đêm qua tôi say rượu nặng quá.

저는 숙취가 심해요.

Tôi bị say rượu nặng.

파티 끝날 때

파티는 어땠어요?

Bữa tiệc đã thế nào?

즐거운 시간 보냈어요?

Anh/Chị đã có thời gian vui vẻ không?

정말 좋았습니다.

Thật sự rất tuyệt.

정말 재밌었어요.

Thật sự rất thú vị.

멋진 파티 감사합니다.

Cảm ơn về bữa tiệc thật tuyệt vời.

운전 조심해요!

Hãy lái xe cẩn thận!

사교 활동

▼
1 파티

Chapter 2

세미나 및 포럼

인사

저는 XYZ 트레이딩의 팜 티 투이입니다.

Tôi là Phạm Thị Thuỷ của công ty thương mại XYZ.

만나서 반갑습니다.

Rất vui được gặp anh/chị.
Rất hân hạnh được gặp anh/chị.

우리, 전에 어디서 만난 적 있죠?

Chúng ta đã từng gặp nhau ở đâu rồi phải không?

A   Chào anh. Tôi là Mai của công ty MK International. **Chúng ta đã từng gặp nhau ở đâu rồi phải không?**
안녕하세요. 저는 MK 인터내셔널의 마이라고 해요. 우리, 전에 어디서 만난 적 있죠?

B   Chào chị. Tôi là Minh. Có lẽ chưa từng gặp ạ. Là người tôi quen à?
안녕하세요. 저는 밍이에요. 만난 적이 없는 것 같은데요. 제가 아는 분이신가요?

A   Á, anh đã học ở trường trung học nào?   아, 혹시 어느 고등학교 다니셨어요?

우리, 전에 만난 적이 있는 것 같은데, 유감이지만 성함이 어떻게 되시는지 기억이 안 나요.

Dường như chúng ta đã từng gặp nhau trước đây, nhưng tôi không nhớ tên của anh/chị.

여긴 어쩐 일이세요?

Anh/Chị đang làm gì ở đây?
Anh/Chị đến đây có việc gì?

제인 아닌가요?

Có phải là Jane không?

우리, 요즘 연락을 통 못하고 지냈군요.

Gần đây chúng ta đã không thường xuyên liên lạc với nhau.

일정 및 장소

오늘 오후 일정은 어떻게 되세요?

Lịch trình của anh/chị vào chiều nay thế nào?

A Anh Khanh, **lịch trình của anh vào chiều nay thế nào?**
   카잉 씨, 오늘 오후 일정은 어떻게 되세요?

B Để tôi xem. Buổi chiều có 2 phiên. Phiên thứ nhất là từ 1 giờ đến 3 giờ, còn
   phiên thứ hai là từ 3 giờ đến 5 giờ.
   한번 볼게요. 오후에 세션이 2개 있네요. 첫 번째 세션은 1시부터 3시까지이고, 두 번째 세션은 3시부
   터 5시까지입니다.

1시부터 3시까지 비즈니스 포럼이 있을 거예요.
Sẽ có một diễn đàn kinh doanh từ 1 giờ đến 3 giờ.

세미나가 언제 시작하죠?
Khi nào hội thảo bắt đầu?

점심 시간 직후에 세미나가 시작될 겁니다.
Hội thảo sẽ bắt đầu ngay sau giờ ăn trưa.

세미나가 어디서 열리죠?
Hội thảo được tổ chức ở đâu?

세미나를 위해 어느 방이 지정되어 있나요?
Phòng nào đã được chỉ định cho hội thảo?

국제 비즈니스 포럼이 말레이시아에서 열립니다.
Diễn đàn kinh doanh quốc tế diễn ra tại Malaysia.

저는 오늘 오전에 고객을 만나야 해서 오후 이전에는 세미나에 참석할 수
없을 겁니다.
Trước buổi chiều tôi không thể tham dự hội thảo vì tôi
phải gặp một khách hàng vào sáng nay.

주제 및 강연

세미나 주제가 뭔가요?
Chủ đề của hội thảo là gì?

협상 기술을 증진시키는 법에 관한 세미나예요.
Đây là một hội thảo về cách thúc đẩy kỹ năng đàm phán.

제가 놓치게 되는 내용이 어떤 건지 알려 주실 수 있나요?
Anh/Chị có thể cho tôi biết những nội dung tôi sẽ bị bỏ lỡ
là gì không?

A Chị Hye Ri. Chắc tôi sẽ không thể tham dự hội thảo ngày mai. **Chị có thể cho tôi biết những nội dung tôi sẽ bị bỏ lỡ là gì không?**
혜리 씨. 내일 세미나에는 참석하지 못할 것 같아요. 제가 놓치게 되는 내용이 어떤 건지 알려 주실 수 있나요?

B Chắc là anh sẽ khó tin đấy. Ông An Cheol Su sẽ giảng dạy đặc biệt về tinh thần kinh doanh. Anh không nên bỏ lỡ cơ hội tuyệt vời này!
믿기 어려우실 거예요. 안철수 씨가 기업가 정신에 대한 특별 강연을 하기로 돼 있어요. 이렇게 좋은 기회를 놓쳐선 안 돼요!

오늘 열린 3개의 세션에 모두 참석하셨나요?

Hôm nay anh/chị đã tham dự cả 3 phiên chưa?

특별 초청 연사의 강연은 제가 생각했던 것보다 훨씬 더 인상적이었어요.

Bài giảng của diễn giả được mời thật là ấn tượng hơn so với những gì tôi nghĩ.

전 세계의 지속 가능한 개발에 관한 세미나는 아주 인상적이었어요.

Hội thảo về việc phát triển bền vững trên toàn thế giới đã rất ấn tượng.

저는 이번에 유명한 경제학자들을 많이 만날 수 있어서 정말 영광이었습니다!

Tôi rất vinh dự được gặp nhiều nhà kinh tế nổi tiếng lần này!

발표

저는 첫 번째 세션에서 저희 사업 안에 대한 발표를 할 예정입니다.

Tôi dự định sẽ phát biểu về dự án kinh doanh trong phiên đầu tiên.

기다려 왔던 순간이군요.

Bây giờ là thời khắc mà anh/chị đã chờ đợi.

A **Bây giờ là thời khắc mà anh đã chờ đợi.** Anh đã thực sự chuẩn bị rất nhiều cho cuộc phát biểu này.
기다려 왔던 순간이군요. 이번 발표를 위해 정말 많은 준비를 하셨잖아요.

B Chà, tôi hồi hộp quá! 저, 너무 떨려요!

A Hãy tự tin lên! Anh có thể làm được! 자신감을 가지세요! 잘할 수 있을 거예요!

(이제) 그동안 준비한 것을 보여 줄 때가 왔어요.

Đã đến thời điểm quan trọng rồi.
(Bây giờ,) đã đến lúc cho mọi người xem những gì anh/chị đã chuẩn bị.

잘하셔야 해요!

Anh/Chị phải làm tốt đấy!

발표 정말 잘하셨어요!

Anh/Chị đã phát biểu thật sự hay!

저는 그냥 할 일을 했을 뿐입니다.

Tôi chỉ làm những gì tôi phải làm thôi mà.

작별 인사

이제 가야 할 것 같습니다.

Tôi phải đi bây giờ.

아쉽지만, 이제 가 봐야겠어요. 안 그러면 비행기 놓치겠어요.

Thật tiếc, nhưng tôi phải đi bây giờ. Nếu không, tôi sẽ bị lỡ chuyến bay.

연락하기로 해요.

Chúng ta liên lạc nhé.

다음번 세미나에 참석하실 때 연락하세요.

Hãy gọi điện cho tôi nếu anh/chị tham gia hội thảo lần sau.

제 이메일 주소를 알려 드릴게요.

Tôi sẽ cho anh/chị biết địa chỉ email của tôi.

제 명함 받으셨죠?

Anh/Chị nhận được danh thiếp của tôi chưa?

다시 만나 뵙길 바랍니다.

Tôi hy vọng sẽ gặp lại anh/chị.
Tôi mong được gặp lại anh/chị.

저도요.

Tôi cũng vậy.
Tôi cũng hy vọng như thế.

Chapter 3

가벼운 수다

날씨에 대해

제주도는 날씨가 어때요?

Thời tiết ở đảo Jeju thế nào?

날씨가 점점 따뜻해지네요.

Thời tiết ngày càng ấm hơn.
Thời tiết dần dần ấm áp lên.

더할 나위 없이 좋은 날씨예요.

Trời thật đẹp đến nỗi không thể tả bằng lời.

실전 회화

A Ôi, thời tiết thật là đẹp! 와, 정말 끝내주는 날씨군요!
B Trời thật đẹp đến nỗi không thể tả bằng lời. 더할 나위 없이 좋은 날씨예요.
A Chúng ta đi chơi thì thế nào? 나들이나 갈까요?
B Nhất trí! 좋아요!

밖에 나가기에 좋은 날씨죠?

Thời tiết rất đẹp để đi ra ngoài nhỉ?

거기 기온은 어때요?

Nhiệt độ ở đó thế nào?

섭씨 35도예요.

Là 35 độ C.

날씨가 정말 엉망이에요.

Thời tiết xấu quá.
Thời tiết rất tồi tệ.

요즘 날씨가 변덕이 심해요.

Dạo này thời tiết hay thay đổi bất thường.

정말 덥죠, 그렇지 않아요?

Nóng quá nhỉ, phải không?

622

정말 덥고 습하네요!

Trời vừa nóng vừa ẩm lắm!

일기예보에 따르면, 내일 비가 온대요.

Theo dự báo thời tiết, ngày mai trời sẽ mưa.

A **Trời vừa nóng vừa ẩm lắm!** Chị đã nghe về thời tiết ngày mai chưa?
정말 덥고 습하네요! 내일 날씨가 어떨지 들었어요?

B **Theo dự báo thời tiết, ngày mai trời sẽ mưa.**
일기예보에 따르면, 내일 비가 온대요.

A Lại mưa hả? Tôi thích mưa, nhưng độ ẩm cao vào mùa mưa thì khó chịu lắm!
또요? 비를 좋아하긴 하지만, 장마철에 이렇게 높은 습도는 정말 참기 힘드네요!

오늘 비가 그칠 것 같지 않아요.

Tôi nghĩ hôm nay không tạnh mưa.

제 생각엔 곧 갤 것 같은데요.

Theo tôi, trời sắp trở nên quang đãng.

소나기가 온다고 들었어요.

Tôi nghe nói là có mưa rào.

계절에 대해

어느 계절이 가장 좋으세요?

Anh/Chị thích mùa nào nhất?

봄이 가장 좋아요.

Tôi thích mùa xuân nhất.

가을은 책 읽기에 좋은 계절이에요.

Mùa thu là một mùa tốt để đọc sách.

저는 겨울이 너무 싫어요. 지금이 여름이라면 좋겠어요.

Tôi ghét mùa đông. Ước gì bây giờ là mùa hè.

날씨가 마침내 따뜻해졌어요.

Cuối cùng thời tiết đã trở nên ấm hơn.

저는 겨울이 영영 끝나지 않는 줄 알았어요.

Tôi tưởng là mùa đông sẽ mãi mãi không kết thúc.

뉴스에 대해

오늘 뉴스 봤어요?

Anh/Chị đã xem thời sự hôm nay chưa?

아뇨, 무슨 일 있어요?

Chưa, có việc gì vậy?

마이애미에 홍수가 났다고 들었어요.

Tôi nghe nói có lũ lụt ở Miami rồi.

진도 6.5 지진이 일본 북부를 강타했어요.

Đã có một trận động đất mạnh với cường độ 6,5 độ richter ở miền bắc Nhật Bản.　*trận động đất 지진 cường độ 강도, 진도

오늘 아침 그 건에 대한 기사를 읽었습니다.

Sáng nay tôi đã đọc bài báo về vụ việc đó rồi.

중국의 반정부 운동에 대해 어떻게 생각하세요?

Anh/Chị nghĩ thế nào về cuộc vận động chống chính phủ của Trung Quốc?

오늘 뚜오이쩨 1면 헤드라인 봤어요?

Anh/Chị thấy dòng tít trên trang đầu của báo Tuổi Trẻ hôm nay chưa?　*dòng tít 헤드라인

오늘 아침 라디오에서 케이트 미들턴 영국 왕세자비가 영국 왕위를 물려 받을 왕세손을 낳았다는 소식을 들었어요.

Sáng nay trên radio, tôi nghe nói rằng Kate Middleton đã sinh ra một hậu duệ hoàng gia để kế thừa ngai vàng Anh.

CNN에서 하루종일 떠들어대던데요.

Họ đã nói về việc đó trên CNN cả ngày.

A　Anh đã nghe về một vụ tai nạn xe lửa ở Barcelona chưa?
바르셀로나에서 발생한 열차 충돌 사고에 관해 소식 들었어요?

B　Chưa, có chuyện gì vậy?　아뇨, 무슨 일인데요?

A　Hàng trăm hành khách đã chết hoặc bị thương do tai nạn đó. Tôi không thể tin rằng anh đã chưa nghe tin tức đó. **Họ đã nói về việc đó trên CNN cả ngày.**
그 추돌 사고로 승객 수백 명이 죽거나 다쳤어요. 그 소식을 못 들었다니 믿을 수가 없네요. CNN에서 하루종일 떠들어대던데요.

B　Ôi, đúng là sốc nhỉ!　아, 정말 충격적이네요!

충격적인 소식이군요.

Đó là tin tức gây sốc.

우울한 소식이군요.

Đó là tin tức ảm đạm.

걱정스러운 소식이군요.

Đó là tin tức đáng lo lắng.

흥미로운 소식이군요.

Đó là tin tức thú vị.

다른 사람에 대해

그 사람 어때요?

Anh ấy/Chị ấy là người như thế nào?

그 사람은 외향적이에요.

Anh ấy/Chị ấy là người hướng ngoại.　　*hướng ngoại 외향적인

그 사람은 말수가 적어요.

Anh ấy/Chị ấy ít nói.

그 사람은 내성적이에요.

Anh ấy/Chị ấy là người hướng nội.　　*hướng nội 내성적인

그 사람은 정말 성실한 사람이에요.

Anh ấy/Chị ấy là một người rất chân thành.

그녀는 수줍음이 좀 많아서 사귀려면 시간이 좀 걸려요.

Cô ấy hơi nhút nhát nên mất thời gian một chút để kết bạn.

쭘은 입이 가벼워요.

Trung lắm lời.
Trung rất nhiều chuyện.

그 사람 어떻게 생겼어요?

Hình dáng của anh ấy/chị ấy thế nào?
Anh ấy/Chị ấy có vẻ ngoài như thế nào?

A Chào chị Thuỷ. Tôi nghe nói chị mới vào công ty mới.
안녕하세요, 투이. 새 직장을 얻었다고 들었어요.

B Vâng, tôi mới bắt đầu làm việc tại công ty thời trang LF từ tuần này.
네, 이번 주부터 LF패션에서 근무하기 시작했어요.

A Ồ, tôi biết một người làm việc tại công ty đó. Chị đã gặp anh Min Ho ở bộ phận
nhân sự chưa? 오, 그 회사에 근무하는 사람을 알고 있어요. 인사부의 민호 씨를 만났어요?

B Tôi không biết. **Anh ấy có vẻ ngoài như thế nào?** 글쎄요. 그 사람 어떻게 생겼어요?

A Anh ấy có kiểu tóc ngắn xoăn và đeo kính gọng sừng.
아주 짧은 곱슬머리에 뿔테 안경을 끼고 있어요.

＊tóc xoăn 곱슬머리의 gọng sừng 뿔테의

626

개인적인 주제

가족

결혼 하셨어요?
Anh đã lấy vợ chưa?
Chị đã lấy chồng chưa?
Anh/Chị đã kết hôn chưa?
Anh/Chị có gia đình chưa?
Anh/Chị đã lập gia đình chưa?

아내 분은 무슨 일을 하세요?
Vợ anh làm nghề gì?

남편 분은 무슨 일을 하세요?
Chồng chị làm nghề gì?

가족이 몇 분이세요?
Gia đình anh/chị có mấy người?

저희 가족은 대가족이에요.
Gia đình tôi là một đại gia đình.

저희 가족은 4명입니다.
Gia đình tôi có 4 người.

저는 장남입니다.
Tôi là con cả.

저는 세 자매 중 막내예요.
Tôi là con út trong 3 chị em.

부모님과 함께 사시나요?
Anh/Chị có sống chung với gia đình không?

저희는 아들이 2명 있습니다.
Chúng tôi có 2 con trai.

애들은 몇 살인가요?
Bọn trẻ mấy tuổi rồi?

큰 애는 7살, 작은 애는 4살이에요.

Con đầu thì 7 tuổi còn con nhỏ thì 4 tuổi.

아기가 몇 개월이에요?

Em bé mấy tháng rồi?

A Anh Cương! Nghe nói rằng anh đã trở thành bố của 2 con gái sinh đôi. Chúc
mừng anh! 끄엉! 쌍둥이 공주님의 아빠가 됐다고 들었어요. 축하해요!

B Cảm ơn chị. Em bé nhà chị có mau lớn không? **Em bé mấy tháng rồi?**
고마워요. 아기는 잘 크죠? 아기가 몇 개월이에요?

A Mới 18 tháng thôi chị.   이제 18개월이에요.

저는 애들이 있어서 탄력 근무제로 일해야 해요.

Vì tôi có con nên tôi cần phải làm việc với chế độ làm việc
linh hoạt.

아내는 낮에 일하고, 저는 야간에 일해요.
Vợ tôi làm việc ban ngày, còn tôi làm việc ban đêm.

건강

운동을 자주 하시나요?
Anh/Chị có hay tập thể dục không?

저는 매일 러닝 머신에서 달려요.
Mỗi ngày tôi chạy bộ trên máy chạy bộ.

저는 건강해요.
Tôi là một người khoẻ mạnh.

오늘 기분 어때요?
Hôm nay anh/chị thấy thế nào?

오늘 몸이 좀 안 좋아 보이네요.
Hôm nay trông anh/chị có vẻ bị ốm.
Hôm nay trông anh/chị có vẻ không khoẻ.

피곤해 보이네요.
Trông anh/chị có vẻ mệt mỏi.

괜찮으세요?

Anh/Chị có sao không?

어디 안 좋으세요?

Anh/Chị bị sao vậy?

안색이 창백하네요.

(Trông) anh/chị có vẻ nhợt nhạt.

오늘 몸이 (많이) 안 좋아요.

Hôm nay tôi bị ốm một chút.
Hôm nay tôi không khoẻ (lắm).
Hôm nay tôi thấy trong người không được khoẻ.

A Chào chị Hương. Chị bị sao vậy? Trông chị có vẻ nhợt nhạt.
   안녕하세요, 흐엉. 무슨 일 있어요? 안색이 창백하네요.

B **Hôm nay tôi không khoẻ lắm.** Đau lưng quá. Cứ đau rồi lại thôi.
   오늘 몸이 많이 안 좋아요. 허리가 아프네요. 통증이 있다 없다 해요.

A Chị nên đi khám bác sĩ chứ?   병원에 가 봐야 하지 않아요?

B Không nặng như thế. Nếu bị đau hơn thì tôi sẽ đi.
   그렇게 심하진 않아요. 더 아파지면 가려고요.

A Chúc chị khỏi bệnh sớm!   어서 낫길 바라요!

머리가 깨질 듯이 아파요.

Tôi bị nhức đầu lắm.

몸은 좀 나았어요?

Anh/Chị khoẻ hơn chưa?
Anh/Chị đã khỏi hẳn chưa?

곧 낫길 바라요.

Chúc anh/chị hết bệnh sớm.
Chúc anh/chị nhanh khỏi bệnh.

스트레스

저는 요즘 직장에서 스트레스를 많이 받아요.

Dạo này ở công ty tôi bị stress nặng lắm.
Dạo này tôi bị căng thẳng ở công ty nhiều lắm.

스트레스를 풀기 위해 뭘 하세요?

Anh/Chị làm gì để giải tỏa căng thẳng?
Anh/Chị thường làm gì để giảm bớt căng thẳng?

저는 스트레스를 풀기 위해 테니스를 쳐요.

Tôi chơi tennis để giải tỏa căng thẳng.

규칙적인 운동은 스트레스 해소에 그만이에요.

Tập thể dục đều đặn là giải pháp số một để giải tỏa căng thẳng.

명상은 스트레스를 줄이는 데 도움을 줍니다.

Thiền có thể giúp giảm căng thẳng. ※thiền 명상

(요즘) 일손이 많이 모자라요.

(Dạo này) chúng tôi đang thiếu người lắm.

실전 회화

A Chào anh Trung. Anh khoẻ không? 안녕하세요, 쭘 씨. 잘 지내요?

B Chào chị So Min. Chị cũng như vậy chứ. Còn chị thì sao?
   안녕하세요, 소민 씨. 뭐 늘 그렇죠. 좀 어때요?

A Tôi thì vẫn bận rộn lắm. Vì các đồng nghiệp của tôi đã tham gia hội thảo đào tạo nên **chúng tôi đang thiếu người lắm.**
   계속 바빠요. 동료들이 연수 세미나에 참석 중이라 일손이 많이 모자라요.

숨 쉴 틈 없이 바빠요.

Tôi bận đến mức không thở được.

휴식이 필요해요.

Tôi cần nghỉ ngơi.

잠 좀 자야겠어요.

Tôi phải ngủ một lát.

걱정거리

무슨 일 있어요?

Có chuyện gì vậy?
Anh/Chị có vấn đề gì không?
Anh/Chị có chuyện gì không?

A Anh Minh ơi, anh có vẻ buồn lắm. **Có chuyện gì không?**
밍 씨, 매우 우울해 보여요. 무슨 일 있어요?

B Ngày mai tôi phải phát biểu về sản phẩm mới. Nhưng tôi chưa chuẩn bị được
nhiều.   내일 신제품에 관한 발표를 해야 해요. 근데 아직 준비가 잘 안 돼서요.

A Đừng lo anh. Anh sẽ làm tốt. Anh vẫn còn nhiều thời gian mà. Tôi có thể giúp
gì cho anh không?
걱정 마세요. 잘할 수 있을 거예요. 아직 준비할 시간이 있잖아요. 제가 해 드릴 수 있는 거라도 있어요?

뭐 걱정되는 일이라도 있어요?

Anh/Chị có lo lắng gì không?

너무 떨려요.

Tôi hồi hộp lắm.   ＊hồi hộp 긴장하는, 떨리는

힘내요, 당신은 할 수 있어요!

Cố lên, anh/chị có thể làm được!

그렇게 걱정 좀 하지 마세요.

Anh/Chị đừng có lo lắng như vậy.

그런 자잘한 것까지 걱정하지 마세요.

Đừng lo lắng về việc nhỏ nhặt như vậy.

업무 관련 주제

근무 환경

회사 얘기 좀 더 해 봐요.

Anh/Chị hãy nói thêm về công ty đi.

거기서 일하기 어때요?

Anh/Chị làm việc ở đó thế nào?

새 일은 어때요?

Công việc mới của anh/chị thế nào?

A   Chào Hoà, **công việc mới của em thế nào?**   안녕, 호아. 새 일은 어때요?

B   Đến bây giờ thì vẫn ổn. Mọi người rất thân thiện và luôn giúp đỡ.
아직까지 괜찮아요. 사람들이 아주 친절하고 항상 도와주려고 해요.

A   Tốt rồi.   그거 잘됐네요.

직장에서 복장 규정은 어떻게 되나요?

Quy định về phục trang trong công sở như thế nào?

몇 시에 출근해요?

Mấy giờ anh/chị đi làm?
Anh/Chị đi làm lúc mấy giờ?

몇 시에 퇴근해요?

Mấy giờ anh/chị tan sở?
Mấy giờ anh/chị đi làm về?
Anh/Chị tan làm lúc mấy giờ?

시간 외 근무를 자주 하나요?

Anh/Chị có hay làm thêm không?

저희 회사는 주 6일제입니다.

Công ty chúng tôi làm 6 ngày một tuần.

저희는 격주로 토요일에 쉽니다.

Chúng tôi nghỉ cách tuần vào ngày thứ bảy.

저희는 2교대로 근무합니다.

Chúng tôi làm việc với 2 ca.

저희 회사는 하노이와 호찌밍에 지사가 있습니다.

Công ty chúng tôi có chi nhánh ở Hà Nội và thành phố Hồ Chí Minh.

얼마 받으세요?

Anh/Chị được nhận lương bao nhiêu tiền?
Tôi có thể hỏi anh/chị nhận lương bao nhiêu không?
Tôi có thể hỏi anh/chị rằng anh kiếm bao nhiêu tiền không ạ?

힘드시겠어요.

Chắc anh/chị sẽ vất vả lắm.

보람 있으시겠어요.

Chắc nó sẽ có ý nghĩa.

프로젝트

새 프로젝트는 잘 되고 있어요?

Dự án mới thế nào rồi?

최고의 결과를 내기 위해 우리 팀은 열심히 일하고 있어요.

Nhóm chúng tôi đang cố gắng làm việc chăm chỉ để có kết quả tốt nhất.

우리는 지금 중요한 프로젝트를 진행하고 있어요.

Chúng tôi đang tiến hành một dự án quan trọng.

누가 담당입니까?

Ai là người phụ trách?

이번 프로젝트를 맡아 주시겠어요?

Anh/Chị phụ trách dự án lần này được không?

저도 그러고 싶지만, 지금 다른 여러 개의 프로젝트를 진행하고 있는 중입니다.

Tôi cũng muốn như thế nhưng tôi đang tiến hành nhiều dự án khác.

우리는 진행 사항을 보고해야 합니다.

Chúng tôi phải báo cáo về tình trạng tiến hành.

우리는 이번 주까지 이 프로젝트를 마쳐야 해서 시간적으로나 금전적으로 여유가 없습니다.

Vì dự án này phải kết thúc đến tuần này nên chúng tôi không còn dư dả về cả mặt thời gian lẫn tiền bạc.

말이 쉽지, 하기는 어렵습니다.

Nói thì dễ nhưng làm thì khó lắm.

생각보다 좀 힘듭니다.

Nó khó hơn anh/chị nghĩ.

Nó không dễ như anh/chị thấy đâu.

안 될 것 같습니다.

Chắc không thể làm được.

그래 봐야 마찬가집니다.

Vẫn như cũ chẳng có gì thay đổi cả.

노력할 만한 가치가 없습니다.

Nó không đáng để cố gắng đâu.

제품

저희 회사는 이번에 신제품을 출시했습니다.

Chúng tôi đã đưa ra sản phẩm mới trên thị trường.

A   Chào anh Khanh. Trong cuộc suy thoái này, kinh doanh bên anh thì thế nào vậy?   안녕하세요. 카잉 씨. 이 불경기에 사업은 어떤가요?

B   Ừm, không quá tệ lắm. **Chúng tôi đã đưa ra sản phẩm mới trên thị trường.** Nó đang được bán chạy.
   음, 그리 나쁘진 않아요. 저희 회사는 이번에 신제품을 출시했습니다. 그게 잘 팔리고 있어요.

A   Tuyệt đấy!   정말 대단하네요!

이번 시즌의 신제품이 날개 돋친 듯이 팔리고 있습니다.

Sản phẩm mới của mùa này đang được bán đắt như tôm tươi.

그들의 매출 수치가 정말 인상적이었습니다.
Tôi rất ấn tượng về chỉ số doanh thu của họ.

우리 제품은 특히 젊은 아시아 여성에게 어필합니다.
Sản phẩm của chúng tôi đặc biệt thu hút phụ nữ trẻ châu Á.

저는 이 제품을 적극 추천합니다.
Tôi tích cực giới thiệu sản phẩm này.

이 제품은 몇 가지 특징이 있습니다.
Sản phẩm này có một số đặc trưng.

이 제품의 가장 유용한 특징 중 하나는 에너지를 절약할 수 있다는 것입니다.
Một đặc điểm hữu ích nhất của sản phẩm này là có thể tiết kiệm năng lượng.

이 제품은 다양한 색상으로 나옵니다.
Sản phẩm này có màu sắc đa dạng.

이 제품의 품질을 보증합니다.
Chúng tôi bảo đảm chất lượng hàng hoá.

시장 전망

매출이 영 안 좋습니다.
Doanh thu không được tốt.
Doanh số bán hàng đang rất chậm.

매출을 올리기 위한 최고의 방법이 뭐죠?
Cách tốt nhất để tăng doanh thu là gì?

시장이 마침내 회복세로 돌아섰습니다.
Cuối cùng thị trường đã phục hồi.

주가가 지난주에 반등했습니다.
Giá cổ phiếu đã tăng trở lại vào tuần trước.

이 업계는 경쟁이 매우 치열합니다.
Ngành công nghiệp này có sự cạnh tranh quyết liệt.

*quyết liệt 치열한

앞으로 어떻게 될지 잘 모르겠습니다.

Tôi không biết sau này sẽ như thế nào.

Tôi không biết trong tương lai sẽ như thế nào.

시장에서 손실을 만회하기 위해 우리는 대담해야 합니다.

Chúng ta phải dám làm để khôi phục thiệt hại trên thị trường. * khôi phục 회복하다

최근 들어 시장의 변동이 너무 심합니다.

Gần đây sự biến động của thị trường trở nên lớn thật.

아직 상황이 좋아진 건 아니에요.

Tình hình vẫn chưa khả quan hơn.

A Theo anh, kinh tế trở nên tốt hơn không? 경기가 나아지고 있다고 생각해요?

B Không, tôi nghĩ **tình hình vẫn chưa khả quan hơn.**
아뇨, 제 생각엔 아직 상황이 좋아진 건 아니에요.

금년엔 이윤을 낼 수 있길 바랍니다.

Tôi mong là năm nay sẽ có được lợi nhuận.

감정 표현

**기분이
좋을 때**

기분이 좋아 보여요.
Anh/Chị có vẻ vui lắm.

오늘 기분이 좋아요.
Hôm nay tôi rất vui.
Hôm nay tôi hạnh phúc lắm.

마치 복권에라도 당첨된 것처럼 보이네요.
Có vẻ như anh/chị được trúng số vậy.

뭐 때문에 그렇게 기분이 좋으세요?
Sao anh/chị vui như thế?
Điều gì làm cho anh/chị vui thế?

구름 위를 걷는 기분이에요.
Tôi cảm thấy đang lơ lửng trên mây.

A Chị Mai, **có vẻ như chị được trúng số vậy. Sao chị vui như thế?**
마이 씨, 마치 복권에라도 당첨된 것처럼 보이네요. 뭐 때문에 그렇게 기분이 좋으세요?

B Thật ra **tôi cảm thấy đang lơ lửng trên mây.** Cuối cùng tôi được xin việc rồi!
사실 구름 위를 걷는 기분이에요. 마침내 취직이 됐거든요!

A Ôi, chúc mừng chị! Tôi rất vui mừng cho chị!   와, 축하해요! 정말 잘 됐어요!

세상을 다 얻은 기분이에요.
Tôi thấy như có được cả thế gian.

놀라울 때

오, 저런!
Ôi, trời ơi!
Ôi, trời đất ơi!

놀랍군요!
Bất ngờ quá!
Thật là ngạc nhiên!

충격적이네요!

Sốc quá!

믿을 수 없어요!

Khó tin lắm!

Thật phi thường!

Tôi không thể (nào) tin được!

당신 때문에 놀랐잖아요!

Hết hồn!

Ôi, giật cả mình!

웃기지 말아요.

Đừng có xạo.

Đừng có cười.

Đừng chọc cười.

놀리지 말아요.

Đừng có chọc tôi.

나, 바보 아니에요.

Tôi đâu có ngốc.

Tôi không ngốc mà.

Tôi không phải là đồ ngốc.

농담이죠?

Anh/Chị nói chơi đấy à?

Anh/Chị đang đùa đấy à?

Anh/Chị nói đùa đúng không?

Chắc anh/chị nói đùa với tôi đúng không?

Anh/Chị chỉ đùa thôi chứ? <강조의 뉘앙스>

Anh/Chị nói giỡn thôi chứ?

놀라지 마세요.

Đừng bất ngờ nhé.

Đừng hoảng hốt nhé.

Đừng ngạc nhiên quá.

너무 놀라지 마세요.

Đừng sợ hãi.
Đừng bất ngờ quá nhé.
Đừng có giật mình nhé.

제정신이에요?

Bạn bị điên hả?
Em có tỉnh táo không đấy?

> A Tôi đã chịu đựng nhiều rồi. Tôi yêu cầu ông giám đốc tăng lương cho tôi!
>   참을 만큼 참았어요. 사장님께 월급을 올려 달라고 해야겠어요!
>
> **B Em có tỉnh táo không đấy?** Em biết ông ấy keo kiệt thế nào mà!
>   제정신이에요? 그가 얼마나 인색한지 알잖아요!
>
> A Biết rồi, nhưng tôi không thể chịu đựng nữa.   알지만 더 이상 못 참겠어요.

정말이에요?

Thật hả?
Anh/Chị có chắc không?
Anh/Chị nói thật không?
Anh/Chị có nghiêm túc không?

정말이에요.

Thật chứ.
Thiệt mà.
Đó là sự thật mà.

정말 실망했어요.

Tôi rất thất vọng.

격려할 때

당신은 최선을 다했잖아요.

Anh/Chị đã làm hết sức mình mà.
Anh/Chị đã hết sức cố gắng rồi mà.

중요한 건 당신이 노력했다는 거예요.

Điều quan trọng là anh/chị đã cố gắng rồi.

A Tôi lại phạm sai lầm rồi! Tôi rất thất vọng với bản thân mình.
또 실수를 하다니! 제 자신에게 너무 실망했어요.

B Đừng làm bản thân quá nặng nề. **Điều quan trọng là chị đã cố gắng rồi.**
자신에게 너무 심하게 하지 말아요. 중요한 건 당신이 노력했다는 거예요.

이기는 것만이 능사는 아니에요.

Thắng không phải là tất cả.

중요한 건 당신이 실수를 통해 배운다는 거예요.

Điều quan trọng là em có thể học hỏi được qua lỗi lầm.

포기하지 말아요!

Đừng từ bỏ!
Đừng bỏ cuộc!

힘내요! 당신은 할 수 있어요!

Cố (gắng) lên! Anh/Chị có thể làm được!

자신감을 가져요!

Anh/Chị hãy tự tin lên!

계속 잘하세요!

Cứ làm tốt đi!

괜찮을 거예요.

Sẽ không sao đâu.

너무 슬퍼하지[우울해하지] 마세요.

Đừng có u uất.
Đừng chán nản.
Đừng buồn quá.

A Chị Thuỷ ơi, có chuyện gì vậy? Trong chị có vẻ u uất.
투이, 무슨 일이에요? 기분이 쳐져 보이네요.

B Năm nay tôi đã không được thăng chức. Tôi không biết tại sao mỗi năm tôi không thể được thăng chức.
올해 승진하지 못했어요. 매년 왜 승진이 안 되는지 모르겠어요.

A Nghe thật tiếc. Nhưng **đừng buồn quá.** Mọi người đều biết chị là người giỏi nhất trong lĩnh vực này mà.
정말 안됐네요. 하지만 너무 우울해하지 마세요. 당신이 이 분야에서 최고라는 건 모두가 알고 있잖아요.

너무 실망하지 마세요.

Đừng thất vọng.

힘내요!

Cố lên!
Cố gắng lên!

당신은 이겨낼 거예요.

Anh/Chị có thể vượt qua được.

다 잘될 거예요.

Mọi việc sẽ ổn thôi.
Mọi chuyện rồi sẽ ổn thôi.
Mọi thứ sẽ trở nên tốt hơn.

사는 게 다 그렇죠.

Cuộc sống mà.
Cuộc sống vốn dĩ là vậy.

당신이 어떤 기분일지 알아요.

Tôi biết tâm trạng của anh/chị sẽ như thế nào.

상황이 훨씬 안 좋을 수도 있었잖아요.

Tình hình đã có thể tồi tệ hơn nhiều.

좋은 점도 있잖아요.

Cũng có điểm tốt mà.

제가 도울 게 있다면 언제든 말씀하세요.

Nếu mà có gì tôi có thể giúp đỡ thì cứ nói với tôi.

이미 엎질러진 일인데 후회해도 소용 없어요.

Chuyện đã qua rồi, hối tiếc làm gì.

너무 자책하지 마세요.

Đừng quá tự trách bản thân.

그냥 잊으세요.

Hãy quên nó đi.

슬플 때

Tại sao trông em bị u uất?
Sao anh/chị trông buồn thế?
Có chuyện gì mà anh/chị có vẻ buồn vậy?

Anh/Chị cần người nào đó để nói chuyện không?
Anh/Chị muốn nói chuyện một chút về điều đó không?

Tôi bị u uất.
Tôi cảm thấy buồn.
Tâm trạng xấu đi rồi.

Tôi đau lòng quá.

Tôi muốn khóc quá.

후회할 때

Lẽ ra tôi không nên làm như vậy.

A Anh Minh ơi, có sao không? 밍 씨, 괜찮아요?

B Tôi bị nhức đầu lắm. Hình như đêm qua tôi đã uống quá nhiều rồi. **Lẽ ra tôi không nên làm như vậy.**
머리가 빠개지는 것처럼 아파요. 어젯밤에 술을 너무 많이 마셨나 봐요. 그러지 말았어야 했는데.

A Anh uống kém lắm. Anh không nên uống quá nhiều lần sau.
술에 약하군요. 다음엔 너무 많이 마시지 않는 게 좋겠어요.

Tôi hối hận đã làm việc đó.

Nếu tôi có thể quay ngược thời gian thì tốt biết bao?

Giá mà hồi đó tôi có thể biết những gì tôi đang biết bây giờ.

제가 한 말이 정말 후회스러워요.

Lẽ ra tôi đã không nên nói như vậy.
Tôi thật sự hối hận với những lời mà tôi đã nói.

학창시절에 공부를 좀 더 열심히 했더라면 좋았을 텐데.

Giá mà thời còn học sinh, tôi học chăm chỉ thì sẽ tốt hơn.

화날 때

화가 많이 나요.

Tôi đang rất tức giận.

왜 그렇게 화가 났어요?

Tại sao lại nổi giận như thế?
Tại sao anh/chị tức giận như vậy?
Điều gì làm cho anh/chị tức giận như thế?

그것 때문에 화가 나요.

Tôi tức giận chính vì điều đó.
Điều đó làm cho tôi tức giận.

그 사람 때문에 미치겠어요!

Tôi phát điên luôn vì anh ấy/chị ấy!
Anh ấy/Chị ấy làm cho tôi điên luôn!

상사 때문에 미치겠어요!

Cấp trên tôi làm cho tôi phát điên luôn!

A Chào chị Ji Hee. Công việc của chị thế nào?   안녕하세요, 지희 씨. 직장은 어때요?

B Chào anh Khanh. Dạo này tôi bị căng thẳng lắm. **Cấp trên tôi làm cho tôi phát điên luôn!**   안녕하세요, 카잉 씨. 요즘 스트레스가 심해요. 상사 때문에 미치겠어요!

A Cấp trên chị như thế nào vậy?   상사가 어떤데요?

B Vì anh ấy bị nghiện công việc nên gần như ngày nào cũng làm đêm. Và anh ấy muốn chúng tôi cũng làm việc như mình.
그는 일 중독자라서 거의 매일 야근을 해요. 우리도 자기처럼 일하길 바란다니까요!

A Thật khủng khiếp!   지독하네요!

어떻게 그럴 수 있어요?

Làm sao mà có thể làm như vậy?

그는 정말 날 짜증나게 해요.

Anh ấy làm tôi bực thật sự đấy.
Anh ấy thực sự làm tôi bực mình.

그만 좀 하시겠어요?

Anh/Chị ngừng điều đó lại được chứ?
Anh/Chị ngừng lại điều đó được không?

짜증이 나네요.

Bực bội quá.
Bực mình quá.

더 이상 못 참겠어요.

Tôi không thể chịu đựng nữa.

참는 것도 한계가 있어요.

Chịu đựng cũng có giới hạn.

진정하세요.

Hãy bình tĩnh đi.

이성을 잃지 말아요.

Đừng đánh mất lý trí.

제 문제니 신경 쓰지 마세요.

Đừng bận tâm về vấn đề của tôi.

날 좀 내버려 둬요.

Cứ để vậy thôi.
Làm ơn hãy để tôi một mình.

기타 유용한 표현

🎧 11-7.mp3

잘 못 들었을 때

죄송한데, 뭐라고 하셨죠?
Xin lỗi, anh/chị đã nói gì ạ?

잘 안 들려요.
Tôi không nghe rõ.

다시 말씀해 주시겠어요?
Anh/Chị có thể nói lại cho tôi được không?

조금만 느리게 말씀해 주실래요?
Anh/Chị nói chậm hơn được không?

조금만 크게 말씀해 주실래요?
Anh/Chị nói to hơn được không?

말문이 막힐 때

뭐라고 해야 할까요?
Tôi nên nói gì?
Tôi phải nói thế nào?

기가 막혀서 말이 안 나오네요.
Tôi không biết nên nói gì.
Tôi không thể nói nên lời.
Thật sự không thể thốt lên lời nào.

실전 회화

A Trời ơi! **Thật sự không thể thốt lên lời nào.**
이럴 수가! 기가 막혀서 말이 안 나오네요.

B Có việc gì vậy chị Thu?   투 씨, 무슨 일인데요?

A Anh cũng biết chúng tôi đã nhận đơn đặt hàng từ Nga vào tháng trước chứ. Khách mua hàng Nga đang định huỷ đơn hàng trong khi tất cả các sản phẩm đã sẵn sàng cho xuất hàng!
지난달에 우리가 러시아에서 주문받은 거 당신도 알잖아요. 모든 제품을 선적할 준비가 돼 있는데, 러시아 바이어가 주문을 취소하려고 해요!

B Thật kinh khủng!   끔찍하군요!

사교 활동

▼ 7 기타 유용한 표현

어디 봅시다.

Để tôi xem.

글쎄요, 제 말은 이게 이 상황에는 맞지 않는다는 겁니다.

Xem nào, ý tôi là nó không phù hợp với tình huống này.

이해가
안 될 때

무슨 말씀이신지 잘 이해하지 못하겠습니다.

Tôi chưa hiểu rõ.
Tôi chưa hiểu ý anh/chị nói.
Tôi không hiểu anh/chị đang nói gì.

무슨 말씀이신지요?

Ý anh/chị là gì?
Ý định của anh/chị là gì?

말씀하시려는 요지가 뭔가요?

Anh/Chị muốn nói gì ạ?
Ý chính của anh/chị là gì?
Ý chính anh/chị định nói là gì?

제 말은 그게 아닙니다.

Ý tôi không phải là như vậy.
Đó không phải là điều tôi muốn nói.
Đó không phải là những gì tôi muốn nói.

제 요지는 그게 아닙니다.

Anh/Chị nhầm ý chính của tôi rồi.
Ý chính của tôi không phải là cái đó.

그거하고는 상관없어요.

Không có liên quan đến cái đó.
Không có liên quan đến điều đó.
Không có liên quan đến điều này.

A Chị đã chia tay với anh ấy là vì anh ấy quá nghèo phải không?
   그가 너무 가난해서 헤어진 거예요?

B Không có liên quan đến điều đó.   그거하고는 상관없어요.

A Thế tại sao chị chia tay nhau?   그럼 왜 헤어진 거예요?

B Vì chúng tôi đã quá khác nhau thôi.   우린 그냥 너무 달라요.

이해했는지 확인할 때

무슨 말인지 아시겠어요?

Anh/Chị hiểu ý tôi nói chứ?
Anh/Chị có hiểu ý tôi nói chưa?
Anh/Chị có hiểu ý tôi là gì không?
Anh/Chị có biết ý tôi nói không ạ?
Anh/Chị có hiểu những gì tôi vừa nói không?
Anh/Chị có biết tôi đang nói về điều gì không?

알겠죠?

Anh/Chị biết chứ?
Anh/Chị có hiểu không?

지금까지 무슨 말인지 알아듣고 계시죠?

Anh/Chị đang theo dõi lời tôi nói chứ?
Anh/Chị vẫn hiểu tôi đang nói gì mà đúng không?

제 말이 무슨 뜻인지 확실히 아시겠어요?

Đã rõ ràng chưa?
Anh/Chị có biết chắc chắn ý tôi nói là gì không?

대충 무슨 말인지 감 잡히시죠?

Anh/Chị đã hiểu hết chứ?
Anh/Chị nắm bắt được ý tôi chứ?

분명히 말씀드리죠.

Để tôi nói rõ.

이해했어요.

Hiểu rồi.
Tôi hiểu ý anh/chị nói.
Tôi có thể hiểu anh/chị đang nói gì.
Tôi hiểu được những gì anh/chị vừa nói.

그러니까 이 부분은 말이 안 된다는 말씀이시죠?

Ý anh/chị là phần này vô lý phải không?

Có nghĩa là theo anh/chị, phần này không hợp lý phải không?

대강 알겠어요.

Tôi hiểu sơ sơ rồi.

그럴 만하네요.

Nó có lý.

Nó có thể hiểu được.

이해가 안 됩니다.

Tôi không hiểu.

Tôi chưa hiểu rõ.

Tôi chưa hiểu rõ ý anh/chị nói.

비즈니스 일본어회화&
이메일 표현사전

비즈니스
일본어회화
& 이메일
표현사전

국내 최다
표현 수록!

인현진 지음

회화는 물론 이메일 표현까지 한 권에!
국내 유일의 비즈니스 표현사전

부록
· mp3 파일
무료 다운로드

인현진 지음 | 640쪽 | 20,000원

회화는 물론 이메일 표현까지 한 권에!
국내 유일의 비즈니스 표현사전

상황별 비즈니스 표현을 총망라하여 최다 규모로 모았다! 현장에서 바로 써먹을 수 있는
고품격 회화 표현과 이메일, 비즈니스 문서 등 그대로 활용 가능한 작문 표현이 한 권에!

난이도   첫걸음 | 초 급 | 중 급 | 고 급   **목표**   내가 쓰고 싶은 비즈니스 표현을
쉽게 찾아 바로 바로 써먹기

대상   일본을 대상으로 비즈니스를 해야 하는 직장인,
고급 표현을 익히고 싶은 일본어 중급자

비즈니스 중국어 회화
& 이메일 표현사전

비즈니스
중국어회화
& 이메일
표현사전

肖穎, 홍주현 지음

회화는 물론 이메일 표현까지 한 권에!
국내 유일의 비즈니스 중국어 표현사전

문장 전체를 녹음한 mp3 파일 무료 다운로드

부록
책 전체를
녹음한
mp3 파일

肖穎, 홍주현 지음 | 508쪽 | 20,000원

국내 유일의 비즈니스 중국어 표현사전!

실무자들에게 꼭 필요한 비즈니스 표현 총망라!
비즈니스 회화는 물론 이메일 표현까지 5초 안에 찾아 쓸 수 있습니다.

난이도   첫걸음 | 초 급 | 중 급 | 고 급

목표   비즈니스 상황에서 당황하지 않고
표현 찾아 쓰기

대상   비즈니스 중국어를 배우는 중급자,
중국어 실무를 담당하는 직장인

비즈니스 일본어회화&이메일
핵심패턴 233

일본 비즈니스의 모든 상황은 233개 패턴으로 이뤄진다!

전화 통화, 출장, 프레젠테이션, 이메일 등 비즈니스 현장에서 겪게 되는 모든 상황을 모아,
꼭 필요한 233개 패턴으로 압축했다. **비즈니스 회화뿐만 아니라 이메일까지 한 권으로 OK!**

난이도	첫걸음 | 초급 | **중급** | 고급
시간	80일
대상	일본을 대상으로 비즈니스를 해야 하는 직장인, 고급 표현을 익히고 싶은 일본어 초중급자
목표	내가 쓰고 싶은 비즈니스 표현 자유자재로 만들기

베트남어 회화 핵심패턴 233

김효정 지음 | 280쪽 | 16,000원

단어만 갈아 끼우면 말이 튀어나온다!

베트남 원어민이 엄선한 가장 기본적인 일상 회화 패턴만 모았다!

문법적 요소를 떠올리지 않고도 시원하게 베트남어로 말할 수 있다.

| 난이도 | 첫걸음 **초급** 중급 \| 고급 | 기간 | **80일** |
| 대상 | 회화를 본격적으로 시작하려는 초급자 | 목표 | 내가 말하고 싶은 문장 자유자재로 만들기 |